शिंडलर्स लिस्ट ही ऑस्कर शिंडलरच्या, मुख्यत्वे दुसऱ्या महायुद्धाच्या काळातील आयुष्यावर आधारित कादंबरी आहे. खरंतर कादंबरीसारखी अद्‌भुत वाटणारी ही सत्यकथा आहे. 'शिंडलर ज्युडेन' म्हणजेच शिंडलरने ज्यांना वाचवले, त्या ज्यूंनी सांगितलेल्या कहाण्यांवर आधारित हे पुस्तक आहे.

शिंडलर्स लिस्टमधून पुढे आलेल्या या कहाणीने एका 'चांगल्या' माणसाच्या अत्यंत भयाण, क्रूर काळातल्या जीवनचित्रणाने 'होलोकॉस्ट'वरील साहित्यात अत्यंत मोलाची भर घातली आहे. सर्व तऱ्हेच्या प्रतिकूलतेवर मात करत, अगदी सर्वस्व पणाला लावून शिंडलरने जे केले, त्यातून थॉमस केनेलीला हेच दाखवून द्यायचे आहे की, एकटा माणूससुद्धा दुर्दम्य इच्छाशक्तीच्या बळावर कित्येकांचे नशीब घडवू शकतो.

– जेसन व्होगेल

ऑस्कर शिंडलरने आपलं नशीब घडवायला क्रॅकोवमध्ये स्थलांतर केलं. स्वस्तात मिळतात म्हणून कारखान्यात ज्यू मजूर वापरायला सुरुवात केली. पण जेव्हा जर्मन सरकारचा हेतू त्याच्या लक्षात आला, तेव्हा तोच कारखाना ज्यूंना मृत्यूछावण्यांपासून वाचवायचं साधन बनलं.

– अनामिक

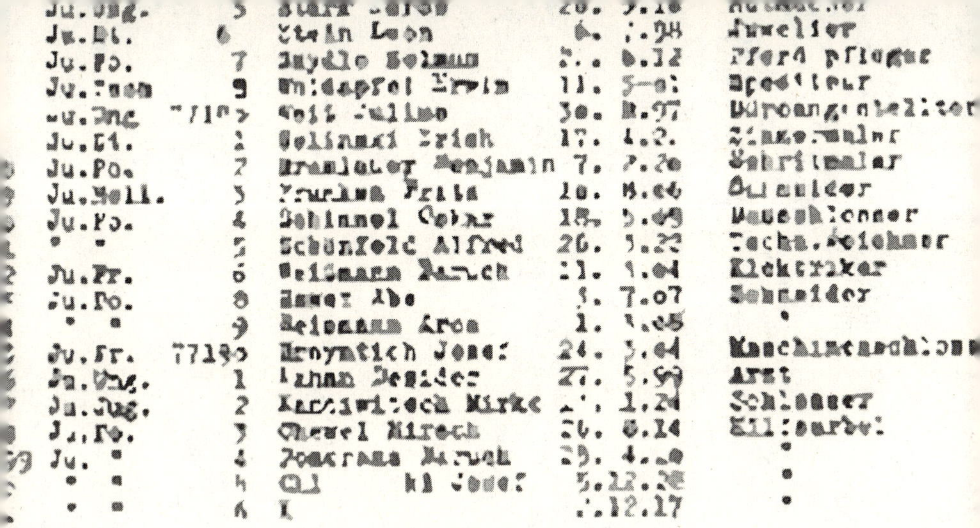

शिंडलर्स लिस्ट

थॉमस केनेली

अनुवाद

संजय दाबके

मेहता पब्लिशिंग हाऊस

Translated into Marathi Language by Sanjay Dabke

शिंडलर्स लिस्ट / अनुवादित कादंबरी

अनुवाद : संजय दाबके

Email : author@mehtapublishinghouse.com

प्रकाशक : सुनील अनिल मेहता, मेहता पब्लिशिंग हाऊस,
१९४१ सदाशिव पेठ, माडीवाले कॉलनी, पुणे - ४११०३०.

मुद्रक : ट्रिनिटी ॲकॅडमी फॉर कॉर्पोरेट ट्रेनिंग लिमिटेड

मुखपृष्ठ : चंद्रमोहन कुलकर्णी

आतील रंगीत छायाचित्रे संजय दाबके यांच्या सौजन्याने

प्रकाशनकाल : नोव्हेंबर, २००९ / ऑगस्ट, २०१० / पुनर्मुद्रण : मार्च, २०१३

किंमत : ₹ ३००

P Book ISBN 9788184980899

ज्याच्या चाळीस वर्षांच्या अट्टाहासामुळे
हे पुस्तक लिहिलं गेलं त्या
लिओपोल्ड पेफरबर्ग याच्या
आणि अर्थातच
ऑस्कर शिंडलर याच्या
स्मृतीस अर्पण...

प्रस्तावना

१९८० मध्ये लॉस एंजेलीसच्या बिव्हर्ली हिल्स भागात मी फिरत होतो. एका प्रवासी सामानाच्या दुकानात मी शिरलो. मला एक छोटी ब्रीफकेस खरेदी करायची होती. हे दुकान पोल्डेक पेफरबर्ग नावाच्या माणसाचं होतं. दुसऱ्या महायुद्धात ऑस्कर शिंडलरने वाचवलेल्या ज्यूंपैकी एक हा पेफरबर्ग होता. त्या दुकानात त्या दिवशी ऑस्कर शिंडलरचं नाव मी पहिल्यांदा ऐकलं. ऑस्कर शिंडलर एक उमदा जर्मन, एकाच वेळी एक दूरदर्शी मनुष्य आणि एक छानपैकी रंगेल तरुण आणि ज्यू नावाच्या संपूर्णपणे नामशेष होता होता वाचलेल्या वंशाचे, त्यानं स्वत: वाचवलेले लोक...

ही संपूर्ण गोष्ट ऑस्करनं वाचवलेल्या पन्नास व्यक्तींच्या सखोल मुलाखतींवर आधारित आहे. हे पन्नासजण आज सात देशांमध्ये विखुरलेले आहेत. ऑस्ट्रेलिया, इस्राईल, पश्चिम जर्मनी, ऑस्ट्रिया, अमेरिका, अर्जेंटिना आणि ब्राझील.

एकदा ही ऑस्करची कहाणी लिहायची ठरवल्यावर मी पोल्डेक पेफरबर्गबरोबर या कथेशी संबंधित बहुतेक भागांना प्रत्यक्ष भेटी दिल्या. क्रॅकोव, अमॉन गॉथचा भीषण कॅम्प– प्लासझो, लिपोवा रस्ता, झाब्लोसी, ऑशविट्झ-बर्कनो या जागा स्वत: बघितल्याचा फायदा हे लेखन करताना झाला.

ऑस्करबरोबर, दुसऱ्या महायुद्धाच्या काळात संबंध असलेले त्याचे काही मित्र आणि युद्धानंतरही त्याच्याबरोबर संबंध आलेले त्याचे अनेक मित्र; यांनीसुद्धा आपल्याकडची ऑस्करबद्दलची माहिती मला पाहिजे तेव्हा पुरवली. 'याद व्हाशेम' या ज्यूंच्या इस्राईलमधल्या प्रख्यात संस्थेनं बरीचशी माहिती, छायाचित्रं उपलब्ध करून दिली.

एखादी नाट्यमय सत्यकथा सांगण्यासाठी कादंबरीसारखा वाङ्मय प्रकार यापूर्वी अनेक वेळा वापरला गेलाय. ऑस्कर शिंडलरसारखी अत्यंत गुंतागुंतीची आणि तरीही उत्तुंग व्यक्तिरेखा रंगवण्यासाठी मलाही हाच प्रकार वापरायचा मोह झाला.

पण जरी ही कादंबरी असली, तरी यातली प्रत्येक बारीकसारीक गोष्टसुद्धा पूर्णपणे सत्यावर आधारलेली आहे. त्यात कोणतीही काल्पनिक गोष्ट घुसडणं म्हणजे या सगळ्या घटनेची आणि त्यातल्या पात्रांची उंची कमी करण्यासारखं झालं असतं. ऑस्कर आणि इतर पात्रांमधले संवाद हे मात्र रचलेले आहेत, परंतु माझ्या मनाने नव्हे; तर बऱ्याचशा शिंडलरच्या ज्यूंनी जे प्रसंग अत्यंत बारकाईने वर्णन करून सांगितले, त्यांच्या आधाराने.

हे कथानक मांडताना सगळ्यांत जास्त मदत झाली असेल, तर ती मुख्यत: शिंडलरनी वाचवलेल्या ज्यूंची– लिओपोल्ड पेफरबर्ग, न्यायमूर्ती मोशे बेजस्की माईकझीसलॉ पेम्पर यांची. ह्या लोकांनी फक्त अत्यंत महत्त्वपूर्ण आठवणीच सांगितल्या नाहीत, तर खूपशी मूळ कागदपत्रं अभ्यासासाठी उपलब्ध करून दिली. तसंच या कथानकाची पहिली प्रत वाचून उपयुक्त सूचना केल्या.

ज्या इतर लोकांचं महत्त्वाचं साहाय्य लाभलं, त्यामध्ये एमिली शिंडलर (ऑस्कर शिंडलरची पत्नी), लुडमिला पेफरबर्ग, डॉ. सोफिया स्टर्न, श्रीमती हेलेन हारोविट्झ, डॉ. जोनास ड्रेसनर, हेन्री आणि मारिया रोझनर, लिओपोल्ड रोझनर, डॉ. अलेक्स रोझनर, डॉ. इडेक शिंडल, श्रीमती रेजीना हॉरोविट्झ, कै. जॅकोब स्टर्नबर्ग, शुमेल स्प्रिगमन, जर्झी स्टर्नबर्ग, रिबेका बो आणि इतर अनेक ऑस्कर शिंडलरनी वाचवलेल्या ज्यूंचा समावेश आहे.

याद व्हाशेम ह्या संस्थेचे डॉ. जोसेफ कर्मीस्झ, डॉ. शुमेल क्रॅकोव्हस्की आणि त्यांच्या सहकाऱ्यांनी संशोधनासाठी सर्व साहित्य उपलब्ध करून दिलं.

आणि सगळ्यांत महत्त्वाचं म्हणजे कै. मार्टीन गॉश यांनी ऑस्कर शिंडलर हे नाव जगासमोर आलंच पाहिजे असा ध्यास घेतला होता. ते आणि त्यांच्यानंतर त्यांची पत्नी ल्युसिली गेनीस यांच्या पाठिंब्यामुळेच हे पुस्तक पूर्ण होऊ शकलं.

ऑस्कर शिंडलर या अचाट माणसाची अफाट गोष्ट आज पहिल्यांदाच जगासमोर येत आहे, ती या सर्वांच्या सहकार्यामुळेच!

टॉम केनेली

शिंडलर्स लिस्ट बद्दल...

माझं काम हे टेलिव्हिजन आणि चित्रपट क्षेत्राशी संबंधित, त्याचमुळे कदाचित चांगल्या साहित्यावर आधारलेले चित्रपट किंवा चांगल्या चित्रपटांचा आधार असलेलं साहित्य हे दोन्हीही माझ्यासाठी नेहमीच कुतूहलाचे आणि अभ्यासाचे विषय आहेत.

माझ्यासारखे बरेचजणं नेहमीच 'मूळ पुस्तक किंवा लेखन हे चित्रपटापेक्षा अधिक चांगलं होतं' किंवा क्वचित त्याच्या उलट, अशी मतं देतात. अत्यंत थोडे चित्रपट किंवा साहित्य असं असतं, की तिथे सरस काय? मूळ साहित्य की चित्रपट, असा प्रश्न पडतो आणि त्याचं उत्तर देता येत नाही.

१९९४ साली 'शिंडलर्स लिस्ट' हा चित्रपट सगळीकडे प्रदर्शित व्हायच्या आधीच एक आठवडा माझ्या अमेरिकेतल्या विद्यापीठात बघायला मिळाला आणि त्याच वेळेला थॉमस केनेलीची १९८३ साली प्रसिद्ध झालेली आणि त्या वर्षीचं बुकर प्राईझ मिळालेली कादंबरी अभ्यासाचा भाग म्हणून वाट्याला आली.

त्या दिवसापासून आजपर्यंत माझं अजूनपर्यंत न बदललेलं ठाम मत आहे की ही जगातल्या एक सर्वोत्कृष्ट कलाकृतींपैकी आहे.

कलाकृती म्हणावं तर दुसऱ्या महायुद्धातल्या सुन्न करणाऱ्या भीषण घटनांवर ती आधारित आहे. त्यातली प्रत्येक घटना, प्रत्येक व्यक्ती, ही एक ऐतिहासिक सत्य आहे. आणि म्हणूनच थॉमस केनेलीने ज्या पद्धतीने ही महायुद्धाची भयानकता कथानकाच्या रूपात, परंतु सतत 'हे सत्य आहे' ही जाणीव देत मांडलेली आहे, ते थक्क करणारं आहे.

त्यातल्या घटना, त्यातली माणसं, त्यांचं शौर्य हे तर स्तिमीत करणारं आहेच, पण थॉमस केनेली यांची या लेखनपद्धतीवर असलेली पकडही तितकीच विस्मयकारक आहे.

घटनांच्या सत्यतेमुळे आपण वाचताना अंतर्बाह्य हलून जातो, तर कादंबरीच्या मांडणीला आपल्याला जागोजागी दाद द्यावीच लागते.

याच नावाच्या चित्रपटाविषयी म्हणावं तर आपल्या माध्यमातून स्टीव्हन

स्पीलबर्गने थॉमस केनेलीच्या तोडीस तोड कामगिरी केली आहे. अक्षरश: ओळ आणि ओळ त्यांनी पुस्तकातल्या सगळ्या भावनांच्या कंगोऱ्यांसकट फिल्मवर उतरवली आहे.

चित्रपट आणि कादंबरी यांच्या तुलनेबद्दल आणि साम्याबद्दल लिहायचं तर ते एक वेगळं पुस्तक होईल. पण मला तरी चित्रपटामुळे त्या पुस्तकाबद्दल जबरदस्त उत्सुकता निर्माण झाली म्हणून चित्रपटाचा उल्लेख.

मला असं वाटतं की ऑस्कर शिंडलर ह्या देवदूताची ही कथा जास्तीत जास्त वाचली गेली पाहिजे. कारण एका माणसाच्या हृदयातला चांगुलपणा जर प्रत्यक्षात आला तर किती विलक्षण गोष्टी करून दाखवू शकतो याची ही गोष्ट आहे आणि म्हणूनच ह्याचं भाषांतर करण्याच्या मागे मी लागलो. अन्यथा पुस्तकांशी माझा संबंध फक्त वाचण्यापुरता!

हे लिहीत असताना पूर्ण पुनर्लेखनाचं काम माझ्या बहिणीने, सौ. ज्योती केमकर हिने केलं. तसंच कोणाला दाखवू का नको अशा मन:स्थितीत हे हस्तलिखित 'मेहता पब्लिशिंग हाऊस'पर्यंत पोचवायला अरुण गोडबोले, आनंद अवधानीपासून ते चंद्रमोहन कुलकर्णीपर्यंत अनेक मित्र कारणीभूत झाले. त्यांचे आभार.

पोलंडमधील सर्व छायाचित्रांसाठी एमिलिया कुबिक आणि पोलीश टुरिझम ऑर्गनायझेशन यांची अत्यंत मोलाची मदत झाली. त्यांचेही आभार.

संजय दाबके

✆ +91 020-24476924 / 24460313 / Mob. No. 9545000513

Email : production@mehtapublishinghouse.com

Website : www.mehtapublishinghouse.com

पोलंड

१९४३

क्रॅकोव शहराच्या त्या काहीशा उच्चभ्रू वस्तीत, स्ट्रासझ्यूस्कीगो रस्त्याच्या एका कोपऱ्यावर, भली लांबलचक आणि काळ्या रंगाची चकचकीत अॅडलर लिमोझीन गाडी उभी होती. ऐन थंडीतसुद्धा ड्रायव्हर दरवाजा उघडून वाट पाहात होता. त्याला फार वेळ वाट पाहायला लागली नाही. एक उंच, देखणा तरुण समोरच्याच इमारतीतून बाहेर पडला. कपड्यांवरून कोणत्यातरी मोठ्या समारंभास जात असावा. त्याच्या महागड्या ओव्हरकोटवरचं सोनेरी स्वस्तिक चिन्ह उठून दिसत होतं.

"पायऱ्यांवरून सांभाळून साहेब! अगदी घसरगुंडी झालीये." ड्रायव्हरच्या तोंडातून बोलताना वाफ बाहेर पडत होती.

ह्या छोट्याशा प्रसंगातला हा तरुण मनुष्य...

आयुष्याच्या अखेरपर्यंत असेच महागडे कपडे वापरत होता, अशाच किमती गाड्या उडवत होता आणि इतिहासातल्या ह्या क्षणी जरी तो नाझी जर्मनीतलं बडं प्रस्थ असला, तरीसुद्धा त्याच्या पोलिश ड्रायव्हरला त्याच्याशी मोकळेपणी बोलायला अवघड वाटत नव्हतं.

पण ही सगळी गोष्ट इतक्या सोप्या रितीनं नाही सांगता येणार, कारण गोष्ट आणि तिच्यातली पात्रं खूप गुंतागुंतीची आहेत. ही आहे, माणसातल्या चांगल्यानं वाइटावर मिळवलेल्या विजयाची गोष्ट! ह्या विजयाकरता जी किंमत मोजली गेली, तिची गोष्ट! ऑस्कर शिंडलरची गोष्ट! सत्प्रवृत्ती आणि दुष्टप्रवृत्ती यांपैकी दुसरीवर लिहिणं किंवा बोलणं सोपं आहे, कारण ती आपल्याला नेहमी समोरच्या माणसात दिसत असते. पण एखाद्याची सत्प्रवृत्ती किंवा गुण याबद्दल बोलायला लागलं, म्हणजे आपल्याला आपलीच वाक्यं परत परत तपासून बघायला लागतात.

ह्या क्षणी त्या आलिशान काळ्या गाडीत बसणाऱ्या ऑस्कर शिंडलरला कोणीच सद्‌वर्तनी म्हटलं नसतं. ह्याच शहरात तो एका जर्मन बाईबरोबर राहात होता. त्याच्या ऑफिसमधल्या सेक्रेटरीशी त्याचं बऱ्याच दिवसांचं लफडं होतंच. त्याची बायको एमिली बहुतेक वेळा मोराव्हियामध्ये राहायची आणि कधी कधी भेटायला क्रॅकोवला यायची. एक नक्की, की या सर्वजणींबरोबर तो अतिशय चांगला वागायचा, पण म्हणून काही ते सद्‌वर्तनाच्या व्याख्येत बसत नाही!

तो दारू प्यायचा. कधी खरोखर नशेकरता प्यायचा, पण खूप वेळा मित्र, सरकारी अधिकारी यांच्याबरोबर आपली कामं करून घेण्यासाठी प्यायचा. एक होतं, की कितीही प्यायला तरी त्याला झिंगलेला कुणी पाहिला नव्हता. पण तरीही दारू पिणं वाईटच.

आज शिंडलरचं कर्तृत्व सर्वांना मान्य आहे, पण आपल्या कामासाठी तो एका अत्यंत क्रूर, भ्रष्ट आणि घृणा आणणाऱ्या नाझी यंत्रणेची मदत घेत होता किंवा त्या यंत्रणेचाच भाग म्हणून काम करत होता, हे कसं विसरणार? ह्या नाझींनी संपूर्ण युरोप खंडाचा एक तुरुंग करून टाकला होता.

आणि म्हणून या गोष्टीची सुरुवात शिंडलरचा विचित्र स्वभाव, त्याच्या भोवताली असणारी त्याच्याहून विचित्र माणसं आणि या सर्वांना एकत्र आणणारी विचित्र परिस्थिती, यांच्या एका विचित्र प्रसंगापासून करावी.

स्ट्रासझ्यूस्कीगो रस्ता संपला आणि गाडी काळ्याशार वेवेल कॅसलच्या बाजूने पुढे निघाली. ह्याच इमारतीमधून नाझी पक्षाचा हॅन्स फ्रँक पोलंडच्या कारभारावर नियंत्रण ठेवून होता. संध्याकाळ असूनसुद्धा त्या भव्य वाड्यात एकसुद्धा दिवा नव्हता. आता गाडी नदीच्या बाजूला वळली. पॉडगोर्झ पुलावरची ती गोठलेली चौकी आणि गारठलेले चौकीदार! त्यांना सुद्धा शिंडलरची गाडी चांगली ओळखीची

होती. ही चौकी आणि पहारे, कर्फ्यू मोडून क्रॅकोव आणि पॉडगोर्झमध्ये हिंडणाऱ्यांकरता होती, शिंडलरकरता नव्हे.

शिंडलर इथून नेहमीच ये-जा करायचा. कधी त्याच्या फॅक्टरीतून शहरात, कधी स्ट्रासझ्यूस्कीगोवरच्या फ्लॅटमधून झाब्लोसीच्या प्लँटवर किंवा रात्री छानदार कपडे घालून पार्टीला. आज रात्री तो दहा किलोमीटरवरच्या प्लासझोच्या सक्तमजुरी कँपकडे चालला होता. तिथे कॅम्प कमांडर अमॉन गॉथचं जेवणाचं आमंत्रण होतं. इतक्या चौकी-पहाऱ्यातूनसुद्धा शिंडलरची गाडी अलगद पुढे सरकत होती. क्रिसमस जवळ आला की भेट म्हणून द्यायच्या दारूच्या बाटल्या त्याच्या गाडीत भरपूर असायच्या.

एक गोष्ट अगदी नक्की, की इतिहासातल्या या क्षणाला तरी शिंडलर गॉथच्या त्या पार्टीला काही अगदी आतुरतेनं जात नव्हता. उंची दारू आणि उत्तम खाणं ह्या जरी त्याच्या अत्यंत आवडीच्या गोष्टी होत्या, तरी कमांडर गॉथबरोबर बसून खाणं आणि पिणं हा साक्षात अत्याचार होता.

गाडी आता ट्रॉलीच्या रुळांच्या बाजूनी जात होती. थोड्याच दिवसांपूर्वी इथे ज्यूंचा घेटो होता. गाडीत शिंडलर अखंड सिगारेटी ओढत होता. त्याचं सगळं वागणंच मोठं ऐटदार! कोणत्याच गोष्टीसाठी चाचपडताना त्याला कोणी पाहिलं नव्हतं. एक संपल्यावर पुढच्या सिगारेटसाठी खिसे चाचपताना तो कधी दिसायचा नाही. पुढची सिगारेट कुठे आहे, पुढची दारूची बाटली कुठून येणार आहे, हे पक्कं ठाऊक असणार, अशी सहजता त्याच्या सगळ्याच वागण्यात होती. अगदी भयाण शांतता असणाऱ्या, संपूर्ण ओसाड प्रोकोसीम गावातून जाताना, रेल्वेच्या जनावर कोंबायच्या वॅगन्समध्ये कोंडलेली माणसं पाहात असताना, शिंडलर चपट्या बाटलीतून दारू त्याची ती सवय म्हणून प्यायचा, की ते भयाण दृश्य पाहून स्वतःला धीर द्यायला प्यायचा, हे तो स्वतःच सांगू शकला असता. निर्विकार चेहरा हा देखील वागण्यातील सहजतेसारखाच त्याचा गुणधर्म होता.

ॲडलर गाडी आता गावाच्या बरीच बाहेर आली होती. उजवीकडे एक वळण घेऊन ती जेरोझोलीम्स्का रस्त्याला लागली. पोलिश भाषेत 'जेरुशलेम!' काय दैवयोग!! खिडकीबाहेर शिंडलरला इमारतींच्या धूसर आकृत्या दिसत होत्या. टेकडीच्या पायथ्याशी असलेलं उद्ध्वस्त सिनागॉग (ज्यूंचं प्रार्थनास्थळ) आणि नंतर ज्याला हल्ली 'सिटी ऑफ जेरुशलेम' म्हणलं जात होतं, तो प्लासझोचा सक्तमजुरी कँप. त्यातल्या वीस हजार ज्यूंच्या दाटीवाटीनं उभ्या राहिलेल्या बरॅक्स!

दाराजवळच्या शिपायांनी शिंडलरला अभिवादन केलं. ते सगळेच त्याला ओळखत होते. ऑफिसच्या इमारती मागे पडल्या आणि ॲडलर तुरुंगाच्या रस्त्याला लागली. ज्यूंच्या थडग्यांवरचे दगड हा रस्ता करण्यासाठी वापरले होते.

ह्या कॅम्पच्या आधी इथे ज्यूंची दफनभूमी होती. कमांडर गॉथ स्वत:ला कवी समजायचा. ह्या कॅम्पच्या बांधणीत जिथे जिथे जमेल, तिथे त्याने अशा कविकल्पना वापरल्या होत्या. ही ज्यूंच्या थडग्यांचे दगड रस्त्याकरता वापरायची कल्पना कॅम्पच्या सर्व रस्त्यावर अगदी लांबी-रुंदीभर पसरली होती. अपवाद काय तो फक्त गॉथच्या स्वत:च्या घराकडे जाणरा रस्ता!

उजव्याच हाताला चौकीदारांच्या खोल्यांच्या मागे ज्यूंचं पूर्वीचं शवागार होतं. ते इतकं साधं होतं, की वाटावं मृत्यू ही अगदी नैसर्गिक गोष्ट आहे! सर्वांकरता!! आज ही जागा म्हणजे गॉथच्या घोड्यांचा तबेला होता. हे सर्व बघताना शिंडलर कदाचित सगळ्या युरोपच्याच नशिबाला हसला असेल. उपहासाने चेहरा निर्विकार ठेवून. खरं तर सगळ्या युरोपभर इतक्या विचित्र गोष्टी होत होत्या, की लोकांची त्याबद्दलच्या भावभावना चेहऱ्यावर व्यक्त करायची शक्तीच संपली होती. शिंडलर प्रमाणेच पोल्डेक पेफरबर्ग नावाचा कैदीही त्या संध्याकाळी कमांडरच्या घराकडे चालला होता. एकोणीस वर्षांचा लायझिक, गॉथचा नोकर, दुपारीच त्याच्याकडे आला होता. कमांडरच्या बाथटबला आतून बसलेला घाणीचा थर काही केल्या स्वच्छ व्हायला तयार नव्हता. दुसऱ्या दिवशी सकाळी गॉथने जर ते बघितलं असतं, तर लायझिकने मारच खाल्ला असता. पेफरबर्ग पूर्वी हायस्कूलमध्ये लायझिकचा शिक्षक होता. कॅम्पमध्ये तो गॅरेजमध्ये कामाला होता. त्याच्याकडे काही गाड्या-बिड्या स्वच्छ करायची औषधं होती. एका काठीला बांधलेला बोळा त्यात बुडवून तो लायझिकबरोबर निघाला.

कमांडरच्या घरी जायचं म्हणजे तसं धाडसाचंच काम, पण कदाचित हेलन हिर्शच्या हातचं चांगलं खाणं तरी चोरून खायला मिळेल ही आशा असायची. हेलन ही गॉथची ज्यू स्वयंपाकीण. गॉथ तिला अगदी जनावरासारखं वागवायचा. तीही पेफरबर्गची विद्यार्थिनीच होती.

अॅडलर घराजवळ आली तशी कुत्री भुंकायला लागली. ग्रेट डेन, वुल्फ हाऊंड आणि इतर बरीच. गॉथला त्यांचा लळा होता.

व्हिला चौकोनी होता, छपरावर काही खोल्या असलेला. त्यांच्या खिडक्या बाल्कनीवरच होत्या. घराभोवती फरशी घातली होती. अमॉन गॉथला बाहेर आरामखुर्चीत उघडं बसायला आवडायचं. त्याला तसं बघून कोणी त्याच्या जाडीवर विनोद-बिनोद केले असते, पण ह्या 'जेरुशलेम'मध्ये तरी तशी कोणाची हिंमत नव्हती.

पांढरे हातमोजे घातलेल्या एस.एस. सार्जंटनी सलाम ठोकून शिंडलरसाठी दार उघडलं. दुसरा लगेच त्याचा कोट आणि हॅट घ्यायला धावला. शिंडलरनं खिसा चाचपून यजमानाला द्यायला आणलेली भेट जागेवर आहे याची खात्री करून घेतली. सोन्याचं प्लेटिंग असलेली सिगारेट केस! अर्थात काळ्या बाजारातली.

अलीकडे अमॉनचा ज्यूंच्या जप्त केलेल्या जवाहिरांचा धंदा इतका तेजीत होता, की सोन्याखालच्या दुसऱ्या कशानं त्याचा अपमानच झाला असता.

डायनिंग रूमच्या दरवाज्यातच रोझनर बंधू होते. हे दोघे कॅम्पमधले ज्यू कैदी. हेन्री व्हायोलिन वाजवत होता, तर लिओ ॲकॉर्डियन– गळ्यात बांधायची बाजाची पेटी. आज त्यांनी आपली कॅम्पमधली कपड्यांची लक्तरं बाजूला ठेवून जरा बरे कपडे घातले होते. शिंडलरला माहीत होतं की कमांडरला त्या भावांचं वाजवणं आवडायचं आणि तरीसुद्धा त्याच्या वाड्यावर वाजवताना ते नेहमीच प्रचंड तणावाखाली वाजवत. गॉथला ते चांगलंच ओळखून होते. वाट्टेल तेव्हा कुणाचाही, कुठल्याही क्षुल्लक कारणासाठी मुडदा पाडणारा माणूस होता तो! आणि म्हणूनच रोझनर बंधू अगदी सावधपणे जपून जपून वाजवत होते. न जाणो एखाद्या सुरावटीनी गॉथ एकदम दचकायचा!

गॉथच्या टेबलाभोवती त्या रात्री सात मानाची माणसं होती. शिंडलर आणि गॉथ स्वत:, ज्युलियन शर्नर– क्रॅकोव एस.एस.चा प्रमुख, रॉल्फ झुर्डा– क्रॅकॉवच्या गुप्तचर यंत्रणेचा मुख्य. शर्नर हा ओबर फ्युरर होता. म्हणजे सैन्यातलं कर्नल आणि ब्रिगेडियर जनरल या पदांच्या मधलं पद. झुर्डाचं पद लेफ्टनंट कर्नलशी समांतर होतं. गॉथ स्वत: कॅप्टन या पदावर होता. शर्नर आणि झुर्डा यांचा मान सर्वांत मोठा, कारण हा कॅम्प पूर्णपणे त्यांच्या अखत्यारीत येत होता.

हे दोघंही मानाप्रमाणंच वयानेही गॉथपेक्षा बरेच मोठे होते. शर्नर तर त्याचा चष्मा, टक्कल आणि देहाची स्थूलता यांच्यामुळे वयस्क दिसायचाच. अमॉन गॉथ तसा तरुण होता, पण त्याच्या खाण्यापिण्याच्या अनिर्बंध सवयींमुळे त्याचंही वय बरंच मोठं वाटायचं.

त्या दिवशी सगळ्यांत म्हातारा गृहस्थ म्हणजे मात्र फ्रांझ बॉश हा होता. पहिल्या महायुद्धात त्याने भाग घेतला होता आणि तो प्लासझोच्या तुरुंगातल्या सर्व अधिकृत, अनधिकृत वर्कशॉप्सचा व्यवस्थापक होता. त्याहीपेक्षा महत्त्वाचं म्हणजे तो ज्युलियन शर्नरचा आर्थिक सल्लागार होता. ऑस्करला ह्या त्रिकुटाविषयी मनापासून राग होता, पण त्याच्या स्वत:च्या फॅक्टरीचं भवितव्य ह्याच तिघांच्या हातात असल्याने अडला नारायण गाढवाचे पाय धरी!

ह्या आलेल्या सगळ्या पाहुण्यांमध्ये ऑस्करला थोडंफार मित्रत्व जर कोणाबद्दल वाटत असेल, तर तो म्हणजे युनिफॉर्म फॅक्टरीचा मालक ज्युलियन माडस्ट्रीश आणि त्याचा व्यवस्थापक रेमंड स्टिशबद्दल. माडस्ट्रीश हा गॉथ आणि ऑस्करपेक्षा एखाद्या वर्षानं लहान. त्याची फॅक्टरी प्लासझोच्या कॅम्पमध्ये होती. ह्या फॅक्टरीमुळं चार हजार ज्यूंना काम मिळालं होतं आणि पर्यायानं जीवदान मिळालं होतं. नाझी जर्मनीत कामाला अयोग्य ज्यू, म्हणजे जगायला नालायक असं साधं समीकरण

होतं. रेमंड स्टिश हा बहुतेक वेळा अशा पार्ट्यांमधून मध्येच गायब व्हायचा. तुरुंगातल्या फॅक्टरीतल्या ज्यूंसाठी रोज कायदे मोडून चोरून ट्रक भरभरून पाव आणले जायचे. तो ह्या स्टिशचा उद्योग! (जर कधी उघडकीला आलं असतं तर त्याची मॉन्टेलुपीच तुरुंग, ऑशविट्झ मध्येच रवानगी झाली असती.)

पार्टीला चार बायकाही होत्या. घातलेल्या महागड्या कपड्यांमध्ये न शोभणाऱ्या, ह्या सगळ्या पुरुष मंडळींपेक्षा तरुणच होत्या. क्रॅकोवमध्ये त्यांचा वेश्याव्यवसाय बऱ्यापैकी चालत असावा. अर्थातच त्या जर्मन किंवा पोलिश होत्या.

माजोला ही अमॉन गॉथची 'खास' जर्मन मैत्रीण. पण अशा पार्ट्यांच्या दिवशी ती शहाणपणाने तिच्या गावातल्या घरी रहायला जायची.

सगळ्या पोलिस प्रमुखांना आणि स्वत: अमॉनला, ऑस्कर शिंडलर अगदी प्रेमानं नाही, पण काहीतरी कारणानं आवडत होता, यात शंकाच नाही. अगदी त्यांच्या दृष्टीने तो थोडासा गावंढळ असला तरीही! तो होता सुडेटन जर्मन, म्हणजे जरा खेडवळच! उगाच गडचिरोलीसारख्या ठिकाणच्या माणसानी पुण्यामुंबईच्या लोकांत मिसळावं, तसंच! पण तो भरपूर पैसा सोडायचा, कोणतीही दुर्मिळ वस्तू सहज मागवून द्यायचा. बरं, पिणंबिणं चांगलं दमदार! आता विनोदबुद्धी वगैरे बेताचीच आणि जरा आडदांडपणाकडे झुकणारी. थोडक्यात त्याच्यापासनं होणारे फायदे वजा केले तर शक्यतो टाळावा असाच माणूस होता शिंडलर! ऑस्कर शिंडलरचं आगमन झालेलं ह्या चौकडीच्या लक्षात यायला कारण म्हणजे, अचानक पोरींच्या घोळक्यात पसरलेली शांतता! त्या काळात शिंडलरला ओळखणारे कितीतरी लोक इतरांवर, विशेषत: बायकांवर त्याच्या रुबाबदार व्यक्तिमत्त्वाचा कसा प्रभाव पडायचा ते सांगतात. झुर्दा आणि शर्नर ह्या दोन म्हाताऱ्यांना तर पोरींचं आपल्याकडे थोडं का होईना लक्ष राहावं म्हणून शिंडलरशी बोलावंच लागत होतं.

अमॉन स्वागताला पुढं झाला. दोघांची उंची तशी सारखीच होती. कमांडर गॉथ हा प्रमाणापेक्षा जाड वाटायचा तो त्याच्या उंचीमुळं! चांगली उंची आणि भरपूर जाडी यामुळे तो अगदी गरगरीत दिसायचा. चेहरा अगदी निकोप वाटायचा, पण डोळ्यांकडं पाहीपर्यंतच. त्याच्या डोळ्यांत मात्र एक क्रूर, थंडगार, निर्विकार झाक कोणालाही दिसायची. कदाचित गावातच तयार होणारी ब्रँडी प्रमाणाबाहेर पिण्याचा तो परिणाम असेल. बॉश तर पिण्याच्या बाबतीत गॉथचाही बाप होता. त्याला पार्टीत बघताच शिंडलरला कळून चुकलं, की थोड्याच वेळात बॉश निर्लज्जपणे काहीतरी मागणार. "या या कारखानदार!" गॉथनं जोरदार स्वागत करत ऑस्करची सगळ्यांशी ओळख करून दिली. रोझनर बंधू स्ट्रॉयच्या रचना वाजवत होते. हेन्रीची नजर फक्त त्याच्या व्हायोलिनच्या तारा आणि लिओची त्याच्या ॲकॉर्डियनच्या पट्टीवर जणू चिकटवल्या-सारखी खिळली होती.

आता शिंडलरची बायकांशी ओळख करून देण्यात येत होती. त्याला त्यांची दया येत होती, कारण गॉथची विकृत वर्तणूक त्यांना कशी सहन करावी लागत होती याची त्याला पूर्ण कल्पना होती. निदान आत्ता तरी अमॉन गॉथ एखाद्या सुसंस्कृत माणसासारखा वागत होता. जेवणाआधीच्या गप्पा अगदीच रटाळ होत्या. एस.डी. प्रमुख झुर्डा एका मुलीला क्रिमी कसं अगदी सुरक्षित आहे हे पटवून देत होता, तर शर्नर दुसऱ्या मुलीला एका ओळखीच्या मुलाचे पाय बॉम्ब हल्ल्यात कसे गेले हे सांगत होता. शिंडलर माडस्ट्रीश आणि त्याच्या मॅनेजरशी, स्टिशशी गप्पा मारत होता. या तिघांचं चांगलं जमत होतं.

माडस्ट्रीशच्या फॅक्टरीतल्या लोकांना चोरून काळ्या बाजारातून ब्रेड पुरवायचं काम स्टिश करत होता. सगळा खर्च माडस्ट्रीशचा होता, हे शिंडलरला ठाऊक होतं. पण त्याचं काही शिंडलरला फारसं वाटत नव्हतं. कारण तो स्वत: तेच करत होता. पोलंडमध्ये धंदे तुफान जोरात चालले होते. त्यातून जर्मन सैन्याकरता खरेदी-विक्री करणाऱ्या सरकारी ऑफिसची कंत्राटं शिंडलरला मिळत होती. ती इतकी मोठी होती, की त्याची पैशाची सगळी हौसच नष्ट झाली होती. जेवायला अगदी सुरुवात व्हायची तोच बॉशने शिंडलरला हाताला धरून एका कोपऱ्यात नेलं.

"काय चांगलं चाललंय ना?..." बॉश.

शिंडलर थोडा हसला. "अगदी डोळ्यांवर येतंय का?"

"थोडं थोडं." बॉशनी ऑफिसमधून शिंडलरला मिळालेल्या कंत्राटांची माहिती काढलीच असणार!

"मिळताहेतच... आणि सगळे धंदे अगदी जोरात चाललेत, तर तुझ्यासारख्यानं थोडंफार औदार्य दाखवलं पाहिजे. जास्त नाही. थोडंसंच..."

"काय करायचंय?" ही माणसं आपला फायदा घेतात हे शिंडलरला समजत होतं. पण करणार काय? दोन वेळा त्यांनीच वशिला लावून शिंडलरला पोलिसांच्या तावडीतून सोडवलं होतं. आता त्यांच्यावर परत काहीतरी उपकार करून ठेवणं गरजेचं होतं.

"माझी ती ब्रेमेनची मावशी... तिच्या घरावर बॉम्ब पडला. बिच्चारी... सगळं गेलं बघ. भांडी-कुंडी, कपाट... तिला काही स्वयंपाकघरातली भांडी, काच सामान, देता आलं तर पहा. आणि हो! ती झाकणाची एक-दोन मोठी भांडी ती तुम्ही DEF मधे बनवता ती!"

DEF– जर्मन इनॅमलवेअर फॅक्टरी हे शिंडलरच्या धंद्याचं नाव होतं. पोलिश आणि ज्यू थोडक्यात त्याला इमालिया म्हणायचे.

"ठीक आहे. ही भांडी-बिंडी डायरेक्ट तुझ्या मावशीला पाठवू, का तुझ्याकडे... तुझ्याबरोबर?" शिंडलर म्हणाला.

"माझ्याकडे दे ती ऑस्कर, त्याच्याबरोबर मी तिला एखादं पत्र पाठवीन म्हणतो."

"हं!"

"मग ठरलं तर! असं कर, सगळं सहासहा डझन पाठव. वाट्या, भांडी, बश्या, पातेली आणि ती मोठी स्ट्यूची भांडी, ती एक अर्धा डझन."

आता मात्र शिंडलरला हसू आवरेना. त्याच्या भेटी नेहमीच अगदी घसघशीत असत. पण ह्या बॉशचे हे बॉम्ब पडलेले नातेवाईक संपतच नव्हते. "तुझी मावशी काय अनाथगृह वगैरे चालवते काय?" ऑस्कर पुटपुटला. बॉशवर काही परिणाम नव्हता.

"अरे, ती म्हातारी आहे बिचारी. ह्या वस्तू तिला दुसरं काही विकत घ्यायला कामाला येतील."

"मी सांगतो माझ्या सेक्रेटरीला."

"ती पोलिश पोरगी?" बॉशनं विचारलं.

ऑस्करनं मख्खपणे त्याच्याकडे पाहिलं.

"तीच का ती?" बॉशनं डोळा मारला.

"तीच." शिंडलर

बॉशनी एक शिट्टी मारायचा प्रयत्न केला, पण दारू जरा जास्तच झाल्यानं ओठातून नुसताच एक फुसका आवाज आला.

"तुझी बायको म्हणजे अगदी साध्वी असली पाहिजे रे!"

"हं!" शिंडलरनं अगदी थंडगार उत्तर दिलं. स्वयंपाकाची भांडी वगैरे ठीक आहे, पण त्याच्या आणि बॉशच्या संभाषणात त्याच्या बायकोचा विषय निघायला नको होता.

"एक सांग... ही तुझी लफडी तुझ्या बायकोला माहीत आहेत का?" बॉश काही पाठ सोडायला तयार नव्हता.

आता मात्र शिंडलरच्या चेहऱ्यावर राग स्वच्छ दिसत होता. तरीही त्याच्या नेहमीच्याच आवाज तो म्हणाला,

"मला माझ्या खाजगी गोष्टींबद्दल गप्पा मारलेल्या आवडत नाहीत."

"नाही नाही, मला तसं नाही म्हणायचं." शिंडलरच्या अचानक बदललेल्या पवित्र्यानं बॉश गडबडला.

शिंडलरला राग खरं तर वेगवेगळ्या गोष्टींचा आला होता. एमिली आणि त्याच्या संसाराची वाट लागली होती. त्याला मुख्य कारण म्हणजे तिची शांत, स्थिर वृत्ती आणि ऑस्करची स्वैर, चंचल प्रवृत्ती.

लोकांनी समजावून सांगूनही दोघांनी ऐकलं नव्हतं आणि लग्न केलं होतं.

त्यातून एमिली स्वभावाने अगदी शिंडलरच्या आईसारखी, लुसिया शिंडलरसारखी होती आणि शिंडलर त्याच्या वडिलांसारखा! त्या दोघांचाही १९३५ पूर्वीच घटस्फोट झालेला होता. का कुणास ठाऊक, पण लोक लग्नाबद्दल विचारायला लागले की शिंडलरला नेहमी ते आडपडद्याने नुसती आपलीच नाही, तर आपल्या आई-वडिलांचीही टिंगल करतायत असा भास व्हायचा. शिंडलर आपल्याच विचारात होता तर बॉश आता आपली भांडी-बिंडी गेली या भीतीने घामाघूम झाला होता. अजूनही तो माफीच मागत होता.

एवढ्यात सर्व पाहुण्यांना टेबलापाशी बोलावण्यात आलं. कांद्याचं सूप वाढणं सुरू झालं. रोझनर बंधूंचं वाजवणं चालूच होतं. पण वाजवताना कुठंच पाहुण्यांच्या गप्पांना किंवा वाढणारणीच्यामध्ये मध्ये अडथळा येणार नाही याची ते काळजी घेत होते.

शिंडलरच्या एका बाजूला उंच, गोरी पोरगी आणि दुसऱ्या बाजूला नाजूक चणीची, गोड चेहऱ्याची पोलिश पोरगी बसली होती. दोघीही वाढणाऱ्या मुलीकडे बघत होत्या. वाढणारी पोरगी वाढणाऱ्यांच्याच वेषात होती. तिच्या दंडावर ती ज्यू आहे हे दाखवणारी चांदणी नव्हती किंवा पाठीवर पिवळा पट्टाही नव्हता, पण ती ज्यूच होती. तिच्या हनुवटीखालचा माराचा वळ लक्ष वेधून घेण्यासारखा होता. तिला अशा स्थितीत आपल्या पाहुण्यांसमोर आणताना गॉथला काहीही वाटत नव्हतं.

तिच्या हनुवटीवरच्या वळापेक्षासुद्धा मोठा, तिच्या गळ्यापासून मागे मानेपर्यंत पडलेला काळानिळा वळ तर तिच्या उंच कॉलरमुळेही लपत नव्हता.

गॉथने तिला पाहुण्यांपासून लपवायचं तर सोडाच, पण खुर्ची तिच्याकडे वळवून तिला आपल्याकडे बोलावलं. शिंडलर गॉथकडे महिन्या-दीड महिन्यानंतर येत होता. पण त्याला कळत होतं की गॉथ हल्ली त्या पोरीला काही नीट वागवत नव्हता आणि आलेल्या अशा पाहुण्यांसमोर तिला एखादी दिवाणखान्यातली वस्तू दाखवावी तसं वागवत होता. अपवाद फक्त क्रॅकोवच्या बाहेरचे मोठे अधिकारी आले तरच. तेव्हा मात्र गॉथ तिला लपवून ठेवायचा.

''मित्र हो... ही आमची लेना...'' गॉथनी आपण एखाद्या मोठ्या पाहुण्याची ओळख करून देतोय अशा थाटात घोषणा केली.

''गेले पाच महिने इथं राहून किती सुधारली आहे की नाही?''

''हं. तिच्या चेहऱ्यावरून दिसतंच आहे. कुठे टेबल-खुर्चीवर आदळली वाटतं?'' उंच मुलगी.

''आदळली असती तर बरंच झालं असतं, काय लेना?'' गॉथ हसत होता.

दोन एस.एस. ऑफिसरनी एकमेकांना डोळा मारला. गॉथ म्हणजे बायकांच्या

बाबतीत अगदी...!!

लेना ज्यू आहे अशी आठवण जेव्हा जेव्हा गॅथला यायची, तेव्हा तो लेनाची अवस्था अगदी बिकट करून टाकायचा. अगदी जेवणाऱ्या पाहुण्यांसमोर किंवा नंतर सगळे गेल्यानंतर.

शर्नर गॅथचा साहेब होता. तो ह्या गरीब मुलीचे हाल गॅथला सांगून सहज थांबवू शकत होता. पण मग इतक्या सुंदर पार्ट्यांचं काय झालं असतं? त्यातून शर्नर इथे मित्र म्हणून येत होता. साहेब म्हणून नाही.

हां, आता गॅथ थोडा विचित्रपणा करायचा, पण त्याच्या पार्ट्यांपुढं सारं काही माफ होतं.

सॉसमधले अप्रतिम हेरिंग मासे आणि पोर्क. लेनानं बनविलेलं जेवण आता पाहुण्यांसमोर होतं. सगळेजण आता हंगेरियन लाल मद्य मुक्तपणे पीत होते. रोझनर वाजवतच होते. सगळ्या हॉलमधलं वातावरण कुंद आणि धुंद झालं होतं. युद्धाच्या गप्पा आता रंगात आल्या होत्या. माडस्ट्रीशला बरेच प्रश्न चालले होते. त्याची टारनोमधली फॅक्टरी कशी काय चाललीय, इ. इ. माडस्ट्रीश शांतपणे, जमेल तशी उत्तरं द्यायचा प्रयत्न करत होता. गॅथ अचानक गप्प झाला होता.

पोरी मात्र ह्या सगळ्या गप्पांना वैतागल्या होत्या. त्या गोड पोलिश पोरीने शिंडलरच्या हातावर हात ठेवत विचारलं, "तुम्ही सैन्यात नाही ना?" तो प्रश्न ऐकून माडस्ट्रीशसकट सगळेच हसायला लागले. माडस्ट्रीशने १९४० मध्ये थोडाफार काळ सैन्यात घालवला होता. पण शिंडलरचा वशिला इतका दांडगा होता, की त्याला अजिबात सैन्यात जावं लागलं नाही.

"ऐकलं का सगळ्यांनी?" शर्नरनी विचारलं, "ही काय विचारतेय ते? तिला वाटतंय की शिंडलर शिपाईगडी आहे. ॲल्युमिनियमच्या थाळीत जेवणारा आणि फाटक्या ब्लँकेटवर झोपणारा!!"

शिंडलरला स्वत:लासुद्धा हसायला आलं. त्याचा आत्ताचा थाट आणि हे रंगवलेलं चित्र, काहीच संबंध नव्हता.

इकडे बॉश काहीतरी आठवायचा प्रयत्न करत होता.

"कोण बरं तो?.... कोण तो वॉर्साचा...?"

"टोबेन्स." गॅथला आठवलं.

झुर्डा आता खुलला. "टोबेन्सच तो..."

टोबेन्स हा वॉर्साचा एक मोठा कारखानदार होता. त्याच्या फॅक्टरीत बरेच ज्यू कामाला होते.

"हाईनी वॉर्साला गेला आणि तिथल्या ऑफिसरला सांगितलं, की त्या टोबेन्सच्या कारखान्यातले सगळे हरामखोर ज्यू बाहेर काढा." हाईनी म्हणजे हेन्रीक

हिमलर. हा झुर्डाचा दोस्त असावा. ''आणि टोबेन्सला हाकला आघाडीवर!! आ... घा... डी... वर! त्याच्या सगळ्या हिशोबाच्या वह्या अगदी बारकाईनं तपासा.''

''टोबेन्स नंतर वाचला त्यातनं.'' पुढची माहिती आता शर्नर सांगत होता. बोलता बोलता तो शिंडलरकडे वळला आणि डोळा मारत म्हणाला,

''नाही... तू काळजी करू नकोस. क्रॅकोवमध्ये असं काही होणार नाही. अरे, तू तर आमचा भयंकर लाडका कारखानदार आहेस मित्रा.''

गॉथला आता चांगलीच चढली होती. तो ला ला ला ला करत बेसूर गात धडपडत टेबलावरून उठला.

फक्त रोझनर बंधूंच्या वाजवण्यात फरक नव्हता. मृत्युदंडाची शिक्षा झालेले कलाकार जितके मन लावून वाजवतील, तितकंच मन लावून दोघं आपापली वाद्य वाजवत होते.

पेफरबर्ग आणि लायझिक गॉथच्या बाथरूममध्ये टब घासत होते. खालच्या मजल्यावरचे हसण्याचे, संगीताचे आवाज तिथे ऐकू येत होते. खाली आता जेवण संपलं होतं. लेना कॉफीचा ट्रे घेऊन आली.

माडस्ट्रीश आणि टिश यांनी कॉफी पिऊन झटकन निरोप घेतला. शिंडलर निघालाच होता, पण ती पोलिश पोरगी त्याला थांबवत होती. बायकांच्या बाबतीत जरी शिंडलरची वागणूक स्वैर असली तरी तिथे, गॉथच्या घरात स्वत: गॉथ, बॉश आणि शर्नर तसलीच मजा करत असताना, शिंडलरला उभं राहणं सुद्धा घृणास्पद वाटत होतं. ही राक्षसी जर्मन माणसं आणि त्यांच्या किळसवाण्या प्रकारांची शिंडलरला पूर्ण माहिती होती. त्यांच्या मानानं शिंडलर अगदीच सज्जन होता.

त्यानं कशीबशी त्या पोरीपासून सुटका करून घेतली आणि शर्नरला सांगून जायला वळला. गॉथ एका मुलीच्या खांद्यावर हात ठेवून जिन्याच्या दिशेनं अडखळत निघाला होता. ऑस्करनं गॉथच्या खांद्यावर हात ठेवला. गॉथला त्याला ओळखायला वेळच लागला.

''चाललास ऑस्कर?''

''हो. निघायला पाहिजे.'' ऑस्कर.

''व्वा! काय पितोस तू!'' गॉथ.

''तुझ्या मानानं काहीच नाही.'' ऑस्कर पूर्ण शुद्धीत होता.

''खरं आहे. मी सगळ्यांना भारी आहे. आम्ही चाललो आता... कुठे चाललोत आपण?'' हा प्रश्न शेजारच्या पोरीला होता पण उत्तर गॉथनं स्वत:चं दिलं.

''आपण किचनमध्ये लेना नीट साफसफाई करत्येय की नाही ते बघायला चाललोय.''

''नाही. आपण सरळ वर चाललोय.'' पोरगी हसत म्हणाली. कदाचित तिला

लेनाची कीव आली असेल.

धिप्पाड गॅथ आणि त्याला सावरून वर नेणारी ती नाजूक पोरगी. असं वाटत होतं की उद्या दुपारपर्यंत गॅथ काही उठत नाही. पण ऑस्करला माहीत होतं, की गॅथ कदाचित पहाटे तीन वाजता सुद्धा उठून आपल्या व्हिएन्नातल्या बापाला पत्र लिहीत बसेल आणि सकाळी सात वाजता नेहमीप्रमाणे गच्चीत बसलेला असेल. रायफल हातात घेऊन, कोण्यातरी दुर्दैवी कैद्याला गोळी घालायला.

त्या दोघांची थोडी पाठ वळल्यावर शिंडलर घराच्या मागच्या बाजूकडे वळला.

पेफरबर्ग आणि लायझिक बेडरूमच्या दारात कमांडरचा आवाज ऐकून दचकलेच. सावकाश आवाज न करता त्यांनी आपली हत्यारं उचलली आणि बेडरूमच्या दरवाज्यातून सटकायचा प्रयत्न केला. पण त्यांना उशीर झाला होता. गॅथ लायझिकच्या हातातल्या ब्रशची काठी बघून एकदम दचकला. त्याला वाटलं, कोणी खूनबीन करायला आलंय.

लायझिकनं जेव्हा थरथरत्या आवाजात सांगायला सुरुवात केली तेव्हा गॅथच्या लक्षात आलं की हे दोन कैदी आहेत.

"कमांडर साहेब मी... मी... बाथरूममधला टब... टब साफ करायला..."

"अस्सं... म्हणून आपण ह्या दुसऱ्या तज्ज्ञाला घेऊन आलात वाटतं? इकडे ये बाळा, जरा इकडे ये."

लायझिक जसा पुढे सरकला तशी गॅथची त्याला इतकी जोरात थप्पड बसली की तो पलंगाच्या खाली धडपडला.

गॅथनं त्याला परत बोलवलं. पेफरबर्गला या प्रकारांची चांगलीच माहिती होती. त्यानं आपल्या आणि लायझिकच्या जिवाची आशाच सोडली होती. आता बहुतेक आपल्याला बंगल्यामागच्या बागेत नेऊन गोळ्या घालणार अशी त्याची खात्री झाली होती. पण कमांडरनं फक्त हातानं चालतं व्हायची खूण केली.

पुढं काही दिवसांनी अमॉननं लायझिकला गोळी घातली, तेव्हा पेफरबर्गची समजूत झाली की बाथरूमचाच प्रसंग कारणीभूत झाला असावा. पण लायझिकचा ह्या वेळचा अपराध निराळाच होता. त्यानं बॉशकरता एक घोडा खोगीर-बिगीर घालून तयार केला होता. फक्त अमॉनची परवानगी घेतली नव्हती.

मधाशी पार्टीत वाढणारी मुलगी लेना (तिचं खरं नाव हेलन हिर्श, तिच्या म्हणण्यानुसार गॅथ तिला आळशीपणामुळे फक्त लेना म्हणून हाक मारायचा.) बंगल्याच्या स्वयंपाकघरात खरकटं आवरत होती. तिला दारात कुणी उभं असल्याचा भास झाला. पार्टीतला एक पाहुणाच दारात बघून ती धडपडत नीट उभी राहिली.

"साहेब... साहेब... मी कमांडर साहेबांच्या कुत्र्यांकरता हाडं बाजूला काढून ठेवत होते साहेब..."

"अरे... अरे... मी काही तपासणी करायला आलो नाही हेलन." शिंडलर म्हणाला. बोलता बोलता तो टेबलाकडे वळला.

हेलनला त्याच्या हेतूविषयी भीती वाटू लागली. अमॉन गॉथ जरी तिला मारहाण करत असला, तरी ती ज्यू असल्यामुळेच त्यानं अजूनतरी लैंगिक अत्याचार करायचा प्रयत्न केला नव्हता. पण सगळे जर्मन काही सारखे नव्हते.

"मी कोण आहे हे माहीत नाही का तुला?"

एखाद्या प्रसिद्ध नटाला, समोरच्या माणसाला आपण माहीत नाहीये असं कळल्यावर जे दुःख होईल, त्याच सुरात ऑस्करनं विचारलं. उत्तर द्यायची हेलनची हिंमतच नव्हती.

"मी शिंडलर."

"मला माहीत आहे साहेब... मी तुम्हाला बघितलंय इथं. मला आठवतं..."

त्यानं आपला हात तिच्या खांद्याभोवती टाकला. तिचं शरीर एकदम ताठरलं.

"घाबरू नकोस. माझ्या मनात तसं काही नाही. मला तुझ्याबद्दल वाईट वाटतं हेलन."

तिला रडू आवरेना. शिंडलर साहेबांनी तिच्या कपाळाचं चुंबन घेतलं. पूर्व युरोपमध्ये निरोप घेताना घेतात तसं. तिनं पाहिलं की त्यांच्याही डोळ्यांत अश्रू आहेत.

"हे चुंबन माझं नाही. हे त्यांचं आहे..." शिंडलरनं हात केला. बाहेर कुठंतरी अंधारात, थंडीत, कैदेत, जंगलात ज्यू जगत होते, लढत होते, गॉथकडून शिक्षा भोगत होते. त्यांच्याकडे तो इशारा होता.

शिंडलरनं तिला सोडलं. खिशातनं एक मोठी चॉकलेटची वडी काढून त्यानं तिला दिली. अशा वस्तू युद्ध सुरू झाल्यापासून दिसणंसुद्धा मुष्कील झालं होतं.

"हे ठेव कुठंतरी." त्यानं हेलनला सांगितलं.

"मला इथे भरपूर खायला मिळतं साहेब." त्याला असं वाटायला नको की ती इथं भुकेनं मरतेय. खरं तर हेलनला जेवणाची पंचाईत नव्हती. तिला माहीत होतं की या घरातनं आपण जिवंत बाहेर पडणं शक्य नाही, पण हेही माहीत होतं की भुकेनं आपण नक्कीच मरणार नाही.

"तू खाऊ नकोस. त्याच्या बदल्यात कोणाकडूनतरी दुसरं काही घे. आणि थोडं तब्येतीकडे लक्ष दे. इश्ताक स्टर्न मला तुझ्याबद्दल बोलला होता."

फक्त मरणाकडेच लक्ष ठेवून जगणाऱ्या हेलनला हे काय होतंय समजेना. गेल्या कित्येक दिवसांपासून सहन केलेलं दुःख आता अश्रू आणि शब्दांच्या रूपानं वाहू लागलं.

"साहेब, तो मला पार्टीतल्या बायकांसमोर मुद्दाम मारतो. माझ्या नोकरीच्या

पहिल्याच दिवशी मी खरकट्यातली हाडं फेकून दिली म्हणून त्यानं मला मारलं. ती त्याच्या कुत्र्यांकरता ठेवायला लागतात. त्या दिवशी मी म्हटलं, 'का मारताय मला?' तो म्हणाला, 'तू मला हा प्रश्न विचारलास म्हणून म्हणून मारतोय.' आता मी नाही विचारायची परत." बोलता बोलता हेलननं स्वतःला सावरलं. तिचं दुःख आणि खाल्लेला मार यांच्याशी शिंडलरला काय करायचं होतं?

पण शिंडलर हळुवार आवाजात तिच्याशी बोलत होता.

"कशी काय तू हे सगळं सहन करतेस हेलन?"

"त्याला काय करणार? हे असंच चालायचं. एके दिवशी तो मारून टाकेल मला."

शिंडलरसारखी थोडीफार माणुसकी असणारी माणसं क्वचित भेटायची, पण आपल्या हालअपेष्टा संपवण्याकरता त्यांच्या नुसत्या सहानुभूतीचा काही उपयोग नसतो हे हेलनला अनुभवानं माहीत झालं होतं.

"साहेब... या गॉथच्या बंगल्यात काय काय पाहिलंय म्हणून सांगू... गेल्याच सोमवारी मी आणि लायझिक कौलांवरचा साठलेला बर्फ खरवडून काढत होतो. खालच्या दारातून कमांडर बाहेर आला. गॅलरीच्या पायऱ्या उतरता उतरता त्यानं बंदूक काढली आणि एका बाईला गोळी घातली. तिच्या हातात कसलं तरी बोचकं होतं. अगदी थेट गळ्यातून आरपार गेली गोळी. काय वाकडं केलं होतं तिनं या कमांडरचं? चारचौघींसारखी ती! जास्त जाड नव्हती का लुकडी नव्हती. हळू चालत नव्हती की पळत नव्हती. काय केलं होतं तिनं? मी म्हटलं की असं वागलं की गोळी बसणार नाही किंवा तसं वागलं की गोळी बसणार नाही, पण असं काही नाहीये ह्या कमांडरच्या बाबतीत. हा कोणालाही... कधीही..." हेलनला हुंदके आवरेनात.

शिंडलरनं तिचा हात हातात घेतला आणि म्हणाला, "हेलन, मला माहीत आहेत ह्या सगळ्या गोष्टी... पण तरीही ही जागा मायडॅनेक किंवा ऑशविट्झपेक्षा बरी आहे. फक्त आपल्या प्रकृतीकडे लक्ष दे."

"मी इथं आले तेव्हा मला असंच वाटत होतं की कमांडरच्या स्वयंपाकघरात नोकरी म्हटल्यावर अजून काय पाहिजे. बरोबरीच्या पोरींना तर हेवा वाटत होता माझा." हेलन म्हणाली.

"कमांडर तुला मारणार नाही हेलन. तुझे हाल करण्यात त्याला जो आनंद मिळतो त्याला तो असा सहजासहजी सोडणार नाही." शिंडलरचा आवाज आता किंचित कठोर झाला होता. "त्यानं त्या बाईला मारलं, कारण त्याच्या दृष्टीनं ती निरुपयोगी होती. ती असण्यानं किंवा नसण्यानं त्याला काहीच फरक पडत नव्हता. पण तू... हेलन, तुझी गोष्ट वेगळी आहे. हे बोलताना मला शरम वाटतेय पण

त्याला इलाज नाही.''

अचानक उफाळून आलेल्या दु:खावेगानं हेलनचं मन बधिर झालं होतं. शिंडलर तिला धीर धरायला सांगत होता.

''मी तुला इथून बाहेर काढीन. माझ्या फॅक्टरीत घेऊन जाईन. माहिती आहे ना माझी फॅक्टरी?'' हेलनला हे सगळं स्वप्नच वाटत होतं.

''फक्त तब्येतीचं मात्र लक्षात ठेव.'' शिंडलर परत परत तिला एकच गोष्ट सांगत होता. त्याला माहीत होतं की एवढी एकच गोष्ट ज्यूंना जास्तीत जास्त दिवस जिवंत ठेवू शकते.

''ठीक आहे.'' बोलता बोलता हेलन वळली आणि कोपऱ्यातलं लाकडी कपाट तिनं भिंतीपासून पुढे ओढलं. तिच्यासारख्या अशक्त मुलीत एवढी ताकद कुठून आली असा विचार शिंडलरच्या मनात येत असतानाच तिनं कपाटामागच्या एका खोबणीतून एक नोटांचं बंडल बाहेर काढलं.

''माझी एक बहीण कॅम्पच्या किचनमध्ये काम करते. माझ्यापेक्षा धाकटी. जमलं तर तिला वाचवा साहेब. मला कळलंय की तुम्ही हे करू शकाल.'' हेलननं पैसे पुढे केले.

मी लक्षात ठेवीन. शिंडलरची नेहमीची वागण्यातली सहजता आता परत आली होती. ''किती आहेत हे?''

''चार हजार ज्लोटी.''

तिची पै पै करून साठवलेली ती कमाई त्यानं सहजगत्या खिशात टाकली. गॉथच्या स्वयंपाकघराच्या खोबणीपेक्षा त्याच्या खिशात ती नक्कीच जास्त सुरक्षित होती.

ऑस्कर शिंडलरची गोष्ट, अशा रितीने, पाषाणहृदयी नाझी, त्यांचा अनिर्बंध स्वैराचार आणि त्यांच्याकडून अमानुष अत्याचार रोज सहन करणारे लेनासारखे असंख्य ज्यू, यांच्याबरोबर सुरू झाली.

सगळ्या युरोपभर पसरलेल्या त्या असुरक्षित आणि अनिश्चित वातावरणात त्याच्या वागण्यामुळे समोरच्याला संभ्रमात पाडणारा ऑस्कर शिंडलर हा खरोखर सज्जन जर्मन होता का? हे आता पुढची गोष्ट आणि वाचकच ठरवतील. एक लक्षात ठेवलं पाहिजे, की त्या काळात 'सज्जन जर्मन' ही गोष्टच बाहेरच्या जगात अशक्य समजली जात होती. तुम्ही एकतर सज्जन असू शकता किंवा जर्मन! दोन्ही एकदम? अ-श-क्य!!!

एका बाजूला नाझी यंत्रणेची ऑस्कर ओळख करून घेतोय, तिच्या सरकारी बुरख्याआड दडलेला क्रूर चेहरा पाहून संतापतोय, मुळापासून हादरून जातोय. या यंत्रणेनं रूढ केलेल्या बऱ्याच शब्दांचे खरे अर्थ त्याला इतरांच्या आधीच लक्षात

यायला लागले आहेत.

'साँडर बिहँडलंग' – 'विशेष आदरातिथ्य' म्हणजेच बेलझेक, सॉबीबॉर, ट्रेबलिंका आणि औशविट्झ-बर्कनोमधल्या ज्यूंच्या कुजणाऱ्या प्रेतांचे डोंगर, हे तो बघत आहे.

दुसऱ्या बाजूला तो पक्का व्यापारी आहे. एवढ्या प्रचंड भ्रष्टाचारी यंत्रणेशी तो उघड शत्रुत्व घेणार नाही. त्याच्या स्वत:च्या पद्धतीनं त्यानं काही ज्यूंना वाचवून या आधीच त्या प्रेतांच्या ढिगाऱ्यांची उंची कमी केली आहे आणि युद्धाचं पारडं कुठंही झुकलं तरी त्याची मनोमन खात्री पटली आहे, की ज्यूंच्या प्रेतांचा डोंगर नाही, तर पर्वत तयार होतो आहे.

ज्यूंना वाचवू शकेल अशी एकच गोष्ट त्याला दिसते आहे, की युद्धाच्या असंख्य कामांना त्यांच्या रूपाने मिळणारे फुकट मजूर. त्यांचं आयुष्य ते किती कष्टाची कामं करू शकतात यावरच अवलंबून आहे आणि म्हणून हेलन हिर्शला तो पुन्हा पुन्हा सांगतोय, 'बाई, तब्येत सांभाळ, तरच तुझा निभाव लागेल.'

त्या कॅम्पमध्ये खितपत पडलेल्या असंख्य ज्यूंनासुद्धा हे कळायला लागलंय, की ज्यांना काम करताना चक्कर येते, नाकातोंडातून रक्त येतं किंवा जुलाब चालू होतात त्यांचीच रवानगी 'विशेष आदरातिथ्यासाठी' ऑशविट्झमध्ये होते आणि म्हणून रोज सकाळी जागे झाल्यावर पहिल्यांदा ते म्हणतात, 'अजून तरी मी नीट आहे.' गेल्या वर्षापर्यंत हे वाक्य फक्त म्हाताऱ्यांचं राखीव वाक्य होतं आणि म्हणूनच शिंडलरची थोडेफार निष्पाप जीव वाचवायची मोहीम आता सुरू होणार आहे. तिला अजून वेळ आहे, पण त्याचबरोबर खूप उशीरसुद्धा झालेला आहे.

त्यानं सरकारी नियम अगोदरच इतके मोडले आहेत, की आत्ता सापडला तर त्याला अनेक वेळा फाशी होऊ शकते. त्यानं त्या आधीच या मोहिमेवर अमर्याद खर्च केला आहे. तरी आणखी किती, याचा त्याला अंदाज येत नाहीये. खर्चाच्या मानानं अजून जमेकडे फार काही दिसत नाही.

गोष्टीची सुरुवात म्हणूनच एक धीर देणाऱ्या शब्दानं, एका चॉकलेटच्या वडीच्या प्रसंगानं झाली. हेलन हिर्शला तिचे चार हजार ज्लोटी नोटांच्या रूपात परत कधीच दिसले नाहीत... पण आजसुद्धा ऑस्कर शिंडलरच्या बेहिशोबीपणाबद्दल तिची अजिबात तक्रार नाही किंवा त्यानं त्या पैशाचं काय केलं हे ती विचारत नाही.

१

जनरल झिगमंड लिस्टच्या सैन्याच्या तुकड्या सुडेटनलँड कडून उत्तरेकडे वळल्या आणि म्हणता म्हणता त्यांनी पोलंडच्या दक्षिण भागातलं क्रॅकोव शहर काबीज केलं. तारीख होती ६ सप्टेंबर १९३९. ह्या विजयानंतर शिंडरलही या गावात प्रथमच आला. नंतरची पाच वर्षं इथेच जाणार होती.

क्रॅकोव साधारण मध्यम वस्तीचं गाव. एक छोटंसं रेल्वे स्टेशन आणि बारीक-सारीक कारखाने पाहून शिंडलरनं ओळखलं, की या गावाचं महत्त्व युद्धात वाढणार आहे. भरपूर पैसे कमवायची इथे चांगली संधी आहे. त्याचं स्वप्न ह्या गावात सत्यात येणार होतं. मोठा कारखानदार व्हायचं होतं त्याला!

ऑस्करचा जन्म १९०८ मधला, २८ एप्रिलचा. ऑस्ट्रियाच्या डोंगरदऱ्यांनी सजलेल्या मोराव्हिया प्रांतातलं त्याचं गाव, 'झ्विटाऊ'. शिंडलरचे पूर्वज सोळाव्या शतकात कधीतरी इथं आले आणि नंतर इथंच राहिले. शिंडलरचे वडील जरी जन्मानं ऑस्ट्रियन असले, तरी बोलताना जर्मन भाषाच बोलायचे. पुढे १९१८ मध्ये

हा भाग झेकोस्लोव्हाकिया प्रजासत्ताकाचा भाग झाला, तेव्हाही शिंडलर कुटुंबावर किंवा छोट्या ऑस्करवर त्याचा काही परिणाम झाला नाही. ऑस्ट्रिया आणि जर्मनीचं विभाजन दहा वर्षांचा असताना सतत अस्वस्थ करायचं, असं पुढं हिटलरनं लिहूनच ठेवलेलं आहे. ऑस्करच्या बाबतीत असली काही अस्वस्थता नव्हती हे निश्चित. झेकोस्लोव्हाकिया हे अतिशय सुंदर आणि छोटेखानी राष्ट्र होतं. तिथं जर्मन संख्येनं जरी कमी असले तरी स्वत:ला 'अल्पसंख्याक' म्हणवून घेत नव्हते, उलट इथं आपण श्रेष्ठच आहोत असं ते समजत होते.

'झ्विटाऊ' हे शिंडलरचं गाव दक्षिणेच्या येझनिक डोंगररांगामध्ये वसलेलं होतं. अगदी किरकोळ उद्योगधंदे आणि काही खाणी गावाच्या एका बाजूला, तर दुसऱ्या बाजूला लार्च, स्प्रूस आणि फर वृक्षांचं दाट जंगल होतं. जर्मन बोलणाऱ्या कुटुंबातल्या मुलांकरता एक प्राथमिक शाळा गावात होती. तिथेच ऑस्करचं शिक्षण सुरू झालं. शाळेपासूनच इंजिनियर तयार करायचे काही वर्ग होते. घरी वडिलांचं शेतीची अवजारं दुरुस्त करण्याचं दुकान होतं. ऑस्करला यंत्रांशी ठाकठोक करण्याची आवड लागली नसती तरच नवल.

हे शिंडलर कुटुंबीय कॅथलिक. अमॉन गॉथसुद्धा कॅथलिकच. तो ह्याच वेळी व्हिएन्नामध्ये मॅट्रिकच्या परीक्षेला बसत होता.

शिंडलरची आई लुसिया म्हणजे अगदी भक्तिभावाचंच दुसरं रूप. तिच्या कपड्यांना कायम चर्चमधल्या उदबत्त्यांचा मंद सुवास यायचा आणि वडील हान्स शिंडलर म्हणजे अगदी उलट. त्यांच्या कपड्यांना कायम दारू नि सिगारेट्सचा दर्प यायचा. ज्या नवऱ्यांच्या बायका अगदी शेवटी 'देवा, आता तू तरी याला सुधार.' म्हणत देवभक्त होतात, अगदी तसा नवरा होता हान्स शिंडलर.

तसं घर खाऊन पिऊन सुखी होतं. दोन मुलं, ऑस्कर आणि त्याची बहीण एलफ्रीड. पण या कुटुंबाबद्दल इतर माहिती फारच कमी सापडेल. कोणी म्हणत की लुसिया शिंडलर आपला मुलगा बापाच्याच वळणावर चाललेला पाहून खिन्न व्हायची.

पण सगळं काही असं नसणार. ऑस्करनं स्वत:च जे बालपणाबद्दल सांगितलं त्यावरून तरी सगळं काही ठीकठाक होतं, असा तर्क करायला हरकत नाही.

अंगणात फर आणि पामची झाडं आहेत. जून महिन्याचा स्वच्छ सूर्यप्रकाश आहे आणि आईबरोबर एकदाची चर्चमधली प्रार्थना उरकून आल्यावर वडिलांच्या गाडीचं बॉनेट उघडून ऑस्कर कार्ब्युरेटरची काहीतरी घासपूस करतोय, हे चित्र जास्त डोळ्यांसमोर येतं.

ऑस्करचे काही ज्यू मित्र होते. त्याच्यासारखेच जर्मन शाळेत जाणारे. ही काही रोज यिड्डीश भाषा बोलणारी आणि भटजी छाप वागणारी गावंढळ ज्यू मुलं नव्हती,

तर हुषार, बऱ्यापैकी पैसेवाल्या, उत्तम धंदा करणाऱ्या आईबापांची पोरं होती.

ऑस्करचं पुढचं कर्तृत्व बघितलं तर त्याच्या चरित्रकाराला काही प्रसंग त्याच्या बालपणात घुसडायचा चांगलाच मोह होईल. म्हणजे शाळेतल्या एखाद्या गरीब ज्यू मुलाचा बाकीची जर्मन मुलं छळ करत होती आणि ऑस्करनं मारामारी करून त्याला वाचवलं वगैरे वगैरे. असं काही घडलं नसावं आणि नाही घडलं तेच बरं आहे. नाहीतर ऑस्करच्या आयुष्याचा तद्दन हिंदी पिक्चर झाला असता आणि त्यातून एखाद्या ज्यू मुलाला वाचवलंच असतं, तरी ऑस्करची मोठेपणाची प्रवृत्ती कशी होणार आहे याचा थोडाच पुरावा मिळतो? हिमलरनं स्वत:च तक्रारीच्या सुरात म्हटलं होतं, प्रत्येक जर्मन माणसाला एक तरी ज्यू मित्र आहे. म्हणजे ज्यूंच्या विरुद्ध काही कारवाई करायची वेळ आली की प्रत्येकजण म्हणतो, 'माझ्या एवढ्या ज्यू मित्राला सोडा, तो चांगला आहे. बाकीचे मात्र सगळे बदमाष लेकाचे.'

मग आणखी कोणी ऑस्करच्या बालपणावर प्रकाश पाडतं का? शिंडलर कुटुंबीयांच्या अगदी शेजारीच रहात होतं कँटर कुटुंबीय. डॉ. फेलीक्स कँटर हे धर्मगुरू होते आणि अतिशय पुढारलेल्या विचारांचे होते. जातपातीच्या बाबतीत आपल्या धर्माची बंधनंसुद्धा धुडकावून लावायला ते कमी करत नव्हते. एक प्रकारचे सुधारक नेते. शहरात राहणाऱ्या इंजिनियर, डॉक्टर अशा सुशिक्षित ज्यूंना डॉ. कँटर आपले धर्मगुरू आहेत हे सांगण्यात अभिमानच वाटायचा.

शिंडलर आणि कँटर, दोन्ही घरातली मुलं एकाच शाळेत जात होती. कँटरची दोन्ही मुलं अत्यंत हुषार होती. प्रागच्या जर्मन युनिव्हर्सिटीमध्ये पुढे दोघंही प्रोफेसर झाले. त्यांच्या हुषारीचं वर्णन पुरे.

ही चार लहान मुलं, दोन जर्मन-दोन ज्यू, एकत्र खेळताना, बागडताना पाहून डॉ. कँटरना अगदी धन्य वाटत असणार. गायगर, ग्रिट्झ आणि लाझारससारख्या विचारवंतांनी गेल्या शतकात जी सुसंस्कृत विचारांची रोपटी लावली होती, त्याच वृक्षांची ही जणू फळं होती. 'आम्ही आता शिकलो आहोत, पुढारलेलो आहोत, जर्मन शेजारी आम्हाला मान देतात, आमच्या धर्मग्रंथांचे अर्थ आम्ही समंजसपणे लावतो, आंधळेपणानं नाही. आमचा धर्म आम्हाला प्यारा आहे, पण त्याचबरोबर आम्ही विसाव्या शतकात जन्मलोय याचं आम्हाला भान आहे. म्हणूनच धर्म, जाती, यांचा आधार घेऊन आम्ही कोणावर हल्ला करणार नाही आणि कोणाला करू देणार नाही.' हे विचार डॉ. कँटरच्या मनात त्या वेळी घोळत असणार.

पुढं १९३० च्या मध्याला या धर्मगुरूला आपले विचार किती भोळसट होते हे समजणार होतं. त्यांना कळणार होतं, की जर्मन भाषेतल्या त्यांच्या मुलांनी मिळविलेल्या डॉक्टरेटच्या पदव्या जर्मन नाझींच्या दृष्टीने कवडीमोल होत्या. नाझींपासून स्वत:चं संरक्षण करण्यास ज्यूंची कोणतीही कला अथवा विद्या कुचकामी होती.

१९३६ मध्ये कँटर कुटुंबीय देश सोडून बेल्जियममध्ये निघून गेले. शिंडलर कुटुंबाला त्यांच्याबद्दल नंतर कधीच, काहीच कळलं नाही.

ऑस्कर आता बालपणातून तारुण्यात प्रवेश करीत होता. जात, पात, धर्म, देशप्रेम असल्या गोष्टी त्याच्या दृष्टीनं फालतू होत्या. त्याचं सगळं विश्व म्हणजे त्याची मोटारसायकल. बापाचाही त्याच्या या छंदाला विरोध नसावा. कारण हायस्कूलच्या शेवटच्या वर्षात असतानाच ऑस्कर त्याची ५०० सी.सी.ची लालभडक गॅलोनी मोटरसायकल झ्विटाऊच्या रस्त्यावरनं दामटायचा. रस्त्यानं पायी चालणाऱ्या लोकांचे ठोके चुकवणाराच तो आवाज आणि ते दृश्य असायचं. तसली ५०० सी.सी.ची इटालियन गॅलोनी त्यावेळी झ्विटाऊमध्येच काय, तर अख्ख्या झेकोस्लोव्हाकियात कोणाकडे नव्हती.

१९२८ मध्ये वडिलांनी ऑस्करला २५० सी.सी.ची मोटो गुझी घेऊन दिली. असली मोटारसायकल फक्त चार आंतरराष्ट्रीय शर्यती खेळणाऱ्यांकडेच होती. गिसलर, हान्स विंकलर, हंगेरियन ज्यो आणि पोलंडचा कोलाश कोवस्की. गावातले लोक बोलत होते की बाप पोराला अतिलाडानं खड्ड्यात घालणार.

ऑस्करच्या आठवणीत तो अठ्ठावीसचा उन्हाळा अविस्मरणीय होता. घरी घसरणीला लागलेली आर्थिक परिस्थिती, किंवा रोज होणारी आई-वडिलांची भांडणं यांचा ताण ऑस्करच्या हेल्मेट घातलेल्या चेहऱ्यावर कोणाला दिसला असेल तर शपथ. त्याची पहिली रेस झाली मे मध्ये. बर्नो ते सोबेस्लाव्ह. तिसरं बक्षीस मिळालं ऑस्करला त्यात. पुढच्याच रेसमध्ये विंकलर, होरोविट्झ, कोशल, हेन्केलमेनसारखे युरोपमधले मोठमोठे रेसपटू ऑस्करकडून मार खाता खाता थोडक्यात वाचले. ह्या रेसमध्ये तो सगळ्यांत पुढं होता, पण एक वळण आधीच याला वाटलं की रेस संपली. त्या काही क्षणांत विंकलर आणि व्हाशेडील पुढे गेले. ऑस्करचा नंबर परत तिसरा लागला.

पुढे ऑस्करनं रेसिंग सोडलंच. लग्न झाल्यावर कसली रेस अन् कसलं काय! एमिलीशी त्याची ओळख होऊन दीड महिनाच झाला होता. ती एका शेतकरी कुटुंबातली मुलगी. तिच्या आणि ऑस्करच्या, दोघांच्याही वडिलांना हे लग्न पसंत नव्हतं. ऑस्कर हा असा, रंगीबेरंगी आयुष्याची आवड असलेला; तर एमिली त्या मानाने अगदीच खेडवळ, साधी.

गावकरी तर या लग्नाची भलतीच कारणं शोधायला लागले. शिंडलरांची फॅक्टरी उतरणीला लागली होती. तेव्हा बहुतेकांच्या मते हे लग्न हुंड्याकरताच झालं असणार. पाच लाख मार्क म्हणजे भरपूर झाले. पण एमिलीच्या वडिलांना आपला जावई काय लायकीचा आहे हे चांगलं ठाऊक असल्यानं, हा हुंडा कधी ऑस्करकडे पोचलाच नाही.

एमिलीला हायसं वाटलं होतं. तिच्या खेड्यात त्यांच्याकडे येऊन येऊन येणार कोण तर वडिलांचा एक जुनाट दिसणारा आणि वागणारा मित्र पॅरिशवाला गुरुजी. त्यांना चहा करून देण्यात आणि त्यांच्या राजकारणाच्या अगाध ज्ञानाच्या गप्पा ऐकण्यात तिचं आतापर्यंतचं आयुष्य गेलं होतं. तिची एक ज्यू मैत्रीण होती. गावच्या एका दुकानदाराची नात. रिटा रिफ. वडिलांचा मित्र तिला नेहमी सांगायचा, की ज्यूंशी मैत्री सोड. चांगल्या कॅथलिकची ज्यूंशी मैत्री बरी नव्हे. एमिलीनं त्याकडे कधीच लक्ष दिलं नाही. तिची आणि रिटाची मैत्री चालूच राहिली. अगदी १९४२ मध्ये गावच्या नाझींनी रिटाला तिच्या दुकानासमोर गोळ्या घातल्या, त्या दिवसापर्यंत.

ऑस्कर आणि एमिलीचा संसार झ्विटाऊत एका छोट्याशा घरात सुरू झाला. दरम्यान ऑस्करची झेकोस्लोव्हाकियाच्या सैन्यातली सक्तीची नोकरी करून झाली. ही नोकरी त्याला ट्रक चालवायला मिळतो म्हणून आवडायची. बाकी कामांच्या बाबतीत कुरकुरच. सैन्यात ह्याला ऐषाराम कोण करू देणार?

परत झ्विटाऊला आल्यावर ऑस्कर अचानक बेताल वागू लागला. एमिली सोडून बाकीच्याच पोरींमध्ये रस दाखवू लागला. घरच्या फॅक्टरीचा १९३५ मध्ये बेंडबाजा वाजला. त्याच साली आई-वडिलांचा घटस्फोट झाला. ऑस्कर ह्याबद्दल आपल्या बापालाच दोष द्यायचा. सगळ्या काक्या-माम्यांकडं जाऊन त्याला शिव्या शाप देणं हा एक कार्यक्रमच झाला होता. पण याच वेळी आपण एमिलीबरोबर कसे वागतोय हे तो सोयीस्करपणे विसरत होता.

त्याच्या अंगच्या व्यापारी गुणांनीच त्याला त्या काळात तारलं. मोराविअन इलेक्ट्रोटेक्निकमध्ये सेल्स मॅनेजर म्हणून त्याला नोकरी मिळाली.

आई वारली तेव्हा तिच्या थडग्याच्या एका बाजूला सगळी नातवंडं, ऑस्कर आणि दुसऱ्या बाजूला हान्स शिंडलर, एखाद्या शत्रुपक्षाच्या थाटात उभे होते. साधारण याच वेळेला ऑस्करनं सुडेटन जर्मन पक्षाचा बॅज छातीवर मिरवायला सुरुवात केली होती. घरच्यांना काही हे बरं लक्षण वाटलं नाही. पण कोणी जास्त बोललं नाही. त्या वेळेला त्या बॅजकडे तरुण मंडळींचा 'आपला छान दिसतो' एवढाच पाहण्याचा दृष्टिकोन होता. सोशल डेमॉक्रॅट्स आणि कम्युनिस्ट सोडून सगळेच तो लावायचे.

ऑस्कर डेमॉक्रॅटही नव्हता आणि कम्युनिस्टही नव्हता, तो फक्त उत्तम धंदा करणारा होता. हा बॅज लावला की जर्मन दुकानदारांच्या ऑर्डर्स भरपूर मिळतात हे त्याला कळू लागलं होतं.

सगळ्याच जर्मन तरुणांप्रमाणे त्याचंही रक्त त्या काळातल्या नाझी चैतन्याने सळसळत असणार. पण १९३८ साली ज्याक्षणी जर्मन फौजा सुडेटन लँडमध्ये

घुसल्या आणि झेक लोकांवरच्या अत्याचारांना सुरुवात झाली, त्याक्षणी काहीतरी विचित्र होऊ घातलंय ही जाणीव ऑस्करला झाली. त्याच्या पुढच्या कामिगिरीची मुळं जर शोधायला लागलं, तर ह्या काळात सापडतात. हिटलरबद्दलचं त्याचं मत अजून पक्कं होत नव्हतं, पण एमिली आणि त्याचे वडील अगदी ठामणे सांगत होते, की हिटलर टिकणार नाही, आपल्या मरणानं मरणार! एमिली आपली देवभोळी. ती म्हणायची, की हिटलर स्वत:ला देव समजतोय. आता देव शिक्षा दिल्याशिवाय राहील का? हान्स शिंडलर आपल्या इतिहासाचे दाखले द्यायचा. 'त्या नेपोलियनचं काय झालं? मारे इथवर आला होता दिवे लावायला. शेवटी सेंट हेलेना बेटावर बटाटे लावतच मेला ना? ह्याचं तेच व्हायचं. अरे, आपलं दैव असतं त्याला दोरी समजू नका. चालले आपले त्याचा आधार घेऊन चढत. ती दोरीच असते, पण इलॅस्टिकची! जितक्या जोरात आपण वर जाऊ तितक्याच वेगात दोर खाली. बसा बोंबलत.' आपल्या आयुष्यापासून शिंडलरचा बाप काही शिकला असेल तर ते हे!

पण ऑस्कर स्वत: इतका नाझी यंत्रणेच्या विरुद्ध अजून तरी नसावा.

त्या उन्हाळ्यात पोलंडच्या आणि झेक सीमेजवळच्या एका गावात एक पार्टी रंगात आली होती. बंगल्याची मालकीण म्हणजे शिंडलरचं गिऱ्हाईक. तिनं ऑस्करची ओळख एका एबरहार्ड गेबॉर नावाच्या जर्मन माणसाशी करून दिली. गप्पाटप्पा झाल्या. थोड्या वेळानं हे दोघं एक बाटली घेऊन शेजारच्या खोलीत गेले. गेबॉरला शिंडलरशी काही महत्त्वाचं बोलायचं होतं. स्वत:ची खरी ओळख त्यानं ॲडमिरल कॅनारिसच्या बरोबरचा अधिकारी अशी करून दिली. आणि ऑस्करला विचारलं, "जर्मन गुप्तहेर खात्याचं काम करशील का? अरे तू इतका हुषार आहेस, काही नाही, फक्त पोलंडमधले कारखाने, सैन्य यांचं निरीक्षण करायचं आणि परत येऊन सांगायचं. तुला पाहिजे तर माणसं ठेव कामाला. तुझं पोलंडमधल्या बँकेत खातं सुद्धा आहे. करशील हे काम? भरपूर पैसे मिळतील."

ऑस्कर शिंडलरनं 'हो' म्हटलं. आज मागं वळून बघताना कोणलाही हे भयंकर पातक वाटेल. कदाचित पोलंडवरची जर्मनीची स्वारी त्यावेळी ऑस्करला योग्य वाटली असेल. पण सर्वसाधारण अंदाज म्हणजे हे काम केलं तर सक्तीच्या सैन्याच्या नोकरीतून सूट मिळतेय म्हणूनच ऑस्करनं स्वीकारलं असावं.

जर्मनीच्या सैन्यावर कोणाची पकड असावी याबद्दल तेव्हा हिमलरचं एस.एस. आणि कॅनारिस ॲबव्हेर यांच्यात जोरदार हाणामाऱ्या चालू होत्या. ऑस्करला हिमलरचा द्वेषच वाटायचा. तेव्हा 'चला, जरा कॅनारिसची ताकद वाढवू,' असाही विचार या 'हो' म्हणण्यामागे असू शकेल.

ते काहीही असो, नंतर एका वेगळ्याच गुप्तहेर संस्थेला ऑस्करचे पोलंडच्या हेरगिरीचे रिपोर्ट्स सापडले. हे रिपोर्ट म्हणजे अॅबव्हेरकरता त्याने जमविलेल्या मनोरंजनाचा खजिनाच म्हणावा लागेल. अगदी नमुनेदार!

बातम्या म्हणजे कॉकटेल पार्ट्यांच्या, समारंभांच्या, मेजवान्यांच्या जास्त. आता गेबॉर आणि कॅनारिसला याचा काय उपयोग झाला ते त्यांचा देव जाणे. पण ह्या निमित्ताने ऑस्कर मात्र क्रॅकोवच्या प्रेमात पडला. तिथे बातम्या देण्याइतकी फार कारखादारी आणि धंदे नव्हतेच. उगाच थोडेफार धातूकामाचे, कपड्यांचे आणि रसायनांचे किरकोळ कारखाने होते. राहता राहिले पोलिश सैन्य. पैशाअभावी पायी इकडे-तिकडे हिंडणाऱ्या त्या सैन्याच्या गुप्त बातम्या काय असणार कपाळ?

२

१९३९ चा ऑक्टोबर महिना संपत आला होता. क्रॅकोवच्या स्ट्राडोम स्ट्रीटवर जे.सी. बुशीस्टर या प्रसिद्ध कापडाच्या दुकानात दोन तरुण जर्मन सैनिक घुसले. त्यांना काही कापडाचे तागे खरेदी करायचे होते. काऊंटरमागचा कामगार ज्यू होता. छातीवर पिवळी चांदणी लावलेला. त्यानं सांगण्याचा प्रयत्न केला की बुशीस्टरमध्ये फक्त होलसेल माल मिळतो, किरकोळ नाही. पण सैनिक ऐकायच्या मन:स्थितीत नव्हते. जेव्हा पैसे द्यायची पाळी आली, तेव्हा तर त्यांनी कमालच केली. १८५८ सालची एक बव्हेरियन नोट आणि १९१४ सालची सैन्याची एक जुनी नोट कॅशिअरला दिली. 'चालवून घ्या सध्या.' त्या दोघांची गुर्मी चालवून घेण्याव्यतिरिक्त काही इलाजच नव्हता. जर्मन होते ते!

त्याच दुपारी एक सरकारी अकाऊंटंट बुशीस्टरमध्ये शिरला. त्याला ज्यू दुकानदारांचे हिशोब तपासायचा अधिकृत परवाना होता.

''ह्या नोटा शंभर वर्षांपूर्वी बाद झाल्यात. कुठल्या मूर्खानं दिल्यात या? का

तूच घरातल्या जुन्या आणून टाकल्यास आणि नव्या पळवल्या?''

कॅशिअरनं जे झालं ते सांगितलं.

''तसलं काही चालायचं नाही. मला माझ्या साहेबाला हे सांगितलं पाहिजे.'' अकाऊंटंट गुरगुरला.

त्याचा साहेब म्हणजे सेप ऑव. हा जर्मन होता, पण ह्याची आजी ज्यू होती, हे अजून कुणाला समजलं नव्हतं. त्यामुळे सेपची ज्यूंशी वागायची पद्धत थोडी वेगळी, माणसातली होती. त्यानं पहिलं काय केलं तर दुकानाचा जो ज्यू अकाऊंटंट होता, त्याला बोलावणं पाठवलं. इश्ताक स्टर्न त्या दिवशी आजारी होता. स्टर्नच्या पॉडगोर्झमधल्या घरी सॅप निरोप धाडत असतानाच त्याचा सेक्रेटरी आला. ''बाहेर कुणी ऑस्कर शिंडलर म्हणून आलेत तुम्हाला भेटायला.'' ऑस्कर सेपला कालच एका पार्टीत भेटला होता. ऑस्कर आणि इनग्रीड. देखणं जोडपं होतं. एकमेकांच्या प्रेमात पूर्णपणे बुडालेलं. ऑस्करला क्रॅकोवमध्ये काही धंदा सुरू करायचा होता.

''उद्या दुपारी बुशीस्टरमध्ये ये, मग बघू.''

ठरल्याप्रमाणे ऑस्कर आला होता. त्याच्या सिगारेटच्या धुरानं खोली भरली होती. ऑवनं ऑस्कर शिंडलरला फॅक्टरी दाखवली. कापडांचे तागे भराभर तयार होत होते.

''ह्या पोलंडच्या लोकांकडून काही त्रासबिस नाही ना?'' ऑस्करनं विचारलं.

''छे. छे. युद्धातल्या पराभवानं ते जे बधिर झालेत, काही त्रास नाही त्यांचा.''

ऑस्करच्या बोलण्या-चालण्याचा थाटच वजनदार माणसासारखा होता. बहुतेकांचा समज असा व्हायचा की त्याचे लागेबांधे पार वरपर्यंत आहेत. ऑवला उत्सुकता आवरेना. ''ऑस्कर, आर्मामेंटमधल्या कुणाशी ओळख आहे का रे? आणि जनरल ज्युलिअस शिंडलर? ते कुणी नातेवाईक लागतात का तुझे?''

''असून नसून काय फरक पडतो?'' ह्या प्रश्नाला ऑस्करची अशीच खास उत्तरं होती. जनरल शिंडलरचा आणि त्याचा काही संबंध नव्हता. पण कोणाला तसं वाटत असेल तर कशाला सांगा? त्याला हा प्रश्न विचारणाऱ्यांपैकी कुणीच जनरल शिंडलरकडे शहानिशा करायला जाणार नव्हतं.

''पण बाकीच्यांपेक्षा जनरल खूपच चांगला माणूस आहे.'' काहीही माहिती लागू न देता गप्पा मारण्यात ऑस्कर सगळ्यांचा बाप होता.

फॅक्टरीला चक्कर मारून ते परत येत असतानाच त्यांना इश्ताक स्टर्न दिसला. सर्दी आणि तापानं बिचारा अगदी गळाठल्यासारखा दिसत होता. हे दोघं दिसताच त्यानं हात जोडून नमस्कार केला. ऑस्करला ऑफिसात बसवून ऑवनं आपलं लक्ष स्टर्नकडे वळवलं.

इश्ताक अगदी काटकुळा होता. अकाऊंटंटपेक्षा एखाद्या अवघड विषयाचा

प्रोफेसर म्हणून तो शोभला असता. ऑवनं त्याला थोडक्यात सकाळची कथा सांगितली. ड्रॉवरमधून काढून त्या जुन्या नोटा त्याने स्टर्नला दाखवल्या.

"ह्याचं बॅलन्सशीट कसं तयार करायचं त्याबद्दल काही विचार? हल्ली क्रॅकोवमध्ये अशा बऱ्याच नोटा मिळतात म्हणून विचारतोय."

इश्ताक स्टर्ननं नोटा घेतल्या. चष्म्यातून नीट निरखून पाहिल्या. शांतपणे चालत तो कोपऱ्यातल्या फायरप्लेसकडे गेला आणि त्यातल्या जळणाऱ्या लाकडांवर त्यानं त्या नोटा टाकून दिल्या

"हे असले व्यवहार मी लोकांना दिलेल्या भेटी किंवा फुकट द्यायचे सँपल्स या पानावर मांडतो. सप्टेंबरपासून खूपच सँपल वाटली आहेत आपण."

त्या काटकुळ्याचा निर्विकारपणा पाहून ऑवला हसायला यायला लागलं. जसं गाव, तसा हा त्यातला माणूस. अगदी क्रॅकोवसारखाच. वरून जुनाट निरुपद्रवी वाटणारा, पण शहाण्यानं दंडवत घालावा त्याच्यापुढे. क्रॅकोवमधलं काहीही विचारा, उत्तर तयार. अरेच्चा! आत तो शिंडलर क्रॅकोवचीच तर माहिती काढायला आलाय. स्टर्नला घेऊन ऑव मॅनेजरच्या ऑफिसमध्ये आला. शिंडलरची तंद्री फायरप्लेसमधल्या ज्वाळांमध्ये लागली होती. हातात उघडी दारूची बाटली आहे याचं भान तो विसरला होता.

त्याला पाहून स्टर्नच्या मनात पहिला विचार काय आला असेल तर, 'हा जर्मन जड जाणार!' ऑवसुद्धा छातीवर भलंमोठं स्वस्तिक लावायचा, पण ते लोंबकाळत असायचं अजागळपणे. या धिप्पाड इसमाच्या छातीवर चकचकीत, छोटंसंच इनॅमलचं स्वस्तिक होतं अन् त्यावर ज्वाला अशा काही चमकत होत्या, की स्टर्नच्या अंगातून एक थंडगार भीतीची लाट गेली. शेवटी एक ज्यू होता तो. 'हा जर्मन जड जाणार!'

ऑवनं ओळख करून दिली. पोलंडमधल्या ज्यूंकरता नुकताच एक सरकारी नियम आला होता. स्टर्ननं तो तंतोतंत पाळला.

"मला आपल्याला सांगितलं पाहिजे सर, मी ज्यू आहे."

"अरे वा! मी जर्मन आहे." स्टर्नला शिंडलरचं हे उत्तर अगदीच अनपेक्षित होतं. मोठा सज्जनपणाचा आव आणतोय. निर्बंध उठवा लेका आमच्यावरचे!

गेल्या सात आठवड्यांपासून पोलंडमध्ये निर्बंधांचं राज्य सुरू झालं होतं. पहिला निर्बंध आला, तो म्हणजे प्रत्येक ज्यूनं आपलं पिवळ्या पट्ट्याचं कार्ड जवळ बाळगायचं. दुसरा आला, तो म्हणजे स्वत:ची ओळख करून देताना आपण ज्यू आहोत हे सांगायचं. आणि आता तीन आठवड्यांपूर्वी नियमानं ज्यूंचे सणवार बंद झाले होते आणि सक्तीची कष्टाची कामं मागे लागली होती. ज्यू नसलेल्या पोलिश लोकांना जितकं रेशन मिळायचं, त्याच्या निम्मं ज्यूंना मिळायला लागलं होतं.

अगदी शेवटी आठ नोव्हेंबरला क्रॅकोवच्या ज्यूंची मोजणी आणि नोंदणी सुरू झाली होती. चोवीस तारखेच्या आत ती संपायला हवी होती.

इश्ताक स्टर्नचे पाय अगदी जमिनीवर होते. चेहऱ्यावर दाखवत नसला तरी त्याला कळून चुकलं होतं, की ज्यूंवरचे निर्बंध वाढतच जाणार. इतके, की एखादे दिवशी परवानगीशिवाय श्वास घेणं सुद्धा गुन्हा ठरावं! पण बहुतेक इतर ज्यूंनी ही परिस्थिती स्वीकारली होती. थोडे दिवस हाल होतील, व्रण उठतील, यासाठी त्यांची मनं तयार झाली होती. श्टेटलच्या ज्यूंना गावात कोळशाच्या खाणीत कामाला लावलं होतं. मोठे विचारवंत, कवी, लेखक, प्राध्यापक वगैरे सध्या शेतात मजुरी करत होते. एस.एस.वाल्यांनी टर्क्समध्ये नुकतंच ज्यू लोकांकडून दिवसरात्र लाथा-बुक्क्यांनी झोडपून एका पुलाचं काम करून घेतलं होतं. नंतर जवळच्या खेड्यातल्या सिनागॉगमध्ये नेऊन सगळ्यांना गोळ्या घातल्या होत्या. 'आता जर्मन आक्रमण आलंय, तेव्हा अधूनमधून असं व्हायचंच. आत्तापर्यंत काय कमी संकटं का आली? रोमन साम्राज्यापासून हे चाललंच आहे. अजून टिकलोय की नाही? कधी विनवण्या करून, कधी लाच देऊन आम्ही वेळ मारून नेतो. शेवटी मजुरीच्या कामासाठी का होईना ज्यू लागतातच ना? जातात कुठं? इथल्या दर अकरा माणसांत एक ज्यू आहे. ही वेळपण जाईल निभावून,' बऱ्याचशा ज्यूंनी अशी मनाची समजूत घालून घेतली होती.

इश्ताक स्टर्न मात्र डोळे उघडे ठेवून सगळं पाहात होता. त्याला कळत होतं की हे ज्यूंवरचं सर्वांत मोठं संकट ठरणार. हा आगीचा डोंब किती मोठा आहे किंवा कुठून येणार आहे, काहीच पत्ता लागत नव्हता. येणाऱ्या भविष्याबद्दल विचार करण्याची सुद्धा त्याला भीती वाटत होती. आणि हा समोरचा जर्मन मारे गप्पा मारतोय. 'तुमचं ठीक आहे शिंडलर साहेब, दिवस तुमचे आहेत.' स्टर्नच्या मनात विचार येत होते.

ऑव आता स्टर्नची ओळख करून देत होता. ''हा माणूस म्हणजे बुशीस्टरचा उजवा हात! क्रॅकोवमधल्या कोणत्याही धंद्याबद्दल काहीही विचारा याला, एका मिनिटात सांगेल. मी आलोच जरा जाऊन.''

त्या दोघांना सोडून ऑव निघून गेला.

''तुझी हरकत नसेल तर मला इथल्या कारखान्यांबद्दल माहिती पाहिजे होती.'' ऑस्कर अत्यंत हळू आवाजात बोलत होता. स्टर्नला ह्या माणसाचा उद्देश काय याचा अंदाज येईना.

''ट्रस्ट एजन्सीच्या ऑफिसमध्ये सगळी माहिती मिळेल आपल्याला.'' स्टर्ननं मोघम उत्तर दिलं.

''त्यांचं नको सांगू. ते सगळे चोर आहेत, आळशी आहेत आणि हे बघ, मला

तुझ्याकडूनच माहिती हवी आहे. मी जन्मानंच भांडवलदार आहे. मला नियमबियम फारसे आवडत नाहीत.'' शिंडलरसाहेब अगदी एखाद्या मित्राशी बोलावं तसं बोलत होते.

अशा रितीनं मग इश्ताक स्टर्न आणि हा स्वयंघोषित भांडवलशहा यांचं संभाषण सुरू झालं.

स्टर्नला खरोखरच सगळ्या उद्योगधंद्यांची त्यातल्या बेरजा-वजाबाक्यांची इत्थंभूत माहिती होती. तयार कपडे, मिठाई, धातूकाम, जवळपास प्रत्येक कारखान्यात मोक्याच्या जागेवर त्याचा एक तरी नातेवाईक होताच. माहिती ऐकताना शिंडलर स्तब्ध झाला होता. त्यानं खिशातून एक बंद लिफाफा काढला.

''तुला 'रेकॉर्ड' नावाच्या कंपनीची काय माहिती आहे?''

''तिचं दिवाळं निघणार लवकरच.'' स्टर्न सांगू लागला. त्या कंपनीची काही धातूकामाची यंत्रं या आधीच जप्तीत गेली होती. आता रेकॉर्डची फक्त इमारत होती. उत्पादन जवळपास शून्य. ''माझा स्वत:चा भाऊ ज्या स्विस कंपनीत आहे, त्यांच्याकडूनच कर्ज घेतलंय रेकॉर्डवाल्यांनी. अगदी भिकार मॅनेजमेंट. काही खरं नाही त्या कंपनीचं.''

शिंडलरनं तो लिफाफा स्टर्नच्या मांडीवर ठेवला. ''हे त्यांचं बॅलन्सशीट. गेल्या वर्षीचा ताळेबंद... बघ तुला काय कळतंय त्यातून...''

''माझ्यापेक्षा बरीच माहीतगार माणसं आहेत. तेव्हा आपण त्यांना...'' स्टर्न अडखळत बोलत होता.

''नक्कीच विचारणार. पण सध्या मला तुझं मत हवंय.'' शिंडलर.

स्टर्ननं साधारण दोन-तीन मिनिटं कागद चाळले. ऑफिसात शांतता. या वेळात शिंडलरची नजर त्याच्यावर रोखलेली होती. स्टर्नला बॅलन्सशीटचा अर्थ काही सेकंदांत कळला होता. त्याच्या मनात वेगळेच विचार येत होते. 'हा माणूस उपयोगी आहे. येणाऱ्या संकटाची तीव्रता हा माणूस कदाचित कमी करू शकेल.' काही माणसांचं सहावं इंद्रिय नेहमीच ओव्हरटाईम काम करत असतं. तिकडून आलेला हा संकेत होता.

इथून पुढे संभाषणाची लय बदलली. नक्की बुडणाऱ्याला काडीचा का होईना आधार समोर दिसत होता आणि मूर्खासारखं काहीतरी बोलून तो घालवायची स्टर्नची तयारी नव्हती. तो अत्यंत काळजीपूर्वक संथपणे बोलत होता.

''चांगला धंदा आहे हा. पाहिजे तर माझ्या भावाशी बोला आणि आता तर इथल्या मालाला लष्करी ऑर्डरी मिळतील.''

''बरोबर बोललास.'' शिंडलर पुटपुटला.

क्रॅकोव शहराचा ताबा घेतल्याबरोबर लष्कराचं इन्स्पेक्टोरेट स्थापन झालं होतं

आणि फतवा निघाला होता, की खाजगी कंपन्यांकडून लष्कराला लागणाऱ्या वस्तू विकत घेण्यास हरकत नाही. सैनिकांच्या थाळ्या, भांडी आणि युद्धातलं स्वयंपाकाचं सामान तयार करायला रेकॉर्ड ही अतिशय उत्तम फॅक्टरी होती.

आणि हे फतवे काढणारे सर्वप्रमुख होते जनरल ज्युलिअस शिंडलर. स्टर्नला हे सगळं माहीत होतं.

"ते जनरल शिंडलर तुमचे नातेवाईक आहेत का हो?"

"नाही.... पण कुठे सांगायची गरज नाही." शिंडलरनं सांगितलं.

स्टर्नच्या मतानं रेकॉर्ड कंपनीचे इतके हाल असतानासुद्धा पाच लाख ज्लोटीचं उत्पन्न होतं आणि शिंडलर जर थोडीशी नवीन यंत्रं घेऊ शकला, तर बघायलाच नको. फक्त बाजारात त्याची पत कशी काय टिकते, एवढंच बघायचं. शिंडलरलाही कपड्याबिपड्यांपेक्षा हा धातूकामाशी संबंध असलेला कारखाना जवळचा वाटत होता. कारण त्याला या विषयाची बऱ्यापैकी माहिती होती.

मगाशी हातचं राखून बोलणारा स्टर्न आता भराभर सगळी माहिती देत होता. कोणती गोष्ट भाड्याने घ्यावी, कोणती विकत किंवा कराराने घ्यावी, सरकारी नियम आणि निर्बंध काय आहेत, त्यांना फाटा मारून आपली कामं कशी करून घ्यावीत, वगैरे वगैरे. इकडे तिकडे पहात त्यानं हळूच म्हटलं, "इथे नोकरीवर कुणाला घ्यायचं यावर तुम्हाला खूप नियम पाळावे लागतील."

शिंडलरला गंमत वाटायला लागली होती. "तुला हे सगळं कसं माहीत आहे? अगदी शेवटपर्यंत?"

"मी 'बर्लीनर टागब्लाट' वाचतो. अजून ज्यूंना जर्मन वर्तमानपत्र वाचण्याची बंदी केलेली नाहीये."

शिंडलर आता उघडपणे हसत होता. हसता हसता त्याने स्टर्नच्या खांद्यावर हात ठेवला. "काय सांगतोस?"

स्टर्नला ऑवकडूनच ही सगळी माहिती मिळाली होती. वरच्या खात्याकडे येणारी कागदपत्रं, ऑव जशीच्यातशी स्टर्नकडे सोपवायचा. त्यांचा अर्थ लावायला. सरकारी कागदपत्रं सगळ्या जगात सारखीच. व्हान जॅगव्हिट्ज नावाच्या एका सचिवाचा आदेशच होता की उद्योगधंदे सगळे आर्यन वंशाच्या लोकांकडेच असले पाहिजेत. नुसती मालकीच नव्हे, तर अगदी खालच्या मजुरांपर्यंत. तेव्हा लवकरात लवकर फक्त जे ज्यू कुशल कारागीर असतील, तेवढे ठेवून बाकीचे मोडीत काढायला लागा. हळूहळू कारखान्यांमध्ये ज्यू दिसता कामा नये. जॅगव्हिट्ज तरी काय करणार? त्याच्यावर सरकारच्या कित्येक शाखांचा, त्यातल्या त्यात हायड्रीचची RHSA, तसंच पक्षाचं मुख्य कार्यालय यांचा एकसारखा दबाव येत होता की 'ज्यू हटाव'

शिंडलरनं 'रेकॉर्ड' कंपनीचा ताळेबंद परत पाकिटात ठेवला. स्टर्नबरोबर तो बाहेरच्या ऑफिसात आला. कारकून आणि टायपिस्ट माना खाली घालून काम करत होते. ऑस्कर गंभीर झाला होता. अचानक बोलण्याचा विषय धर्म, जाती यावर घसरला.

"ख्रिश्चन धर्माची मुळं ज्यूडाईझम मध्येच असावीत." का कुणास ठाऊक, धर्माबद्दलची ही असली वरवरची चर्चा ऑस्करला आवडायची. कदाचित त्याच्या लहानपणीच्या ज्यू शेजाऱ्यांचा परिणाम असेल.

स्टर्ननं उत्तर द्यायला सुरुवात केली. तो शांतपणे आणि अधिकारानं बोलत होता. नवल नव्हतंच. धर्मसापेक्षता हा त्याच्या खास अभ्यासाचा विषय होता. त्याचे कित्येक उत्कृष्ट लेख छापून आलेले होते. ऑस्कर स्वत:ला उगाचच तत्वज्ञानी समजायचा. आज त्याला गुरू भेटला. या बाबतीतला ऑस्करच्या विचारांचा उथळपणा स्टर्नच्या लगेच लक्षात आला. पण त्याच्या हेही लक्षात आलं की हा ऑस्करचा दोष नव्हे. कोणत्याही बाबतीत खोलवर अभ्यास करणं किंवा विचार करणं ही ऑस्करची प्रवृत्तीच नव्हती.

स्टर्नची काहीही तक्रार नव्हती. दोस्ती पक्की झाली होती. बोलता बोलता हिटलर का जिंकणार नाही, याची कारणं तो देऊ लागला होता. आजूबाजूचे कारकून आपलं अजिबात लक्ष नाही असं भासवत होते. इतक्या उघड एक ज्यू एका जर्मन माणसाशी हा विषय बोलताना पाहून त्यांच्या जिवाचा थरकाप होत होता. शिंडलर मात्र उत्सुकतेनं ऐकत होता.

स्टर्नच्या विद्वत्तापूर्ण संभाषणानंतर ऑस्करनं अगदी साध्या भाषेत त्याला आपलं तत्वज्ञान सांगितलं.

"चर्चवाले खुशाल सांगतात की आपला येशू सगळ्यांची काळजी घ्यायला समर्थ आहे. छोट्या चिमणीच्यादेखील जिवाची काळजी तो करतो. खोटारडे लेकाचे! अरे, आजच्या जगात जिवाची किंमत सिगारेटच्या पाकिटापेक्षा स्वस्त झालीये. आणि म्हणे येशू काळजी करतो. कीव येते मला त्यांच्या आंधळेपणाची."

स्टर्ननं त्याला सांगितलं की तुम्ही बरोबर बोलताय. अगदी हेच आमच्या तालमुडीकमधल्या एका श्लोकात सांगितलं. त्यात म्हटलंय, 'एक जीव वाचवणं हे सगळ्या जगाला वाचवण्याइतकं श्रेष्ठ आहे.'

"नक्कीच असणार." शिंडलर तिथून निघाला.

हा क्षण इश्ताक स्टर्नच्या कायम स्मरणात राहिला. त्याच्या मते ह्याच क्षणी त्यानं योग्य जमिनीत योग्य ते बी पेरलं होतं.

३

क्रॅकोवचा आणखी एक ज्यू याच सुमारास, म्हणजे १९३९ च्या उन्हाळ्यात शिंडलरची गाठ पडल्याचं सांगतो. खरं तर शिंडलर त्याच्या हातून मरायचाच पण...

लिओपोल्ड (पोल्डेक) पेफरबर्ग हा नुकत्याच जर्मनीकडून बेदम मार खाल्लेल्या पोलिश फौजेतला कंपनी कमांडर.

सान नदीच्या काठी झालेल्या चकमकीत त्याच्या पायाला गोळी लागली होती. प्रझेमीझलच्या हॉस्पिटलध्ये लंगडत लंगडत तो होईल तितकी बाकीच्या जखमींची देखभाल करत होता. त्याला डॉक्टरकीचं ज्ञान नव्हतं. युद्ध सुरू व्हायच्या आधी तो क्रॅकोवच्या जॅगीलोनिअन युनिव्हर्सिटीत व्यायामाचा शिक्षक होता. त्यामुळे माणसाच्या शरीराबद्दल थोडीफार माहिती त्याला होती. अत्यंत उतावळा स्वभाव. स्वत:बद्दलच्या आत्मविश्वासाबद्दल तर बोलायलाच नको. शरीरानं चांगलाच दांडगा आणि सर्वांत महत्त्वाचं म्हणजे वयानं सत्तावीस वर्षांचा होता.

प्रझेमीझलच्या बाकीच्या शंभर पोलिश अधिकाऱ्यांबरोबर त्यालाही जर्मनांनी

पकडलं आणि जर्मनीला जाणाऱ्या कैद्यांच्या गाडीत बसवलं. वाटेत क्रॅकोव लागत होतं. नेमकी यांची गाडी क्रॅकोवला थांबली आणि सगळ्या कैद्यांना थोड्या वेळाकरता गाडीच्या बाहेर काढण्यात आलं. तिथून पुढचा प्रवास दुसऱ्या गाडीतून होणार होता. सगळे वाट बघत वेटिंगरूममध्ये बसले होते. पोल्डेकचं घर स्टेशनपासून जवळच होतं. क्रॅकोवमध्ये येऊन आपण घरी जायचं नाही हे काही त्याला पटेना. फक्त स्टेशनबाहेर जायचं आणि पाविआ स्ट्रीटवर एक नंबरची ट्राम पकडायची की घरी! पण वेटिंगरूमच्या दारात उभ्या असलेल्या शिपायाची कशी वाट लावावी त्याचा तो विचार करू लागला. त्याच्या खिशात एक हॉस्पिटलमध्ये काम करायचं सरकारी लायसन होतं. अगदी सगळे शिक्के, सह्या नीट असलेलं. त्याला शहरभर कुठेही हिंडायची परवानगी आहे, असं त्यावर स्पष्ट म्हटलंच होतं. त्यानं ते बाहेर काढलं आणि शिपायासमोर फडकावलं. ''जर्मन वाचता येतं का?'' ही असली नाटकं आतापर्यंत हजार वेळा चालून गेली होती. पण हजार वेळा फसलीपण होती. प्रयत्न तर करायलाच पाहिजे. आवाज, अविर्भाव, अभिनय, व्यवस्थित पाहिजे. मुख्य म्हणजे चिकाटीनं बोलणं पुढे रेटायचं. शिपाई नाही म्हटलं तरी चमकलाच.

''तुला काय पुरावा पाहिजे का?'' त्यानं विचारलं. तरी ते लायसन उलट का सुलट धरायचं ते याला समजेना. कारण त्यावर नुसतेच उलटे सुलटे शिक्के नि सह्या दिसत होत्या. पोल्डेकनं त्याला व्यवस्थित त्या लायसनचा अर्थ जर्मनमधून समजावून सांगितला आणि पेशंटकरता त्याला कसं ताबडतोब जाणं आवश्यक आहे ते पटवून दिलं.

''मग जाऊ मी?''

शिपायानं नुसतीच मान हलवली.

त्या दिवशी एक नंबरच्या ट्राममध्ये पोल्डेक एकटाच उतारू होता. सकाळचे सहा वाजत होते. शहरात अजून पुष्कळ पकडले न गेलेले पोलिश जवान शिल्लक होते. त्यामुळे कंडक्टरने पण लक्ष न देता तिकीट दिलं.

बारबाकनला ट्राम वळली आणि शहराचा मुख्य चौक पार करून पाच मिनिटांत ग्रोडज्का स्ट्रीटवर आली. इथून त्याचं अठ्ठेचाळीस नंबरचं घर अगदी काही पावलांवर. लहानपणापासूनच्या सवयीनं ट्राम थांबायच्या आधीच पोल्डेकनं खाली उडी मारली.

नशिबानंच झालेल्या या सुटकेनंतर काही दिवस ठीक चाललं होतं. तो मित्रांच्याच घरी रहायचा. अधूनमधून अठ्ठेचाळीस नंबरला जाऊन यायचा. त्या वर्षी सुट्टीनंतर ज्यूंच्या शाळा, कॉलेजं काही आठवडेच चालली, तेव्हा त्यानं आपली पूर्वीची नोकरीसुद्धा काही दिवस केली. गेस्टापोंना आपला ठावठिकाणा लागायला थोडा वेळ लागेलच याची त्याला कल्पना होती. पण आता तो स्वस्थ मात्र बसला

नाही. दरम्यान त्यानं रेशनकार्डाकरता नाव नोंदवलं. सोनं-नाणं विकायला सुरुवात केली. आणि क्रॅकोवच्या चौकाचौकातून नव्यानंच सुरू झालेल्या काळ्या बाजाराच्या धंद्यात दलाली सुरू केली. युद्धामुळे सगळ्याच गोष्टींची टंचाई झाली होती. साध्या साध्या वस्तू बाजारातून गायब झाल्या होत्या. सगळ्या पोलंडलाच जगणं कठीण झालं होतं. पण त्यात सुद्धा पोलंडच्या ज्यूंना बसलेला फटका फारच क्रूर होता. त्यांना मिळणाऱ्या रेशनमधल्या बऱ्याचशा गोष्टींवर काटा मारल्या गेल्या होत्या. जे मिळायचं ते जर्मन लोकांपेक्षा निम्मंच असायचं. मांसमच्छी आणि तेल-तूप ह्यांची ज्यूंना फार गरज नाही असं जर्मन सरकारनं ठरवलं होतं, तर तांदूळ आणि चहा, कॉफी रेशन कार्डातून रद्दच झालं होतं.

अशा वेळेला जगभर लोक जे करतात, तेच पोलंडचे ज्यू करत होते. काळा बाजार...! भरमसाठ किमतीला सहज न मिळणाऱ्या वस्तू विकत द्यायच्या किंवा आपल्या जवळच्या दुसऱ्या वस्तूच्या बदल्यात घ्यायच्या. पोल्डेक पेफरबर्गसारखे अनेक तरुण या नव्या धंद्यात चांगलेच तरबेज झाले हाते.

पोल्डेक संधीची वाट बघत होता. थोड्याच दिवसांत झाकोपेनच्या बर्फाळ डोंगरातून स्कीईंग करत तो स्लोव्हाकिया ओलांडून हंगेरी किंवा रुमनियामध्ये जाऊ शकत होता. तो पोलिश संघातून स्कीईंग खेळला होता. त्याची या सुटकेची तयारी तशी होतच आली होती. त्याच्या आईच्या घरी स्वयंपाकघरात तो पॉईंट बावीस बोअरचं एक पिस्तूल ठेवत असे. जर कधी गेस्टापोंनी घराची नाकेबंदी केली तर... स्वत:साठी आणि आईसाठी.

पण त्या नोव्हेंबरच्या एका गारठून टाकणाऱ्या सकाळी पेफरबर्गनं ह्याच पिस्तुलानं शिंडलरला गोळी घातली असती.

शिंडलर त्या दिवशी त्याच्या नेहमीच्या थाटात स्वस्तिक चिन्ह वगैरे लावून पोल्डेकच्या आईला भेटायला आला होता. मीना पेफरबर्ग ही घर सजावटीचं काम करण्यात अख्ख्या क्रॅकोवमध्ये प्रसिद्ध. नुकतंच शिंडलरला राईश घरखात्याकडून एक सुरेख अपार्टमेंट मिळालं होतं. पूर्वी ते नसबॉम नावाच्या एका ज्यू कुटुंबाच्या मालकीचं होतं. हल्ली ज्यूंना त्यांच्या घरातून हाकलून देऊन ती घरं जर्मनांना देणं हे अगदी नित्याचं झालं होतं. नसबॉम कुटुंबाचं स्ट्रासझ्यूस्कीगो रस्त्यावरचं घर अशाच प्रकारे ऑस्करला मिळालं होतं.

ज्या दिवशी ऑस्कर मीना पेफरबर्गला शोधत तिच्या घरी आला, तेव्हा तिला पहिल्यांदा हीच भीती वाटली, की आपल्या ह्या सुंदर घराची वाट लागणार.

शिंडलरच्या अनेक मित्रांचं असं म्हणणं आहे, की शिंडलरनं लगेचच पॉडगोर्झमध्ये राहणाऱ्या नसबॉम कुटुंबीयांना शोधून काढून पन्नास हजार ज्लोटी स्वत: दिले. जागेची किंमत म्हणून! असं म्हणतात की हाच पैसा वापरून पुढं हे कुटुंब

युगोस्लाव्हियाला पळून जाऊ शकलं. आता पन्नास हजार ज्लोटी हे जागेच्या मानानं जरा जास्तच होते. पण ऑस्करच्या बाबतीत हे नेहमीचंच होतं. पैसे खर्च करणं यापेक्षा पैसा वाटणं म्हणावं, असेच त्याचे किस्से त्या क्रिसमसमध्ये ऐकू यायचे. साधं टॅक्सीत बसून कुठे गेला तर मीटरवर जितके पैसे झाले असतील, त्याच्या दुप्पट टीप त्या ड्रायव्हरला मिळायची. लोकांना बेहिशोबी पैसे द्यायची एक नशाच त्या वेळी शिंडलरला चढलेली असायची.

पण ह्या नशेव्यतिरिक्त त्याला खरोखरच ह्या राईश घर खात्याचं बरंच चुकतंय असं वाटायचं. त्यानं स्टर्नला तसं उघड बोलूनही दाखवलं होतं आणि ते सुद्धा जर्मनीच्या पडत्या काळात नव्हे; तर त्या १९३९ च्या हिवाळ्यात, जेव्हा जर्मनांविरुद्ध उघड काय पण खासगीतसुद्धा बोलायला माणसं टरकत होती.

अर्थात मीना पेफरबर्गला ह्या गोष्टी माहीत असायचं कारणच नव्हतं. तिला फक्त एवढंच कळत होतं, की एक रुबाबदार आणि दणकट जर्मन दाराबाहेर उभा आहे आणि ती व तिचा मुलगा ज्यू आहेत. तो तिच्या मुलाला अटक करायला आला असेल का? पोल्डेक तर आत्ता स्वयंपाकघरातच होता. का तिचं घर खाली करायला आला असेल? तिची पेंटिंग्ज, तिचा गालिचा लाटायला आला असेल?

पुढं त्याच वर्षाच्या डिसेंबर मध्ये हानुक्काचा सण झाल्या झाल्या जर्मन पोलीस आलेच. घर खात्याची नजर शेवटी ह्या घरावर गेलीच. मीना पेफरबर्ग आणि तिचा नवरा यांना रस्त्यावरच्या गोठवून टाकणाऱ्या थंडीत घराबाहेर काढण्यात आलं. "मी माझा कोट घेऊ का?" असं मीनानं विचारल्यावर एका शब्दात "नाही." असं कुणीतरी उत्तर दिलं. आणि अगदी घराबाहेर पडताना तिनं जेव्हा तिचं सोन्याचं घड्याळ सवयीनंच हातात घालण्यासाठी घेतलं, तेव्हा तर कोणीतरी तिच्या थोबाडीतच मारली. एकीकडे हर्मान गोअरींग आपल्या सैनिकांच्या अशा वागणुकीबद्दल वरकरणी खेद व्यक्त करत असला, तरी त्या वर्षी पोलंडमध्ये घरमालकाला घराबाहेर काढल्यावर त्याच्या सामानसुमानाचं काय केलं हे गेस्टापोंना कुणी विचारत नव्हतं.

पण हे सगळं झालं नंतरचं...

ज्या दिवशी ऑस्कर मीनाला भेटायला आला त्या दिवशी ते घर मीना आणि तिच्या नवऱ्याच्याच ताब्यात होतं. ती आणि तिचा मुलगा पोल्डेक हे कपड्यांच्या गठ्ठ्यांच्या पसाऱ्यात बोलत बसलेले असतानाच दारावर थाप पडली. पोल्डेक तसा धीराचा. घराला दोन दारं होती. दोन्ही शेजारी असली तरी एक दिवाणखान्यात जायचं तर दुसरं स्वयंपाकघरात. पोल्डेकनं स्वयंपाकघराच्या दाराच्या फटीतून पाहिलं तर ऑस्कर हॉलच्या बंद दारापुढं उभा होता. पोल्डेक परत दिवाणखान्यात आला. "मला तो गेस्टापो वाटतोय. असं करू या, तू त्याला या दारानं आत घे.

त्या वेळी मी दुसऱ्या दारानं सटकू शकेन.''

मीना पेफरबर्ग तर अक्षरशः लटपट कापत होती. तिनं जेव्हा ऑस्करसाठी दार उघडलं तेव्हा स्वयंपाकघरातलं पिस्तूल खिशात टाकून पोल्डेक दुसऱ्या दारानं बाहेर जायच्या तयारीत होता. पण का कुणास ठाऊक, त्याला वाटलं की हा जर्मन कशासाठी आलाय हे एकदा समजू तरी दे! कदाचित ठार मारावा लागेल आणि रुमानियाला पळ काढावा लागेल.

त्या क्षणी जर पोल्डेकनं आपलं पिस्तूल झाडून शिंडलरला खतम केलं असतं आणि तो रुमानियाला पळून गेला असता, तर इतिहासात त्याची कुणी दखलही घेतली नसती, कारण त्या महिन्यात अनेक ज्यूंनी तेच केलं होतं.

शिंडलर मेला असता तर थोड्या लोकांना दुःख झालं असतं. युद्धानंतर त्याचं मरण हे इतिहासकारांना योग्यच वाटलं असतं आणि अर्थातच नंतर त्याच्या हातून जे काम व्हायचं होतं ते सुरू व्हायच्या आधीच संपलं असतं. फार तर झ्विटाऊमध्येच कोणालातरी कधीतरी आठवण झाली असती.

शिंडलरच्या आवाजानं पोल्डेकला गोळी झाडता झाडता थांबवलं. हा आवाज जर्मन पोलीस अधिकाऱ्याचा नव्हता, तर अगदी सुसंस्कृत, आर्जवी होता. गेल्या काही आठवड्यात ज्यूंच्या वाट्याला फक्त धमक्या आणि दरडावण्याच येत होत्या. हा माणूस वेगळा वाटला पोल्डेकला. कदाचित जास्तच धोकेबाज असेल, पण ऐकू या तर काय म्हणतोय ते!

''आपण मीना पेफरबर्ग का? मला तुमचा पत्ता नसबॉमनी दिला. मी नुकतंच स्ट्रासझ्यूस्कीगो रस्त्यावर एक अपार्टमेंट घेतलंय, ते थोडं सजवायचंय.''

मीना पेफरबर्गनं त्याला अजूनही दरवाज्याच्या आत घेतलं नव्हतं. भीतीनं ती त-त-प-प च करत होती. शेवटी स्वयंपाकघरात लपलेल्या पोल्डेकला तिचे हे हाल पाहवेनात.

तो दिवाणखान्यात आला. त्याच्या पिस्तूल असलेल्या जाकिटाची बटणं आता लागलेली होती. त्यानं ऑस्करला बसायला सांगितलं. आईला तो हलक्या आवाजात पोलिश भाषेत समजावून सांगू लागला.

ऑस्करनं आपली ओळख सांगितली. त्याला कळत होतं की असं विचित्र वागण्यात म्हातारीचा दोष नाही. तो पण पोल्डेकशीच बोलू लागला. आईसाठी पोल्डेक त्याचं पोलिश भाषांतर करत होता.

''माझी बायको येतेय झेकोस्लोव्हाकियातून... ती यायच्या आत माझं घर सजवायचंय. नसबॉमनं तसं चांगलंच ठेवलं होतं म्हणा, पण त्यांची कपाटं, सोफे सगळे अवाढव्य आणि गडद रंगाचे आहेत. माझ्या बायकोला जरा फिक्कट रंगसंगती आवडते. जराशी फ्रेंच, जराशी स्वीडिश... कराल तुम्ही हे काम?''

मीना पेफरबर्ग आतापर्यंत जरा सावरली होती. "त्याचं असं आहे की आता क्रिसमसच्या कामांची गर्दी चालू आहे, तेव्हा वेळ मिळेल की नाही..." ती शक्यतो ऑस्करला कटवायच्या विचारात होती. या दिवसात जर्मनांशी संबंध म्हणजे...

पण त्या दिवसांत जर्मन ही एकच जात फक्त अशी होती, की जी आपलं घर वगैरे सजवायचा विचार करू शकत होती. बाकीचे आपला जीव कसा वाचवायचा ह्या फिकिरीत होते. घरबीर सगळं जिवंत राहिलो तर बघता येईल!

मीना पेफरबर्गच्या नवऱ्याची नोकरी गेलीच होती. उगाच कुठेतरी ज्यूंच्या समाजकार्य करणाऱ्या संस्थेत जाऊन बसायचा. तेव्हा तिला थोडाफार कामधंदा मिळाला तर पाहिजेच होता.

पुढच्या दोन मिनिटांत पोल्डेक आणि ऑस्कर जुने मित्र असल्यासारखे बोलत होते. पोल्डेकचं पिस्तूल आता शांतपणे त्याच्या खिशात पडलं होतं. ते वापरायची वेळ पुढं येईल तेव्हा बघू.

मीना पेफरबर्गनं शिंडलरचं काम करण्याचं मान्य केलं. "आणि हो, खर्चाची काळजी करू नका. काम चांगलं झालं पाहिजे. पोल्डेक तू केव्हातरी घरी चक्कर मार ना! मी इथे नवा आहे. साध्या साध्या गोष्टी कुठे मिळतात तेही मला माहीत नाही. तुझा हा निळा शर्ट मस्त आहे बघ. पण कुठं मिळणार? दुकानं तर सध्या सगळी मोकळीच पडलेली असतात."

लिओपोल्ड पेफरबर्गसारखी माणसं बारीकसुद्धा संधी वाया घालवत नसतात.

"शिंडलरसाहेब फार महाग आहेत हे शर्ट. युद्धामुळे काय दिवस आलेत ते तर तुम्ही बघताच आहात. साधारण पंचवीस झ्लोटी पडतील एका शर्टाला." त्यानं किंमत पाचपट वाढवून सांगितली होती. ऑस्करला त्याच्या या चालूपणाची गंमत वाटली होती.

"मी बघतो कुठूनतरी मिळतायत का ते. पण एक म्हणजे तुमचा साईझ काय पाहिलं पाहिजे आणि पैसे ॲडव्हान्स लागतात असल्या कामाला. मला नकोत, पण मी जिथून आणतो ते ऐकत नाहीत."

शिंडलरनं आपलं पाकीट काढलं आणि पेफरबर्गच्या हातात दोनशे मार्कच्या नोटा ठेवल्या. पेफरबर्गच्या वाढवून सांगितलेल्या किमतीच्या कितीतरी पट पैसे होते ते! त्यातून एक काय डझनभर माणसांसाठी कपडे आले असते. चेहरा शक्य तितका निर्विकार ठेवत त्यानं विचारलं,

"आणि तुमचं माप?"

एक आठवड्यानं पेफरबर्ग एक डझनभर सिल्कचे शर्ट घेऊन शिंडलरच्या घरी गेला. एक सुंदर तरुणी त्या वेळी ऑस्करच्या घरात होती. तिची ओळख ऑस्करनं क्रॅकोवमधल्या एका मोठ्या दुकानाची मॅनेजर म्हणून करून दिली. पुढं एका

संध्याकाळी त्याच घरात ऑस्करबरोबर एक सोनेरी केसांची आणि मोठ्या मोठ्या डोळ्यांशी पोलिश तरुणी भेटली.

शिंडलरची बायको जर अस्तित्वात असलीच, तर ती मीना पेफरबर्गच्या सजावटीच्या कामापर्यंत तरी तिथं पोचली नव्हती.

दरम्यान पोल्डेक मात्र ऑस्करच्या घरी नेमानं हजेरी लावायला लागला. ऑस्करला काळ्या बाजारातून लागणाऱ्या वस्तूंची यादीच तशी मोठी होती. सिल्क, प्रदर्शनी वस्तूंपासून ते दागदागिन्यांपर्यंत सगळंच त्याला लागायचं. आणि क्रॅकोव शहराच्या जुनाट वस्त्यांमधून हिंडून ते मिळवायची कामगिरी असायची पेफरबर्गवर.

४

इश्ताक स्टर्नला शिंडलर परत भेटला तो डिसेंबरमध्ये, जवळ जवळ महिन्यानंतर. त्याच्या फॅक्टरीची सगळी कागदपत्रं वगैरे सरकारी खात्यांकडे परवानगीसाठी पोचली होती. त्यामुळे इतक्यात तो येईल अशी कोणाला कल्पना नव्हती.

एके दिवशी सकाळी लौकरच ऑस्कर बुशीस्टर दुकानाच्या ऑफिसमध्ये शिरला. ऑवशी बोलून परत जाताना स्टर्नच्या टेबलापाशी तो थबकला आणि अगदी हळू आवाजात म्हणाला,

"उद्या सुरू होणार आहे. जोजेफा आणि इझाका रस्त्यांवरच्या लोकांना सावध कर."

ज्यूंची भरपूर वस्ती असलेल्या काझीमीर्झ या भागात जोजेफा आणि इझाका या नावांचे रस्ते होते. ज्यूंची जिथे जिथे वस्ती असायची तिथे या नावाचा एक तरी रस्ता सापडायचाच.

शिंडलर जेव्हा बोलण्यासाठी स्टर्नच्या दिशेनं वाकला होता, तेव्हा त्याच्या

तोंडाला ब्रँडीचा चांगलाच वास येत होता. ऑस्करनं स्टर्नच्या मनात बऱ्याच अपेक्षा निर्माण केल्या होत्या. ऑस्करचा हा अवतार बघून तो एकदम हताश झाला. 'ह्याला माहीत आहे का काय बडबडतोय ते? उगीच आपली कुठली तरी नावं घेतोय.' असेच विचार स्टर्नच्या मनात चालू होते.

ती तारीख होती तीन डिसेंबर. ऑस्कर जेव्हा उद्या असं म्हणाला, तेव्हा स्टर्ननं 'उद्या' म्हणजे चार डिसेंबर असा अर्थ न घेता थोर विचारवंत आणि भरपूर दारू प्यालेली माणसं ज्या अर्थानं उद्या हा शब्द वापरतात, तोच उद्याचा अर्थ घेतला. 'उद्या' म्हणजे पुढे केव्हातरी!

फक्त काही लोकांनीच त्याचा शब्दशः अर्थ घेतला. त्यातल्याही फारच थोड्यांनी त्याच दिवशी संध्याकाळी आपला मुक्काम नदीच्या पलीकडच्या तीरावर पॉडगोर्झमध्ये हलवला.

ऑस्करच्या दृष्टीनं त्यानं मोठाच धोका पत्करून गुप्त बातमी सांगितली होती आणि बातमी आली होती तरी कुठून, तर एका एस.एस.मधल्या अधिकाऱ्याकडून आणि खुद्द पोलीसप्रमुख झुर्डाच्या ऑफिसमधल्या एका सार्जंटकडून.

हर्मन टोफेल आणि डिटर रीडर हे ऑस्करचे नवीनच मित्र होते. सरकारी यंत्रणेतसुद्धा थोड्याशा माणुसकीनं वागणारी माणसं ऑस्करला पटकन ओळखू यायची. त्यातले हे दोघं.

पुढं ऑस्करला अनेक वेळा विचारलं गेलं, की ही बातमी तू का फोडलीस? पण तो कधीच समाधानकारक उत्तर देऊ शकला नाही. त्याचं उत्तर अगदी ठरलेलं होतं. जेव्हा जर्मनांनी बोहेमिआ आणि मोराव्हिया काबीज केलं, तेव्हा त्यांनी ज्यूंचे केलेले अनन्वित हाल आणि ज्यूंच्या संपत्तीची लावलेली विल्हेवाट, यांनी ऑस्कर अगदी विटला होता. जर्मन सत्तेविषयीच्या त्याच्या आशा-आकांक्षांचा बेंडबाजा वाजला होता. ते पुन्हा होऊ नये म्हणून बातमी फोडली. नसबॉमच्या पन्नास हजार ज्लोटींच्या गोष्टीपेक्षासुद्धा ऑस्करच्या या बातमी फोडण्याच्या गोष्टीला अनेक साक्षीदार आहेत.

कदाचित त्या वेळी त्याला इतर ज्यूंप्रमाणे असंही वाटत असेल, की या सुरुवातीच्या उन्मादानंतर तर जर्मन सैन्य शांत होईल. त्यांना माणुसकीची थोडीफार जाणीव होईल आणि मग ज्यूंना सुखाने जगता येईल. आणि म्हणूनच येणाऱ्या संकटाची थोडी आगाऊ सूचना दिली, तर ज्यूंना बसणाऱ्या फटक्याची तीव्रता थोडी कमी होईल, अशी ऑस्करची धारणा असावी. शेवटी त्याला आणि बऱ्याचशा ज्यूंना एक आशा होती की, "जर्मन असले म्हणून काय झालं? तेही तसे सुसंस्कृत आहेत."

पण एस.एस.च्या जवानांनी काझीमीर्झच्या वस्तीत जे मृत्यूचं थैमान घातलं ते

बघूनच ऑस्करचं डोकं बधिर झालं. ह्या मोहिमेचं वरवरचं उद्दिष्ट म्हणजे ज्यूंपाशी असलेलं जड-जवाहिर आणि मौल्यवान फर यांची जप्ती.

क्रॅकोव आणि काझीमीर्झमधल्या काही श्रीमंत ज्यूंना हुसकावून लावून त्यांच्या संपत्तीची विल्हेवाट लावण्यात येणार होती; पण त्याचबरोबर ह्या पहिल्या 'ॲक्शन'चं आणखीही एक उद्दिष्ट होतं, ते म्हणजे शहराच्या जुन्या भागातल्या ज्यूंना चांगलीच अद्दल घडवणं.

खास ह्या कामाकरता सहा 'आईनसाट्ज ग्रुप' – विशेष सेवा पथकं – पोलंडला बोलावण्यात आली होती. 'आईनसाट्ज' या शब्दाचे अनेक अर्थ आहेत. धमकी देणं, शस्त्र उगारणं, आव्हान स्वीकारणं यापैकी काहीही. हे लोक त्या दिवशी स्ट्राडोम स्ट्रीट आणि काझीमीर्झमध्ये जाणार होते. ह्या विशेष सैनिकांना पूर्ण कल्पना होती, ज्यूंच्या बाबतीत आपल्याला नैतिकतेची किंवा कायदेशीर कोणतीही बंधनं नाहीत. त्यांच्या नेत्यानं, हायड्रीचनंच दीड महिन्यापूर्वी सांगितलं होतं, की पोलंडमध्ये जर्मनांच्या राष्ट्रीय अस्तित्वाकरता जी लढाई करावी लागेल, तिला कोणताही कायदा लागू होणार नाही. तेव्हाच या सैनिकांच्या लक्षात आलं होतं की राष्ट्रीय अस्तित्व म्हणजे आर्यन विरुद्ध ज्यू असा लढा; आणि आपलं 'विशेष सैनिकी पथक' म्हणजे दिसला ज्यू की उचल बंदूक नि घाल गोळी! कोणी काही विचारणार नाही.

त्या दिवशीच्या काझीमीर्झच्या ॲक्शनमध्ये भाग घेणारं 'इनसाट्झ' पथक तर अगदी खास होतं. त्यांनी हातातल्या कामाचे सरळ दोन भाग पाडले होते. ते दागिने-बिगीने आणि फर शोधायचं फालतू काम त्यांनी गावातल्या पोलीस दलाकडे सोपवलं होतं आणि आम्ही जरा ज्यूंच्या धर्माकडेच बघतो, असं म्हणत त्यांनी आपली वक्रदृष्टी ज्यूंच्या प्राचीन सिनागॉगवर वळवली होती.

ह्या दोन्ही तुकड्या कामगिरीसाठी अगदी अधीर झाल्या होत्या. सैन्यानं हायड्रीचकडे या कामगिरीसाठी काही मुदत मागितली होती, ती आता संपली होती. आता हे शूर शिपाई आपल्या बंदुकीसकट त्या नि:शस्त्र, दुर्बळ ज्यूंवर तुटून पडणार होते. कोणता धर्म मोठा हे आता बंदुकीच्या आणि पिस्तुलांच्या गोळ्या ठरवणार होत्या.

ऑस्करचं घर ज्या रस्त्यावर होतं, त्याच रस्त्याच्या टोकाला वेवेल कॅसलमधून हान्स फ्रँक हे सगळे हुकूम थंड डोक्याने सोडत होता.

आता ऑस्करचा पोलंडमधला भविष्यकाळ जर अधिक चांगला जाणून घ्यायचा असेल, तर हा हान्स फ्रँक आणि 'ॲक्शन'मध्ये भाग घेणारी दोन्ही पोलीस दलं, तसंच फ्रँक आणि क्रॅकोवमधले ज्यू यांचे संबंध समजावून घेणं फायदेशीर ठरेल.

पहिली गोष्ट म्हणजे, 'विशेष पोलीस पथका'वर फ्रँकचं काहीही नियंत्रण

नव्हतं. ते स्वत:चे राजे होते. याचा फ्रँकला राग होता. पण सगळ्यांत महत्त्वाचं म्हणजे असल्या बारीकसारीक अॅक्शन घेऊन ज्यूंचा प्रश्न सुटेल हे त्याला पटणंच शक्य नव्हतं. एक तर क्रॅकोवमध्ये खूप ज्यू झाले होते. तिथे रेल्वे स्टेशन होतं. त्यामुळे बाकीच्या गावांमधून हाकललेले किंवा लोड्झ किंवा पोझनानमधून कैद करून आणलेले सगळे ज्यू क्रॅकोवमधेच! आणि ज्यूंबद्दल फ्रँकच्या डोक्यात तिडीक होती. त्यांच म्हणणं होतं, की असल्या किरकोळ अॅक्शननं प्रश्न सुटणार नाही. लबलीनसारख्या ठिकाणी ज्यूंचा एखादा मोठा कॉन्सन्ट्रेशन कॅम्प करावा, नाहीतर द्यावं हाकलून सगळ्यांना मादागास्करला.'

जर्मनीचं आक्रमण व्हायच्या आधी पोलंडचे लोक हाच प्रयत्न करत होते. युद्धाआधीच दोन वर्षं १९३७ मध्ये पोलिश सरकारनं एक शिष्टमंडळसुद्धा पाठवलं होतं. मादागास्करला पाहणी करायला. सगळ्या युरोपमधले ज्यू कोंबा तिथं. त्या वेळी मादागास्कर फ्रेंचांच्या ताब्यात होतं. ते पण खूश झाले होते, मादागास्कर पोलंडला देऊन टाकायला. कारण ज्यूंच्या गरजा मोठ्या आणि एकट्या फ्रेंचांनाच आपला माल विकता येईल तिथे अशी अट घातली की झालं!

दक्षिण आफ्रिकेचा संरक्षणमंत्री ओसवाल्ड पिरोव ह्या योजनेत मध्यस्थ म्हणून काम करत होता. या सगळ्याला हिटलरचा आशीर्वाद होताच. ही योजना हान्स फ्रँकला जास्त पटत होती. ह्या असल्या क्रॅकोवमध्ये शंभर नि दोनशे ज्यूंना गोळ्या घालून काय होणार? आतापर्यंत या विशेष पोलीस पथकांनी वॉर्सा आणि सिलेशीया-मध्ये ज्यू वस्त्यांमधून धुमाकूळ घातला होता. त्यांच्या देवळात कित्येक ज्यूंना फासावर लटकवलं होतं. जबरदस्तीनं पाणी पाजून पाजून त्यांची पोटं फाडली होती. सणासुदीच्या दिवशी त्यांची घरं उद्ध्वस्त केली होती. त्यांच्या शेंड्या कापल्या होत्या. त्यांच्या पवित्र शाली जाळल्या होत्या आणि भिंतीशी उभं करून त्यांना गोळ्या घातल्या होत्या... पण हे सगळं वरवरचं. हान्स फ्रँकनं कुठंतरी वाचलं होतं की एखाद्या प्राण्याच्या किंवा जमातीच्या जिवावर बेतलं, की त्यांचं पुनरुत्पादन आपोआप वाढतं. आणि फ्रँकचा बहुतेक वेळा वाचलेल्या सर्व गोष्टींवर विश्वास असायचा. फक्त एक गोष्ट कोणालाच माहिती नव्हती; ना त्या ट्रकमधल्या विशेष पोलीस पथकाला, ना फ्रँकला, ना ज्यूंना, ना बातमी देऊन घरी परतणाऱ्या शिंडलरला. कोणालाच माहीत नव्हतं, की मादागास्करच्या बदली दुसरं उत्तर कोणाला तरी जर्मनीत सापडलंय... 'झायक्लॉन-बी' नावाचा गॅस, हे ते नवीन उत्तर.

काही महिन्यांपूर्वी हिटलरची आवडती सिनेनटी आणि दिग्दर्शिका लेनी रायफेनस्टाल आपलं कॅमेरापथक घेऊन हिंडत असताना तिला हे ज्यूंचं चाललेलं शिरकाण बघायला मिळालं. तिनं थेट फ्यूररकडेच जाब विचारला. ह्या गोळीबाराच्या आणि इतर छळ प्रकारांच्या बातम्या बाहेरच्या जगात पसरत होत्या आणि विशेष पोलीस

पथकाची चांगलीच निंदानालस्ती होत होती. मादागास्कर आता शक्य नव्हतं. तेव्हा असं काहीतरी उत्तर पाहिजे होतं, की ज्यू तर संपतीलच पण बाहेरच्या जगाला थांगपत्ता लागणार नाही. आणि ह्यातून जन्म झाला होता 'झायक्लॉन-बी' चा!

दुसऱ्या दिवशी ऑस्करनं बातमी दिल्याप्रमाणेच सगळं झालं. गावातल्या पोलिसांनी घराघरातून झडती सत्र सुरू केलं. भांडीकुंडी बाहेर फेकली. काचसामानाची विधूळवाट लावली आणि मौल्यवान वस्तू हडप केल्या. गळ्यातले, कानातले, बोटातले, कोणतेही दागिने त्या दिवशी सुटले नाहीत. एका मुलीनं आपला फरकोट द्यायला नकार दिला, तिचा हात मोडला. सिम्ना स्ट्रीटवरच्या एका लहान मुलानं आपली खेळणी नाही देणार म्हणून सांगितलं, त्याला गोळी घातली गेली.

जे लुबाडले गेले, त्यांच्यापैकी काहीजण उद्या पोलिसांत तक्रार करणार होते. त्यांना माहीत होतं, की वरचे सगळेच अधिकारी वाईट नसतात. एखादा तरी आपली तक्रार लिहून घेईल आणि या हाताखालच्या दांडगटांना जाब विचारेल. त्या बिचाऱ्यांना कळत नव्हतं की ही ॲक्शन म्हणजे अगदी कायदेशीर कारवाईच होती. तिच्या विरुद्ध ना कोणी तक्रार घेणार होतं, ना जाब विचारणार होतं.

गावातले पोलीस इकडे असा धुडगूस घालत असताना 'विशेष पोलीस पथक' स्टारा बोझनिका ह्या जुन्या, चौदाव्या शतकात बांधलेल्या सिनागॉगकडे वळले होते. तिथं त्यांना अपेक्षेप्रमाणे पूजा-प्रार्थना करणारे ज्यू सापडलेच. हे लोक बहुतेक कर्मठ ज्यू होते. नंतर त्यांनी आजूबाजूच्या रस्त्यावर धरपकड सुरू केली. मिळेल तो ज्यू उचलून सिनागॉगमध्ये आणला गेला. पकडलेल्यांमध्ये मॅक्स रेडलीश्ट नावाचा एक गुंड होता. एरवी जन्मात देवाचं दर्शन घ्यायला तो सिनागॉगमध्ये आला नसता. आज विशेष पोलीस पथकाच्या कृपेमुळे तो नीट इतर कर्मठ ज्यूंच्या लायनीत उभा होता. पोलीस पथकाच्या प्रमुखानं 'आर्क'चा डबा उघडला आणि जुनाट दिसणारी 'टोरा' पोथीची पानं बाहेर काढली. ज्यूंच्या देवळातली सर्वांत पवित्र गोष्ट!

आता लायनीतल्या सगळ्या ज्यूंनी एकेकानं यायचं होतं आणि पोथीवर थुंकायचं होतं आणि फसवाफसवी नको, थुंकी नीट दिसली पाहिजे! तर जीवदान!

ओळीत बरेचसे सुशिक्षित ज्यू होते. मनाशी म्हणत होते, 'नाहीतरी ह्या पोथ्या-बिथ्या सगळं जुनं झालंय. आणि पोथीवर थुंकलं म्हणून आमची श्रद्धा थोडीच कमी होणार आहे? हा तर निव्वळ कागदाचा तुकडा!' ह्या पोलीस पथकाला तज्ज्ञांनी सांगितलंच होतं, की ज्यू त्यांच्या धर्माभिमानाचा नुसता आव आणतात. प्रत्यक्ष त्याचं रक्षण करण्याची वेळ त्यांच्यावर आणा आणि मग बघा गंमत! आता ह्या सोवळ्या-ओवळ्यातल्या शेंडीवाल्या ज्यूंना स्वत:च्याच पवित्र पोथीवर थुंकताना बघून त्या विशेष पोलिसांना खूपच गंमत वाटली होती.

फक्त मॅक्स रेडलीश्ट सोडून सर्वजण पोथीवर थुंकले. त्याचेही विचार पोथीबाबत

असेच होते की आजच्या जगात ही जुनाट पुराणं काय कामाची? पण त्याचं रक्त कुठेतरी सांगत होतं की पूर्वजांपासून ही गोष्ट पवित्र मानली गेली आहे आणि आपण तिचा अपमान करता कामा नये.

रेडलीश्टनं थुंकायला नकार दिला. तो इतकंच म्हणाला, ''आयुष्यात मी खूप पापं केलीयेत... हे नाही करणार!''

त्यांनी त्याला गोळी घातली. मग बाकीच्यांना घातल्या. सिनागॉगची मोडतोड करून त्याला आग लावली.

थोड्याच वेळात त्या प्राचीन, देखण्या वास्तूच्या जागी उरला दगड, माती आणि विटांचा ढिगारा. मधूनच अजूनही जळणाऱ्या आगीचा धूर वाऱ्याबरोबर क्रॅकोवभर पसरत होता.

५

ऑस्करच्या ऑफिसमधली त्याची पोलिश सेक्रेटरी, व्हिक्टोरिया क्लोनोवस्का म्हणजे त्या ऑफिसमधली सर्वांत शोभिवंत गोष्ट होती. अतिशय सुंदर अशा व्हिक्टोरियाची ऑफिसमध्ये भरती झाल्याबरोबर ऑस्करचं आणि तिचं प्रेमप्रकरण सुरू झालं. त्याची जर्मन प्रेयसी इनग्रीड, तिला हे कळलं असणारच आणि त्याच्या बायकोला, एमिलीला दोन्ही प्रकरणांची कल्पना होती. ह्या बाबतीत ऑस्करचा कुठलाही दडवादडवीचा प्रयत्न नव्हता. त्यानं कधीही 'माझं इतक्या बायकांबरोबर लफडं आहे' म्हणून बढाई मारली नाही, पण ज्या गोष्टी तो करत होता, त्याबद्दल त्यानं विनाकरण खोटं बोलणं नेहमीच टाळलं. तो कधी अंधारात कुणाला भेटायला गेला नाही, की कोणी नाही असं बघून कुठल्या पोरीच्या घराची कडी त्यानं वाजवली नाही. सगळा मामला खुल्लमखुल्ला! ह्या बायकांचे पर्याय त्यामुळे फारच मर्यादित व्हायचे. 'माझं हे असं आहे. राहायचं तर रहा...' प्रेमाच्या त्रिकोणात आणि चौकोनात होणाऱ्या रडारडी आणि इतर नाटकांना ऑस्करपाशी थारा नव्हता. अर्थात ऑस्करच्या किंवा पोरींच्या अशा वरकरणी स्वैर वागणुकीचं

कारण हे त्या काळच्या परिस्थितीत होतं. संपूर्ण युरोपभरच 'आजचा दिवस आला तो उपभोगून घ्या. उद्या सकाळी जिवंत उठलो तर पुढचं पाहता येईल.' अशी सर्वसामान्य माणसांची भावना झाली होती. त्यात लग्न किंवा एकमेकांशी प्रामाणिक रहाणं वगैरे लांब पल्ल्याच्या गोष्टींचा विचारही कोणाच्या मनात डोकावत नव्हता.

व्हिक्टोरिया क्लोनोवस्का गोरीपान आणि सुंदर तर होतीच, पण फार थोड्या लोकांत आढळणारं अतिशय प्रसन्न व्यक्तिमत्त्व तिच्यापाशी होतं. त्या सुंदर चेहऱ्याच्या वरच्या बाजूला अत्यंत चलाख आणि क्षणार्धात निर्णय घेणारा मेंदूही देवानं बसवला होता. अतिशय कडवं राष्ट्रप्रेम तिच्या ठायी होतं. आपल्या परीनं जमेल तितका हातभार ती पोलिश राष्ट्रकार्याला लावत होती. पुढं खूप हुशारीनं तिनं जर्मन सेनाधिकाऱ्यांशी वाटाघाटी करून आपल्या सुडेटन प्रियकराला – ऑस्करला – पोलिसांच्या तावडीतून सोडवण्याची अशक्यप्राय कामगिरी केली. पण सध्या ऑस्करच्या फॅक्टरीतली नोकरी तिला अगदी सुरक्षित वाटत होती.

एक दिवस ऑस्करनं तिला विचारलं, "व्हिक्टोरिया, तुला क्रॅकोवमधला असा एखादा दारूचा बार किंवा क्लब माहीत आहे का, जिथे आपल्या दोस्त लोकांना आपल्याला नेता येईल?... आपले कंत्राटदार किंवा सैन्यातले ऑफिसर नव्हेत... फक्त दोस्त लोक... आहे अशी एखादी जागा?"

व्हिक्टोरियाला अशी एक जागा माहीत होती. शहराच्या अगदी मध्यभागी, रिनेकच्या वरच्या बाजूला, एक तळघरातला जाझ बार होता. हा खास कॉलेजच्या विद्यार्थ्यांचा अड्डा. अगदी लागलंच तर पडदा टाकून खाजगी पार्ट्या करायची पण सोय होती तिथे. ऑस्करला हा क्लब भलताच आवडला. त्याचा शोध लावून दिल्याबद्दल तो मग व्हिक्टोरियाला 'काय कोलंबस?' अशी हाक मारू लागला.

पूर्व युरोपमधल्या अतिशय संपन्न अशा स्ट्रास आणि वागनरच्या शास्त्रीय संगीताला त्या क्लबमध्ये अजिबात थारा नव्हता. इथे चालायचा तो आफ्रिकन संगीताचा ठेका. शिंडलरच्या अतिप्रतिष्ठित व्यावसायिक वर्तुळातला कोणताच माणूस इथे फिरकणं शक्य नव्हतं. १९३९ च्या नाताळचा सुमार असावा. ऑस्करची काही खास मित्रमंडळी ह्या जाझ क्लबमध्ये जमली होती. दारू म्हटल्यावर समोरचा माणूस अगदी भिकार असला तरी ऑस्कर त्याच्याशी तासन्तास गप्पा मारत पिऊ शकत होता. आज तर सगळे त्याचे चांगले दोस्त होते. त्यांच्यापैकी बहुतेक तरुण आणि त्यांच्या नोकऱ्यांमधे तसे खालच्याच पदांवर होते, पण ऑस्करला उपयोगी होते. दुसरं म्हणजे त्या सगळ्या तरुण मंडळींची दुःखं समान होती. एक तर ते घरापासून खूप लांब येऊन नोकरी करत होते आणि सरकारी यंत्रणेतर्फे जे काही चाललं होतं, त्याला त्यांचा मनापासून विरोध होता. फक्त नाइलाज म्हणून त्यांना आपला साहेब सांगेल ते करायला लागत होतं. एक बांधकाम सर्वेक्षण खात्यातला

इंजिनियर होता. यानंच ऑस्करच्या कारखान्याचे नकाशे तयार करून दिले होते आणि ते करताना आजूबाजूची बरीचशी मोकळी जागाही त्यानं ऑस्करच्या मालकीत घुसडली होती.

मगाशी ओळख झालेले दोन पोलीस खात्यातले अधिकारी हर्मन टोफेल आणि रीडर, आर्ममेंट खात्यातला अधिकारी स्टाईन हाऊसर ही सगळी मंडळी तिथे होती. त्यांच्याबरोबर गप्पाटप्पा करत दारू पिणं ऑस्करला अतिशय मनापासून आवडायचं. दुसरंही त्याला ठाऊक होतं, की नोकरशाहीकडून कामं करून घ्यायची असली तर दारूसारखी दुसरी गोष्ट नाही.

त्याच्या फॅक्टरीची बरीचशी कागदपत्रं याच मंडळींनी परस्पर मार्गी लावली होती आणि टेबलाच्या सर्वांत टोकाला बसलेले दोन तरुण हे लष्करी अधिकारी होते. एबर हार्ड गेबॉयर आणि मार्टिन प्लॅथ हे दोघंही लेफ्टनंटच्या हुद्द्यावर होते. या गेबॉर मुळेच ऑस्कर क्रॅकोवमध्ये आला होता.

ऑस्कर अजूनही त्या कॅनारिसच्या गुप्तहेर खात्यात कागदोपत्री होताच आणि इथे टोफेल, रीडर आणि गेबॉर, प्लॅथ ह्या विरुद्ध पक्षाच्या माणसांना एकत्र आणल्यानं कॅनारिसला द्यायच्या बातम्याही मस्त तयार व्हायच्या आणि दारूची गंमत वेगळीच.

त्या दिवशी या पार्टीत शब्दश: काय चर्चा झाली हे सांगणं कठीण आहे, पण ऑस्करनं नंतर जी माहिती दिली, त्यावरून कोण काय बोललं असेल याचा अंदाज बांधता येतो.

गेबॉयरकडे अर्थात पिणं सुरू करण्याआधी ऑस्करला शुभेच्छा द्यायचं काम असायचं. तो म्हणाला असणार....

"आपल्याला असेच ऑस्करसारखे अनेक दोस्त मिळोत आणि अशाच त्यांच्या खूप फॅक्टऱ्या उघडोत. कारण त्याशिवाय आपल्याला अशा पार्ट्या कोण देणार?"

सुरुवात नेहमी अशा विनोदी पद्धतीने होई. पण नंतर मात्र गप्पांचा विषय नेहमी एकाच गोष्टीकडे वळे.

"सरकार ज्यूंचं शेवटी काय करणार?"

टोफेल आणि रीडरकडे रेल्वेस्टेशनची पोलीस व्यवस्था बघायचं काम होतं. जर्मनांनी नुकत्याच काबीज केलेल्या पूर्व भागांमधून स्टेशनवर येणारे पोलिश आणि ज्यू लोकांचे लोंढे ते रोज पाहत होते. त्या गारठून टाकणाऱ्या थंडीच्या दिवसांत गुरं पाठवायच्या रेल्वेच्या डब्यातून हल्ली माणसं कोंबून पाठवण्यात येत होती. टोफेलला हे सगळं कशासाठी चाललंय असा प्रश्न पडायचा.

त्याच्या दृष्टीनं हा सगळा मामला एस.एस. दल आणि लष्कर यांच्यातल्या चढाओढीमुळं होता. "आता युद्ध सुरू होणार आहे म्हणतात आणि ह्या एस.एस.

दलानं पंधरा नोव्हेंबर पासून सगळी रेल्वे यंत्रणा आपल्या ताब्यात मागितली आहे. रोज माझ्या टेबलावर एस.एस. दलाच्या पत्रांचा खच पडतोय. सारखे विचारतात की लष्कर आमच्या ताब्यात रेल्वे कधी देणार? जर उद्या आमचं लष्कर इकडून तिकडे हलवायची वेळ आली, तर आम्ही काय सायकलवरून जा म्हणून सांगायचं का? पाहिजे कशाला यांना रेल्वे?'' टोफेल पिता पिता तावातावानं बडबडत होता. दोन लष्करी अधिकारी, गेबॉर आणि प्लॅथ उत्सुकतेनं ऐकत होते. उरलेले दोघं सर्व्हेअर ह्या ज्यूंना रोज घेऊन येणाऱ्या आगगाड्यांबद्दल बरीच चौकशी करत होते. पुढे थोड्याच दिवसांत त्याचं कोणालाच काही वाटेनासं झालं. पण या पार्टीच्या दिवशी असल्या गोष्टी नवीनच होत्या.

''ह्याला ते 'कॉन्सन्ट्रेशन' म्हणतात. सगळ्या ज्यूंना म्हणे एका ठिकाणी जमवतायत! कसलं काय... मला तर गाढवपण वाटतोय सगळा!'' टोफेल उत्साहानं माहिती पुरवत होता.

एवढ्यात क्लबचा मालक स्वत: हेरिंग मासे आणि सॉस घेऊन आला. सगळेजण त्याच्यावर तुटून पडले.

खाता खाता गेबॉयर ज्युडेनरॅट संबंधी बोलू लागला. फ्रँकच्या हुकमावरून ज्यूंच्या काही कामगार संघटना तयार झाल्या होत्या. त्याला म्हणायचं 'ज्युडेनरॅट'. जर्मनांनी आखून दिलेली कामं सगळ्या ज्यूंकडून नीट पार पाडून घ्यायची जबाबदारी या ज्युडेनरॅटची. क्रॅकोवमधलं ज्युडेनरॅट गेल्याच महिन्यात सुरू झालं होतं. मारेक बायबर स्टाईन, पूर्वी म्युनिसीपाल्टीत कामाला होता तो, त्याला ह्या ज्युडेनरॅटचा प्रमुख करून टाकला होता.

''ह्या ज्युडेनरॅटनं पहिल्यांदा काय केलं तर चर खोदणं, संडास तयार करणं आणि बर्फ झाडून काढणं ही कामं कोण कोण करणार ते लेखीच सादर केलं फ्रँकला! फारच समंजस बुवा ह्या ज्यूंचं वागणं!'' गेबॉयर म्हणाला.

''कसला समंजसपणा? अहो त्यांना काही पर्याय उरला आहे का दुसरा? निदान असं केल्यानं रोज होणारी मारहाण आणि हकनाक बळी पडणारी माणसं तरी वाचतील, म्हणून फ्रँकला खूश करायचा प्रयत्न करताहेत बिचारे!'' स्टिनहॉसर आणि प्लॅथ यांचं या बाबतीत एकमत होतं.

''ही पद्धतच आहे ज्यूंची... आधी खूश करायचं आणि नंतर लगेच वाटाघाटींना सुरुवात!''

आता गेबॉयरला पण जोर चढला. ज्यूंबद्दल त्याची मतं फारच अभ्यासपूर्ण आहे असं त्याला स्वत:ला वाटायचं.

''मी सांगतो... इकडे त्या फ्रँकनं नियम काढला की सगळ्या ज्यूंनी दंडावर पिवळी चांदणी लावायची. फार दिवस नाही झाले त्याला. तुम्हाला माहिती आहे,

तिकडे वॉर्सामध्ये एक ज्यूनं प्लॅस्टिकच्या चांदण्यांचा कारखाना उघडलाय! तीन ज्लोटीला एक चांदणी. परत धुता येते साबणानं आणि रंग एकदम पक्का. बेअक्कल साले... त्यांना त्या चांदणीचा अर्थ कळत नाही. मिरवतायत आपले लावून!''

सगळ्यांनी असंही सुचवलं, की शिंडलरच्या नव्या फॅक्टरीतून इनॅमलच्या चांदण्या का विकायला काढू नयेत? चांगल्या खपतील. खरं तर रोमन लोकांनी ज्यूंचं जे साम्राज्य उद्ध्वस्त केलं, नष्ट केलं, त्याची खूण होती ती चांदणी. पण बरेच वेळा लोकांना अशा उद्ध्वस्त झालेल्या गोष्टींचाच अभिमान वाटतो. त्यातलाच हा प्रकार!

''सत्य काय, तर ज्यूंना कोणीही वाचवू शकत नाहीत... ह्या ज्युडेनरॅट वगैरे फार तर धक्का कमी करू शकतील, पण तेही शक्य दिसत नाहीये. कारण त्यांना खतम करायला एस.एस. दल अगदी सज्ज झालंय.'' गेबॉर म्हणाला.

''जाऊ दे तो विषय.'' प्लॅथ म्हणाला.

''फार काय सगळ्या ज्यूंना एकत्र करून मादागास्करला पाठवतील. बरंच झालं त्यांना... इथल्यासारखी थंडी तरी नाही तिथं!''

''ते मादागास्करला कधीही पोचणार नाहीत.'' गेबॉर आता पेटला होता.

''शूऽ! गप्प बसा बघू. ही पार्टी माझी आहे ना? मग विषय बदलू या आपण.'' शेवटी ऑस्करला मधे पडावं लागलं. शिंडलरनं स्वत: गेबॉरला ज्यूंना मदत करताना पाहिलं होतं. कदाचित तो लाच घेत असेल; पण तिथं जमलेल्या कोणालाच ज्यूंबद्दल शत्रुत्व किंवा तिरस्कार वाटत नव्हता.

१९३९ च्या नाताळमध्ये हा दोस्तांचा कंपू म्हणजे ऑस्करच्या दृष्टीनं एक विसावा होता. मोकळेपणानं मनातल्या गोष्टी बोलायची जागा होती, दुसरं काही नाही! त्यांचा खरा उपयोग पुढेच होणार होता.

६

चार डिसेंबरची ती काळरात्र इश्ताक स्टर्नच्या मनात ऑस्कर शिंडलरबद्दल भक्कम विश्वास निर्माण करून गेली. हा मनुष्य खरोखरच वेगळा आहे! त्याच्या धर्माच्या तालमुडीक पुराणात एक गोष्ट होती, 'हेसीडी उमोट हा-ओलाम'. एकाच वेळी मानवजातीला तारणारे छत्तीस मानवश्रेष्ठ पृथ्वीवर जिवंत असतात हे सांगणारी गोष्ट!

स्टर्न सध्या पृथ्वीवर तसे किती जिवंत आहेत ते मोजायला गेला नाही. पण त्यानं ठरवून टाकलं की ऑस्कर शिंडलरला या छत्तीसांपैकी एक करून टाकायचं! ऑस्कर ही त्याची शेवटची आशा होती.

ऑस्करला त्याच्या कारखान्यासाठी भांडवलाची आवश्यकता होती. त्यानं करारावर घेतलेल्या रेकॉर्ड फॅक्टरीत काही मोजकी यंत्रं सोडली, तर बाकीच्या साऱ्याचं दिवाळं वाजलं होतं.

एकीकडे स्टर्न ऑस्करवर मानसिक संस्कार करत होता, तर दुसरीकडे अब्राहम बॅंकिअर नावाचा दुसरा ज्यू, जो पूर्वी रेकॉर्ड फॅक्टरीचा मॅनेजर होता, तो

ऑस्करला भांडवल गोळा करण्यासाठी मदत करत होता.

उंच, धिप्पाड ऑस्कर आणि बुटका, जाड बँकिअर भांडवल गोळा करण्यासाठी हिंडू लागले.

तेवीस नोव्हेंबर पासून अमलात आलेल्या एका नियमानुसार सर्व ज्यूंची बँकांतली खाती सरकारनं गोठवून टाकली होती. आता कोणत्याच ज्यूंना त्यांचे पैसे ना काढता येणार होते, ना त्या पैशांचं व्याज मिळणार होतं. काही श्रीमंत ज्यूंनी ही येणारी आपत्ती ओळखून घरातच भरपूर माया जमवून ठेवली होती. त्यांची खात्री पटली होती की यापुढे त्या नोटांना कागदाचंही मोल रहाणार नाही, म्हणूनच बहुतेकांनी आपल्या संपत्तीचं रूपांतर जवाहिर, सोनं, इ. मध्ये करून टाकलं होतं.

बँकिअरच्या माहितीचे क्रॅकोवमध्ये कितीतरी ज्यू होते, की ज्यांना व्याजावर भांडवल द्यायचं होतं. पण व्याज त्यांना पैशांच्या रूपात नको होतं, तर वस्तूंच्या रूपात हवं होतं. यापुढे त्यांनाच किंमत होती. साधारण पन्नास हजार ज्लोटी दिले तर दर महिन्याला इतकी भांडीकुंडी खात्रीशीर मिळतील, अशा प्रकारची हमी त्यांना पाहिजे होती. बँकिअर त्यांना सांगायचा, की जुलै १९४० मधे हा माल व्याजाच्या रूपात मिळायला सुरुवात होईल आणि पुढे वर्षभर मिळेल. वेवेल कॅसलमधला हान्स फ्रँक असेस्तोवर असली भांडीकुंडी नोटांपेक्षा जास्त कामाची होती.

हे सगळे करार व्हायचेही विचित्र पद्धतीनं. कायदेशीर कागदपत्रं वगैरे शक्यच नव्हतं, सगळा व्यवहार विश्वासाचा. बँकिअर सांगतोय ना? मग बहुधा हा कारखानदार ठीक असेल. एवढीच शाश्वती!

ही बोलणी क्रॅकोव शहरातल्या मध्यवस्तीतल्या एखाद्या ज्यूच्या घरी अंधूक प्रकाशात व्हायची किंवा लष्करानं आधीच हाकलून काढलेल्या आणि घरदार वगैरे सर्व गमावलेल्या एखाद्या गृहस्थाच्या पॉडगोर्झमधल्या झोपडीत व्हायची.

ऑस्करनं खरोखरच या सर्व लोकांचे पैसे, मुद्दल किंवा व्याज चुकतं केलं का? नव्या वर्षाच्या सुरुवातीलाच ऑस्करची एका ज्यू दुकानदाराशी देण्याघेण्यावरून मारामारी झाली. हा गृहस्थ ऑस्करच्या लिपोवा रोडवरच्या दुकानात आपलं व्याज घ्यायला आला होता, भांड्यांच्या रूपात. आणि नंतर खूप वर्षं तो 'ऑस्करनं आपल्याला ठरवल्यापेक्षा कमी भांडी दिली.' असं नेहमी म्हणायचा. पण अशा तक्रारी नगण्य आणि 'फसवलं' किंवा 'भांडी दिलीच नाहीत' असं सांगणारा एकही भांडवलदार सापडत नाही.

ऑस्कर सढळ हातानं देणारा म्हणूनच प्रसिद्ध होता. त्यातून त्याच्यासारख्या कारखानदारांनी या काळात इतका पैसा जमवला, की असला कंजूषपणा करायचं काही कारणच नव्हतं.

नव्या वर्षाच्या सुरुवातीलाच एमिली शिंडलर आपल्या नवऱ्याच्या घरी,

क्रॅकोवला पहिल्यांदा आली. तिला हे नवं शहर आपल्या बर्नोवापेक्षा खूपच आवडलं. ऑस्करचं घरही आतापर्यंत मीना पेफरबर्गनं छान सजवलं होतं. आजूबाजूच्या सगळ्या जुनाट, दगडी वास्तूंमध्ये हे छोटंसं अपार्टमेंट अगदी आधुनिक वाटायचं. शिंडलर आपल्या धंद्यात चांगलाच यशस्वी झालाय, हे त्या घरातल्या प्रत्येक वस्तूकडे पाहून जाणवायचं.

"पोलंडमध्ये तुझं चांगलं चाललेलं दिसतंय." असं ती जेव्हा म्हणाली तेव्हा त्यात कुठेतरी अपराधीपणाची भावना होती. जर्मनीत हुंड्याची पद्धत अगदी योग्य मानली जायची आणि आपल्या बापानं लग्नात काहीच दिलं नाही, उलट अपमान मात्र केला, याचं तिला लग्नानंतर बारा वर्षांनीसुद्धा वैषम्य वाटत होतं.

"जाऊ दे ग! आपल्याला कुठं गरज होती त्या हुंड्याची?" एमिली कायम अशी ऑस्करबरोबर कधीही राहिली नाही. ऑस्करच्या सगळ्या भानगडी तिला माहीत नव्हत्या असं नाही, पण त्याचं जाहीर प्रदर्शन तिला स्वत:च्या डोळ्यांदेखत नको होतं आणि म्हणून ती शक्यतो लांबच राहायची. आत्तासुद्धा ऑस्करबरोबर कुठे जाणं तिला अवघड वाटायचं. तिला कळत होतं की या आजूबाजूच्या लोकांना ऑस्करच्या इतर भानगडींची माहिती आहे आणि ते त्या दुसऱ्या बायकांना ओळखतसुद्धा असणार.

एके दिवशी एक तरुण, पोल्डेक पेफरबर्ग त्याचं नाव, खांद्यावर एक रग घेऊन त्यांच्या दाराशी आला. तो रग इस्तंबूलहून हंगेरीमार्गे क्रॅकोवला काळ्या बाजारात आला होता. इनग्रीडने पोल्डेकला तसला एक आणायला सांगितला होता. आता रग आला होता पण एमिली आल्यामुळे इनग्रीड दुसरीकडे राहायला गेली होती.

"सौ. शिंडलर आहेत का घरात?" पोल्डेकनं एमिलीला विचारलं.

"मीच शिंडलरची बायको." उत्तर देतानाच एमिलीच्या सगळं लक्षात आलं होतं.

पोल्डेक चाचरलाच. पण त्यानं लगेच स्वत:ला सावरून घेतलं आणि म्हणाला, "नाही, माझं काही काम नव्हतं, पण तुमच्या मिस्टरांकडून इतकं ऐकलं होतं तुमच्याबद्दल! केव्हा येतील शिंडलर साहेब? माझं जरा त्यांच्याकडे थोडंसं काम होतं."

श्वासही न घेता पोल्डेकनं दिलेल्या उत्तरानं एमिलीची चांगलीच करमणूक झाली. "आत्ता घरात नाहीये तो. पण तुम्ही बसा, मी चहा आणते."

"नको नको. मला दुसरी कामं आहेत." पोल्डेक तिथून सटकला. ऑस्करच्या खाजगी आयुष्याची एक चुणूक त्याला नुकतीच बघायला मिळाली होती. बिचाऱ्या एमिलीबरोबर बसून चहा पिणं त्याला योग्य वाटेना. एमिलीनं नुसतीच खिन्नपणे

मान हलवली.

ऑस्करनं घेतलेला कारखाना हा झाब्लोसी ह्या क्रॅकोवच्या उपनगरात लिपोवा स्ट्रीटवर चार नंबरच्या इमारतीत होत. बांधणी तशी आधुनिक होती. कामाची जागा आत होती आणि रस्त्याच्या बाजूला सगळी कारकुनांची ऑफिसं होती. ऑस्करनं थोड्याच दिवसांत ह्याच इमारतीत तिसऱ्या मजल्यावर राहायला यायचं ठरवलं. फॅक्टरीचं पूर्वीचं रेकॉर्ड वर्क्स हे नाव बदलून त्यानं 'डॉईशे इमेलवारेन फॅब्रिक' (DEF) असं ठेवलं. सुरुवातीला तिथं फक्त पंचेचाळीस कामगार होते. लौकरच स्वयंपाकाची भांडी तयार करणाऱ्या यंत्रांचा आवाज तिथे येऊ लागला.

जानेवारीतच त्याला त्याचं पहिलं लष्करी कंत्राट मिळालं. गेल्या वर्षभरात ह्या खात्यात त्यानं पुष्कळ 'मित्र' तयार करून ठेवले होते. तेच लोक या ऑर्डरी कोणाला द्यायच्या ते ठरवायचे. ऑस्कर त्यांच्याबरोबर कित्येक वेळा क्रॅकोविआ हॉटेलमध्ये पार्टीला गेला होता. अशा युनिफॉर्ममधल्या अधिकाऱ्यांचे, इतर सगळ्यांचे चेहरे दारू आणि मेजवानीमुळे अगदी तृप्त झाले आहेत, अशा अवस्थेतले ऑस्करबरोबरचे पुष्कळ फोटो बघायला मिळतात. त्यांच्यापैकीच काहीजणांनी ह्या कंत्राटावर सह्या केल्या, काहींनी शिक्के मारले, काहींनी जनरल शिंडलरला ऑस्करबद्दल शिफारशीची पत्रं लिहिली. काहींनी हे मैत्रीपोटी केलं, तर काहींनी ऑस्करकडून आलेल्या उंची दारू, कॉन्यॅक, हिरे, सोनं, घरसामान आणि भरपूर खाद्यपदार्थांची जाणीव ठेवून केलं. थोड्याच दिवसांत असं वातावरण तयार झालं, की जनरल ज्युलिअस शिंडलर आपल्या ह्या आडनावबंधू कारखानदारावर चांगलेच खूश झाले.

काम वाढलं, तसा कारखाना वाढवणं आलं. ऑस्करनं मग नवीन यंत्रं मागवली. मागणी इतकी होती... लष्करी कंत्राट आणि क्रॅकोवचा काळाबाजार, आपल्या धंद्याची आता ऑस्करला चांगलीच कल्पना आली. तीन-चार महिन्यांतच त्याच्याकडे अडीचशे लोक कामाला होते आणि त्याला रात्रपाळी सुरू करावी लागली होती. त्याच्या वडिलांच्या कारखान्यात अगदी भरभराटीच्या काळातसुद्धा फक्त पन्नास कामगार होते. बापाला त्यानं केव्हाच मागे टाकलं होतं. या संपूर्ण वर्षात स्टर्न कधीकधी शिंडलरकडे चक्कर मारायचा. कोणत्या ना कोणत्या ज्यूला तो नोकरीसाठी ऑस्करकडे आणायचा. कधी एखादा लॉड्झचा आईबाप नसलेला मुलगा, तर कधी ज्युडेनरॅटच्या एखाद्या कारकुनाची मुलगी. आणखी काही महिन्यांत त्याच्या कारखान्यात दीडशे ज्यू दाखल झाले होते. बाहेरच्या जगातील क्रूरता पाहिल्यावर ह्या ज्यूंना शिंडलरची फॅक्टरी म्हणजे स्वर्गच वाटली तर त्यात नवल काय?

बरेचसे ज्यू आटोकाट प्रयत्न करून युद्ध साहित्य तयार करणाऱ्या कारखान्यात

नोकरी मिळवायचा प्रयत्न करत होते.

एप्रिल १९४० मध्ये गव्हर्नर फ्रँकनं जाहीर करून टाकलं की लौकरच क्रॅकोव मधून सर्व ज्यूंची हाकलपट्टी करण्यात येईल. याच्या उलट सगळ्या युरोपमधून दर दिवशी दहा हजार ज्यू पोलंडमध्ये पाठविले जात होते. शेवटी फ्रँकला मंत्रीमंडळाला जाब विचारावा लागला, की हे चाललंय तरी काय? जर्मन सैन्यातल्या मोठमोठ्या अधिकाऱ्यांना ज्यू राहत होते, त्याच इमारतींमध्ये रहावं लागत होतं. काय ही अप्रतिष्ठा! ते काही नाही. पुढच्या सहा महिन्यांत कमीत कमी क्रॅकोवमधून तरी सगळे ज्यू बाहेर काढले गेलेच पाहिजेत.

फक्त पाच किंवा सहा हजार कुशल कामगार असणारे ज्यूच इथे राहातील. बाकीचे हलवा कुठेही. वॉर्सा, रॅडोम, लुबलीन किंवा झेस्टोशोवा खूप जागा आहेत आणि हो, पंधरा ऑगस्टपर्यंत ज्यूंना मुदत आहे, आपलं आपण निघून जायला. कुठेही मरा तिकडे... त्यानंतर जे राहतील त्यांच्या एका वळकटीसकट जिकडे जागा असेल, तिकडे त्यांना धाडलं जाईल. एक नोव्हेंबर शेवटची तारीख. त्या दिवसापासून जर्मनांना क्रॅकोवमध्ये शुद्ध हवा मिळेल आणि रस्त्यावर ते घाणेरडे ज्यू हिंडताना दिसणार नाहीत.

जितक्या घोषणा केल्या, तितकं काही करायला जमलं नाही फ्रँकला. पण एक झालं, की क्रॅकोवमधल्या ज्यूंमध्ये एकच घबराट पसरली. प्रत्येकजण त्या नशीबवान पाच-सहा हजार जणांपैकी एक व्हायचा जोरदार प्रयत्न करायला लागला.

इकडे इश्ताक स्टर्न आणि त्याच्यासारख्या इतर काहीजणांनी याआधीच त्यातल्या त्यात माणुसकी असणारे ऑस्कर शिंडलरसारखे जर्मन शोधायला सुरुवात केली होती.

शिंडलर होताच, त्याच्याबरोबर माडस्ट्रीश झाला. हाही शिंडलरसारखा नवीन कारखानदार होता. सैनिकांचे गणवेश बनवणारा. नंतर त्यानं शिंडलरपेक्षा जास्त पैसा कमावला. पण वागणुकीला बरा होता, हे ज्यूंच्या कानावर आलं होतं.

१ नोव्हेंबर १९४० ला फ्रँकच्या धमकीला घाबरून सव्वीस हजार ज्यू क्रॅकोव सोडून निघून गेले होते. काही वॉर्सा किंवा लॉड्झ मधल्या खास ज्यूंसाठी बनवलेल्या वस्तीत (घेटो) गेले. त्या काळातली कुटुंबाची ताटातूट, रेल्वेस्टेशनवर जबरदस्तीनं आपल्या प्रियजनांचे घ्यावे लागलेले निरोप आणि आयुष्यात ते परत दिसणार नाहीत याची जवळजवळ खात्री झालेली रेल्वेतनं रवाना होणारी भकास चेहऱ्याची माणसं... ही दृश्यं कोणाही तिऱ्हाईत माणसाच्यादेखील डोळ्यांत पाणी आणायला पुरेशी होती! फक्त हृदय मात्र माणसाचं पाहिजे.

ज्यूंनी परत एकदा हा ही आघात कसाबसा सहन केला. 'आतातरी आमचा द्वेष

थांबेल.' या भावनेनं. ऑस्करला सगळं दिसत होतं... कळत होतं.

ते वर्ष कारखानदार म्हणून ऑस्करला खूपच धावपळीचं गेलं. कारखाना वाढत होता. सरकारला त्याचं महत्व वाटायला लागलं होतं.

हिवाळा आला. बर्फ पडायला सुरुवात झाली. एके दिवशी ऑस्करला आपले साठ कामगार कामावर आलेच नाहीत असं दिसलं. चौकशी केल्यावर त्याला कळलं, की एस.एस. दलानं त्यांना रस्त्यावरचा बर्फ झाडायच्या कामावर लावलंय. तो खवळलाच, पण काय करणार? पुढे एके दिवशी एस.एस. दलातल्या आपल्या मित्राला भेटायला गेला तेव्हा ऑस्करनं सांगितलं की आज एकशे पंचवीस कामगार गैरहजर आहेत. काम करायचं तरी कसं?

"हे पहा ऑस्कर, तू कितीही वैतागलास तरी इथल्या एस.एस. दलातल्या या हरामखोरांवर त्याचा काडीचा परिणाम होणार नाही. तुझा कारखाना गेला उडत! त्यांच्या दृष्टीनं ज्यूंकरता सर्वांत योग्य काम एकच– रस्त्यावरचा बर्फ झाडणं!" टोफेल म्हणाला.

"नुकताच एक मोठा अधिकारी आमच्या मुख्य ऑफिसला येऊन गेला. तो तर म्हणाला 'ज्यूंना जर्मन कारखान्यात कामाला लावताना तुम्हाला लाज वाटायला पाहिजे!' ह्या हिवाळ्यात तुझ्या कामगारांना अजून खूप बर्फ झाडायचाय ऑस्कर!"

ऑस्कर उखडला, "त्यांना युद्ध जिंकायचंय का हरायचंय? ह्या असल्या अधिकाऱ्यांनाच काढून टाकलं पाहिजे."

"त्यांना कोण काढणार? त्यांना काढायला त्यांच्यावर कोणी नाही. तेच आहेत आपल्या सगळ्यांच्या वर!" टोफेल म्हणाला.

इथून पुढं हे कामगार कारखान्याकरता कसे महत्त्वाचे आहेत आणि जास्त उत्पादनाकरता त्यांचे हाल न करता त्यांनी कारखान्यात रोज येणं कसं महत्वाचं आहे, हे ऑस्कर जिथे जमेल तिथे सांगू लागला. ह्यात माणुसकीचा आणि त्याचबरोबर धंद्याचा भागपण होताच. एक मात्र त्यानं नंतर केलं. जे बोलला, ते सगळं त्यानं स्वतःच्या कारखान्यात डॉइशे इमेल फॅब्रिकमध्ये तरी तंतोतंत लागू केलं.

७

ह्या अशा वातावरणात बरेचसे ज्यू छोट्या छोट्या खेड्यांकडे वळले. तिथं पटकन ज्यू म्हणून पकडलं जायची शक्यता जरा कमी होती. क्रॅकोवमधले दोन कलाकार भाऊ – रोझनर बंधू – टायनिक नावाच्या खेड्यात आले. दोघंही वाद्य उत्तम वाजवायचे. पुढं त्यांचा ऑस्करशी संबंध यायचा होता.

टायनिक अगदी छोटं खेडं होतं. दोन-चार ज्यू दुकानदार होते आणि फार कुणाशी संबंध येणार नव्हता. पण गावकऱ्यांना पत्ता लागलाच. असले चांगले कलाकार गावाकडं कुठून येणार? त्यातून दिवस सुगीचे होते. ह्या भावांच्या येण्यानं बहुतेकांना आनंदच झाला.

रोझनर बंधू जरी क्रॅकोवचे असले तरी टायनिकमध्ये आले होते वॉर्साहून. तिथल्या घेटोला जर्मन पोलिसांनी बाहेरून कुलपं ठोकली, त्याच्या एकच दिवस आधी ते तिथून निसटले. हेन्री आणि लिओपोल्ड रोझनर. हेन्रीची बायको मान्सी आणि पाच वर्षांचा पोरगा ओलेक. पोलंडच्या दक्षिणेस असणाऱ्या टायनिक गावात

राहणं त्यांना सोयीचं वाटत होतं, कारण ते मुळात क्रॅकोवचे. त्यामुळे आशा होती, की कधी परिस्थिती सुधारली तर सरळ बस करून क्रॅकोवमध्ये जाऊन नोकरी शोधता येईल. मान्सी रोझनर हिचं माहेर ऑस्ट्रियातलं. तिनं येताना आपलं शिवणकामाचं मशिन बरोबर आणलं होतं. आल्या आल्या तिनं गावात कपडे शिवायचा धंदा चालू केला. बंधू संध्याकाळी टावराणात गायला-वाजवायला जायचे. लौकरच सगळ्या गावात ते चर्चेचा विषय बनले. एकतर ते वाजवायचे सुंदरच आणि व्हायोलिन हे पोलंडकरांचं अतिशय लाडकं वाद्य!

एके दिवशी संध्याकाळी ते असेच आपली कला सादर करत असताना टावराणाच्या बाहेरून जाणाऱ्या एका जर्मनभाषिक पोलिश माणसानं ऐकलं. तो क्रॅकोवच्या म्युन्सिपाल्टीत कामाला होता. आत येऊन त्यानं हेन्रीला सांगितलं की लौकरच क्रॅकोवचे महापौर या भागात भेट द्यायला येणारेत. त्यांच्यासमोर तुमचा कार्यक्रम झाला पाहिजे.

काही दिवसांतच एका अगदी कंटाळवाण्या दुपारी लिमोझिन गाड्यांचा तांडा गावाच्या वळणावळणाच्या रस्त्यातून आत घुसला आणि गावातल्या एकुलत्या एक गढीसमोर जाऊन थांबला. गढीच्या गच्चीवर आधीच कार्यक्रमाची तयारी झाली होती. रोझनर बंधू आले होते. आजूबाजूचे बरेच प्रतिष्ठित लोक सपत्नीक अगदी नटून थटून कार्यक्रमाला आले होते. या युद्धाच्या काळात असल्या गाण्याबिण्याचे कार्यक्रम व्हायचेच कुठे?

पाहुणे आत आले आणि रोझनर बंधूंना आपला कार्यक्रम सुरू करायचा इशारा झाला. एका बाजूला इतकी गर्दी बघून त्यांच्यातला कलाकार आनंदून गेला होता. पण त्याचबरोबर दुसरं मन आपण ज्यू असल्याची आठवण करून देत होतं. क्रॅकोवचा महापौर पावलू आणि इतर मोठी मंडळी यांच्यापुढे या कार्यक्रमाचं महत्व फारच वाढलं होतं. खुद्द रोझनरनासुद्धा इतकी लोकं जमतील अशी अपेक्षा नव्हती. त्यातून सर्व लोक सुटाबुटात, लष्करी अधिकारी त्यांच्या कडक गणवेषात, तर त्यांच्या बायका खास समारंभाचे पांढरे पायघोळ झगे घालून आल्या होत्या. सगळे शांतपणे आपापल्या टेबलांवर उंच उंच काचेच्या ग्लासांतून वाईनचे घुटके घेत कार्यक्रम सुरू व्हायची वाट बघत होते.

इतक्या अपेक्षेनं लोक जेव्हा येतात, तेव्हा त्यांची पटकन निराशा व्हायची शक्यताही फार असते. रोझनर बंधूंना त्याचीच भीती वाटत होती. हल्लीच्या दिवसांत ज्यूंनी कोणत्याही बाबतीत, मग ते काम असो की संगीत, लोकांच्या अपेक्षा पूर्ण न करणं हा गुन्हा होता.

पण असं काही झालं नाही. लोक त्यांच्या वाजवण्यावर खूश होते. त्यांना

स्ट्रॉस, बाख आणि लेहार, आन्द्रे मेसागर, लिओ फॉल यांच्या रचना खूपच पसंत पडल्या. बऱ्याच जागी वन्समोअर घेतले बंधूंनी!

टाळ्यांच्या कडकडाटात कार्यक्रम संपला. हेन्री आणि लिओपोल्ड घरी जायला निघाले. गढीच्या बाहेर गावकरी आणि काही सैनिक उभे हाते. कुणाला जर ते ज्यू असल्याबद्दल कुरापत काढायची असली, तर ते आत्ताच होणार होतं. बग्गीत बसताना हेन्रीनं डोळ्यांच्या कोपऱ्यातून स्तब्ध उभ्या असलेल्या लोकांच्या डोळ्यांत पाहिलं. त्याला दिसलं ते कौतुक. लोकांनी हस्तांदोलनं सुरू केली. त्यात कुठे जातपातीचा किंवा शत्रुत्वाचा मागमूसही नव्हता. हेन्री आणि लिओपोल्डची भीती कमी झाली. हेन्रीनं बग्गीत आधीच बसलेल्या मान्सी आणि ओलेककडे पाहिलं. या काही मिनिटांत आपण भयंकर युद्धाच्या प्रसंगातून जात आहोत हे विसरायला झालं होतं त्यांना. त्यांच्या संगीतानं जणू सगळीकडे शांतता आणि प्रेम निर्माण केलंय असा भास त्यांना होत होता.

सर्वांत शेवटी एक जर्मन अधिकारी बग्गीपाशी आला. तो हसला नाही की त्यानं हातही पुढं केला नाही. फक्त मान हलवली आणि म्हणाला, ‘‘हा सुगीचा काळ तुम्हाला चांगला जाण्यासाठी माझ्या शुभेच्छा.’’ नंतर त्यानं वाकून अभिवादन केलं आणि निघून गेला.

दोन्ही भाऊ आ वासून बघत राहिले. लिओपोल्डची खात्री झाली होती. ‘त्यानं धमकीच दिली.’ त्याचं सहावं इंद्रिय त्याला संदेश देत होतं.

ह्या दिवसांत इतरांपेक्षा वेगळं किंवा चांगलं असणं किंवा कोणाच्या लक्षात राहाणं अत्यंत चुकीचं होतं, हे दोघांच्या लक्षात आलं.

ही रीत होती जगायची १९४० मध्ये. दाबून टाकलेलं कलाकौशल्य, शक्यतो तोंड दडवून रहायची परिस्थिती, त्यातून एखादा सापडलाच तर त्याच्यावर लगेच गंडांतर आणि विध्वंसाची भीती. पण त्याचबरोबर आपल्या गावाची, क्रॅकोवची ओढ अशा विचित्र परिस्थितीत रोझनर बंधू जगत होते. पुढं ते क्रॅकोवला जाणारच होते.

एमिली परत आपल्या गावाला निघून गेली होती. पुढच्या वेळी स्टर्न ऑस्करच्या घरी आला, तेव्हा त्याच्यासाठी कॉफी इनग्रीडनं आणली. स्टर्नला याचं काय वाटेल याबद्दल ऑस्करला अजिबात खेद वा खंत नव्हती. कॉफी झाल्याबरोबर त्यानं कपाटातली ब्रँडीची बाटली काढली आणि त्याच्या आणि स्टर्नच्या मधे ठेवली. जसा काही स्टर्न घेणारच होता त्यातली.

स्टर्न त्याला सांगायला आला होता, की एक कुटुंब ऑस्करच्या नावानं

सगळीकडे बोंब मारत होतं. नुसत्या काझीमीर्झमध्येच नव्हे– तर जिकडे जातील तिकडे.

"तो ऑस्कर साला गुंड आहे, जर्मनीतून पाठवलेला... विश्वास ठेवायच्या लायकीचा नाही अजिबात." म्हातारा डेव्हिड आणि त्याचा पोरगा लिऑन सगळीकडे अशी ऑस्करची बदनामी करत होते.

स्टर्न काही भांडणं लावायला आला नव्हता. तो फक्त माहिती द्यायला आला होता, पण ऑस्कर भडकला.

"मी सांगू का त्यांच्या कुटील कारवाया? मलाच गंडवतायत भोसडीचे. इनग्रीडला विचार हवं तर!"

इनग्रीड ह्या डेव्हिडच्या दुकानाची मॅनेजर होती. ती नवीनच तिथे लागली होती. अफवा अशी होती की ऑस्करनं तिला तिथं लावली होती, फायदा उपटायला. डेव्हिड आणि लिऑनला तसं वाटणं स्वाभाविक होतं. स्टर्न काहीच बोलला नाही. तो कोण इनग्रीडला विचारणार?

"हे दोघं बापलेक त्या इनग्रीडला बनवतात. भांडी घ्यायला आले की पावतीत खाडाखोड करतात आणि नेहमी जास्त भांडी घेतात."

पुढं लिऑननं सांगायला सुरुवात केली की ऑस्करनं त्याला बदडलं. पण हे सगळं शंकास्पद असावं, कारण एकदा तो सांगतो की ऑस्करनं त्याला फॅक्टरीच्या गोडाऊनमध्ये मारलं. कधी म्हणतो की ऑस्कर त्यांच्या दुकानात आला, धमक्या देऊन सगळी रोख रक्कम त्यानं खिशात भरली आणि तिथेच डेव्हिडला मारलं.

त्यांना मारण्यासाठी ऑस्करनं आपल्या मित्रांची मदत घेतली असेल का? म्हाताऱ्या डेव्हिडवर हल्ला केला असेल का?

तसे एका तऱ्हेनं डेव्हिड कुटुंबीय आणि ऑस्कर दोघंही गुंडच होते. भांड्यांचा प्रचंड काळाबाजार करत होते. बेहिशेबी पैसा जमा करत होते. ऑस्कर इतकं कबूल करतो, की त्यानं डेव्हिडच्या दुकानात जाऊन आपले पैसे वसूल केले आणि मध्ये मध्ये येणाऱ्या लिऑनच्या एक थोबाडीत मारली. फुलस्टॉप! यापेक्षा जास्त काही नाही. काळ्या बाजारातले व्यवहार असेच असायचे. असली भांडणं आणि मारामाऱ्या तिथे काही नवीन नव्हत्या.

त्यातून डेव्हिड आणि लिऑनला स्टर्न चांगलाच ओळखून होता. बाजू उलटली की बोंब मारण्यात ते पटाईत होते. लिऑनचा काळानिळा झालेला चेहरा स्टर्नला दिसत होता, पण ह्या बाबतीत खरंखोटं करायच्या भानगडीत तो पडला नाही. त्याचे उद्देश निराळे होते. ऑस्करकडून त्याला बरंच काही साध्य करून घ्यायचं होतं. मध्येच एखादेवेळी जरी ऑस्करला असा खुनशीपणाचा झटका आला

तरी त्याकडे तो कानाडोळाच करणार होता.

त्याला दिसत होतं की ऑस्कर काही साधू नाही. असता तर त्याच्या बेडरूममधून आतबाहेर करताना इनग्रीडसारखी पोरगी दिसली नसती.

शेवटी हेही सांगायला पाहिजे, की पुढे ऑस्करनं ह्या सगळ्या डेव्हिड कुटुंबाला वाचवलं. ते लोकही मान्य करतात. पण मारामारीची गोष्ट? तेवढं सोडून बोला. ऑस्करनंच लिऑनला मारलं.

त्याच संध्याकाळी स्टर्ननं आणखी एक बातमी आणली. मारेक बायबरस्टाईनला अटक झाल्याची. त्याला दोन वर्षांकरता मॉन्टेलुपीचला धाडला होता. हा बायबरस्टाईन क्रॅकोवच्या ज्युडेनरॅटचा अध्यक्ष होता. बाकीच्या शहरांमध्ये ज्युडेनरॅट, ज्यूंच्या स्वत:च्या संघटना या आधीच लोकांकडून तिरस्काराच्या नजरेनं पाहिल्या जात होत्या.

ह्या ज्युडेनरॅटचं काम काय, तर सक्तमजुरीकरता सगळ्या ज्यूंना स्वखुषीनं पाळीपाळीनं कामावर यायला लावायचं. पण व्हायचं असं, की पैसेवाले आणि प्रतिष्ठित ज्यू या याद्या करणाऱ्यांना पैसे चारून आपली नावं गाळायला लावायचे. सामान्य गरीब ज्यू आपले मरतायत.

ह्या ज्युडेनरॅटचं एक सभामंडळ असायचं. बायबरस्टाईन आणि त्याचे सहकारी तारेवरची कसरत करत होते. एका बाजूला जर्मन सैन्याधिकारी आणि महापौर पावलू वगैरे, तर दुसऱ्या बाजूला बिचारे ज्यू. १३ मार्च १९४० च्या एका जर्मन वृत्तपत्रात डॉक्टर डिट्रीच रिडेकर याचा एक लेख छापून आला होता. त्यानं म्हटलं होतं की नुकताच मी क्रॅकोवच्या ज्युडेनरॅटच्या कार्यालयात जाऊन आलो. काय तिथली श्रीमंती आणि थाट! कसंबसं जगणाऱ्या इतर ज्यूंशी केवढा हा विरोधाभास!

हा भांडण लावायचाच प्रकार होता. कमीतकमी १९४१ पर्यंत तरी क्रॅकोवच्या ज्यूंच्या मनात बायबरस्टाईन आणि त्याच्या सहकाऱ्यांबद्दल आदर होता.

त्यावेळी क्रॅकोवच्या ज्युडेनरॅटमध्ये चोवीस सभासद होते. त्यांची स्वत:ची खास संसदच होती. प्रत्येकाकडे एक एक खातं होतं. शेनकर कर गोळा करायचा, स्टाईनबर्गकडे घर खातं होतं. त्या काळात जागा सोडणाऱ्या आणि नवीन येणाऱ्या ज्यूंची खूपच गडबड असायची. त्या सगळ्यांना जागा पुरवायचं काम या खात्याचं. लिऑन साल पीटरकडे सामाजिक सुधारणांचा विभाग होता. अन्न, दवाखाना, अंत्यविधी, सांस्कृतिक कार्यक्रम सगळ्यांकरता एकेक मंत्री होता. फार कशाला, शाळा-कॉलेज बंद झाली, तरी शिक्षण खात्याचासुद्धा मंत्री होता. बायबरस्टाईन आणि त्याच्या मंत्रिमंडळाचा असा समज झाला होता, की ज्यूंना बाहेर हाकलण्यापेक्षा शक्यतो क्रॅकोवमध्येच ठेवणं जास्त सुरक्षित आहे. आता हे साधायचं कसं, तर ज्यूंची हमखास युक्ती. क्रॅकोवच्या ज्युडेनरॅटनं दोन लाख ज्लोटी रोख जमवले होते

आणि राईशर्ट नावाच्या एका मध्यस्थामार्फत शहरातल्या जर्मन अधिकाऱ्यांना चारले होते. बदल्यात हे अधिकारी दहा हजार ज्यूंना शहरातच राहू देणार होते. फ्रँकचा नियम मोडून. गाडं कुठं फसलं कोण जाणे. राईशर्टनं पैसे पोचवलेच नाहीत, का अधिकाऱ्यांना ही लाच फार कमी वाटली, का काही खरोखर स्वच्छ अधिकारी होते, ज्यांनी लाच घ्यायचं नाकारलं! काहीच पत्ता लागत नाही.

एवढं मात्र खरं की या प्रकरणात बायबरस्टाईनला मॉन्टेलुपीचमध्ये दोन वर्षं, गोल्डफ्लुसला ऑशविट्झ मध्ये सहा महिने, तर राईशर्टला आठ वर्षं शिक्षा झाल्या. सगळ्यांना माहीत होतं की राईशर्टची शिक्षा सगळ्यातं सौम्य होती.

शिंडलरला जेव्हा सर्व कळलं तेव्हा तो बघतच बसला. "असल्या चोर माणसांना दोन लाख ज्लोटी दिले? येडे आहेत की काय हे ज्युडेनरॅटवाले? पैसे काय जास्त झाले का? तो राईशर्ट महाहरामखोर माणूस आहे... अरे मला तरी विचारायचं ना पैसे द्यायच्या आधी... मी सांगितलं असतं..."

शिंडलर तावातावानं बडबडत होता. आता काही मिनिटांपूर्वी तो चोर का डेव्हिड कुटुंबीय चोर हा वाद चालला होता, त्याचं उत्तर अजून मिळायचं होतं. पण राईशर्ट नक्कीच चोर होता.

स्टर्नकडे हल्ली तत्वज्ञानाशिवाय फारसं काही उरलं नव्हतं. तो म्हणाला, "हल्ली सगळेच चोर आहेत. कोणावर विश्वास ठेवायचे दिवस नाही राहिले आता!"

ऑस्कर खदखदून हसला. स्टर्नच्या बोलण्यातली खोच त्याला लक्षात आली होती. "थँक्यू दोस्ता, थँक्यू." तो म्हणाला.

८

१९४० चा नाताळ वाटलं होतं तितका वाईट नाही गेला. सर्वत्र पांढरंशुभ्र बर्फाचं आच्छादन पसरलं होतं. शिंडलरच्या घरावर, वेवेल कॅसलवर आणि कॅनोनीझा रस्त्यावरच्या जुन्या इमारतींवर वातावरणात उत्साह नव्हता. होती फक्त नि:स्तब्ध शांतता. आलेल्या परिस्थितीतून लौकर काही मार्ग निघेल अशी आशा आता सगळ्यांनीच सोडून दिली होती. जर्मन सैन्यानं, पोलिश लोकांनी आणि नदीच्या दोन्ही तीरांवरच्या ज्यूंनी.

त्या नाताळात ऑस्करनं त्याच्या सेक्रेटरीकरता, क्लोनोवस्काकरता एक छोटसं कुत्र्याचं पिल्लू आणलं. पोल्डेक पेफरबर्गनं मिळवलं ते नेहमीप्रमाणे. इनग्रीडला काही दागिने दिले. थोडेसे झ्विटाऊला परत गेलेल्या एमिलीलासुद्धा पाठवून दिले. पेफरबर्गनं त्याला सांगितलं होतं की कुत्र्याचं पिल्लू मिळवणं फार कठीण. त्या मानानं दागिने, हिरे वगैरे चिक्कार. कारण बहुतेकांनी ते विकायला बाहेर काढले होते.

ह्यावरून असं लक्षात येतं, की तिन्ही बायकांचे ऑस्करशी एकाच वेळी संबंध

होते. शिवाय सटरफटर लफडी होतीच. पण आश्चर्य असं, की अशा लफडेबाज माणसाच्या वाट्याला नेहमी येणारी बायकांची भांडणं, मनस्ताप, शिंडलरच्या बाबतीत पूर्णपणे गैरहजर होती.

त्याच्या घरी जाणाऱ्या लोकांना इनग्रीड भेटायची ती अगदी हसतमुख आणि आनंदी. तिला कुणी कुढत बसलेली पाहिली नव्हती. एमिलीला खरं तर ऑस्करशी भांडायचा पूर्ण अधिकार. पण अत्यंत स्वाभिमानी असल्याने या विषयावर ती एका शब्दाने बोलत नसे. उरली फॅक्टरीमधली क्लोनोवस्का. तिला कदाचित ऑस्करचा राग येत असला, तरी कारखान्याच्या ऑफिसमध्ये किंवा तिच्या कामात कधी कोणाला आढळला नाही. त्याच्या अगदी जवळच्यांनासुद्धा आठवून आठवून देखील अशा स्त्रियांमुळे ऑस्करच्या आयुष्यात उद्भवलेला अवघड प्रसंग आठवत नाही.

कुणी म्हणेल की या बायकाच ऑस्करवर इतक्या लट्टू होत्या, की तो इतर बायकांबरोबर थोडा तरी वाट्याला आला तरी त्यांना हवा होता. पण असं म्हणणं म्हणजे त्या तीन स्त्रियांचा अपमान ठरेल.

ह्या बाबतीत कोणी ऑस्करशी अनैतिकता वगैरे बोलायला गेलं तर त्याच्या डोळ्यांत एखाद्या लहान मुलासारखी आश्चर्याची छटा चमकायची. जणू काही हे सगळं त्याला नवीनच आहे, किंवा काही कळतच नाहीये अशी. ह्या गोष्टी त्याला नीट समजावून सांगायला चार-पाच तास लागले असते. त्याच्याकडे वेळ कुठे होता असलं काही समजावून घ्यायला?

त्या नाताळच्या दिवशी ऑस्कर फक्त त्याच्या आईनं मरताना सांगितलं होतं म्हणून चर्चमध्ये गेला. तिथं काही आठवड्यांपूर्वीपर्यंत चांगल्या देवदेवतांच्या मूर्ती होत्या. आता तिथं फक्त मोकळी जागा उरली होती. कुणीतरी चोरून त्या मूर्ती न्यूरेबनर्गला पाठवल्या होत्या म्हणे. "काय दिवस आलेत!" असं म्हणत शिंडलरनं प्रार्थना उरकली.

ह्या हिवाळ्यात धंदा मात्र तुफान चालला होता. काही दिवसांतच त्याच्या सरकारमधल्या मित्रांनी त्याला सुचवलं, की तू दारूगोळा तयार करणारा विभाग का चालू करत नाहीस कारखान्यात? रणगाडाविरोधी बॉंब करू शकशील तू या कारखान्यात.

शिंडलरला त्यात अजिबात गम्य नव्हतं. ताटल्या-वाट्या कशा करायला सोप्या. एखाद-दुसरीचा आकार बिघडला तरी हरकत नाही. दारूगोळ्याचं तसं नाही. तिथं म्हणजे मिलिमीटरपर्यंत अचूकता पाहिजे. अचूकता पाहिजे म्हणजे चांगली नवीन महागडी यंत्रं पाहिजेत. कोण करतो ती यातायात? बरं, दारूगोळा काळ्या बाजारात विकता पण येत नाही. आपला भांड्यांचा काळा बाजार कसा

फर्स्टक्लास चाललाय. पण... पण... सरकारातल्या मित्रांना नाराज करायला नको म्हणून ऑस्करनं केला सुरू दारूगोळा विभाग. मोठी हिलो मशिन्स आणून दोन नंबरच्या शेडमध्ये बसवली. ती सुरू व्हायला वेळ लागणार होता, पण त्या प्रचंड यंत्रांमुळं ऑस्कर शिंडलरची फॅक्टरी एकदम अतिमहत्त्वाची फॅक्टरी वाटायला लागली.

हिलो यंत्रं अजून चालू व्हायचीच होती, तो ऑस्करला बातमी कळली, की पोर्मोस्का स्ट्रीटवर ज्यूंकरता घेटो (एक प्रकारची बंदिस्त वस्ती) तयार करण्यात येणार होती. त्यानं स्टर्नच्या कानावर ही बातमी घातली.

"हो, माहिती आहे बहुतेकांना. बरंच होईल तसं झालं तर. आमची लोकं वाटच बघतायत. शत्रू बाहेर, आम्ही आत. एकमेकांचा त्रास नको एकमेकांना. घेटोत रहाणं काही चांगलं नाही, पण कमीतकमी रस्त्यातून जाताना जे दगडधोंडे खायला लागतात, ते तरी कमी होतील. ह्या घेटोच्या भिंती, हे शेवटचं संकट. त्यापुढे तरी हाल कमी होतील."

तीन मार्चच्या क्रॅकोवच्या सर्व वृत्तपत्रांत तसंच शहरातल्या बऱ्याच भिंतींवर एक सूचना चिकटली. तिचा क्रमांक होता. Gen. Gub ४४/९१ लाऊड स्पीकरवरून गावभर दवंडी पिटली गेली. "ज्यूंनी घेटोत रहायला जायचंय."

काही जर्मन लोक म्हणत होते, ज्यूंना बरंच झालं. नाहीतरी ते पोलिश लोक फार दुःस्वास करायचे ज्यूंचा! ह्या नव्या निर्बंधात हेच कारण दिलं गेलं होतं. ज्यू आणि पोल ह्या दोन जमातींमधल्या हाडवैरावर आणि त्यामुळे होणाऱ्या दंगलींवर उपाय म्हणून ज्यूंनी एका चारी बाजूंनी भिंती असलेल्या बंद वस्तीत रहायला जायचं होतं. सर्व ज्यूंना तिथंच रहाणं सक्तीचं होतं. फक्त काम करण्यापुरतं योग्य ती कागदपत्रं दाखवून कामाच्या ठिकाणी जाण्याची त्यांना परवानगी होती. ही वस्ती किंवा घेटो पॉडगोर्झला नदीच्या कडेला करायचं ठरलं होते. वीस मार्च ही ज्यूंकरता घेटोच्या आत जायची शेवटची तारीख होती. आत आल्यानंतर ज्युडेनरॅट त्यांच्या रहाण्याची काळजी घेणार होती. जे पोलिश लोक घेटोच्या जागी रहात होते. त्यांना शहरात अन्यत्र जागा दिली जाणार होती.

निर्बंधाच्या सूचनेवरच घेटोचा नकाशापण छापलेला होता. उत्तरेकडे नदी होती. पूर्वेला लोवला जाणारी रेल्वेलाईन, दक्षिणेकडे रिकावका टेकड्या, तर पश्चिमेकडे पॉडगोर्झ चौक अशा सीमारेषा निश्चित करण्यात आल्या होत्या. ज्यूंच्या संख्येच्या मानाने घेटोकरता निवडलेली जागा फारच लहान होती. पण निदान लोकांना अशी आशा होती, की इथे डांबल्यानंतर तरी जर्मन लोक आणखी त्रास देणार नाहीत. जुडा ड्रेसनरसारखा चांगला सधन गृहस्थ. पण गेल्या वर्षात काय होतंय हे त्याला समजतच नव्हतं, इतका छळ भोगला होता त्यानं आणि त्याच्या कुटुंबानं. प्रथम

त्याचा धंदा गेला. मग गाडी आणि घर, त्याचं बँकेतलं खातं गोठवलं होतं. मुलांना शाळेतून काढून टाकलं होतं. अंगावरचे दागिने जप्त झाले. तसंच घरातला रेडिओ आणि मौल्यवान सामानसुद्धा. त्याला आणि त्याच्या कुटुंबाला क्रॅकोव शहरात प्रवेश बंद झाला. रेल्वेनं प्रवासाची परवानगी नाकारली गेली. ज्यूंकरता वेगळे डबे असणाऱ्या ट्राम गाड्या वापरा वापरायच्या तर. त्याची बायको आणि मुलं बर्फ झाडायच्या कामाला लागली होती. ट्रक दारात आला की बायका, मुलं घाबरून जायची. कुठे नेतील, कसं नेतील, कधी परत येऊ काही पत्ता नसायचा. परत कामावरचा साहेब कधी, कुठल्या कारणानं गोळी घालेल याचा पत्ता लागायचा नाही. त्या राजवटीत ज्यूंना आपल्या आयुष्याला काही आधार आहे असं वाटतच नव्हतं. प्रचंड भीतीच्या कोणत्यातरी खोल अंधाऱ्या खड्ड्यात घसरत चाललोय एवढीच जाणीव होत होती. खड्ड्याचा तळ काही येत नव्हता. हा नवीन घेटो म्हणजे कदाचित तळ असेल, तिथे उभं राहून एक श्वास घेता येईल आणि निदान थोडासा विचार करायला तरी वेळ मिळेल, अशी आशा ज्यूंना वाटत होती.

तशीही घेटो या शब्दाशी आणि जागेशी ज्यूंची ओळख होतीच. त्यांना क्रॅकोवमध्ये कुठेही रहायला १८६७ मध्ये परवानगी मिळाली होती. तोपर्यंत कित्येक शतकं ते काझीमीर्झ रस्त्यावरच्या घेटोतच राहात होते. १८६७ साली फ्रांझ जोसेफनी त्यांना घेटोच्या चार भिंतींतून मोकळं केलं. आजही पोलंडमधल्या सगळ्या ज्यूंच्या मनात फ्रांझ जोसेफविषयी अत्यंत आदर होता. आणखी एक... घेटोत रहाणं म्हणजे मानहानी, एक तऱ्हेचा लादलेला बंदिवास, घेटो म्हणजे चाळीसारख्या खुराड्यात दाटीवाटीने राहाणं, कॉमन संडास, बाथरूम वापरणं हे जरी खरं असलं; तरी दुसऱ्या बाजूला घेटोतलं जीवन म्हणजे खरं सहजीवन. चाळीत त्रास असतो, पण सगळ्यांची एकमेकांबद्दलची आत्मीयता, एकाच्या गरजेला दुसऱ्यानं धावून जाणं, एकत्र साजरे केलेले उत्सव, त्या चर्चा, म्हाताऱ्याकोताऱ्यांनी वेळेवर शिकवलेलं शहाणपण, घेटोतल्याच छोट्याशा कॉफी हाऊसमध्ये सुचलेल्या सुंदर सुंदर कल्पना असंही होतं. चाळीतला माणूस जरी श्रीमंती ब्लॉकमध्ये राहायला गेला, तरी त्याला चाळीतले दिवस लोभसवाणे वाटतात, तसंच काहीसं क्रॅकोवमधल्या ज्यूंचंसुद्धा होतं. आताचा घेटो पूर्वीपेक्षा निम्म्या आकाराचा होता, पण तरीही ज्यूंची तक्रार नव्हती.

ह्या घेटोच्या जाहीरनाम्यामध्ये आणखीन एक कलम असं होतं, की ज्याचा ज्यूंना विशेष दिलासा वाटत होता. ते असं होतं– पोलंडच्या लोकांचा जो ज्यूद्वेष होता, त्यामुळे सहन करावा लागणारा त्रास घेटोमुळे संपेल.

१९३० पासून अगदी सरकारी पातळीवर ज्यूद्वेष पद्धतशीरपणे पसरवायच्या कारवाया चालल्या होत्या. त्याच वर्षी प्रचंड आर्थिक मंदी निर्माण झाली, तेव्हा

पोलंडच्या सरकारनं त्याचं सगळं खापर फोडलं ज्यू व्यापाऱ्यांच्या डोक्यावर! देशाचं नुकसान कुणामुळे? ज्यूंमुळे! पोलंडची जनता गरीब का? ज्यूंमुळे! सरकारनी ज्यू विरोधी कायदे केले. लोकांनी ज्यूंच्या दुकानांवर हल्ले करायला सुरुवात केली. ज्यूंचे कारखाने बँकांनी अर्थसाहाय्य बंद केल्यामुळे बंद पडले. ज्यू मुलांसाठी शाळा कॉलेजांमध्ये बसायला वेगळी बाकं ठेवली जाऊ लागली. एखादी सुंदर ज्यू मुलगी कॉलेजच्या वर्गाबाहेर येताच कुणी तिच्या चेहऱ्यावर ब्लेडचे वार करून पळून जाऊ लागलं! सरकारी पाठिंबा असलेला हा ज्यूद्वेष एखादा वणवा पसरावा तसा पसरला. रस्त्यानं जाताना एखाद्या पारंपरिक ज्यूला घोळक्याने पकडून दाढी काप, केस काप, कुठे बंदुकीच्या संगीनीने त्याच्या गालावर भरचौकात ओरखडे काढ असे उद्योग सुरू झाले.

अशा परिस्थितीत ज्यूंनी जावं कुठे? आधारासाठी बघावं कोणाकडे?

अशा परिस्थितीत घेटोचा पर्याय ज्यूंना नक्कीच बरा वाटला. क्रॅकोवमधल्या सगळ्या ज्यूंसाठी वीस मार्च १९४१ हा दिवस शेवटचा दिवस म्हणून मुक्रर करण्यात आला होता. वीस तारखेच्या संध्याकाळनंतर कुणालाही घेटोत प्रवेश मिळणार नव्हता. त्यानंतर जे ज्यू बाहेर रहातील त्यांचं नशीब आणि ते! अशी घोषणा झाल्यामुळे क्रॅकोवमधलेच काय, पण जवळपासच्या गावांमधले ज्यूसुद्धा घेटोत जाण्यासाठी गर्दी करत होते.

ऑस्कर शिंडलरसाठी मात्र ह्या घेटोमुळे बारीकशी गैरसोय झाली होती. त्याला थोडा वळसा घालून झाब्लोसीच्या फॅक्टरीत जायला लागत होतं. आणि त्यामुळे त्याचा फॅक्टरीतच वरच्या मजल्यावर रहायचा विचार बळावला होता.

त्या मार्चमध्ये ऑस्कर जेव्हा घरून फॅक्टरीत जायचा, तेव्हा त्याला रोज सकाळच्या वेळी छोट्या ढकलगाड्यांतून आपल्या घरातलं सामानसुमान भरून काझीमीर्झपासून घेटोत चालत जाणारी ज्यू कुटुंबं दिसायची. कित्येक शतकं ते लोक इथं रहात होते. शेकडो वर्षांपूर्वी युरोपतल्या काळ्या तापाचा दोष त्यांच्यावर टाकून देशादेशांमधून त्यांना हाकलून लावलं जात होतं. त्यावेळी काझीमीर्झनं स्वत: त्यांना इथं क्रॅकोवमध्ये बोलावलं होतं. शिंडलरला वाटायचं, शेकडो वर्षांपूर्वी यांचे पूर्वज असेच ढकलगाड्यांतून सामान ढकलत इथे आले असतील. आज पाचशे वर्षांनतर आपली अंथरूण-पांघरुणं गुंडाळून ते काझीमीर्झमधून घेटोत चालले होते. काझीमिर्झनं दिलेलं आमंत्रण संपलं असावं बहुधा!

वीस मार्चपासून व्यवस्थेमध्ये आणखीन एक बदल होणार होता. शिंडलर आणि माडस्ट्रीशकडे काम करणाऱ्या ज्यूंना यापुढे पगार मिळणार नव्हता. सैन्याकडून मिळणाऱ्या रेशनच्या तुकड्यांवर त्यांना जगायचं होतं. त्याऐवजी त्यांच्या पगाराचे पैसे शिंडलर आणि माडस्ट्रीशला एस.एस. दलाच्या मुख्य ऑफिसमध्ये भरायचे

होते. ते पैसे अगदीच कमी होते. एस.एस. दलाचा नेहमीचा मजुरीचा भाव होता. साडेसात राईश मार्क कुशल कामगारांना, अकुशल कामगार आणि स्त्रियांना पाच राईश मार्क रोज! फक्त... पण ह्यामुळे शिंडलर आणि माडस्ट्रीश, दोघंही अस्वस्थ झाले होते. त्यांना माहिती होतं की केव्हातरी हे युद्ध संपणार आणि मग जर जर्मनी हरली आणि आपण पकडले गेलो, तर गुलामगिरीला प्रोत्साहन दिल्याबद्दल आपल्याला जबरी शिक्षा होऊ शकते. अगदी मृत्यूची सुद्धा! पण आत्ताच्या क्षणाला दोघंही एस.एस. दलाला नाही म्हणू शकत नव्हते. त्यांना फक्त एकाच गोष्टीचं बंधन नव्हतं. ते म्हणजे आपल्या कारखान्यात किती ज्यू घ्यावेत याचं बंधन. आणि म्हणूनच इश्ताक स्टर्न आणि रोमान गिंटरसारखे ज्यूंचे म्होरके त्यांना आग्रह करत होते, की घेटोतल्या तितक्या जमतील तितक्या ज्यूंना तुमच्या कारखान्यात नोकरी द्या. कारण फक्त जो ज्यू उपयोगी दिसेल, तोच एस.एस. दलाच्या तावडीतून जिवंत राहू शकणार होता.

शिंडलर आणि माडस्ट्रीश दोघांनी याला होकार दिला होता.

मार्च महिन्याचे ते शेवटचे दोन आठवडे असे गेले.

९

१९४१ सालचा कडक हिवाळा संपायची चिन्हं दिसू लागली होती. नेहमीप्रमाणे शिंडलर त्याच्या बी.एम.डब्ल्यू. गाडीतून लष्कराने गजबजलेल्या क्रॅकोवमधून निघून शांत झ्विटाऊला आला. एमिलीला, बहिणीला आणि बाकीच्या आत्या-मावश्यांना त्याला भेटायचं होतं. ह्या सगळ्यांशी त्याचे संबंध अगदी प्रेमाचे होते असं नव्हे. पण त्या कोणाचंच त्याच्या वडिलांशी पटत नसल्याने वडिलांना शिव्या द्यायला सगळे एकत्र यायचे.

ऑस्करला मनापासून खात्री होती, की आईच्या सगळ्या हालअपेष्टांना कारणीभूत वडिलांची स्वैर वागणूकच होती. गाडीतून जेसेनीकच्या शांत रस्त्यावरून झ्विटाऊकडे जाताना त्याच्या मनात हेच विचार होते. आई आणि वडील! गाडी सफाईदारपणे जणू आपोआपच चालली होती. आतमधल्या फरकोट घातलेल्या, महागड्या टर्किश सिगारेटीवर सिगारेटी ओढणाऱ्या ऑस्करच्या मनात एमिलीचा विचार मात्र क्वचितच येत होता. बापाच्या वागणुकीमुळे आईचे झालेले हाल आणि आपल्या वागणुकीमुळे एमिलीला होणारा मनस्ताप यात काही साम्य आहे, हे त्याला

जाणवतसुद्धा नव्हतं. त्याच्या दृष्टीनं तो अजून लहानच होता. पण वडील वडील होते आणि ते चांगल्या वडिलांसारखं वागले नव्हते.

मावश्यांकडे जायला ऑस्करला मनापासून आवडायचं. ते गावाकडचे लोक नेहमीच त्याचा भपका पाहून थक्क व्हायचे. धाकट्या बहिणीचं एका रेल्वे अधिकाऱ्याशी लग्न झालं होतं. तिचं घर छान होतं. मेव्हणा रेल्वेत चांगलाच वजन राखून होता.

सकाळच्या वेळी ऑस्करनं बहिणीकडे चहा घेतला. सगळं कसं सुंदर वाटत होतं. शिंडलर घराण्यातली दोन्ही मुलं चांगली स्थिरावली होती. ऑस्करची बहीण वडिलांबाबत त्याच्याइतकी अतिरेकी विचारांची नव्हती. आईचे हाल तिनं मरेपर्यंत पाहिले होते, तरीदेखील मधूनमधून ती वडिलांना जाऊन भेटे आणि ऑस्करशी बोलताना आडून आडून वडिलांचा विषय काढण्याचा प्रयत्न करीत असे. आताही तिनं तेच केलं. पण तुच्छतापूर्वक हुंकाराशिवाय ऑस्करकडून तिला प्रतिसाद मिळाला नाही.

नंतर ऑस्कर एमिलीकडे गेला. तिला भलताच आनंद झाला. आता ईस्टरच्या सणाला छान पारंपरिक नवराबायकोप्रमाणे सगळे समारंभ करायची तिची हौस पुरी होणार होती. समारंभ झाले, पार्ट्या झाल्या, नाचगाणी झाली. ऑस्कर सगळ्यात सामील झाला. पण त्याच्या वागण्यात जीव नव्हता. एमिलीला हे सगळं समजत होतं आणि तिला नेहमी पडणारा प्रश्न यावेळी परत पडला होता, की हा माणूस आपल्या फॅक्टरीतल्या कामगारांना, अगदी रस्त्यावरच्या अनोळखी माणसालासुद्धा काय वाट्टेल ते द्यायला तयार होतो. मग माझ्याशीच असा का वागतो?

सध्या दोघांच्याही डोक्यात घोळणारा प्रश्न म्हणजे एमिलीनं त्याच्याबरोबर क्रॅकोवला रहायला जावं की नाही? नवरा बायकोनं बरोबर राहायला पाहिजे हे चांगल्या कॅथलिक संस्कारात वाढलेल्या एमिलीला कोणी सांगायला पाहिजे असं नव्हतं, पण तिच्या मनात दोनच शंका होत्या. एकतर एकदा झ्विटाऊचं घर सोडलं की तिला पूर्णपणे ऑस्करवर अवलंबून रहायला लागणार होतं. ऑस्करबरोबर तसंही राहायला तिची ना नव्हती. पण त्याच्या वागणुकीबद्दल तिची खात्री नव्हती.

इतरांना आपल्या वागणुकीनं काय वाटेल याचा विचार करायची ऑस्करला सवयच नव्हती आणि या त्याच्या स्वैर आणि बालिश वर्तणुकीचीच तिला भीती वाटायची. बरं, ऑस्करची पद्धत तरी अशी, की एखादी गोष्ट त्याला आवडली की बाकीच्या सर्वांना ती आवडली पाहिजे. मग ती एखादी वस्तू असो किंवा पोरगी!

एकत्र राहायचं की नाही या न सुटलेल्या प्रश्नानं त्यांच्यात जाणवण्याइतका तणाव निर्माण झाला होता. एके दिवशी रात्रीच्या जेवणानंतर ऑस्कर एकटाच भटकत झ्विटाऊच्या एकमेव चौकातल्या कॅफेमध्ये घुसला. खाणीतले इंजिनिअर्स लष्करी अधिकारी, वगैरेंचा हा गप्पाष्टकांचा आणि बिअरचा अड्डा. त्या संध्याकाळी तिथे त्याला काही जुने मोटरसायकलिंगच्या दिवसांतले दोस्त भेटले. कॅफेच्या उबदार वातावरणात

मग कॉन्यॅकच्या ग्लासांबरोबर जुन्या आठवणी रंगायला सुरुवात झाली. त्या वेळचा ऑस्कर, त्याची घरी बनवलेली ५०० सी.सी. मोटारसायकल आणि तिचा अख्खं गाव दणाणून टाकणारा आवाज. दोस्तांचा कॅफेतला खिदळण्याचा आवाज आता बाहेर रस्त्यावरसुद्धा ऐकू येत होता. आणखी कॉन्यॅकचे ग्लास भरले जात होते. हशा ऐकून शेजारच्या जेवणाच्या खोलीतून काहीजणांपैकी एक ऑस्करच्या जवळ आला नी म्हणाला,

"ऑस्कर, तुझे वडील पलीकडल्या खोलीत जेवतायत, एकटेच आहेत."

ऑस्कर ग्लासातल्या कॉन्यॅककडे बघत राहिला पण काहीच बोलला नाही.

"जा ना. आत जाऊन भेट. म्हातारा बिचारा अगदीच ढेपाळलाय." कोणीतरी म्हणालं.

ऑस्करनं ग्लासातली दारू संपवली आणि घरी जायला पाहिजे असं काहीतरी बडबडत तो उठू लागला. पण मित्रांनी जबरदस्तीनं त्याला खाली बसवलं.

"तू इथे आहेस हे तुझ्या वडिलांना कळलंय."

एकदोघं आधीच आत जाऊन म्हाताऱ्या हान्स शिंडलरला बाहेर चलायची विनवणी करत होते. जेव्हा म्हातारा बाहेर आला, तेव्हा ऑस्कर हडबडून घरी जायला बघत होता. दोघा मित्रांसोबत येणाऱ्या वडिलांना बघून ऑस्करच्या पायातलं अवसानच गेलं. बापाबद्दल कितीही राग असला तरी त्याला नेहमी वाटायचं, की हे भांडण मिटवण्यात पुढाकार आपल्यालाच घ्यायला लागणार! म्हातारा भलताच मानी; आणि असं असूनसुद्धा इथे त्याचा बाप त्याच्याकडे ओढल्या पायांनी येत होता. ऑस्करनं वडिलांकडे पाहिलं. म्हाताऱ्याच्या चेहऱ्यावर किंचित अपराधीपणाचं हसू होतं, पण दुसऱ्या क्षणाला त्यांनी भुवया उंचावून खांदे उडवले. ऑस्करला बापाचा हा भाव चांगलाच परिचयाचा होता. म्हातारा जणू म्हणत होता. 'जे व्हायचं ते झालं... तुझी आई आणि मी... नशिबात असेल तेच होतं.'

कदाचित म्हाताऱ्या हान्सला तसं काही अपेक्षित नसेलही, पण ऑस्करनं हाच हावभाव आज दिवसात दुसऱ्यांदा पाहिला होता. संध्याकाळी एमिलीच्या घरी आरशात त्यानं स्वत:चा चेहरा अशाच भुवया उंचावताना पाहिला होता.

'कसलं लग्न अन् काय, नशिबात असेल ते होईल.'

आणि इथे दारूच्या तीन ग्लासनंतर त्याचे वडील जणू त्याला तेच सांगत होते. "कसा काय आहेस बाबा?" हान्स शिंडलरनं विचारलं. आवाज थरथरत होता. वडिलांची प्रकृती जरा जास्तच बिघडली असावी.

मग ऑस्करनं ठरवलं की आपण वडिलांना माफ केलं पाहिजे. दोन दिवसांपूर्वी बहिणीच्या घरी चहा घेताना त्याला ते अशक्य वाटलं होतं. त्यानं पुढं होऊन हान्सला मिठी मारली. बापाच्या वाढलेल्या दाढीचे खुंट त्याच्या गुळगुळीत दाढी केलेल्या गालांना टोचत होते. बापलेक दोघंही रडत होते. मागे ऑस्करच्या सगळ्या मित्रांनी टाळ्यांचा आणि आरडाओरड्याचा जल्लोष उडवून दिला होता.

१०

घेटोमधलं ते कोंदट आणि कुबट जिणंसुद्धा हळूहळू ज्यूंच्या अंगवळणी पडू लागलं होतं. काही ज्यूंचं एक 'घेटो पोलीस पथक' स्थापन झालं होतं. संक्षिप्त रूपात ते ओ.डी. म्हणून ओळखलं जायचं. बाहेरच्या एस.एस. दलाच्या दृष्टीनं ओ.डी. म्हणजे अगदी पोरखेळ होता. पण एकेचाळीस सालच्या उन्हाळ्यापर्यंत घेटोतल्या आधीच परिस्थितीनं पिचलेल्या ज्यूंवर हे ओ.डी. दल चांगलंच वजन जमवायला लागलं होतं.

हळूहळू ओ.डी.तले पोलीस हे आपल्या भल्याकरता नसून एस.एस.च्या मदतीकरता आहेत, हे लोकांच्या लक्षात येऊ लागलं. कारण उघड होतं. ओ.डी.तले पोलीस आणि त्यांच्या कुटुंबीयांचं भवितव्य जर्मन एस.एस.च्या हातात असल्यानं, एस.एस.वाल्यांना खूश ठेवणं ह्या शेंदाड शिपायांना भागच होतं. थोड्याच दिवसांत ओ.डी.ची प्रतिमा अशी बनली, की कोणत्याही प्रामाणिक माणसाला त्यांची घृणा यावी तर कोणत्याही गुंड, संधीसाधूला ती पर्वणीच वाटावी.

पण हे झालं नंतरचं. सुरुवातीला ओ.डी. दल तसं वागायला बरं होतं.

लिओपोल्ड पेफरबर्ग काम करत होता ओ.डी.मध्ये. डिसेंबर १९४० मध्ये ज्यूंना शिक्षण घ्यायची जी सरसकट बंदी करण्यात आली, त्यानंतर लिओपोल्डला दुसरी नोकरी शोधणं भाग पडलं. ओ.डी.मध्ये त्याला घर वाटप खात्यात नोकरी लागली. लोकांच्या लायनी लावायची. तसं फालतू काम होतं. पण ओ.डी.मधे असल्याच्या नावाखाली अख्ख्या क्रॅकोवभर त्याला बिनधास्त फिरता यायचं. त्याच्या बाकीच्या धंद्यांसाठी हे महत्त्वाचं होतं. ओ.डी. दलाची सुरुवात झाली होती मार्च १९४१ मध्ये. शहराच्या निरनिराळ्या भागातून घेटोत येणाऱ्या ज्यूंमध्ये शिस्त राखण्यासाठी, त्यांच्या रक्षणासाठी, पोल्डेकनं ही नोकरी स्वीकारली. ह्या ओ.डी.च्या रचनेमागची कारणं आपल्याला माहिती आहेत अशी निदान त्याची तरी समजूत होती. ज्यूंचा इतिहास असं सांगतो, की जेव्हा जेव्हा त्यांच्यावर आक्रमणं झाली, तेव्हा तेव्हा त्यांनी आपल्या हल्लेखोरांसमोर मान तुकवली... बिनशर्त. अपेक्षा अशी, की हल्लेखोर समाधानाने लौकर परत जाईल आणि आपली सुटका होईल. ह्या जर्मन आक्रमणाच्या वेळी घेटोतले ज्यू शत्रूला व्यवस्थित खूश करताहेत की नाही, हे पाहण्यासाठी ओ.डी.ची स्थापना झाली असावी असं पोल्डेकला वाटत होतं. दुसरीकडे त्याचे जवाहीर, कातडी, नोटा यांचा काळाबाजार वगैरे काळेधंदे जोरात चाललेलेच होते. घेटोच्या आत आणि बाहेरसुद्धा.

घेटोच्या मुख्य दरवाज्यावरचा चौकीदार ओसवाल्ड बॉस्को त्याच्या चांगल्या ओळखीचा झाला होता. ओसवाल्ड जर्मन असून त्या राजवटीला इतका विटला होता, की तो पहाऱ्यातून खुलेआम कच्चा माल घेटोत नेऊ द्यायचा आणि बनवलेला पक्का माल परत क्रॅकोवमध्ये विकायला सोडायचा. त्यात कापड, दारू असल्या सगळ्या वस्तू असायच्या. राग इतका, की हे करण्यासाठी ज्यूंकडून काही लाचसुद्धा घ्यायचा नाही!

घेटोतून बाहेर पडल्यावर एखाद्या सुनसान गल्लीत पोल्डेक पेफरबर्ग आपल्या दंडावरची निळी पट्टी, ज्यू असल्याची खूण, काढून टाकायचा आणि उजळ माथ्यानं काझीमीर्झ किंवा सेन्ट्रमच्या रस्त्याला चालायला लागायचा, आपला धंदा करायला.

ट्रॉलीत उभं राहून बाकीच्या प्रवाशांच्या डोक्यावरनं त्याला रस्त्यात लावलेली पोस्टर दिसायची. ब्लेडच्या जाहिराती, नवीन नवीन सरकारी नियम, भिंतीवर रंगवलेल्या घोषणा 'ज्यू म्हणजे घाण-रोगट'. काही काही ठिकाणी चित्रंच असायची. एखादी सुंदर निरागस पोलिश मुलगी एका जख्ख हिडीस ज्यूला भीक देते आहे आणि खाली ठळक लिहिलेलं, 'ज्यूंना मदत करणं म्हणजे राक्षसाला मदत करण्यासारखं आहे.' कुठे किराणा मालाच्या दुकानाबाहेर ज्यू खाण्याच्या पदार्थात घाण मिसळतायत, ब्रेडचं पीठ घाणेरड्या पायांनी तुडवतायत, वगैरे चित्रं असायची. घेटोतलं जीवन अशा रितीनं ह्या चित्रकार, लेखक लोकांच्या कल्पनाशक्तीतून

बाहेरच्या क्रॅकोवच्या समोर येत होतं.

एखाद्या आर्यन माणसाप्रमाणं दिसणारा पेफरबर्ग ह्या सगळ्यामधून शांतपणे हिंडायचा. त्याच्या हातातल्या बॅगेत भरलेल्या असायच्या नोटा, नाहीतर जडजवाहीर.

आधीच्या वर्षी तर त्यानं कमाल केली होती. गव्हर्नर फ्रँकनं शंभर ते पाचशे ज्लोटीच्या नोटाच रद्द केल्या. हुकूम काढला, की ज्या कोणाजवळ ह्या नोटा असतील त्यांनी जर्मन बँकेत त्या जमा कराव्यात. ज्यूंना फक्त दोन हजार ज्लोटीपर्यंतच रक्कम जवळ ठेवायची परवानगी होती. अशा परिस्थितीत लपवून ठेवलेल्या संपत्तीची किंमत मातीमोल झाली होती. पोल्डेक गोऱ्यापान पोलिश माणसांसारखाच दिसायचा. तो आणि त्याचे असेच दिसणारे काही दोस्त कित्येक लक्ष ज्लोटी बॅगा भरून घेटोतून घेऊन गेले. जर्मन बँकेसमोर रांगेत उभं राहून त्यांनी त्या नोटा परवानगी असलेल्या नोटांत बदलून घेतल्या आणि ते सहीसलामत घेटोत परत आले. थोडीफार लाच पोलिश रखवालदारांना द्यायला लागली तेवढीच.

तर असला ओ.डी. पोलीस होता पोल्डेक पेफरबर्ग. ज्युडेनरॅटच्या प्रमुखाच्या, आर्थर रोझेनबर्गच्या दृष्टीने देवासारखा, पण पोमोरस्का रस्त्यावरच्या सरकारी बडग्यात सापडला असता तर लटकलाच असता, असा.

त्या एप्रिलमध्ये ऑस्कर एकदा घेटोत येऊन गेला. कारणं दोन होती. एक म्हणजे, घेटोची आतली परिस्थिती त्याला स्वतःच्या डोळ्यांनी पहायची होती आणि त्यानं एका ज्यू सोनाराला दोन अंगठ्या करायला सांगितल्या होत्या. गुदमरून जावं इतका कोंबून घेटो भरला होता माणसांनी. एका छोट्याशा खोलीत दोन दोन अख्खी कुटुंबं रहात होती. ज्युडेनरॅटमध्ये तुमची ओळखबिळख असेल तर स्वतंत्र खोली मिळायची शक्यता, सगळीकडे तुंबलेली गटारं आणि घाणीचं साम्राज्य. सगळ्या बायका चांगल्या चांगल्या घरातल्या. कसंबसं पाणी उकळून, कपडे रोज खसाखसा धुवून आजारबिजार दूर ठेवायचा निष्फळ प्रयत्न करत होत्या. त्यावेळी सगळ्यांत भयंकर रोग म्हणजे टायफस...

"आमचे दिवस भरत आलेत आता." अंगठ्या दाखवता दाखवता सोनार ऑस्करशी बोलत होता. "नुकतेच ओ.डी. पोलिसांनी दंडुके दिलेत."

पोलंडमधल्या सगळ्या घेटोंप्रमाणेच ह्याही घेटोची जबाबदारी आता जनरल फ्रँककडून गेस्टापोंच्या ४ B सेक्शनकडे गेली होती. ज्यूंच्या कोणत्याही बाबतीत आता सर्वाधिकारी होता ज्युलियन शर्नर. चाळिशी-पन्नाशीतल्या शर्नरला ऑस्कर निरनिराळ्या पार्ट्यांमध्ये भेटला होता. टक्कल पडलेला आणि मोठ्या भिंगाचा चष्मा लावणारा शर्नर अगदी शंभर टक्के सरकारी नोकर वाटायचा. तो बोलायचा पण खूप. युद्धाबद्दल कधीच नाही, तर हवापाणी, पैसा, भांडवल या गोष्टींवर.

दारू, बायका आणि ज्यूंची जप्त केलेली मालमत्ता हे त्याचे अत्यंत जिव्हाळ्याचे विषय. लायकी नसताना अचानक बढती मिळालेल्या माणसाच्या चेहऱ्यावर जे भाव मध्ये मध्ये चमकून जातात, तेच शर्नरच्या मुखड्यावर दिसायचे. बोलणं अगदी प्रेमळ, पण प्रत्यक्ष वागणं अगदी निःसंशय राक्षसासारखं. एवढ्यावरून शर्नर या माणसाची कल्पना यावी.

ऑस्करला खात्री होती, की ज्यूंना ठार मारण्यापेक्षा जर त्यांच्याकडून मजुरी करून घेऊन पैसा कमावता आला, तर शर्नर नक्कीच कायदा मोडायलासुद्धा मागंपुढं पहायचा नाही, पण अगदीच वेळ आली तर ज्यूंची सरसकट कत्तल करायलाही कचरणार नाही. वाहत्या वाऱ्याच्या दिशेने मान झुकवणारा इसम होता तो!

गेल्या वर्षी नाताळात त्याला अर्धा डझन कॉन्यॅकच्या बाटल्या पाठवल्याचं ऑस्करला आठवत होतं. आता शर्नरची बढती झाली होती, त्यामुळे अर्ध्या डझनात भागणार नव्हतं.

हे बदलतं चित्र काळजी करण्यासारखंच होतं. एस.एस.सारखं कर्दनकाळ पोलीस दल आता फक्त सरकारी नियम पाळणारं दल राहिलं नव्हतं, तर स्वतःच नियमसुद्धा करू लागलं होतं. त्यामुळं ज्यूंच्या ओ.डी. दलातसुद्धा बदल व्हायला लागले होते.

त्या जूनच्या एका लख्ख दुपारी घेटोजवळून जाताना ऑस्करची सिम्शे स्पिरा याच्याशी ओळख झाली. स्पिराचं प्रस्थ हल्लीच ओ.डी.मध्ये वाढायला लागलं होतं. हा स्पिरा तसा सामान्य घरातला सामान्य कुवतीचा मनुष्य. हुषार आणि थोडंफार आधुनिक शिक्षण घेतलेल्या ज्यूंचा त्याला मनापासून द्वेष वाटायचा. त्यानं ज्युडेनरॅटच्या रोझेनबर्गचं ऐकायला हल्ली बंदच केलं होतं. त्याऐवजी तो हुकूम घ्यायचा एस.एस. च्या कॅप्टन ब्रँडट्‌कडून. ब्रँडट्‌ने त्याला ओ.डी. दलाच्या राजकीय शाखेचं प्रमुख करून टाकलं होत.

ह्या सरळ पाठिंब्यामुळं स्पिरा खूपच माजला होता. ह्या राजकीय दलात त्याने सगळे स्वतःचे मित्र भरले होते. आता ओ.डी. पोलिसांचा पोषाखसुद्धा बदलला होता. मळकट टोपी आणि दंडावरचा पट्टा जाऊन, त्यांची जागा आता कडक राखी शर्ट पँट, सॅम ब्राऊन पट्टी आणि एस.एस. दलासारखे बूट यांनी घेतली होती. स्पिराच्या या राजकीय दलानं ज्यूंना सामोपचारानं वागायला भाग पाडणं, ह्या गोष्टीची मर्यादा कधीच ओलांडली होती. शांततेच्या आणि स्थैर्याच्या काळात काहीच करू न शकणारे तरुण, की जे आपल्या नालायकपणाचं खापर कायम समाजातल्या विद्वान, सुखी माणसांच्या डोक्यावर फोडत असतात, त्यांचा अखंड मत्सर करत असतात, अशा तरुणांनी स्पिराचं हे दल भरलेलं होतं. झिमॉन

स्पिट्झ, मार्सेल झेलिंगर, इग्नासी डायमंड, डेव्हिड गुटर, फॉर्स्टर, ग्रुनर आणि लँडाऊ हे स्पिराचे आणखी काही महारथी. त्यांना जे लाच देणार नाहीत, अशा ज्यूंच्या याद्या ते तक्रारींसकट एस.एस. दलाकडे पाठवायचे.

ह्या गुंडांबरोबर रहाणं पोल्डेक पेफरबर्गला अशक्य झालं. एवढ्यात अफवा आली, की सगळ्या ओ.डी. दलाला जर्मन एस.एस. दल शपथ देणार आहे. फ्यूररच्या, हिटलरच्या नावानं. म्हणजे मग जर्मन विरोधाचा प्रश्नच मिटला. पोल्डेकनं आपला मार्ग शोधला. वजिस्की रस्त्याच्या कोपऱ्यावर अलेक्झांडर बायबरस्टाईन नावाच्या डॉक्टरचा दवाखाना होता. बिचारा सज्जन डॉक्टर होता. ह्याच बायबस्टाईनचा भाऊ सध्या त्या लाच देण्याच्या प्रकरणात मॉन्टेलुपीचच्या तुरुंगात खितपत पडला होता. पोल्डेक ह्या डॉक्टरकडे गेला.

"डॉक्टर, काहीही करून मला एक आजारी असल्याचं सर्टिफिकेट द्या. एकदा सुटेन या ओ.डी.च्या कटकटीतून." पोल्डेक म्हणाला.

"अवघड आहे ते. तू तर असा ठणठणीत दिसतोयस कोणाचा विश्वास बसेल? पण बघू...?"

डॉक्टरनं त्याला पाठदुखीची लक्षणं समजावून दिली.

दुसऱ्या दिवशी पोल्डेक नोकरीवर कुबड काढून, काठी टेकत टेकत पोहोचला.

स्पिरा खवळला, "कसा ओ.डी.तून सुटतोस तेच बघतो. इथनं सुटायचा एकच मार्ग आहे बेटा... मृत्यू."

स्पिरा आणि त्याचे साथीदार म्हणजे एकदम पौराणिक सैनिकांसारखे वागायला लागले होते. नेपोलियन समजत होते जणू स्वत:ला

"तुला गेस्टापोंच्या डॉक्टरकडे पाठवतो तपासायला." स्पिरानं दम दिला. पण बायबरस्टाईननं आपल्या शिष्याची इतकी तयारी करून घेतली होती, की गेस्टापोंच्या डॉक्टरचासुद्धा पोल्डेकच्या पाठदुखीवर विश्वास बसला. पोल्डेकला दलातून कायमची सुट्टी मिळाली.

त्याच्या दुसऱ्याच दिवशी जर्मनीने रशियावर आक्रमण जाहीर केलं. ऑस्करनं ही बातमी चोरून बीबीसीवर ऐकली आणि त्याची खात्री पटली, की ज्यूंकरता जी मादागास्कर योजना आखली होती, तिचे आता बारा वाजले आहेत. त्या एका घटनेमुळे एस.एस. दलाची बांधणीच बदलली. त्यांचे अर्थतज्ज्ञ, तंत्रज्ञ किंवा साधे सैनिक, सगळ्यांनीच आता फक्त एका प्रदीर्घ चालणाऱ्या युद्धाची नाही; तर अगदी जाणीवपूर्वक थंडपणे ज्यूंविरुद्धच्या धर्मयुद्धाची मानसिक तयारी सुरू केली.

११

लिपोवा रस्त्याच्या एका गल्लीत ऑस्करच्या इनॅमल प्लँटच्या शेजारीच आणखीन एक छोटा कारखाना होता. 'जर्मन बॉक्स फॅक्टरी'. ऑस्करला गप्पा मारायला सारखं कोणीतरी बरोबर हवं असायचं. अगदी कोणी नसलं की तो या फॅक्टरीत चक्कर टाकायचा. तिथला मॅनेजर अर्न्स्ट कुनपास्ट किंवा पूर्वीचा मालक आणि हल्लीचा अनधिकृत सल्लागार झिमॉन जेरेथशी गप्पागोष्टी करायला.

दोन वर्षांपूर्वी ती फॅक्टरी सायमन जेरेथच्या मालकीची होती. इतरांप्रमाणेच जर्मनांनी ती बळकावली होती. पैसा नाही, काही कागदपत्रं नाहीत. एके दिवशी जेरेथ आणि त्याचं कुटुंब घेटोत फेकलं गेलं होतं. आता आता जेरेथला याचं काही वाटेनासं झालं होतं. घेटोत रहाणं मात्र त्याला अक्षरश: असह्य वाटायचं. तिथली घाण, तिथले वास, एकमेकाला खेटून ये-जा करणारी गलिच्छ माणसं! एकेक जवळून गेला तर अंघोळ करावीशी वाटे. त्यातून त्याची बायको तर लहानपणापासून गर्भश्रीमंतीत वाढलेली. तिची बिचारीची कुतरओढ तर विचारूच नका. अगदी

खचून गेली होती ती.

बोलता बोलता जेरेथ उदास झाला. खिडकीतून ऑस्करच्या फॅक्टरीपलीकडची एकेकाळची जेरेथच्या मालकीची जागा दिसत होती.

"तिथं घर बांधायचं होतं मला. इथून मला कुठं जायची कल्पनाच सहन करवत नाही. कुठल्याही कॅम्पमध्ये मला पाठवलं नाही म्हणजे मिळवली. नाहीतर इथं हे मूर्ख काय करतायत ह्या काळजीनंच मी मरून जाईन. माझी होणारी तडफड लक्षात घ्या शिंडलर साहेब."

त्यावर्षी जेरेथसारख्या अनेकांना भविष्य म्हणजे काळाकुट्ट अंधार, या निराशेनं घेरलं होतं. जर्मन सैन्य रशियात प्रचंड विजय मिळवत चाललं होतं. फार कशाला, खुद्द बीबीसीवाल्यांची जीभ या विजयाच्या बातम्या देता देता अडखळू लागली होती. ऑस्करच्या टेबलावरच्या इनॅमलच्या भांड्यांच्या ऑर्डरींचा ढिगारा वाढत होता. कधी त्यांच्यावर जनरल शिंडलरची लफ्फेदार सही असायची, तर कधी छोट्या मोठ्या साहेबाचा फोन यायचा! 'ऑर्डरी'बद्दल अभिनंदन करणारा. या ऑर्डरींबरोबर हल्ली ऑस्करच्या टेबलावर वडिलांची पत्रंही पडायला सुरुवात झाली होती. दोन्ही वाचून ऑस्करला अगदी निरनिराळा विरोधात्मक आनंद मिळायचा.

"त्या हिटलरचे दिवस भरलेत!" म्हातारा शिंडलर आपल्या कारखानदार पोराला दर पत्रात लिहायचा, "शेवटी अमेरिका चोपणार त्याला आणि रशियन सैनिक! बापरे! माणसं नव्हेत, ते पशू आहेत पशू. त्या हिटलरला कोणी समजावून का सांगत नाही, की बाबारे, विस्तवाशी खेळतोयस तू!"

ऑस्करला ही पत्रं वाचून गालातल्या गालात हसू यायचं. एकीकडे युद्धामुळे मिळणाऱ्या ऑर्डर्स, दुसरीकडे युद्धाच्या विरोधी बापाची पत्रं! ऑस्कर बापाला दरमहा एक हजार मार्क पाठवायला लागला होता.

ते वर्ष असं झपाट्यानं निघून गेलं! दिवसरात्र काम, क्रॅकोविआमधल्या पार्ट्या, जाझ क्लबमध्ये जाऊन तर्र होणं आणि मग रात्री क्लोनोवस्काकडे जाणं, दिवस आणि तारखांचं भान राहतंय कोणाला?

पानगळीला सुरुवात झाली, तेव्हा कुठं वर्ष गेल्याचं ऑस्करच्या लक्षात आलं. त्यातून त्यावर्षीचा उन्हाळा लांबला आणि पावसाळा नेहमीपेक्षा लवकर सुरू झाला. रशियन लोकांना याचा फायदा झाला, तर युरोपच्या सगळ्याच लोकांच्या आयुष्यावर ह्या हवामानाचा त्या वर्षी परिणाम झाला.

पण ऑस्करला काय त्याचं? त्याच्या लिपोवा स्ट्रीटवरच्या ऑफिसमधून तो म्हणायचा, 'हवामानाचं ते कसं का असेना?' असं सगळं आलबेल चाललेलं असतानाच १९४१ सालच्या अगदी शेवटाकडे ऑस्कर शिंडलरला अटक झाली. कोणीतरी... मग तो पोलिश कारकून होता की दारूगोळा विभागातला कोणी जर्मन

सांगणं कठीण आहे, पण कुणीतरी पोमोरोस्का रस्त्यावरच्या पोलीस स्टेशनात खबर दिली. दोन साध्या पोशाखातले गेस्टापो एक मर्सिडिझ गाडी घेऊन लिपोवा रस्त्यावरच्या शिंडलरच्या फॅक्टरीसमोर आले. गाडी त्यांनी प्रवेशद्वारात अशी लावली की जणू सगळा कारभार संपलाच! वरच्या मजल्यावर शिंडलरला त्यांनी वॉरंट दाखवलं. त्यांना हिशोबाच्या वह्या बघायच्या होत्या.

"कुठल्या हिशोबाच्या वह्या?" शिंडलरनी ओळखलं की हे नुसतेच शिपाई गडी आहेत. "कुठल्या वह्या?" त्यानं विचारलं.

"हिशोबाच्या." गडी थोडे गडबडले होते.

"तुमची लेजर बुक बघायचीयेत." आता दुसऱ्याला कंठ फुटला.

अशी आरामात अटक झाली त्या दिवशी. शिंडलरने स्वत: हिशोबाच्या वह्या आणल्या आणि हे करता करता एका कागदावर काही नावं खरडून आपली सेक्रेटरी क्लोनोवस्का हिच्याकडे सरकवली. तिच्या लक्षात आलं, की शिंडलर जाताक्षणी ह्या लोकांना फोन करायचेत, त्याच्या सुटकेसाठी.

त्या यादीतलं पहिलं नाव होतं ज्युलियन शर्नरचं. दुसर होतं मार्टिन प्लॅथचं. हा ब्रेसलोमधला एक मोठा अधिकारी. तिसरं नाव होतं फ्रांझ बॉशचं, तोच तो सारखा शिंडलरकडून भांडी उकळणारा अधिकारी. क्लोनोवस्काच्या खांद्यावरून ओणवत शिंडलरनं बॉशच्या नावाखाली रेघ मारली. क्रॅकोवमध्ये काळाबाजार करणाऱ्या प्रत्येक अधिकाऱ्याचा, कारखानदाराचा सल्लागार म्हणजे हा बॉश. यादीतलं चौथं नाव होतं सॉसनोविक नावाच्या एका जबरदस्त माणसाचं. त्या गेस्टापोंबरोबर मर्सिडीझमधून जाताना शिंडलर आरामात होता. ह्या नावामुळं आपल्याला कोणताही त्रास होणार नाहीये याची त्याला खात्री होती. गाडी क्रॅकोवच्या एस.एस. मुख्यालयासमोर थांबली. एक अधिकाऱ्यानं त्याची रीतसर चौकशी केली.

"उद्या मी आणि शर्नर जेव्हा संध्याकाळी भेटू तेव्हा या सगळ्या विनोदी प्रकारावर खूप हसणार आहोत." शिंडलरचं आपल्या परीनं धमक्या देणं चालूच होतं. सुरुवातीच्याच दोन पोलिसांनी त्याला वरच्या मजल्यावरच्या एका कोठडीत नेलं. चांगली प्रशस्त होती ती खोली. ज्या ठिकाणी सामान्य माणसं थरथर कापत असत तिथे शिंडलर मात्र आरामात होता.

संध्याकाळी त्याच्या कोठडीत उत्तम जेवण, शँपेनची बाटली, सिगारेटी यांची एक बॅग पोचली. त्याची सेक्रेटरी क्लोनोवस्का काम करत होती हाच याचा अर्थ. सकाळी त्याच्यासाठी खास ब्रेकफास्ट आला. मुख्य म्हणजे त्या पहिल्या अधिकाऱ्यानंतर अजून कोणीही त्रास द्यायला आलं नव्हतं.

थोड्या वेळानं मग एक मध्यमवयीन अधिकारी आला. "तुमच्या हिशोबाच्या वह्या तपासल्या आम्ही. पण आमचं असं मत झालंय, की इतक्या मोठमोठ्या

लोकांशी तुमच्या ओळखी आहेत, तेव्हा तुम्ही गुन्हा करणं अवघड आहे. आम्हाला काही फोन आले काल रात्री, त्यामुळे आम्ही ही चौकशी तात्पुरती स्थगित करतोय.''

खालच्या मजल्यावर क्लोनोवस्का त्याची वाट बघत होती. नेहमीप्रमाणेच प्रसन्न. आणि अशा रितीने त्या मृत्युघरातून शिंडलर त्याच्या नेहमीच्या थाटात बाहेर पडला होता.

क्लोनोवस्कानी त्याला जवळच पार्क केलेल्या ॲडलर गाडीकडे नेलं. मागच्या सीटवर तिचं बारीकसं कुत्र्याचं पिल्लूसुद्धा निर्भयपणे बसलं होतं.

मार्चच्या वीस तारखेच्या आधीचे दोन आठवडे ज्यूंसाठी धावपळीचे गेले. आपापलं सामान ढकलगाड्यांमध्ये टाकून मध्यमवर्गीय ज्यू कुटुंबं घेटोच्या दिशेनी निघाली होती. 'स्ट्राडोम ' रस्त्याच्या दुतर्फा पोलिश नागरिक, अगदी त्यांची लहान मुलंसुद्धा जाणाऱ्या ज्यूंना शिव्याशाप देत होती. दगडधोंडे, चिखल, जे हाताला येईल ते फेकून मारत होती आणि 'गुडबाय ज्यू' म्हणून आनंदानं किंचाळत होती.

शरमेनी मान खाली घालून जाणाऱ्या ज्यूंचं स्वागत घेटोचा एक भला प्रचंड दरवाजा करत होता. दरवाज्याला दोन मोठ्या कमानी होत्या. ट्राम यायला आणि जायला म्हणून त्या अशा उंच होत्या. थोड्याशा अरबी पद्धतीच्या वाटणाऱ्या ह्या दरवाज्यावर एक दिलासा देणारा शब्द लिहिला होता. 'ज्यूईश टाऊन' किंवा 'ज्यू नगरी'. बाजूनी सगळीकडे काटेरी तारांचं कुंपण होतं.

आपापल्या ढकलगाड्या घेऊन येणाऱ्या ज्यूंना घेटोच्या दारातच गृहसमितीचे सदस्य भेटायचे. येणाऱ्या प्रत्येक माणसाला राहायची जागा द्यायचं काम या समितीकडे होतं. तुमचं कुटुंब जर आठ-दहा माणसांचं, खूप मोठं असेल तर कशाबशा दोन खोल्या त्या कुटुंबाला मिळायच्या. क्रॅकोवमधले बहुतेक ज्यू सुस्थितीत, चांगल्या घरात राहणारे होते. घेटोतली जागा बघून बहुतेकांची बोलतीच बंद व्हायची. मग त्या जागेचा राग आया आक्रस्ताळेपणे रडणाऱ्या मुलांना धपाटे घालून काढायच्या. तर बाप्ये लोक तोंडातल्या तोंडात काहीतरी पुटपुटत खिन्नपणे कोपऱ्यात बसून राहायचे. म्हणायचे, ''ठीक आहे. देवाची इच्छा!'' पण माणसं सतत एकमेकांवर करवादायची. आपल्या कुटुंबाच्या खाजगी जागेत अचानक निराळ्या आवडी-निवडीची, निराळ्या विचारांची आणि निराळ्या वासांचीसुद्धा अपरिचित माणसं जर घुसली, तर जो गोंधळ उडेल, तोच गोंधळ घेटोतल्या बहुतेक घरांमध्ये या काळात सुरू होता. वीस मार्चच्या संध्याकाळी घेटोचे दरवाजे बंद झाले असता जे बाहेर राहिले होते, ते स्वतःच्या जबाबदारीवर! त्यांचं भविष्य अनिश्चित होतं. घेटोच्या चार भिंतींत दाटीवाटीने राहून का होईना, पण पुढचे काही दिवस तरी जिवंत राहण्याची खात्री होती.

तेवीस वर्षांच्या एडिथ लीबगोल्डला पहिल्या मजल्यावरची एक खोली मिळाली होती. तिची आई आणि लहान मुलगी अशा तिघी तिथे राहात होत्या. एडिथचा नवरा दीड वर्षापूर्वी परागंदा झाला होता. त्याचा पत्ताच नव्हता.

घेटोत आल्याच्या दुसऱ्याच दिवशी एडिथला हादरवणारी घटना घडली. आपल्या मुलीसाठी औषध आणायला म्हणून ती पॅनकीवीझ फार्मसीकडे निघाली होती. अलीकडच्या चौकात असतानाच फार्मसीच्या बाहेर गडबड चाललेली तिला दिसली. दिसेल त्या ज्यूला सैनिक धरून ट्रकमध्ये भरून नेत होते. शहरातला बर्फ झाडून साफ करायचा म्हणून.

एडिथ जर अर्धा मिनिट आधी फार्मसीमध्ये पोचली असती, तर ती सुद्धा ट्रकमधून गेली असती. नशिबानेच वाचली. पण मनातून ती भेदरली होती. मुलीकरता औषध आणायला तुम्ही निघालात. पंधरा-वीस मिनिटांत त्या बारकीला पाजायची वेळ होईल म्हणून औषध घेऊन लौकर घरी जाऊ असं तुम्ही म्हणताय. एवढ्यात अचानक ट्रकमध्ये भरून तुम्ही माहीत नसलेल्या ठिकाणी धाडले जाताय. घरच्यांना पत्ता नाही. त्यांनी काय करावं? घेटोतल्या भविष्यकाळाची एक चुणूक एडिथला बघायला मिळाली होती.

ताबडतोब तिने नोकरीकरता प्रयत्न करायचा निश्चय केला. त्या सुरुवातीच्या काळात नोकरीच्या ऑफिसात पण तुडुंब गर्दी असायची. एडिथ आणि तिच्या काही मैत्रिणी रांगेत उभ्या होत्या. थट्टामस्करी चालली होती. ती ऐकूनच असेल कदाचित, करड्या रंगाचा पोशाख घातलेला एक इसम त्यांच्याजवळ आला.

"हे बघा मुलींनो, इथं असं रांगेत वाट बघत बसण्यापेक्षा माझ्याबरोबर चला. एका इनॅमल फॅक्टरीत रात्रपाळीला दहा मुली हव्यात. झाब्लोसीला ती भांड्यांची फॅक्टरी आहे ना? तिथे!"

मुलींनी उगीचच नाकं उडवली.

"कसलं काम आहे?"

"सोपं आहे. मालक जर्मन आहे."

"जर्मन!" मुलींचा सूर एकदम खाली आला.

"जर्मन आहे. पण चांगला जर्मन आहे. मी त्याचाच मॅनेजर. माझं नाव बँकिअर."

त्या दिवशी रात्री एडिथ लीबगोल्ड इमालियाच्या इतर कामगारांबरोबर चालत शहराच्या दिशेनी निघाली. बरोबर बंदोबस्त होताच. बरोबरच्या कामगारांना ती खूप प्रश्न विचारत होती.

"तिथं काम संपलं की सगळ्यांना गरम गरम सूप देतात प्यायला."

"मारझोड? छे, अजिबात नाही. अगदी चांगलं वागवतात तिथे."

फॅक्टरीच्या दारातच बँकिअरनं दहा नवीन मुलींना रांगेतून बाहेर काढलं आणि एका दारासमोर नेऊन उभं केलं. दारावर पाटी होती 'संचालक'

खोलीतून एक खर्जातला आवाज आला.

"या. आत या." आतमध्ये संचालक साहेब आपल्या टेबलाच्या कोपऱ्यावर बसले होते. तोंडात सिगारेट जळत होती. रुबाबदार दिसत होता. त्याला जेवायला जायचं होतं, पण ह्या नवीन बॅचचं स्वागत करायला तो मुद्दाम थांबला होता. एडिथला वाटलं की आता हा माणूस मोठं लेक्चर देणार, युद्ध आणि कसं काम करायला पाहिजे ह्या विषयावर! पण घडलं भलतंच!

"तुमचं या माझ्या कारखान्यात स्वागत. कारखाना आता वाढतोय आणि म्हणूनच मी तुम्हाला बोलावलंय."

बोलता बोलता ऑस्कर टेबलावरून उठला आणि कोणताही आव न आणता बोलत राहिला.

"तुम्ही इथे सुरक्षित आहात. जर तुम्ही इथे काम करत राहिलात तर युद्ध संपलेला दिवस तुम्हाला नक्की बघायला मिळेल. गुड नाईट!"

एवढंच बोलून झपाट्याने तो निघून गेला.

त्या सगळ्याजणी भांबावल्या होत्या. इतक्या सहजपणे कसं सांगू शकतो हा माणूस, की इथे तुम्ही सुरक्षित आहात? आणि तरीसुद्धा एडिथ लीबगोल्डचा त्याच्या प्रत्येक शब्दावर विश्वास बसला. विश्वास ठेवण्याशिवाय दुसरा पर्यायच नव्हता. वाळवंटात तहानलेल्या मरणासन्न माणसाला कुणीतरी थंडगार पाणी द्यावं, तसं झालं होतं सगळ्यांचं.

त्याच भांबावलेल्या स्थितीत त्या कामाला लागल्या. काम करता करता एडिथच्या मनात तेच वाक्य घोळत होतं. त्या वाक्याचा परिणाम इतका झाला होता, की त्याक्षणी एडिथला कोणी गोळी घातली असती तरी ती म्हणाली असती, "पण संचालक साहेबांनी तर सांगितलं होतं की तुम्ही इथं सुरक्षित आहात म्हणून!"

ऑस्करचे ते शब्द इमालियातल्या ज्यूंसाठी जणू देववाणीसारखे होते. समजा उद्या ऑस्करचं म्हणणं खोटं ठरलं असतं, तर जगात देव नाही असं म्हणायला त्यांनी कमी केलं नसतं.

त्या आणि पुढच्या काही वर्षांत जे जे कोणी ऑस्कर शिंडलरच्या सहवासात आले, त्या सगळ्यांना हाच अनुभव आला होता.

खात्रीशीर मरणाविरुद्ध एक छोटीशीच, पण आशा... जगण्याची आशा... त्या आशेवरच इमालियातले ज्यू जगत होते. पण... इमालियाच्या बाहेर आक्राळ विक्राळ मृत्यू ह्या छोट्याशा आशेला चिरडून टाकायला सज्ज झाला होता.

१२

एका संध्याकाळी ती चिमुरडी घेटोमध्ये ड्रेसनरांच्या घरात आली. आतापर्यंत एक पोलिश जोडपं गावाबाहेर राहून तिचा सांभाळ करत होतं. आज त्यांनीच कशीबशी तिला घेटोच्या दारावरच्या पहाऱ्यातून आपलीच मुलगी आहे असं सांगून आत आणलं होतं.

ड्रेसनर कुटुंब समंजस होतं आणि अशा संकटाच्या वेळी आपण या छोटीला घेटोत आणलं याबद्दल त्यांना मनापासून शरम वाटत होती. पण परिस्थितीपुढे त्यांनी हात टेकले. आजकाल एका ज्यू मुलीला आपली म्हणून सांभाळायचं म्हणजे त्या मुलीचाच नाही, तर साऱ्या कुटुंबाचाच विनाश ओढवून घेण्यासारखं होतं. एस.एस. दलानंच नाही, तर छोट्या छोट्या गावांतल्या चावडीवर सुद्धा 'ज्यू शोधून द्या आणि पाचशे ज्लोटी मिळवा' अशा मोहिमा सुरू झाल्या होत्या. अफवा होत्या की काही ठिकाणी लोक ज्यूंना शोधायला विळे आणि कोयते घेऊन बाहेर पडत होते. अशा वेळेला या गोड छोकरीला कसं ठेवणार? लोकांचा आपले नातेवाईक, शेजारी, कोणावरच विश्वास राहिला नव्हता.

गावातल्या मोकळ्या वातावरणातून घेटोतल्या कोंदट बंदिस्त वातावरणात आल्याचा त्या छोटीवर मात्र फारसा परिणाम झाला नव्हता. ती शांतपणे एका छोट्या टेबलाशी बसून सौ. ड्रेसनरनी दिलेल्या ब्रेडचा तुकडा चघळत होती. घरातल्या बायका तिच्याशी कौतुकानं बोलत होत्या. तिचे पापे घेत होत्या. ड्रेसनर बाईंना त्या पोरीचा शांतपणा विचित्र वाटत होता. एखाद्या मोठ्या माणसासारखी अगदी हातचं राखून बोलत होती ती! विचारलेल्या प्रश्नाला कमीत कमी शब्दांत उत्तर!

पण शेवटी तीन वर्षांची पोर ती. तीन वर्षांच्या मुलाला आवडतो त्या गडद लाल रंगाचं भयानक आकर्षण तिलाही होतं. तिची टोपी लाल. छोटा कोट लाल. बूट लाल चुटूक. घरातले सगळे तिच्याकडे बघून गालातल्या गालात हसत होते.

ह्या पोरीचे खरे ज्यू आईवडील कुठेतरी जंगलात लपून छपून दिवस काढत होते. ड्रेसनर बाई त्यांचा विषय काढून पोरीला बोलतं करायचा प्रयत्न करत होत्या.

"येतील हं आईबाबा परत... इकडेच येणारेत ते जिनीयाला न्यायला."

हूं नाही का चूं नाही. नुसतीच मान हलवते आहे. पोरगी लाजाळू नव्हती, पण तोंड काही उघडायला तयार नाही.

जानेवारीमध्ये बऱ्याच ज्यूंबरोबर तिचे आईवडील पकडले गेले होते. रेल्वे स्टेशनकडे ह्या सगळ्यांची धिंड निघाली असताना पोलिश लोक शिव्याशाप देत होते. ह्या गडबडीत दोघंही पोलिसांचा डोळा चुकवून कैद्यांच्या रांगेतून हळूच बाहेर पडले होते; आणि आपणही पोलिश असल्याचा आव आणून इतर ज्यूंना शिव्या देत होते. पुढचे काही दिवस त्यांनी रानावनात हिंडून काढले. पण आजकाल ते देखील धोकादायक झाल्याने काहीतरी करून त्यांचा घेटोत घुसायचा प्रयत्न चालला होता.

'लाल टोपी'ची आई म्हणजे ड्रेसनर बाईंची आतेबहीण. घरात शिरल्या शिरल्या ड्रेसनरांच्या पोरांनी ह्या बाहुलीचं नाव 'लाल टोपी' असं ठेवलं होतं.

संध्याकाळी ड्रेसनर बाईंची मुलगी डान्का तिच्या कामावरून परत आली. डान्का चौदा वर्षांची होती. पण उंच असल्यामुळे तिला कामगार बिल्ला मिळाला होता.

आल्या आल्या पोरीला तिनं जवळ घेतलं. "जिनीया, तुझी आई इव्हा आणि मी नेहमी एकत्र असायचो. माझ्या वाढदिवसाला ती किनई मला केक आणि खूप खाऊ द्यायची."

पोरगी काही बघेना. डान्काकडे न बघता ती म्हणली,

"तुमचं चुकतंय काहीतरी... माझी आई इव्हा नाही, तिचं नाव याशा." तिनं पुढं जाऊन सर्व नातलगांची नावं म्हणून कुठलीतरी पोलिश नावं सांगितली. चुकून

जर पोलिसांच्या हातात सापडली तर धोका नको, म्हणून तिच्याच पालकांनी तिला पढवून ठेवलेली. ड्रेसनर बाई काम करता करता स्तब्ध झाल्या. एका तीन वर्षांच्या निरागस चिमुरडीला या परिस्थितीनं इतकं लबाड बनवलं होतं. कोणाला दोष द्यावा हे त्यांना समजेना. त्या गप्प बसल्या. कारण आजतरी निरागसपणापेक्षा ही लबाडीच बारक्या जिनीयाला काही दिवस वाचवू शकणार होती.

रात्री जेवायच्या वेळेला इडेक शिंडल, पोरीचा मामा घरी आला. तो घेटोचा डॉक्टर होता. सगळ्या पोरांचा जसा एक दंगामस्ती करणारा, धुडगूस घालणारा मामा असतो. तसाच हा जिनीयाचा मामा होता.

त्याला बघताच जिनीया खरंच तीन वर्षांची पोर झाली आणि धावत त्याला जाऊन बिलगली. हा मामा आलाय ना आता? आणि तो ह्या लोकांशी नीट बोलतोय ना? मग सांगायला हरकत नाही की माझ्या आईचं नाव इव्हाच आहे आणि आजीआजोबांची नावं काही लुडवीग आणि सोफिया नाहीयेत.

सगळ्यात शेवटी जुडा ड्रेसनर – कुटुंब प्रमुख आणि बॉशच्या खरेदी खात्यातले अधिकारी – घरी आले आणि मैफल जमली.

२८ एप्रिल १९४२... ऑस्करचा चौतिसावा वाढदिवस. हा दिवस ऑस्करनं लहान म्हणजे अगदी लहान पोराच्या उत्साहानं साजरा केला. इमालिया फॅक्टरीत तर त्या दिवशी एखादा मोठा सण असावा, तसं वातावरण होतं. सर्वांसाठी पांढरा ब्रेड, (महागाई गेली खड्ड्यात) दुपारी सूप, असा जेवणाचा थाट होता.

सकाळी फॅक्टरीत येता येताच शिंडलरनं दोन-तीन कॉन्यॅकच्या बाटल्या अकौंटंट, ड्राफ्ट्समन यांच्या हातात कोंबल्या होत्या. बाकीच्या कामगारांना कुठे मूठभर सिगारेटी तर कुठे काही असं दुपारभर वाटणं झालं. क्लोनोवस्काच्या टेबलावर शिंडलरनं केक कापला आणि हळूहळू ज्यू आणि पोलिश कामगार गटागटानं त्याचं अभिनंदन करण्यासाठी त्याच्या खोलीत येऊ लागले. ऑस्करचा आजचा मूडच अगदी सुरेख होता. एका ज्यू मुलीच्या गालाचं त्यानं त्या भरात चुंबन घेतलं.

इश्ताक स्टर्नसारखा कोरडा माणूससुद्धा कामातून सुटका करून घेऊन संध्याकाळी ऑस्करच्या ऑफिसात आला आणि हस्तांदोलन करताना त्याच्या बरगड्या पिचवून टाकील अशा घट्ट मिठीत सापडला.

त्या दुपारीच कोणीतरी, बहुधा मागच्या वेळचाच इसम असावा तो... पोमोरास्का रस्त्यावरच्या एस.एस. ऑफिसला फोन लावला! जात-धर्म सोडून ऑस्करनं आज एका ज्यू पोरीचं चुंबन घेतलं! त्याचे हिशोब आणि कागदपत्रं भले बरोबर असतील, पण एवढ्या माणसांदेखत ज्यू पोरीचं चुंबन?

ह्यावेळची त्याची अटक गेल्या वेळेपेक्षा अगदी शिस्तीत झाली. एकोणतीस तारखेला सकाळी एक मर्सिडिझ त्याच्या ऑफिसच्या दरवाज्यासमोर लागली आणि त्यातून उतरलेल्या गेस्टापोंना तो आवारातच भेटला. गेल्या वेळच्या शिपायांपेक्षा हे दोघं खूपच आत्मविश्वासाने वावरत होते.

"ऑस्कर शिंडलर, तुम्ही जाती-धर्मांचा नियम मोडला आहे असा आरोप तुमच्यावर आहे तेव्हा आमच्याबरोबर चौकशीसाठी यावं लागेल."

ऑस्करची पावलं ऑफिसकडे वळली.

"नाही, ऑफिसमध्ये तुम्ही जायची गरज नाही. आपण लगेच निघायचंय."

"तुमच्याकडे वॉरंट आहे का?" ऑस्करनं शेवटचा प्रयत्न केला.

"आम्हाला त्याची गरज नसते." थंड उत्तर.

ऑस्कर बळेबळेच हसला. "असं बघा, की मला वॉरंटशिवाय न्याल तुम्ही, पण नंतर...." थोडीशी धमकी झाली. पण त्याला निश्चित कळलं होतं, की गेल्या वर्षीच्या विनोदी प्रसंगानंतर मंडळी खूपच तयारी करून आली आहेत. गेल्या वेळी हिशोब तपासणी होती. ह्यावेळी कोणाच्यातरी मेंदूच्या घाणेरड्या कोपऱ्यातून निघालेल्या एका कायद्याला तोंड द्यायचं होतं... अवघड परिस्थिती होती.

"नंतर काय होईल ते बघूच..." दोघांपैकी एकानं शांतपणानं सांगितलं.

ऑस्कर मनाशी म्हणाला, कुठे पोमोरस्काच्या ऑफिसातच नेतायत ना गेल्या वेळच्या... बघून घेऊ... पण गाडी कोलेजोवाकडे वळली तेव्हा तो हादरला. नक्कीच मॉन्टेलुपीच तुरुंगाकडे चालली होती गाडी.

"मला माझ्या वकिलाशी बोलायला पाहिजे." त्यानं सांगून पाहिलं.

"वेळ येताच सगळं होईल." आणखीन थंड उत्तर!

ऑस्करला त्याच्या मित्रांकडून खात्रीशीर कळलं होतं की जॅगेलोनीझन मेडिकल कॉलेजला अभ्यासासाठी प्रेतं मॉन्टेलुपीचमधून जात होती.

तुरुंगाच्या भिंती पूर्ण चौकभर पसरल्या होत्या. तिसऱ्या आणि चौथ्या मजल्यावर एकसारख्या खिडक्या. गाडी मुख्य दाराच्या कमानीतून आता शिरली आणि एका कचेरी-समोर उभी राहिली. सगळे गेस्टापो एकमेकांशी कुजबुजत्या स्वरात बोलत होते. त्यांनी त्याचे पैसे काढून घेतले. त्यातलेच दर दिवशी पन्नास ज्लोटी त्याला देण्यात येणार होते. "आणि नाही, अजून वकिलाची गरज नाही..." अटक करणाऱ्या अधिकाऱ्यांनी त्याला सांगितलं. त्या दगडी भिंतीशी बसल्याबसल्या ऑस्कर कान टवकारून कुठून अस्पष्ट हुंदके, किंकाळ्या ऐकू येतात का हे बघायचा प्रयत्न करत होता.

थोड्या वेळानं एका छोट्या बोगद्यातून त्यांनी त्याला जिना उतरून तळघरात नेलं. बंद गजांच्या कोठड्यांसमोरून! निम्म्या-अर्ध्या भरल्या होत्या. ढगळे शर्ट,

पायजमा घातलेले कैदी अस्पष्ट दिसत होते. एकाचा तुटका कान ऑस्करला नक्की दिसला. दुसऱ्याचं नाक वाहात होतं, पण तो ते स्वच्छ करायचं सोडून नुसताच समोर बघत बसला होता.

त्याची कोठडी त्यांनी उघडली. त्याच्या भीतीप्रमाणे तिथे फार नाही, आणखी एकच कैदी होता. सैन्यातला असावा. त्याच्या ओव्हरकोटची कॉलर कानापर्यंत उंच करून बसलेला. कोठडीत बेसीन नव्हतं. फक्त एक पाण्याची बादली आणि एक घाणीची बादली आणि एक बऱ्याच दिवसांत अंघोळ न केलेला शिपाई.

"या साहेब, या!" शिपायानं ऑस्करचं स्वागत केलं. दिसायला देखणा असावा. कदाचित ऑस्करपेक्षा थोडा मोठा... ऑस्करनं घड्याळाकडे पाहिलं.

कोठडीतला तो सैनिक बहुधा हेर असायची शक्यता होती. ऑस्कर बेचैन झाला होता. उंच खिडकीकडे त्याचं लक्ष गेलं. बाहेरचा अंधूक प्रकाश तिथून येत होता. छे! एखादी खिडकी तरी जवळ पाहिजे होती. किमान बाहेर तरी बघत बसता आलं असतं. आता बसा या खुराड्यात. ह्या समोरच्या घाणेरड्या शिपायासमोर. अगदी चिकटून.

शेवटी दोघांच्या गप्पा चालू झाल्याच. ऑस्कर अगदी गळून गेला होता. पण समोरचा लेफ्टनंट भलताच खुषीत गप्पा मारत होता.

"तुझं नाव काय? माझं नाव फिलीप.... तेवढंच पुरे, सगळं नाव सांगायची काही गरज नाही आणि खरंतर सगळ्यांनीच एकमेकांना पहिल्या नावानं हाक मारली तर ह्या जगातल्या निम्म्या कटकटी नाहीशा होतील. हो की नाही?"

हा माणूस हेर नसेल, पण डोक्यानं कामातून गेलेला आहे; याबद्दल ऑस्करची खात्री पटली. कुठंतरी बॉम्ब जवळपास फुटला असेल बिचाऱ्याच्या...

"मी दक्षिण रशियाच्या स्वारीत होतो. नोव्होगोराडच्या वेढ्यात गेला सगळा हिवाळा. मग माझी रजा मंजूर झाली आणि मी इथे आलो. क्रॅकोवमध्ये माझ्या पोलिश मैत्रिणीकडे... एकदा आल्यावर वेळकाळाचं भान कुणाला राहतंय? मला अटक झाली तेव्हा मला कळलं, की आपली रजा संपून दोन दिवस झालेत...

"आणि कसल्या तारखा नि कसलं काय? आम्ही मारे तिकडे थंडीत लढून मरतोय आणि इकडे हे हरामखोर बघितलेत?" इथे फिलीपने वर गेस्टापोंच्या ऑफिसकडे खूण केली.

"मजा मारतायत साले. मी म्हटलं आपणच काय घोडं मारलंय? गेले उडत!"

फिलीपचं गुऱ्हाळ बंद करण्याकरता ऑस्करनं त्याला विचारलं,

"इथल्या तुरुंगापेक्षा पोमोरस्का जरा बरा आहे नाही?"

"हॅ... हॅ... तो दिसायला एखाद्या हॉटेलसारखा आहे बाहेरून. पण तिथेच

खाली यातना कोठड्या आहेत. त्यापेक्षा इथे बरं... पण तुझं सांग. तू काय पाप केलंस?'' फिलीपनं विचारलं.

''मी एका ज्यू मुलीचं चुंबन घेतलं... माझ्याकडे नोकरीला आहे ती...'' ऑस्करनं सांगितलं.

फिलीप खदाखदा हसत टाळ्या वाजवत सुटला. ''दुसरी कुणी मिळाली नाही का?'' मग सगळी दुपारभर तो एस.एस. दलाला शिव्यांची लाखोली वाहत बसला.

''चोर... भडवे... अरे पैसा कमवायच्या काय काय तऱ्हा यांच्या! थोडी तरी लाज बाळगाल की नाही?.... एका पोलिश माणसाला एक किलो बेकन चोरून आणलं म्हणून गोळी घातली. स्वत: भोसडीचे काय रुबाबात राहातायत!''

ऑस्कर अगदी शांतपणे चेहऱ्यावर काहीही न दाखवता सगळं ऐकत होता. पण सगळ्याच जर्मनांना हे लागू होत नाही असं त्याला कुठेतरी वाटत होतं... त्यानेच नाही का वाढदिवसाच्या दिवशी भावनेच्या भरात त्या ज्यू मुलीचा मुका घेतला?

शिव्या देऊन देऊन शेवटी फिलीप दमला आणि पेंगुळला.

ऑस्करला दारू पाहिजे होती. ती मिळाली तर वेळ चांगला जाणार होता. फिलीपसुद्धा जर सरकारी हेर नसेल तर जरा माणसासारखा वागायला लागेल. एक-दोन पेग घेतल्यानंतर...

ऑस्करने एक दहा ज्लोटीची नोट बाहेर काढली. तिच्यावर काही नावं आणि टेलिफोन नंबर लिहिले. गेल्या वेळेपेक्षा जास्त नावं होती... डझनभर. मग त्यानं आणखी चार नोटा काढल्या. दाराजवळ जाऊन त्यानं छोटी खिडकी वाजवली. एका मध्यमवयीन शिपायाचं डोकं आत डोकावलं. हा शिपाई तरी काही गोळ्या घालणारा, लाथाबुक्क्यांनी तुडवणारा वाटला नाही. पण तीच या छळगृहांची मेख होती. अगदी दयाळू दिसणारी माणसंच सगळ्यांत धोकादायक असायची.

''आमच्याकरता पाच व्होडकाच्या बाटल्या मागवणार का?'' ऑस्करनं विचारलं.

''पाच बाटल्या?'' एस.एस. शिपायानं दुर्मुखलेल्या चेहेऱ्यानं विचारलं. कदाचित साहेबाला हे सांगावं का नाही या विचारात असेल तो.

''मी आणि हे जनरलसाहेब... आम्हाला एक एक बाटली पाहिजे... जरा गप्पा चालल्यात. उरलेल्या तीन तुम्ही शिपाईलोक वाटून घ्या. माझ्यातर्फे आहेत त्या आणि एक...

''तुम्ही फौजदार दिसताय इथले. तेव्हा माझ्यासाठी एक फोन करणार? इथे लिहिलेला टेलिफोन नंबर... हो... हो... त्या नोटेवर. नाही, तुम्ही स्वत: सगळे करू नका. माझ्या सेक्रेटरीला सांगा फक्त... ती करेल. तो पहिला नंबर आहे तो तिचा.''

एका दमात ऑस्करनं सगळं सांगितलं.

''अरेच्चा, ही सगळी बडी प्रस्थं आहेत.'' शिपाई नावांकडे बघत पुटपुटला.

''गाढवा, ते तुला गोळ्या घालणार! अरे, त्यांच्या शिपायाला लाच दिलीस तू!!''

शिपाई गेल्यानंतर फिलीपचा तोफखाना सुरू झाला.

ऑस्कर गळून गेल्यासारखा खाली बसला.

''अरे बेअकल्या, त्या ज्यू मुलीचा मुका घेण्याइतकंच गाढवपणाचं आहे हे.'' फिलीप.

''बघू. काय हाईल ते होईल.'' ऑस्कर वरकरणी म्हणाला खरा, पण मनातून तोही दचकला होता.

बऱ्याच वेळानं तो एस.एस. शिपाई परत आला. त्याच्याकडे दोन बाटल्या, एक धुतलेल्या कपड्यांचं पुडकं, पुस्तक आणि एक छानशी मद्याची बाटली एवढं सामान होतं. स्वतः इनग्रीडनं मॉन्टेलुपीचच्या दारात आणून दिलं होतं सगळं.

फिलीप आणि ऑस्करची पुढची संध्याकाळ चांगलीच मजेत गेली. त्यांचा दंगा फार वाढला तेव्हा एक शिपाई येऊन दम देऊन गेला तेवढंच काय ते...!

दारूमुळे ती कोंदट कोठडी दोघांनाही छान सुखकर वाटायला लागली. फिलीपचे शिव्याशाप आता कमी होऊन भाषा काव्यात्मकच झाली होती.

शिंडलरचे कान मात्र कोणत्या कैद्याची किंकाळी ऐकू येते का याकडे लागले होते. पण त्या दिवशी तरी त्याची निराशा झाली.

दारूच्या प्रभावामुळे बदललेल्या जागेचं खरं रूप, खरा स्वभाव एकदाच दोघांनाही जाणवला. काही मिनिटांपुरता. कॉटच्या एका बाजूच्या कोपऱ्यात भिंतीवर लाल अक्षरात फिलीपला काहीतरी दिसलं. अक्षर लावायला त्याला फारसा वेळ लागला नाही. हळू आवाजात त्यानं वाचून दाखवलं.

''आई ग! केवढं मारलं मला आज!''

''ऑस्कर, काय विचित्र जग आहे नाही?''

दुसऱ्या दिवशी ऑस्कर जागा झाला तो अगदी ताजातवाना होऊन. रात्री दारू प्यायल्यामुळे येणारे हँगओव्हर्स आणि डोकेदुखी यांचा त्याला कधीच त्रास व्हायचा नाही. फिलीप मात्र पांढराफटक आणि उदास अवस्थेत पडला होता. सकाळीच ते त्याला घेऊन गेले होते आणि आता तो त्याचं सामान गोळा करायला आला होता.

दुपारीच त्याचा निकाल लागायचा होता. पण आधीच त्याला दुसऱ्या कामगिरीवर नक्की करण्यात आल्यामुळे, निदान आज तरी आपल्याला गोळ्या घातल्या जाणार नाहीत अशी त्याची खात्री झाली होती. थोड्या वेळानं त्यानं आपला ओव्हरकोट उचलला आणि चालता झाला. मग सगळा दिवस ऑस्करनं कार्ल मे चं पुस्तक

वाचण्यात घालवला. संध्याकाळी त्याचा वकील येऊन भेटून गेला. त्याच्या अटकेचं खरं कारणच त्यांनी आरोपपत्रात लिहिलं होतं. त्याच्या व्यवहारांची चौकशी करण्याच्या नावाखाली त्याच्या खाजगी बाबी तपासायच्या, असला प्रकार ह्या वेळी नव्हता.

"पण मला वाटतं शेवटी एस.एस. कोर्टात तुला विचारतील, की तू कधीच सैन्यात भरती का झाला नाहीस?" वकील म्हणाला.

"कारण सरळ आहे. असल्या युद्धाच्या सामानाचा कारखानदार आहे मी! जनरल शिंडलरलाच घाल ना मधे!"

ऑस्करचं वाचन तसं वेळखाऊच. कार्ल मे चं पुस्तक तो अगदी चवीनं वाचत होता. अमेरिकेतील शिकारी आणि रेड इंडियन यांच्यातल्या माणुसकीची गोष्ट होती ती...

आणि तसाही तो पुस्तक संपवायची अजिबात घाई करत नव्हता. काय करायचंय? आणखी आठवडाभर कसाही लागणार इथून कोर्टात जायला. वकिलाचं म्हणणं होतं की कोर्टातला जज्ज जर्मनांनी कसं वागायला पाहिजे याचे भरपूर डोस पाजेल आणि नंतर सज्जड दंड करून सोडून देईल. बघू... याच्यापुढे मात्र अगदी काळजीपूर्वक रहायला पाहिजे. हे सारखं एस.एस.च्या तावडीत सापडणं म्हणजे...!!

पाचव्या दिवशी सकाळी जेव्हा शिपाई त्याला न्यायला आले, तेव्हा त्याची सकाळची अर्धा लिटर कॉफी ढोसून झाली होती. कोठड्यांच्या बंद दारांसमोरून त्याला वरच्या मजल्यावरच्या एका ऑफिसात नेलं गेलं. त्याच्या ओळखीचा एक माणूस तिथं बसला होता... राल्फ झुर्डा. झुर्डा नेहमीप्रमाणे एखाद्या श्रीमंत व्यापाऱ्यासारखा सुटाबुटात होता.

"ऑस्कर... ऑस्कर... आम्ही त्या ज्यू पोरी तुम्हाला पाच मार्क दर दिवसाला असल्या किरकोळ भावात देतो. अरे, मुके तू आमचे घेतले पाहिजेस... त्यांचे काय घेतोस?" ऑस्करला बघताच झुर्डाची सरस्वती वहायला लागली.

ऑस्करनं त्याला समजावयाचा प्रयत्न केला की ती वाढदिवसाची पार्टी होती आणि अशा वेळी सगळेच एकमेकांचं घेतात तसं चुंबन होतं ते. शिवाय सर्वांत महत्त्वाचं असं, की तो प्यायला असल्यानं थोडं भान विसरला, इतकंच.

झुर्डा अविश्वासानं मान हलवत होता.

"अरे तू इतका मोठा असशील असं वाटलं नव्हतं मला... कुठनं कुठनं फोन यावेत? ब्रेसलो... ॲबव्हेअरमधले दोस्त... आम्हालाच शिव्या देतायत, की एका ज्यू पोरीशी लगट केली म्हणून ऑस्करसारख्या माणसाला धरून ठेवलंय? मूर्ख आहात काय तुम्ही? असं विचारतायत आम्हाला सगळे." झुर्डाची चिडचिड

चालली होती.

ऑस्करला आता हळूहळू अंदाज यायला लागला होता. काहीतरी माल काढायची सुरुवात होत होती.

"ओबर स्ट्रमबान फ्यूरर (साहेब) तुम्हीच समजू शकता सगळं... आणि आपण केलेल उपकार मी काय विसरणार थोडाच? तुम्ही फक्त..."

"सांगायचं तर नुकताच माझ्या एका मावशीच्या फ्लॅटवर बॉम्ब पडला. सगळं गेलं बिचारीचं..." झुर्डाचं रडगाणं नेहमीच्या मार्गाला लागलं.

'आणखीन एक मावशी!' शिंडलरनं गंमत वाटून मान हलवली. हसायची सोय नव्हती.

"पाठवून द्या. पाठवून द्या कोणालाही माझ्या लिपोवावरच्या फॅक्टरीत." ऑस्करनं सांगितलं. पण झुर्डासारख्या माणसाला आपण ऑस्करवर अगदी उपकार करतोय असंही वाटणं उपयोगाचं नव्हतं. झुर्डानं त्याला जायला सांगितल्यावर ऑस्कर म्हणाला,

"माझ्या गाडीत पेट्रोल नाहीये."

"मग आपल्याला काय एस.एस. गाडीनं घरी पोचवावं अशी आपली इच्छा आहे काय?" झुर्डानं मिष्कीलपणानं विचारलं.

"मी नदीपलीकडे राहतो... चालत जायला बरंच लांब आहे." ऑस्कर निर्विकार.

झुर्डा हसायला लागला. "ठीक आहे. मी सांगतो कोणाला तरी सोडायला." गाडी येईपर्यंत ऑस्कर त्या मागच्या काळ्याकभिन्न भिंतीकडे आणि कधीही न उघडणाऱ्या खिडक्यांकडे बघत होता. इथे किती लोक सडत पडले होते, यातना भोगत होते, कारण त्यांच्याकडे सुटका करून घ्यायला ऑस्करसारखी भांड्यांची फॅक्टरी नव्हती.

लिमोझिन दारात आली आणि ऑस्कर जायला वळला तेव्हा त्याच्या दंडाला पकडून झुर्डानं त्याला थांबवलं. झुर्डा गंभीर झाला होता.

"गंमत जाऊ दे ऑस्कर... परत असा ज्यूंच्या जवळ जायचा मूर्खपणा करू नकोस. त्यांचं भविष्य संपलंय. आणि मी हे नेहमी ज्यूंच्या विरोधी बोलतात तसं बोलत नाहीये. तुला म्हणून सांगतो. मी जे बोललो, तो सरकारनामा आहे."

१३

अगदी त्या उन्हाळ्यातसुद्धा घेटोच्या भिंतींच्या आतले लोक एकच आशा उराशी धरून होते. 'आता इथे आपण सुरक्षित आहोत.' आणि वरकरणी तसं सगळं सुरक्षित दिसत होतं. घेटोचं पोस्ट-ऑफिस होतं. ज्यूंचे पोस्टाचे वेगळे स्टँपसुद्धा होते. एक छपरी वर्तमानपत्र होतं. बहुधा त्यात सरकारी नियम आणि घोषणाच छापलेल्या असायच्या, पण रोज निघायचं ते! एका हॉटेलला परवानगी मिळाली होती. फॉरस्टरचं हॉटेल. रोझनर बंधूंनी इथं व्हायोलिन आणि ॲकॉर्डियन वाजवायला सुरुवात केली होती. थोडे दिवस असं वाटायला सुरुवात झाली होती, की ह्या घाणेरड्या जगात का होईना पण ज्यूंचं जीवन पुन्हा एकदा सुरू होईल. शाळा सुरू होतील, गाण्याचे कार्यक्रम सुरू होतील आणि आयुष्याचा ओघ पुन्हा एकदा कलाकारांच्या, विद्वानांच्या संगतीत निर्वेधपणे वाहू लागेल.

एस.एस. दलाच्या म्होरक्यांनी अजून दाखवून दिलं नव्हतं, की ज्यूंना अपेक्षित असलेला असा घेटो म्हणजे कविकल्पना आहे, साबणाचा बुडबुडा आहे. एवढंच

नव्हे, तर असा माणसांचा जिवंतपणा जपणारा घेटो म्हणजे गेल्या दोन वर्षांत एस.एस. दलानं गाजवलेल्या 'पराक्रमा'वर बट्टा आहे.

कॅप्टन ब्रँडटनं ज्युडेनरॅटच्या मुख्याला, ऑर्थर रोझेनबर्गला रस्त्यात घोड्याच्या लगामानं मारलं होतं. तो ज्यूंची हीच समजूत पुसून टाकायला बघत होता, की 'घेटोत सगळं सुरळीत चालणार'. घेटो म्हणजे तात्पुरती व्यवस्था, रेल्वेच्या यार्डासारखी. माल पुढे हलवायच्या आधी थोडे दिवस ठेवतात ना, तसला प्रकार. नीट लक्षात राहू देत हे! १९४१ ची भाबडी समजून अशा रितीनं १९४२ च्या अखेरीला पूर्ण धुवून निघाली होती.

आताचा घेटो हा म्हाताऱ्या लोकांना माहीत असलेल्या घेटोपेक्षा वेगळा होता. इथे धंदा नव्हताच शिल्लक. हेन्री रोझनर त्याचं व्हायोलिन सोडून लुफ्तवाफच्या जर्मन विमानदलाच्या कॅन्टीनमध्ये कामाला लागला होता. रिचर्ड त्याला तिथेच भेटला. त्या कॅंटीनचा मॅनेजर आणि मुख्य स्वयंपाकी. विशीतला हा हसरा जर्मन मुलगा आजूबाजूची विदारक परिस्थिती पाहून न पाहिल्यासारखं करत होता. कामाच्या रगाड्यात स्वत:ला बुडवून घेत होता. त्याची आणि हेन्रीची इतकी दोस्ती झाली, की रिचर्ड बिनदिक्कत हेन्रीला कॅंटीनच्या लोकांचा पगार आणायला गावात पाठवायचा.

''जर्मन लोकांचा काय भरोसा नाय. मागचा तो आचारी अख्खा पगार घेऊन हंगेरीला गुल झाला. तूच आण सगळ्यांचा पगार!''

कोणत्याही कॅंटीनवाल्याला जशा गावभराच्या बातम्या असतात, तशाच रिचर्डला पण मिळायच्या. त्यातून मुळातच सुस्वभावी असल्याने सगळ्या जर्मन अधिकाऱ्यांचा लाडका. त्याच्यासमोर ते बिनदिक्कत बोलायचे.

त्या जूनच्या एक तारखेला रिचर्ड त्याच्या जर्मन मैत्रिणीबरोबर घेटोत आला. त्या पोरीने लांबलचक पायघोळ झगा घातला होता. पाऊस पडत होता. त्यामुळे असला झगा जरा विचित्र वाटत होता. रिचर्डच्या कामामुळे जवळपास सगळे पोलीस ओळखीचे होते. घेटोच्या दारावर ओसवाल्ड बॉस्को हा शिपाई असाच ओळखीचा असल्याने घेटोत त्यांचा प्रवेश तर सुरळीत झाला. मग प्लास झगोडी रस्ता पार करून रिचर्डनं हेन्रीचा पत्ता शोधून काढला. रिचर्डला दारात बघून हेन्रीचा आ वासला. आताच थोड्या वेळापूर्वी कॅंटीनमधून हेन्री आला, तेव्हा रिचर्ड काही बोलला नव्हता येणार म्हणून! आणि आत्ता इथे तो आणि त्याची मैत्रीण इथे दारात! ते पण एखाद्या लग्नाबिग्नाला जावं तसल्या थाटात! गेले काही दिवस हेन्रीच्या मनात पाल चुकचुकत होतीच. आता त्याची खात्रीच झाली, की काहीतरी विचित्र होऊ घातलंय. गेले दोन दिवस घेटोतले ज्यू पोलिश बँकेच्या इमारतीसमोर लाईन

लावून उभे होते. नवीन ओळखपत्र घेण्यासाठी. दोन वर्षांपूर्वीचं पहिलं पिवळं ओळखपत्र होतंच. मध्यंतरी त्याला एक मोठा निळा J (जे) येऊन चिकटला आणि आता ह्या दोन्हींवर जर समोरचा तो जर्मन क्लार्क खूश असला आणि तुमचं नशीब चांगलं असेल, तर आणखीन एक निळा स्टिकर येऊन चिकटत होता. ज्यांना निळा स्टिकर मिळत होता ते लोक मोठा विजय मिळाल्याच्या आनंदात इतरांना तो स्टिकर दाखवत जात होते. जणू मुक्तपणे श्वासोच्छ्वास करण्याचा परवानाच मिळाला होता त्यांना!

लुफ्तवाफच्या कँटीनमधले नोकर, व्हेरमाख्त गॅरेजमधले लोक, माडस्ट्रीश आणि शिंडलरच्या इमालियामधले नोकर सगळ्यांना निळा स्टिकर मिळाला होता. ज्यांना मिळत नव्हता त्यांची मात्र केविलवाणी अवस्था झाली होती. घेटोमध्ये तरी आपण राहू शकू का असा प्रश्न त्यांच्यासमोर उभा राहिला होता.

"हा ओलेक आहे ना, त्याला माझ्या मैत्रिणीच्या घरी पाठवा. तिथे सुरक्षित राहील तो!" रिचर्ड हेन्री आणि मान्सीला सांगत होता. त्याच्या चेहऱ्यावरून कळत होतं की काहीतरी भयंकर संकट येऊ घातलं आहे.

"तो तसा परवानगीशिवाय घेटोबाहेर जाऊ शकणार नाही." हेन्री म्हणाला.

"मी ते सगळं बॉस्कोबरोबर नीट ठरवून आलोय." रिचर्ड पूर्ण तयारीनिशीच आला होता. हेन्री आणि मान्सीची अवस्था अगदी अवघडल्यासारखी झाली. नेमकं काय करावं हे त्यांना कळेना. आपलं सहा वर्षांचं छोटं पोरगं एका जर्मन मुलीकडे पाठवायचं?

"ओलेकची काळजी करू नका. त्याला खायलाप्यायला अजिबात कमी पडणार नाही." रिचर्डची मैत्रिणी मान्सीला समजावत होती.

"ॲक्शन होणार आहे का?" मनातल्या विचित्र शंकेमुळं हेन्रीचा आवाज अगदी बारीक झाला होता.

या प्रश्नाचं उत्तर रिचर्डनं प्रश्नानंच दिलं. "तुझ्याकडे निळा स्टिकर आहे ना?"

"हो."

"आणि मान्सीकडे?" रिचर्ड

"हो. तिलापण मिळालाय."

"ओलेककडे नाहीये तसा स्टिकर. आता कळलं?" आणि मग त्या संध्याकाळी भुरभुरत्या पावसात नुकतंच सहावं वर्षं लागलेला ओलेक रोझनर त्या जर्मन मुलीच्या पायघोळ झग्याआड दडून घेटोतून बाहेर पडला.

त्या दिवशी जर एखाद्या पोलिसाला तो झगा उचलून बघायची इच्छा झाली असती, तर रिचर्ड आणि ती जर्मन पोरगी यांच्या छातीत-डोक्यात गोळ्या नक्की होत्या. ओलेकला तर मग भविष्यच नव्हतं!

घेटोतल्या हेन्री रोझनरच्या घरात आता ओलेकचा चिवचिवाट नसल्याने अचानक शांतता पसरली होती आणि एका कोपऱ्यात बसलेले हेन्री आणि मान्सी मनातल्या मनात देवाची प्रार्थना करत होते. आपण केलं ते चूक की बरोबर याचा त्यांना पत्ता लागत नव्हता.

त्याच वर्षाच्या सुरुवातीला पोल्डेक पेफरबर्गला एक काम मिळालं होतं. ज्यूंच्या पोलीसदलाचा प्रमुख, स्वत:ला अति हुशार समजणाऱ्या सिम्शे स्पिराच्या दोन मुलांची शिकवणी घ्यायचं! खरंतर पोल्डेकला अतिशय संताप यायचा स्पिराच्या वागणुकीचा! जणू तो म्हणायचा 'तू अगदी तकलादू आहेस कष्टाच्या कामांसाठी. तेव्हा कमीतकमी जे काय शिकलायस ते आमच्या पोरांच्या डोक्यात तरी घाल.'

पोल्डेक शिंडलरला ह्या शिकवणीच्या हकिकती ऐकवून खूप हसवायचा. बाकीच्या ज्यूंचे हाल चालले होते, पण स्पिराची मात्र मजा होती. अख्खा मजला त्याच्याकडे होता. त्या आलिशान घरात भल्या थोरल्या जुनाट फ्रेममधल्या चित्रांपुढे सिम्शे थाटात हात मागे बांधून फेऱ्या मारायचा. पोल्डेकला डोळ्यांच्या कोपऱ्यातून त्याच्याकडे बघताना नेहमी वाटायचं, की आपण ह्याच्या कार्ट्यांच्या टाळक्यात घातलेली अक्कल, मटकीला जसे मोड येतात ना, तशी डोक्याला शिंग फुटून बाहेर दिसावी म्हणजे स्पिरा खूश होईल. नेपोलियनच्या थाटात आपल्या जाकिटाच्या खिशात हात घालून फिरणारा स्पिरा स्वत:वरच भयंकर खूश असायचा. त्याची बायको बिचारी साधी. नवऱ्याच्या या अचानक बढतीमुळे बावरून गेलेली. तिला आपल्यात आणि बाकीच्या नातेवाइकांत अचानक अंतर का निर्माण झालंय याचा पत्ताच लागायचा नाही. आणि पोरं, बारा वर्षांचा पोरगा आणि चौदा वर्षांची पोरगी साधारण बुद्धिमत्तेची होती. खास हुशार-बिशार काही नव्हती.

काहीही असो, जेव्हा पेफरबर्ग पोलिश बँकेच्या इमारतीत गेला, तेव्हा निळा स्टिकर मिळण्याबाबत त्याच्या मनात अजिबात शंका नव्हती. स्पिराच्या पोरांचा शिक्षक म्हणजे महत्त्वाचंच काम करत होता तो! त्याच्या ओळखपत्रावर 'शाळा शिक्षक' असा शिक्का बसला होता आणि दिवस फिरले असले तरी पोलंडमध्ये शिक्षकाला बऱ्यापैकी मान होता.

क्लार्कनी पहिल्या फटक्यात पेफरबर्गला धुडकावून लावलं. पोल्डेकनं बरीच हुज्जत घातली आणि ऑस्करचा किंवा झेपेस्सीचा वशिला लावावा काय अशा विचाराप्रत तो येऊन पोहोचला.

ऑस्कर तर त्याला केव्हापासून इमालियामध्ये बोलवत होता. पण फॅक्टरीत काम केलं तर बाकीचे काळे धंदे कधी करणार या विचारानं पोल्डेक इमालियापासून लांबच राहिला होता.

बँकेतून तो बाहेर येतो तो पोलीस कामाला लागलेच होते, स्टिकर नसलेल्या सगळ्यांना अटक करण्याच्या! जोजेफीन्स्का रस्त्यावर मोठी रांग तयार होत होती. निळा स्टिकर न मिळालेल्या दुर्भाग्यांची!

पेफरबर्गनं एका शिपायाला समजावायचा प्रयत्न केला की आपण कसे महत्त्वाचे आहोत.

"हे बघ माझ्याशी बोलू नकोस. स्टिकर आहे का? नाही ना? लायनीत उभं ऱ्हायचं तिकडं ज्यूंच्या!"

पेफरबर्ग उभा राहिला. मिला त्याची नाजूकशी बायको. त्यांचं दीड वर्षापूर्वीच लग्न झालं होतं. ती माडस्ट्रीशच्या कारखान्यात कामाला होती. तिला निळा स्टिकर मिळाला होता. घोटाळाच झाला होता मोठा.

रांगेत शंभरावर लोक झाले आणि शिपायांनी सगळ्यांना हाकललं. हॉस्पिटल समोरून पूर्वीच्या ऑप्टिमा फॅक्टरीच्या मैदानात जमा केलं. तिथं आणखी शेकडो ज्यू आधीच आले होते. आधी आलेल्यांनी सावलीत जागा पकडल्या होत्या. तो पूर्वी ऑप्टिमा फॅक्टरीचा घोड्यांचा तबेला होता. फॅक्टरी चांगली चालायची तेव्हा क्रीम आणि चॉकलेटच्या भरलेल्या गोण्या पाठीवर बांधलेले कंपनीचे घोडे तिथे ठेवलेले असायचे. इथं पकडून आणलेली माणसं ही काही गुन्हेगार नव्हती. मोठमोठ्या उद्योगधंद्यातून नाव कमावलेल्या व्यक्ती होत्या तिथं! होलझरसारखे मोठे बँकर्स, औषधांचे दुकानदार, दातांचे डॉक्टरलोक, सगळेजण एकमेकांत कुजबुजत होते. एक तरुण औषध दुकानदार, बाखनर, एका वोल नावाच्या म्हाताऱ्या जोडप्याशी बोलत होता. म्हातारे लोक खूप होते त्या गर्दीत... म्हातारे आणि गरीब.... ज्युडेनरॅटच्या रेशनवर पूर्णपणे अवलंबून असणारे... पण त्या उन्हाळ्यात ज्युडेनरॅटचं रेशन वाटपच मुळात संशयास्पद रितीनं होत होतं...

घेटोच्या दवाखान्यातल्या नर्स हातात पाण्याच्या बादल्या घेऊन ह्या लोकांमधून हिंडत होत्या. थोडं थोडं प्यायला सांगत होत्या आणि हल्ली औषधं म्हणून तरी काय एक तर पाणी किंवा काळ्या बाजारात मिळणारं सायनाईड एवढीच होती. आता म्हातारेकोतारे त्या उन्हात धापा टाकत ओंजळीने पाणी पीत होती.

संपूर्ण दिवसात तीनदा पोलिसांच्या तुकड्या त्या मैदानात येऊन गेल्या. कैद्यांच्या परत लायनी करून त्यांना प्रोकोसीम रेल्वे स्टेशनवर हलवलं जात होतं. बरेचजण घाबरून मैदानाच्या लांबलांबच्या कोपऱ्यांचा आश्रय घेत होते. जायला तर लागणारच होतं, पण जितकं लांबवता येईल तितकं.

पेफरबर्ग मात्र अगदी मैदानाच्या दरवाज्याजवळ शिपायांच्या शेजारी हिंडत होता. कदाचित कुणी ओळखीचा शिपाई भेटेल... कुणी सांगावं, कदाचित स्पिराच यायचा एखाद्या नटासारखा नटून थटून. त्याची विनवणी करावी... थोडा माज करेल

पण कदाचित सोडून देईल.

दाराशीच पोल्डेकला एक जवान, खिन्न चेहऱ्याचा शिपाई दिसला. जिवावर आल्यासारखं काम करणारा. हा पोरगा त्याच्याच ओ.डी. पोलीस तुकडीत होता आणि पोल्डेकनं शिक्षक असताना त्याच्या बहिणीला शिकवलंसुद्धा होतं. एवढी ओळख पोल्डेकला खूप होती.

पोरानं वर बघितलं. ''पेफरबर्ग सर... इथे? तुम्ही काय करताय इथे?'' जणू काय मैदानातले बाकी सगळे गुन्हेगार होते, अशा रितीनं बोलला तो. कुठंतरी जुन्या आठवणीतला आदर त्या प्रश्नात होता.

''अरे गाढव आहेत सगळे. मला अजून तो स्टिकर मिळायचाय.''

पोरानं खिन्नपणे मान हलवली.

''या, इकडून या....'' त्यानं पेफरबर्गला एका दुसऱ्या अधिकाऱ्यापुढं उभं केलं आणि जोरदार सॅल्यूट ठोकला. डोक्यावरच्या त्या ओ.डी. पोलीसदलाच्या विचित्र टोपीखालचा तो काटकुळा पोरगा... पण कदाचित त्याच्या ह्या रूपामुळेच तो कामसू वाटत असावा.

''हे पेफरबर्ग, ज्युडेनरॅटचे. त्यांच्या नातेवाइकांना भेटायला आले होते.''

पोरगं कारण नसताना पेफरबर्गकरता खोटं बोलत होतं. तो अधिकारी आधीच असल्या फालतू कामामुळे वैतागला होता. त्यानं पोल्डेककडे न बघताच बाहेर जायचा इशारा केला. पोल्डेकला त्या पोराचे आभारसुद्धा मानता आले नाहीत. त्याला कळलं नाही की या पोराच्या बहिणीला आपण कधीकाळी रोमनरिंग शिकवली, एवढ्यासाठी त्यानं आपला हडकुळा जीव का धोक्यात घालावा?

पेफरबर्ग तिथून सुटला तो थेट लेबर ऑफिसात घुसला. इथंही रांग होतीच. टेबलामागे दोन सुडेटन जर्मन पोरी बसल्या होत्या. फ्राऊलीन स्कोडा आणि नोसाला.

पोल्डेक धापा टाकत त्यांच्यापुढे जाऊन उभा राहिला. ''बघा, माझ्याकडे बघा. तो निळा स्टिकर माझ्याकडे नाही म्हणून अटक करतायत मला. मी उपयोगाचा नाही? बघा तर खरं!'' (पोल्डेक चांगलाच धिप्पाड होता. देशाच्या हॉकी आणि स्कीईंगच्या संघात खेळायचा तो.)

इतक्या गर्दीतसुद्धा स्कोडाबाईंना थोडंसं हसू आलं. तिनं त्याचं पिवळं ओळखपत्र घेतलं. ''पेफरबर्ग... नाही मी काही करू शकत नाही... त्यांनी दिलं नाही तुम्हाला, ते माझ्या अधिकारात नाही. सॉरी...''

''तुम्ही देऊ शकता मॅडम. द्याच तुम्ही.'' पोल्डेकच्या अंगात आता नट संचाला होता. ''माझे इतके निरनिराळे धंदे आहेत!'' त्याला स्कोडाबाईनं सांगितलं की फक्त झेपेसी साहेबच हे निळं स्टिकर देऊ शकतात आणि आता ते भेटणं

मुष्कील आहे. खरं तर त्यांची भेट बरेच दिवस मिळू शकणार नाही.

"भेटवा ना मला त्यांना.... प्लीज, फक्त काही सेकंद." पोल्डेक सोडायला तयार नव्हता. इथे स्कोडाबाई थोड्या विरघळल्या. कदाचित ज्या यंत्रणेत त्या काम करत होत्या तितक्या अमानुष आणि यांत्रिक त्या झाल्या नव्हत्या.

झेपेसीनं झटकन पोल्डेकच्या ओळखपत्राकडं पाहिलं. "पण आम्हाला व्यायाम शिक्षक नकोयत."

पेफरबर्गनं नेहमीच ऑस्करची नोकरीची ऑफर फेटाळून लावली होती. त्या फॅक्टरीत एवढ्याशा पगारावर दहा-दहा तास काम करणं म्हणजे स्वत:च्या स्वातंत्र्यावर घाला आहे असं तो समजत होता. पण आता त्याला कळून चुकलं, की ते स्वातंत्र्य वगैरे सगळं फोल आहे. जिवंत रहायचं असेल तर नोकरी पाहिजे.

"मी भांड्यांना पॉलिश करायचं काम करतो." थोडे दिवस खरंच त्यानं हे काम केलं होतं.

झेपेसीनं आपल्या चष्म्यातून पेफरबर्गकडे नीट पाहिलं.

"आत्ता कसं!... आता तू कामाचा माणूस झालास!" त्यानं त्याच्या पेनानं शाळा शिक्षक हे व्यवस्थित खोडून टाकलं आणि त्यावर आपल्या गिचमीड अक्षरात 'भांडी घासणार' असं लिहिलं. मग त्यानं टेबलातून रबरस्टँप आणि स्टिकर काढला. पेफरबर्गला त्याचा निळा स्टिकर देत तो म्हणाला, "आता जाऊन सांग सगळ्यांना... मी कामाचा माणूस आहे!"

ह्याच दयाळूपणाबद्दल त्या वर्षाच्या शेवटी झेपेसीची रवानगी ऑशविट्झच्या यातना छावणीत करण्यात आली.

१४

बातम्या निरनिराळ्या ठिकाणाहून येत होत्या. एस.एस. पोलीस दलातला ऑस्करचा दोस्त टोफेलपासून ते कपड्यांच्या फॅक्टरीचा दारू पिऊन तर्रर असणारा मॅनेजर बॉश याच्यापर्यंत. लोक आपल्याकडल्या गुप्त बातम्या सांगत होते, त्यात आपले तर्क-कुतर्क मिसळून!

ऑस्करकडे येणाऱ्या बातम्यांत एक धागा सगळीकडे असायचा, की घेटोतले निर्बंध (म्हणजे नेमकं काय ते देवाला ठाऊक!) आणखीन कडक करणार.

लुबलीनमधून नुकतंच एक कमांडो पथक क्रॅकोवमध्ये आलं होतं. लुबलीनमध्ये त्यांनी ज्यूंच्या शुद्धीकरणाची अगदी जोरदार कामगिरी पार पाडल्याची खबर होती.

जाता जाता ऑस्करला टोफेलनं आडवळणानं एक सूचना केली. ''तुझ्या फॅक्टरीला कुलूप लावायचं नसेल, तर घेटोत येऊन-जाऊन काम करणाऱ्या तुझ्या कामगारांची इथेच रहायची व्यवस्था कर. कमीतकमी जूनचा पहिला सब्बाथ होईपर्यंत तरी... कारण घरी परत गेलेले कामगार दुसऱ्या दिवशी सकाळी परत येतीलच याची आता खात्री नाही.''

ऑस्करनं त्याचा सल्ला मानला आणि फॅक्टरीच्याच मागच्या बाजूला काही कामगारांची रहायची सोय केली. जे एकटे होते ते या सोयीनं खूश झाले. पण ज्यांची कुटुंबं नवरा, पोरं, बायका घेटोत राहात होती, ते एवढे तयार नव्हते फॅक्टरीत राहायला. आणि भीती कसली? त्यांच्या सगळ्यांकडे आता निळा स्टिकर होता ना! त्यांच्या जुन्या ओळखपत्रावर लावलेला.

तीन जूनला ऑस्करचा मॅनेजर अब्राहम बँकिअर कामावर आला नाही. ऑस्कर अजून आपल्या घरीच कॉफी पीत बसला होता. त्याच्या एका सेक्रेटरीनं त्याला फोन करून सांगितलं की तिनं आज सकाळीच बँकिअरला घेटोतून धरून प्रोकोसीम स्टेशनकडे नेताना पाहिलं. थेट स्टेशनवर. आणि त्याच्याबरोबर इमलियामधले आणखीन पण कामगार होते. राईश होता, लेसेर होता, दहा-बाराजण होते.

गाडी काढून ऑस्करनं नदी ओलांडली आणि गाडी थेट प्रोकोसीम स्टेशनकडे वळवली. तिथे त्यानी आपला पास दाखवला. सगळ्या रेल्वेलाईनीवर गुरांना न्यायचे रेल्वेचे डबे दिसत होते आणि प्लॅटफॉर्मवर ज्यूंच्या नीट रांगा. त्यांना बिचाऱ्यांना अजूनही वाटत होतं, की शिस्तीनं वागलं तर त्रास कमी होईल.

इथं ऑस्करनं प्रथम गुरं वाहायचे डबे आणि त्यातून जाणारी माणसं हे दृश्य एकत्र पाहिलं. ह्याबद्दल जरी त्यानं ऐकलं होतं, तरी प्रत्यक्ष दृश्य बघितल्यावर त्याच्या जिवाचा थरकाप झाला. प्लॅटफॉर्मच्या एका टोकाला तो पुतळ्यासारखा स्तब्ध झाला. तेवढ्यात त्याला एक ओळखीचा सोनार दिसला. "बँकिअरला बघितलं का?" ऑस्करनं विचारलं.

"त्याला कुठल्यातरी डब्यात घातलंय आधीच."

"तुम्हाला नेतायत कुठे?" ऑस्कर.

"लुबलीनच्या शेजारी कुठेतरी... एक कॅम्प आहे म्हणे... असू देत... इथल्यापेक्षा काहीच वाईट असू शकत नाही." सोनार म्हणाला.

शिंडलरनं खिशात हात घालता. दहा-दहा ज्लोटीच्या काही नोटा आणि सिगारेटचं पाकीट त्याच्या हातात आलं. त्यानं ते सोनाराच्या हातात कोंबलं. बिचाऱ्यांना घरनं काही घ्यायची संधीच दिली नव्हती. 'तुमचं सामान येईलच पाठोपाठ.' असं सांगून त्यांना नेसत्या कपड्यांनिशी बाहेर काढलं होतं.

गेल्या वर्षी हिवाळ्यात एका एस.एस. माहितीपत्रकात ऑस्करनं टेंडर मागवलेली जाहिरात पाहिली होती. 'लुबलीनच्या दक्षिणेला बेलझेकला एक मोठी विद्युतदाहिनी बांधण्यासाठी टेंडर मागवण्यात येत आहेत.' अशी नोटिस.

शिंडलरनं एकदा त्या सोनाराकडे पाहिलं. त्रेसष्ट-चौसष्ट वय... तसा किडकिडीत... कदाचित गेल्या थंडीत न्यूमोनिया झाला असावा. विटलेला सदरा आणि पँट...

आणि शांत सहनशील डोळे. कितीही आघात सहन करू शकणारे... त्या १९४२ च्या उन्हाळ्यात ह्या अशा माणसाचा आणि त्या विद्युत दाहिनीसाठी टेंडरचा संबंध ऑस्करच्या सुन्न झालेल्या मेंदूत शिरत नव्हता.

ह्या कैद्यांना जाळायच्या आधी मारायला तर पाहिजे. साथीचे जंतू-बिंतू सोडणार आहेत की काय? काय करतील?

ऑस्करनं इंजिनपासून सुरुवात करणारे बारा गुरांचे डबे पार केले. बँकिअरच्या नावाने हाका मारत. डब्यांच्या छोट्या खिडक्यांमधून कैद्यांचे चेहरे त्याला थोडेफार दिसत होते. खिडक्या अर्थात गुरांच्या मापानी तयार केल्या होत्या.

तसा अब्राहम बँकिअर नशीबवानच म्हणायला पाहिजे. ऑस्करच्या जागी जर एखादा मानवतावादी वगैरे असता, तर बँकिअरइतकेच बाकीच्याही कैद्यांचे जीव मोलाचे आहेत, तेव्हा मी एकट्या बँकिअरलाच कसा वाचवू याचा स्वत:च्या मनाशी काथ्याकूट करत बसला असता आणि गाडी तोपर्यंत निघून गेली असती. असल्या फालतू विचारांवर ऑस्करनं खरंच एक क्षणही वाया घालवला नाही. बँकिअर म्हणजे बँकिअर. त्याच्या नावाचा ऑस्करनं जप चालवला होता. एखादा थोर विचारवंत तो कैद्यांचा लोंढा बघून सुन्न झाला असता आणि त्याचं विचारचक्र थिजलं असतं. पण ऑस्कर हा तत्वज्ञानाचे कोणतेच प्रगत संस्कार मनावर न झालेला निरागस तत्वज्ञानी होता. त्याचं स्वत:चं वेगळंच धंदेवाईक तत्वज्ञान होतं. काळ-वेळ बघायची आणि निर्णय घ्यायचे.

''बँकिअर... बँकिअर...'' त्याचं हाका मारणं चालूच होतं. एका एस.एस. कॅप्टननं त्याला अडवलं. हा कॅप्टन असल्या कैद्यांच्या वाहतुकीचा तज्ज्ञ होता. त्यानं परत शिंडलरचा पास मागितला. त्याच्या हातात ऑस्करला भली मोठी कैद्यांच्या नावांची यादी दिसत होती.

''ह्या डब्यांमधे माझे कामगार भरले आहेत... शुद्ध गाढवपणा आहे हा... माझ्यावर लष्कराचं सामान पुरवण्याची जबाबदारी आणि तुम्ही चांगली माणसं ह्या गाड्यांमधून अशी पाठवताय?''

''ही माणसं डब्याच्या बाहेर येणार नाहीत. ह्या यादीत आहेत ती.'' अनुभवानं त्या कॅप्टनला माहीत झालं होतं. एकदा यादीत नाव गेलं की एकाच्या नशिबी जे तेच सगळ्यांच्या नशिबी...

आता ऑस्करचा आवाज जरा कमी झाला पण त्याची धार वाढली. अजून तो आपली सगळी हत्यारं बाहेर काढणार नव्हता...

''तुम्हाला माहितीये का, की तुम्ही जे लोक नेताय तसले परत मिळवायला मला किती दिवस लागतील? माझ्या फॅक्टरीत दारूगोळ्याचा विभाग आहे आणि तो चालू झालाय जनरल ज्युलियस शिंडलरच्या शिफारसीवरून... हो, माझ्याच

आडनावाचा... रशियन सीमेवर लढणाऱ्या सगळ्या सैन्यावर ह्या गोष्टीचा परिणाम होईल आणि आर्ममेंट इन्स्पेक्टोरेट जाब विचारेल... तुम्हाला नाही, मला!''

कॅप्टननं मान हलवली. ''हे असलं काही सांगू नका. त्याचा काही उपयोग होणार नाही. मी असलं खूप वेळा ऐकलंय.'' वरकरणी म्हणाला खरा, तरी पण किंचित बावरला होताच तो.

ऑस्करनं हे क्षणात ओळखलं आणि दमदाटी सुरूच ठेवली. आता आवाजात स्पष्ट धमकी होती. ''मला तुझ्याशी बोलायचं नाही. साहेब कुठेय तुझा?'' साहेब खरंतर जवळच उभा होता आणि मगाचपासून चष्म्यातून ऑस्करला न्याहाळत होता. त्याच्या कपाळावर आठ्या पसरल्या होत्या. ऑस्कर त्याच्याकडे सरकला. ''तुमचं नाव कळेल का?'' बोलता बोलता त्यानं खिशातून छोटी वही आणि पेन बाहेर काढलं.

या दुसऱ्या ऑफिसरनंसुद्धा यादी बदलता येणार नाही आणि हे डबे हेच कैदी घेऊन जाणं कसं महत्त्वाचं आहे वगैरे सांगायला सुरुवात केली, ''मी यादीबद्दल भरपूर ऐकलंय, तुमचं नाव सांगा मला फक्त. आता जनरल शिंडलरला कळवण्याशिवाय मला उपाय दिसत नाही.''

''शिंडलर?'' ऑफिसरनं ऑस्करला आणखी नीट न्याहाळलं. माणूस श्रीमंत, खानदानी दिसत होता. छातीवर नाझी पक्षाचा बिल्ला होता आणि जनरल शिंडलरचं नाव सारखं घेत होता. नातेवाईक असावा का? ''आणि ऑफिसर, आपल्या सामानाची बांधाबांध सुरू करा. पुढच्या आठवड्यात तुमची रवानगी रशियाला झाली नाही तर नावाचा ऑस्कर शिंडलर नाही.'' ऑस्कर आता पेटला होता.

पुढचं दृश्य विनोदी होतं. दोन्ही ऑफिसर पुढे आणि ऑस्कर त्यांच्या मागे, असे प्लॅटफॉर्मवर बँकिअरच्या नावानं हाका मारत चकरा घालत होते. निघालेली गाडी त्या ऑफिसरनं थांबवून धरली होती. अगदी शेवटच्या डब्यातून एकदाची बँकिअरची 'ओ' म्हणून साद आली. सुदैवानं शिंडलरचे बाराच्या बारा कामगार एकत्रच होते. गुरांच्या डब्याचं दार उघडून सगळे खाली उतरले. बँकिअर, फ्रँकेल, राईश, लेसेर सगळे. त्यांना झालेला आनंद त्यांनी कसाबसा थोपवून धरला होता. आपण वाचलोय हे बाकीच्यांना कळू नये म्हणून. डब्यातले बाकीचे ज्यू बहुधा खूशच झाले असणार, आता डब्यात जास्त जागा झाली आणि प्रवास चांगला होणार म्हणून! ऑफिसरनं आपली यादी बघितली आणि पेनच्या फटकाऱ्याबरोबर ह्या बारा लोकांच्या नावावर त्यानं फुल्या मारल्या, पण शेवटी ऑस्करला त्यानं सही करायला सांगितली. ऑस्करनं त्याच्या हाताला धरून त्याला थांबवलं.

''सर, आम्हाला काही फरक पडत नाही... हे बारा पाठवायच्या ऐवजी दुसरे बारा पाठवायचे.'' ऑस्करशी पहिल्यांदा बोलताना कपाळाला आठ्या घालणारा

ऑफिसर आता शांत वाटत होता. मनाशी त्यानं काही विचार केला असावा. 'तुला असं वाटतं की हे भांडी ठोकणारे तेराजण महत्त्वाचे आहेत? आम्ही त्यांच्या जागी दुसरे तेराजण कोंबू भांडी ठोकणारे. समजलं? फार कळवळा येतोय काय या लोकांचा?' पण उघडपणे तो म्हणाला, ''काय ही यादी बदलायची कटकट करायला लागणार.'' इतकंच!

इकडे बँकिअरनं कबूल केलं, त्यांनी सगळ्यांनीच निळे स्टिकर घेण्यात टंगळमंगळ केली होती. शिंडलरनं कोरडेपणाने त्यांना लगेच ते स्टिकर घ्यायला सांगितलं, पण त्याचं लक्ष उडालं होतं. एकीकडे निर्विकारपणानं बँकिअरशी बोलणारा ऑस्कर मनातून निराश झाला होता. त्या कागदाच्या तुकड्यावाचून एवढी माणसं या प्लॅटफॉर्मवर उभी आहेत. कशाची वाट बघत, तर गुराढोरांना वाहून नेणाऱ्या रेल्वेची! ऑस्करला वाटलं की जणू ते गुरांचे डबे या ज्यूंना सांगतायत, की बाबांनो, तुमचं माणूसपण आता संपलं. आता तुमच्या माथी जनावराचंच जिणं!

१५

आपल्या फॅक्टरीतले कावऱ्याबावऱ्या चेहऱ्यानं आणि भिरभिरणाऱ्या नजरेनं काम करणारे ज्यू ऑस्कर पाहात होता. त्यांच्यावर पसरलेलं भीतीचं विलक्षण सावट त्याला जाणवत होतं. घेटोतली परिस्थिती कशी असेल हे कोणी न सांगता त्याला समजत होतं. माणसाला स्थिर चित्तानं आयुष्य घालवायला वावच नव्हता. कशात तरी जीव गुंतवावा, सणवार करावेत हे सगळं ज्यू लोक विसरले होते. प्रत्येकाचा श्वास भीतीनंच थांबायच्या तयारीत. वेळ घालवायचा तरी कसा? प्रत्येक क्षण तासासारखा हळूहळू पुढे सरकतोय अशी जाणीव तिथे सतत होती. मग आजूबाजूच्या सगळ्याच लोकांकडे संशयानं पहाणं सुरू होतं. तो काय करतोय? हा माझ्याविरुद्ध काही करत नसेल ना? रस्त्यावरचे ओ.डी. पोलीस तर लांबच राहिले, एका खोलीत राहाणारी माणसं एकमेकांपासून दूर जायला लागली होती. विश्वास ठेवायचा तरी कोणावर? जोसेफ बॉ नावाचा एक चित्रकार या काळात घेटोत राहात होता. त्यानं लिहून ठेवलंय, 'प्रत्येक भाडेकरूचं स्वत:चं असं रहस्यमय जग तयार झालं होतं.' लाकडी

जिन्याच्या पायऱ्या करकरल्या की लहान मुलांचा चिवचिवाट बंद व्हायचा. मोठ्या माणसांचं कुजबुजणं थांबायचं. झोपेत माणसांना स्वप्न पडायची ती वनवासाची, आपलं सगळं ओरबाडलं गेलं अशी; आणि जागे होताच त्यांना दिसायचं की आपण खरंच लुबाडलो गेलोत आणि आता वनवासाशिवाय पर्याय नाही.

स्वप्न आणि सत्य एकमेकांपासून इतक्या जवळ असेल, अशी तोपर्यंत जगात कोणाला कल्पना नसेल. दिवसाची भीती रात्री स्वप्नरूप घ्यायची आणि रात्रीची स्वप्नं दिवसा प्रत्यक्षात यायची. अफवा तर अनेक. रस्त्यावर, फॅक्टरीत, सगळीकडे! 'स्पिरानं एक नवी यादी तयार केलीये. मागच्या दुप्पट-तिप्पट लोक जाणार त्या यादीप्रमाणे म्हणतात. मुलांना टार्नोला धाडणार आहेत मारून टाकायला, किंवा बुडवून मारायला. स्टटॉफला... नाही, नाही, ब्रेसलोला त्यांच्यावर ऑपरेशन करणार असं ऐकलं! आणि म्हाताऱ्यांचं ऐकलंत का? पन्नास वर्षांच्या वरच्या सगळ्यांना वाईलीझकाच्या जुन्या मिठाच्या खाणींत नेणारेत म्हणे! कामाला? छे छे! तिथेच खाणीत पुरणारेत त्यांना!'

हे सगळं ऑस्करपर्यंत पोहोचत होतं. रोज! माणसाचं असंच असतं, एखादी वाईट गोष्ट होणारे म्हटल्यावर आपल्या कल्पनाशक्तीने तो वाईटपणा इतका वाढवायचा, की चुकून ती वाईट गोष्ट खरी झालीच, तर एकतर मनाची तयारी झालेली असते आणि दुसरं म्हणजे कल्पनाशक्तीनं प्रचंड झेप घेतल्यामुळे ती घटना इतकी वाईट वाटत नाही. माणसाला जणू काही नियतीला सांगायचं असतं, की तुझ्या कल्पनाशक्तीच्या तोडीस तोड, थोड्याशा भारीच, आमच्यापण कल्पना जाऊ शकतात. पण त्या जूनमध्ये सगळी स्वप्नं, सगळ्या कल्पना सत्यात उतरत होत्या आणि माणसाच्या कल्पनाशक्तीवर या वेळी तरी नियतीनं मात केली होती. सगळ्याच अफवा हजारोपटींनी भीषण रूप घेऊन सत्यात उतरत होत्या.

घेटोच्या दक्षिणेला, रेकावका रस्त्याच्या पलीकडे एक छोटी टेकडी होती, छान झाडंबिडं असलेली. त्या टेकडीवरून घेटोकडे पाहिल, की आपण एखाद्या जुन्या पेंटिंगमधल्या गावाकडे पाहातोय असं वाटायचं.

जसजसं टेकडीवर चढावं. तसतसा घेटो नजरेसमोर उलगडत जायचा आणि सगळं इतकं जवळ, की अगदी खालच्या रस्त्यात काय चाललंय ते स्पष्ट दिसावं.

शिंडलर कधीकधी इनग्रीडबरोबर घोड्यांवरून इथे चक्कर टाकायचा. आता परवाच्या प्रोकोसीम स्टेशनवरच्या घटनेनंतर वेगळ्याच कारणसाठी त्यानं टेकडीवर जायचं ठरवलं होतं. बँकिअरच्या सुटकेनंतर दुसऱ्याच दिवशी त्यानं दोन घोडे भाड्यानं घेतले.

टेकडीवर जाताना दोघंही घोडेस्वारीच्या जय्यत तयारीने निघाले होते. लांब

उबदार कोट, घोडेस्वारीच्या खास विजारी, चमकणारे बूट... तो आणि इनग्रीड... दोन गोरेपान देखणे जर्मन... खालच्या त्या ज्यूंच्या मुंग्यांच्या वारुळापासून खूप उंचावर!

टेकडीवरचं छोटसं वळण पार करून थोड्याशा मोकळवणावर ते आले. घोड्यावरूनच त्यांना खालचा वजीर्स्का स्ट्रीट दिसत होता, हॉस्पिटलच्या कोपऱ्यावर बरीच गर्दी जमली होती आणि अगदी खाली जवळच एस.एस. दलाचे सैनिक आपल्या कुत्र्यांसह घराघरात घुसून धुडगूस घालत होते. सामान वरच्या मजल्यावरून सरळ खाली फेकलं जात होतं. लोक नेसत्या कपड्यांनिशी घराबाहेर पडत होते. कुटुंबच्या कुटुंबं रस्त्यावर येत होती. इनग्रीड आणि ऑस्करनं आपले घोडे अगदी कडेला नेऊन उभे केले. हळूहळू खाली घडणाऱ्या घटनेचे बारकावे त्यांच्या लक्षात येऊ लागले. ज्यू पोलीस असलेलं ओ.डी. दलही एस.एस. दलाबरोबर काम करत होतं. काही ओ.डी. पोलीस तर एस.एस.पेक्षा उत्साहानं कामाला लागले होते. कारण काही मिनिटांतच त्यांनी तीन बायकांना गुद्दे लगावलेले ऑस्करने पाहिले.

पहिल्यांदा त्याला एस.एस. दलाचा भयानक संताप आला. 'ज्यूंना वापरतायत साले ज्यूंनाच मारायला!' नंतर हळूहळू त्यांच्या ध्यानात यायला लागलं की ओ.डी.तले बरेचसे ज्यू पोलीस आपल्याच भाईबंदांना मुद्दाम जायबंदी करून टाकत होते. कमीतकमी एस.एस. दलाची डोक्यात बसणारी गोळी चुकेल या हिशोबानं! आणि तसाही ओ.डी. दलासाठी नियम होताच की 'ज्यूंना बाहेर काढा, नाहीतर तुमच्या स्वत:च्या कुटुंबाची वाताहत बघायला तयार रहा!'

वजीर्स्का रस्त्यावर माणसांच्या दोन ओळी सतत तयार होत होत्या. एक स्थिर होती. दुसरी मोठी झाली की सैनिक तिला वळणापलीकडे जोजेफिन्का रस्त्यावर घेऊन जायचे. जोजेफिन्का रस्ता टेकडीवरून दिसत नव्हता, पण तिथं काय चाललं असावं याचा अंदाज यायला फारसा वेळ लागत नव्हता. कारण तिथल्या गोळ्यांचे आवाज ऐकू येण्याइतक्या जवळ अंतरावर इनग्रीड आणि ऑस्कर उभे होते.

कुटुंब रस्त्यावर आणलं की त्याची विभागणी केली जात होती. व्यवस्थित कागदपत्रं असणाऱ्या तरुण पोरी एका ओळीत जात होत्या, तर त्यांच्या मध्यमवयीन आया-मावश्या दुसऱ्या ओळीत. त्यांचा आक्रोश पाहवत नव्हता. नुकतीच कामाची रात्रपाळी करून आलेला एक कामगार... त्याला एका ओळीत उभं केलं. त्याच्या बायको आणि पोराला दुसरीकडं. तिथे तो मनुष्य ओ.डी. पोलिसाशी भांडत होता. "खड्ड्यात गेला माझा निळा स्टिकर... मला इव्हा आणि माझ्या पोराकडे जायचंय!"

एस.एस. दलाचा एक जवान मध्ये पडला. घेटोतल्या किडकिडीत, घाणेरड्या माणसांमध्ये हे एस.एस. कडक गणवेशातले धष्टपुष्ट सैनिक उठून दिसत होते. सगळं इतकं जवळ घडत होतं की टेकडीवरून ऑस्करला त्या सैनिकाच्या

पिस्तुलाची नुकतीच तेलपाणी केलेली चमकणारी नळीसुद्धा स्पष्ट दिसत होती. त्या जवानानं ज्यू कामगाराच्या कानावर पिस्तुलाच्या मुठीचा तडाखा दिला. आता तो त्याच्यावर मोठ्या आवाजात गुरकावत होता. शिंडलरला शब्द ऐकू आले नाहीत, पण काय असावेत हे कळण्यासाठी विशेष परिश्रमाची गरज नव्हती. ऑस्करनं हेच शब्द परवा प्रोकोसीम स्टेशनवर अनेक वेळा ऐकले होते.

"कुत्र्या, तुला त्या रांडेकडे जायचंय का? जा, चालता हो!"

त्या कामगाराला त्याच्या बायकोपोरांच्या लायनीत ढकलण्यात आलं. त्यानं आपल्या बायकोला कडकडून मिठी मारली आणि या गोंधळात दुसरी एक बाई पोलिसाचा डोळा चुकवून ओळीबाहेर पडलेली ऑस्करनं पाहिली.

ऑस्कर आणि इनग्रीडनं आपले घोडे थोडे उजवीकडे वळवले. आता ते क्राकुसा रस्त्याच्या थेट डोक्यावर उभे होते. इथे वजीर्स्का रस्त्याइतकी धांदल नव्हती. बायकांची आणि मुलांची एक ओळ हळूहळू पिवना रस्त्याकडे चालली होती. एक शिपाई रांगेच्या पुढे होता... एक मागे... लायनीत बायकांपेक्षा पोरं खूपच दिसत होती. अर्थात बरीचशी पोरं आईबापाविनाच त्या लायनीत उभी करण्यात आली असावीत. ओळीच्या अगदी शेवटी एक अगदी लहान पोर. मुलगा की मुलगी हे ऑस्करला समजलं नाही, अडखळत्या पावलांनी चालत होतं. उठून दिसत होता तो लालभडक रंगाचा छोटुकला कोट आणि डोक्यावरची लाल टोपी.

ऑस्करची नजर त्या लाल टोपीवर खिळली. स्वत:कडे लक्ष वेधून घेईल असं काहीही त्या ठिकाणी करणं म्हणजे साक्षात मरण ओढावून घेणं... ऑस्कर विचार करत होता... मगाशी भांडण करून संकट ओढवून घेणारा तो रात्रपाळीचा कामगार आणि हे लाल कपड्यातलं पोर... कुठेतरी साम्य आहे असं वाटलं ऑस्करला. तिथे भांडण होतं, इथं हे लाल कपड्यांचं प्रेम होतं, इतकंच!

इनग्रीडचंही तिथं लक्ष गेलंच होतं. "मुलगी असणार ती... असले भडक लाल रंगाचे कपडे लहान मुलींनाच आवडतात."

ती चिमुरडी रेंगाळत चालली होती. लायनीच्या शेवटचा शिपाई कधीतरी हळूच तिला परत लायनीत ढकलायचा. जोरात नाही. अगदी एखादा मोठा भाऊ करेल तसं! पोलीस खात्यानं जर त्याला येणाऱ्या-जाणाऱ्या लोकांना मदत करायचं काम दिलं असतं, तर त्यानं ह्यापेक्षा वेगळं काय केलं असतं? आणि म्हणूनच त्याला त्या छोकरीबरोबर असं प्रेमानं वागताना पाहून आपल्या टेकडीवरच्या दोन घोडेस्वारांची धास्ती जरा उणावली... पण क्षणभरच! त्या रमत गमत चाललेल्या पोरीपासून मागे थोड्याच अंतरावर एक एस.एस. तुकडी त्यांच्या शिकारी कुत्र्यांबरोबर अवतरली. जुन्या पुराण्या चाळींमधून त्यांचं थैमान चाललं होतं. अचानक एका घरातून एक सूटकेस फेकली गेलेली ऑस्करनं पाहिली. रस्त्यावर आपटून तिच्यातल्या

वस्तू इतस्तत: पसरल्या. एस.एस. पोलीस बरेच घाईत असले पाहिजेत.

माणसं, बायका-पोरं रस्त्यावरून सैरावैरा धावत सुटली होती. त्यांच्या मागे शिकारी डॉबरमन कुत्री लागली होती. ही शिक्षा होती, घरातल्या कपाटात, खाटेखाली, आणि माळ्यावर दडून राहण्याबद्दल! टेकडीवरून या सर्व गोष्टी एखादी फिल्म फास्ट स्पीडमध्ये पळविल्यावर चित्र जसं दिसेल, तशा दिसत होत्या. जे लोक घरातून बाहेर पडत होते, त्यांना गोळ्या घातल्या जात होत्या. रस्त्याच्या कडेला गटारात प्रेतं पडली होती. गटारातून रक्त वाहत होतं. शिंडलरच्या डोळ्यांसमोर एक बाई आणि लुकडा मुलगा, दहा वर्षांचा असेल तो, एका खिडकीच्या आडोशाला लपले. शिंडलरच्या अंगाला भीतीने दरदरून घाम फुटला. एवढी भक्कम घोड्यावरची मांड त्याची, पण या क्षणाला त्याच्या पायातली शक्तीच गेली होती. त्यानं इनग्रीडकडे पाहिलं. तिनं घोड्याचा लगाम गच्च आवळून धरला होता. हात आणि चेहरा पांढरेफटक पडले होते. अक्षरश: थरथर कापत होती ती!

ऑस्कर शिंडलरचे डोळे परत क्राकुसा रस्त्यावरच्या त्या लाल बाहुलीकडे वळले. तिच्यापासून शंभर फूट अंतरावर हे नराधम नंगा नाच घालत होते. त्या इतक्या लहान पोरीसमोर. तिची ओळ नजरेआड झाल्यानंतर तरी हे करावं, एवढी लाजही या सैतानांना वाटत नव्हती. एस.एस. दलाच्या ह्या खूनसत्राची भयानकता त्या लहान पोरीमुळे ऑस्करला कितीतरी भयानक वाटली. काय असेल ते असो; ऑस्करच्या मनात आता एस.एस. दलाच्या हेतूविषयी शंका राहिली नाही.

इकडे ती बारकी परत चालता चालता थांबली आणि तिनं मागे बघितलं तर एका पोलिसानं एका बाईच्या मानेत गोळी घातली. दुसऱ्यानं एका पोराला भिंतीवर आदळलं आणि किंचाळत तो पोरगा खाली पडला असतानाच त्याच्या डोक्यावर आपल्या पॉलिश केलेल्या बुटाचा पाय रोवून मानेवर पिस्तूल टेकवून गोळी झाडली. ही एस.एस. पोलिसांची खास स्टाईल होती. 'डोक्यावर पाय ठेवून गोळी घालणं!'

ऑस्करचं लक्ष फक्त त्या लहानगीवर खिळलं होतं. तिनं हे सगळं बघितलं होतं. तिच्यातलं आणि बाकीच्या ओळीतलं अंतर वाढलं होतं. परत एकदा त्या गोळी घालणाऱ्या पोलिसानंच तिच्या खांद्यावर थोपटून तिला ओळीत वळवलं. ऑस्करला कळत नव्हतं काय चाललंय ते. त्या पोलिसानं खरं तर त्या पोरीला बंदुकीचा दस्ता मारायला पाहिजे होता. कारण त्याच रस्त्याच्या दुसऱ्या बाजूला दया-माया, याच जणू मृतवत होऊन पडल्या होत्या. शिंडलरला आणखी बघवेना. त्याच्या पोटात ढवळून आलं. तो घोड्यावरून जवळजवळ कोसळलाच. आधाराकरता त्यानं जवळच्या पाईन वृक्षाची फांदी गच्च धरून ठेवली आणि तो भडभडून ओकला. जणू भीती त्याच्या पोटात जास्त जागा करायला बघत होती.

या नराधमांना म्हणावं तरी काय? आई-बापांच्याच पोटी जन्मले होते ना ते? घरच्यांना पत्र-बित्र लिहीत असतील का कधी? (लिहिलं तरी काय लिहीत असतील?) त्यांचा निर्लज्जपणा हा ऑस्करच्या संतापाचा, भीतीचा विषय नव्हता. त्यांना लाज नव्हती हे त्याला अनुभवानं माहीत होतंच. भयानक सत्य त्याला जागवायला लागलं होतं. त्या शिपायांनी त्या लाल पोरीनं हे अमानुष दृश्य बघू नये म्हणून अजिबात प्रयत्न केले नव्हते. याचा अर्थ हे आजचं हत्याकांड एखाद्या पोलिसांच्या टोळीचा माथेफिरूपणा नव्हता. या होणाऱ्या गोष्टींना सरकारी मान्यता होती. आजच्या दिवसानंतर कुणी जर्मन लोकांनासुद्धा संस्कृती आहे, परंपरा आहे असं म्हणू शकणार नव्हतं. तो मानसिक आधार आता संपला होता. क्राकुसा रस्त्यावर एस.एस. पोलीस सरकारी हुकूम शब्दश: अमलात आणत होते.

त्या दिवशी संध्याकाळी थोडीशी ब्रँडी पोटात गेल्यावर ऑस्करचा मेंदू परत थोडाफार माणसांत आला. ती लाल पोरगी आणि तिच्यासारखे इतर काही हे आजच्या घटनेचे साक्षीदार होते. पण एस.एस.नं बेलाशक त्यांना जिवंत ठेवलं होतं. कारण त्यांना खात्रीच असणार, की पुढच्या काही दिवसांतच एकही साक्षीदार जिवंत राहणार नाही.

प्लेस झगोडीच्या (शांती चौकाच्या) कोपऱ्यात एक औषधांचं दुकान होतं, टेडिअस पॅनकीविझचं. आपल्याकडे जशी आयुर्वेदिक औषधांची दुकानं असतात तशाच पद्धतीचं दुकान होतं ते. चिनी मातीच्या बरण्यांत मुरांबे, अर्क, चूर्ण भरून ठेवलेली होती. रोगांची नावं लिहिलेल्या लॅटीन भाषेतल्या जुनाट चिठ्ठ्या त्या बरण्यांवर नीट चिकटवल्या होत्या. समोरच्या कपाटाला शंभरएक बारीक-बारीक कप्पे होते. अगदी काळं कुळकुळीत वॉर्निश केलेले. ह्यातही असंख्य जडी-बुटी दडलेल्या होत्या. पॅनकीविझ दुकानाच्या वरच्या मजल्यावर रहायचा. अख्ख्या घेटोत हा एकमेव पोलिश मनुष्य होता. त्याला सरकारची खास परवानगी होती. नुकतीच चाळिशी ओलांडलेला पॅनकीविझ मोठा रसिक माणूस होता. प्रसिद्ध पोलिश चित्रकार अब्राहम न्यूमन, संगीतकार मॉर्डशे गेबीरटीग, तत्वज्ञ लिऑन स्टाईनबर्ग आणि शास्त्रज्ञ डॉ. रापापोर्ट ह्यांची त्याच्या दुकानात कायम ऊठबस असायची. त्याचं घर म्हणजे ज्यू आणि पोलिश दोन्ही भूमिगत संघटनांचं निरोप पोचवायचं केंद्रच होतं. डोलेक लायबेस्कीन्ड, शीमॉन आणि गुस्ता ड्रॅंगर हे कडवे ज्यू त्याच्या घरी कधी कधी लपूनछपून यायचे, पण टेडुत्सला आपल्या येण्याजाण्यानं त्रास होऊ नये याची काळजी घ्यायचे.

जूनच्या त्या पहिल्या आठवड्यात पॅनकीविझच्या फार्मसी समोरच्या चौकाचं कवायतीच्या मैदानात रूपांतर झालं होतं. "तिथे लोकांना आयुष्य परत आशादायक

वाटायला लागायचं!'' पॅनकीविझ नंतरच्या आयुष्यात चौकाची आठवण निघाली की म्हणायचा. रोज चौकाच्या मध्यभागी ज्यूंची त्यांच्या तब्येतीनुसार वर्गवारी व्हायची आणि निवडक लोकांना सांगितलं जायचं, ''तुमचं सामान ठेवा इथेच. आम्ही पाठवू ते नंतर! तुमचं नाव मात्र लिहा खडूनं त्या बॅगांवर. नाही नाही आजी... काही काळजी करू नका!'' जे ह्याला काही विरोध करायचे किंवा लपवून काही दागदागिने न्यायला बघायचे त्यांना एका बाजूच्या भिंतीपाशी उभं करून सगळ्यांदेखत गोळ्या घातल्या जायच्या... एक शब्दही बोलू न देता! चौकाच्या मध्यभागी चाललेल्या आशादायक गप्पांना ह्या कडाडणाऱ्या रायफली भगदाडं पाडायच्या. आणि असं असूनसुद्धा त्या किंकाळ्या आणि विव्हळण्याच्या मध्यभागी उभ्या असलेल्या लोकांचं लक्ष फक्त आपल्या स्वतःच्या आयुष्याकडे लागलेलं असाययचं. बाजूच्या प्रेतांची त्यांना दखलच नसायची. प्रेतांनी भरलेली गाडी चौकातून निघून गेली, की तेच उरलेले ज्यू आपलं काय होणार या चर्चेत गढून जायचे. आणि पॅनकीविझला जर्मन सैनिकांचे तेच ते शब्द दिवसभर समोरच्या दुकानात ऐकू यायचे. ''मी तुम्हाला सांगतो मावशी... तुम्हाला आम्ही कामासाठीच नेतो आहोत... अहो, इतक्या सगळ्यांना मारायला आम्ही काय वेडे वाटलो की काय?''

ह्या शब्दांवर विश्वास ठेवावा, असं बायकांना अगदी मनापासून वाटायचं. त्यांच्या चेहऱ्यावर दिसायचं तसं! त्याचवेळी भिंतीजवळच्यांना गोळ्या घालून आलेली शिपायांची तुकडी त्यांना परत सांगायला सुरुवात करायची, ''तुमचं सामान पोचेल तुमच्यापर्यंत... फक्त नाव लिहा तुमच्या बॅगेवर..!''

टेकडीवरून ऑस्कर शिंडलरला ह्या चौकातलं थैमान दिसलं नव्हतं. पण पॅनकीविझनं मात्र ते काही हातांच्या अंतरावरून पाहिलं. ऑस्करसारखंच त्याचं डोकं सुन्न झालं होतं. घशाला कोरड पडली होती. डोक्यावर कुणीतरी हातोडीचे घाव घालावेत अशा वेदना होत होत्या आणि पॅनकीविझ दुकानाच्या खुर्चीत निश्चल पुतळ्यासारखा थिजून बसला होता.

त्याला अजून पत्ता नव्हता की समोरच्या गदारोळात त्याच्या चांगल्या मित्रांपैकी संगीतकार गेबीरटींग, न्यूमन यांची निष्प्राण कलेवरं चौकात गटारात पडली आहेत.

चहूकडे घेटोतले डॉक्टर धापा टाकत फार्मसीत येत होते. कुणाला बँडेज पाहिजे होतं. रस्त्यावरचे जखमी त्यांनी ओढत दवाखान्यात आणले होते. एक डॉक्टर उलट्या होणाऱ्या गोळ्या मागत होता. दहा-बारा लोकांनी आत्महत्या करण्यासाठी सायनाईड खाल्लं होतं. त्यातला एक इंजिनियर पॅनकीविझच्या ओळखीचा होता. बायकोची नजर चुकवून त्यानं विषारी गोळी गिळली होती.

डॉ. इडेक शिंडल, छोट्या जिनीचा मामा घेटोच्या दवाखान्यात नोकरीला होता. एक बाई किंचाळत त्याच्या दवाखान्यात आली. ''सगळ्या पोरांना धरून नेलं

त्यांनी. जेनी पण होती त्या घोळक्यात.'' सध्या लाल टोपीचा पालक इडेक शिंडलच होता. तिचे आईबाप अजून रानावनात भटकत होते. आता त्यांचं घेटोत येणं अशक्यच होतं. सकाळी शिंडलनं जेनीला आपल्या शेजाऱ्यांच्या घरात बसवलं आणि तो नोकरीला आला होता.

शिंडलनं आपला पांढरा कोट फेकून दिला आणि तो अक्षरश: धावत सुटला चौकाच्या दिशेनं. चौकात पोचताक्षणी त्याला ती दिसली. गवतावर सैनिकांच्या गराड्यात शांतपणे बसलेली तीन वर्षांची जेनी. हा शांतपणा कृत्रिम आहे याची शिंडलला कल्पना होती. झोपेत किंचाळत उठलेल्या त्या बारकीला त्यानं अनेक वेळा थोपटून समजावून झोपवलेलं होतं.

चौकाच्या बाजूनं तो जरा हलला आणि तिनं त्याला पाहिलं. त्याला ओरडावसं वाटलं होतं की, 'शू: बोलू नकोस, बघू नकोस. मी करतो काहीतरी.' इथं जर पोरीनं गळा काढला असता तर दोघांचंही खरं नव्हतं. पण तशी वेळ आली नाही. तिच्या डोळ्यांतली ओळखीची खूण अचानक विझली. पुढच्या क्षणी तिची नजर अनोळखी झाली आणि बाजूला फिरली.

शिंडल जागच्या जागी स्तब्ध झाला. पोरीच्या बेरकीपणानं तो थक्क झाला होता. वयाच्या तिसऱ्या वर्षी तिला कळलं होतं की मामाला हाक मारून काही उपयोग होणार नाही. त्या पोलिसांचं मामाकडे लक्ष जाता कामा नये.

शिंडलचा मेंदू आता भराभर विचार करीत होता. सरळ पोलीस प्रमुखाकडे जावं आणि जाब विचारावा. मऊ केविलवाणा स्वर लावला तर गोळीच बसायची, पण खालच्या कोणाकडे जाण्यात अर्थ नव्हता.

परत एकदा त्यानं जेनीकडे पाहिलं. तिच्या डोळ्यांत एक वेगळाच विचार त्याला दिसला. पुढच्या क्षणाला अतिशय शांतपणे ती उठली आणि सरळ दोन पोलिसांच्या मधून निघून रस्त्याला लागली. ती अगदी सावकाश चालली होती. शिंडलची नजर तिच्यावरून तसूभर ढळू शकत नव्हती. 'काय करतेय ही पोरगी?' नंतर शिंडलच्या मिटलेल्या डोळ्यांसमोर हे दृश्य कायम दिसायचं. ढोपरापर्यंत काळे कुळकुळीत बूट घातलेल्या सैनिकांच्या गर्दीत संथपणे चाललेली ती लाल टोपी. चौकात कुणाचंच तिच्याकडे लक्ष गेलं नाही. ती एका लयीत आपल्या थोड्या अडखळत्या चालीनं पॅनकीविझच्या फार्मसीपलीकडे गेली. डॉ. शिंडलला कडाडून टाळ्या वाजवाव्याशा वाटत होत्या. नाटकातला सीन असता तर कडाडून टाळ्या पडल्याच असत्या. पण आत्ता वाजवलेल्या टाळ्यांनी दोघांना गोळ्या बसल्या असत्या. तिच्या पाठोपाठ जाण्यात अर्थच नव्हता. शिंडलची पुरेपूर खात्री होती, की ही शहाणी व्यवस्थित घरी पोहोचणार. तिच्या पाठोपाठ जाण्याची प्रचंड ऊर्मी दाबून शिंडल परत आपल्या दवाखान्याकडे वळला.

जेनी सरळ पुढच्या उघड्या दरवाज्यातून आपल्या घरात शिरली. खाली रस्ता सुनसान होता. आजूबाजूच्या घरात कोणी लपून राहिलं असलंच तर कळणार नव्हतं. ती सरळ बेडरूममधल्या पलंगाखाली जाऊन दडली. रस्त्याच्या कोपऱ्यावरून घरी येणाऱ्या इडेकनं एक एस.एस. शिपाई शेवटचा हाकारा करताना पाहिला. जेनीनं उत्तर दिलं नाही. तो घरात आला तरी त्याच्यासुद्धा हाकेला उत्तर दिलं नाही. पण त्याला कुठं बघायचं ते माहीत होतं; त्या भकास खोलीत पलंगाच्या चादरीखाली लाल रंगाचे छोटे बूट चकाकत होते.

ऑस्कर शिंडलर आत्तापर्यंत घरी पोहोचला होता. जेनीचा चौकातला अंगावर काटा आणणारा प्रवेश त्यानं पाहिला नव्हता. आत्ता तो इमालियाच्या ऑफिसमध्ये होता. संध्याकाळी खूप उशिरा हा उमदा कारखानदार, झाब्लोसीचा नंबर एकचा उधळ्या, सगळ्या पार्ट्यांमध्ये हवाहवासा वाटणारा रुबाबदार पाव्हणा, खुशालचेंडू ऑस्कर आजच्या दिवसाचा विचार करत एकटाच बसला होता.

नंतर त्यानं सांगितलं, ''या दिवसानंतर कोणत्याही साधारण बुद्धीच्या माणसाला जग कुठं चाललंय हे सांगायची गरज नव्हती. त्या दिवशी मी ठरवलं, की जमेल त्या मार्गानं ही पिसाट हुकूमशाही उधळून लावायची.''

१६

एस.एस. सैनिकांची घेटोतली 'स्वच्छता मोहीम' शनिवारी संध्याकाळपर्यंत चालली होती. आदल्या दिवशी सकाळी ऑस्कर बघत असताना क्राकुसा रस्त्यावर जितक्या निर्दयपणे त्यांचा धिंगाणा चालला होता, त्यात शेवटपर्यंत अजिबात फरक पडला नाही. हे कुठे कधी घुसतील हे सांगता येणं अवघड होतं. जे शुक्रवारी सुटले ते शनिवारी सापडले. जेनी एक आठवडाभर जगली. तेही तिच्या वयाला न शोभणाऱ्या हुषारीमुळे.

झाब्लोसीमध्ये ऑस्कर शिंडलरच्या डोळ्यांसमोर तिची मूर्ती तरळत होती. ह्या 'ॲक्शन' मधून ती वाचली असं कुणी सांगितलं असतं तरी त्याचा विश्वास बसला नसता. त्याच्या दृष्टीनं ती त्याच दिवशी संपली होती. पोलीस दलातले त्याचे टोफेल आणि इतर दोस्त यांच्याकडून त्याला ह्या मोहिमेची इत्थंभूत माहिती मिळत होती. दोन दिवसांत सात हजार लोकांचे मुडदे पडले होते आणि गेस्टापोचे अधिकारी अत्यंत खुषीत होते. कारण आता सरकारी स्तरावर ही मोहीम 'अत्यंत यशस्वी' असा त्यांचा गौरव होत होता.

ऑस्कर आता मिळणाऱ्या माहितीबद्दल विशेष जागरूकता दाखवत होता. उदा. जरी ही योजना विल्हेम कुंड नावाच्या अधिकाऱ्याची कल्पना असली, तरी तिचा खरा सूत्रधार होता कॅप्टन ऑटो फॉन मालोत्के. ऑस्कर फायली ठेवत नव्हता, पण सगळी नावं नीट काळजीपूर्वक लक्षात ठेवत होता. कधीतरी वेळ आल्यानंतर तो ही सगळी माहिती कॅनारीस किंवा योग्य अधिकाऱ्याकडे पोचवणार होता.

पुढे त्याच्या अपेक्षेपेक्षा लवकरच ती वेळ आली. आत्ताच्या क्षणी मात्र तो प्रत्येक बातमी पारखून घेत होता. पूर्वी असल्या बातम्या तो झटकून टाकायचा. बातम्या सगळीकडून येत होत्या. त्याच्या पोलीस दलातल्या दोस्तांकडून, अजून डोकं शाबूत असलेल्या स्टर्नसारख्या ज्यूंकडून, तर कधी पॅनकीविझच्या औषधांच्या दुकानातून. तिथली क्रांतिकारकांची वर्दळ सध्या खूपच वाढली होती. डोलेक लायबेस्कीन्ड सगळ्या युरोपभर कामानिमित्त हिंडायचा आणि बातम्या घेऊन यायचा.

ह्या सगळ्या बातम्या ज्युडेनरॅट किंवा ज्यूंच्या संघटनेला कळवून काहीच फायदा नव्हता. तिथं नुसती बजबजपुरी मजली होती. तिथले ज्यू पदाधिकारी स्वत:ची कातडी कशी वाचेल किंवा स्वत:ची तुंबडी कशी भरेल या दोन विचारांशिवाय कसलाही विचार करत नव्हते. साधं धान्याचं उदाहरण– पहिल्यांदा जर्मन सैनिक त्यावर हात मारायचे. मग ज्यू पदाधिकारी डल्ला मारायचे. उरलंसुरलं मग सामान्य ज्यूंच्या वाट्याला यायचं. डेव्हिड गुटरसारखा महाहलकट माणूस ज्युडेनरॅटचा प्रमुख झाला होता. त्याला आशीर्वाद होता दुसऱ्या चोराचा, सिम्शे स्पिराचा.

ज्यूंच्या भवितव्याबद्दल यापैकी कोणालाच देणंघेणं नव्हतं. जर्मनांना खूश ठेवून आपण आणि आपले कुटुंबीय कसे वाचू, एवढाच उद्योग ह्या सगळ्यांचा चालला होता. बाकीच्या ज्यूंना मरू दे त्यांचं मरण. ते काय, अफवा ऐकतात, थोडा वेळ घाबरतात, परत बिचारे आशा करत बसतात.

घेटोला काय किंवा ऑस्करला काय, बाहेरच्या जगात काय चाललंय ह्याचं खरं चित्र तेव्हाच कळलं, जेव्हा पंचविशीतला फार्मसीवाला बाखनर क्रॅकोवच्या घेटोत चोरून परत शिरला. आठच दिवसांपूर्वी त्याला जर्मन सैनिकांनी अटक करून धाडून दिला होता. त्या भयाण घेटोत तो का आणि कसा परत आला हे कोणालाही सांगता आलं नाही. कदाचित तेवढीच जागा जगात उरली असावी त्याच्याकरता. एस.एस.ला तो सापडता, तर परत पाठवला गेला असता कुठंतरी.

लोवस्का ते प्लास झगोडीपर्यंत सगळ्या घेटोत सगळ्यांच्या तोंडी फक्त बाखनरचीच बातमी चघळली जात होती. डोकं फिरल्यासारखा बडबड तो म्हणायचा, "भयानक भयानक गोष्टी पाहिल्यात मी!" आठ दिवसांत त्याचे केस पांढरे दिसायला लागले होते. जूनच्या सुरुवातीला अटक केलेले क्रॅकोवमधले सगळे

लोक कुठे गेले होते, त्याचा पत्ता हळूहळू सगळ्यांना लागत होता. 'सगळ्यांना रशियातच नेलं जवळजवळ. बेलझेकच्या कॅम्पमध्ये.'

रेल्वे स्टेशनवरच सगळ्यांना युक्रेनिअन लोकांनी दंडुक्यांचे फटके मारत हाकलायला सुरुवात केली. त्या जागेच्या आसमंतात एक घाणेरडा जळका वास भरून राहिला होता. आलेल्या लोकांच्या दोन लायनी लावल्या होत्या. एक छोटा ज्यू मुलगा दोरीचं टोक घेऊन लायनीतून हिंडत होता. सगळ्यांचे जोडे त्या दोरीत गुंफले होते.

''आता सगळ्यांनी अंघोळीसाठी कपडे काढावेत.'' आज्ञा आली. वस्त्रहीन अवस्थेतच सगळ्यांचे केस भादरले गेले. स्त्रियांचे, पुरुषांचे. ''ते यू बोटीच्या कामासाठी लागणारे आम्हाला.'' एस.एस. सैनिक सगळ्यांना सांगत होते. शेवटी काटेरी तारांच्या मधल्या बोळातून सगळी धिंड 'बाथरूम' लिहिलेल्या मोठ्या हॉलकडे वळली.

''सगळ्यांनी छाती भरून श्वास घ्या. आतमध्ये स्वच्छ हवा सोडलीय.'' एस.एस. जवान सांगतच होते. तेवढ्यात बाखनरनं एका मुलीचे पैंजण खाली पडलेले पाहिले. दुसरा एक छोटा पोरगा ते उचलून खेळत खेळत आत गेला. सैन्याच्या तुकड्या नंतर तो प्रेतांचा पर्वत गाड्यांत भरून पुरण्यासाठी आत घुसला. नेलेले सगळे दोन दिवसांत खलास झाले होते. फक्त तो एकटा वाचला होता. त्याच्या मृत्युघंटेची वाट बघत असताना कसाबसा तो संडासात घुसला होता आणि खालच्या खड्ड्यात लपला होता. तीन दिवस त्या घाणीत तो गळ्यापर्यंत बुडालेल्या अवस्थेत उभा होता. उभ्याउभ्याच माश्यांच्या घोंघावण्यामध्ये झोपला होता. चौथ्या दिवशी कसातरी सरपटत तो कॅम्पच्या बाहेर सरकला आणि रेल्वे लायनीच्या कडेनं चालत सुटला. असला वेडसर माणूसच सुटू शकला असता ह्या असल्या परिस्थितीत.

पुढे कुठल्यातरी खेड्यात त्याला कुणी अंघोळ घातली होती, कुणी कपडे दिले होते. फार धूसर आठवत होतं त्याला. झापडल्यासारखा तो चालत सुटला होता घेटोकडे.

बाखनरच्या हकिकतीवर विश्वास ठेवावा की न ठेवावा हे लोकांना कळत नव्हतं. आपले सगळे नातेवाईक विषारी वायूनं मेले? काय सांगतोय काय हा? ऑशविट्झमधून तर पत्रं येतात लोकांची आणि बेलझेकमध्ये सगळे खलास?

माणसांची सारासार विचारशक्तीच नष्ट करणारी परिस्थिती होती. काय खरं आणि काय खोटं? आपण आज जिवंत एवढी गोष्ट सोडली तर बाकीचं सगळं... खरं की खोटं?

इकडे शिंडलरच्या बातमीप्रमाणे बेलझेकच्या ह्या गॅसचेंबरचं बांधकाम त्या

मार्चमध्येच एका हॅम्बुर्गच्या कंपनीनं पूर्ण केलं होतं आणि आता बाखनरची बातमी सांगत होती, की रोज तीन हजार माणसं मारायची व्यवस्था त्यात केलेली होती. माणसं पुरण्यापेक्षा जाळून टाकणं जास्त सोयीस्कर होतं. म्हणून त्याच हॅम्बुर्गच्या कंपनीला शेकडो प्रेतं एकदम जाळणाऱ्या विद्युतदाहिन्या बांधायचं कंत्राटपण मिळालं होतं. बेलझेकला हा साक्षात नरक उभा करणारी कंपनी तसल्याच सोयी सॉबीबॉर आणि कुबलीनमध्येपण उभारत होती. वॉर्साजवळ ट्रेबलींकामध्ये बांधकामाला सुरुवात झाली होती आणि गॅसचेंबर आणि ओव्हन दोन्ही ऑशविट्झच्या मुख्य कॅम्पमध्ये वापरायला सुरुवात झाली होती. तसंच बिरकानुजवळच्या प्रचंड ऑशविट्झ नंबर दोनमध्येही याआधीच त्यांचा वापर सुरू झाला होता. इथं तर यंत्रणेची दिवसाला दहा हजार लोकांचे जीव घ्यायची क्षमता होती.

सगळ्यात नवीन म्हणजे शेल्मोचा कॅम्प– लोड्स जवळचा. इथे तर काहीतरी नवीनच तांत्रिक करामती चालल्या होत्या म्हणे.

आज ह्या गोष्टी लिहिताना, त्या इतिहासात आधी लिहिल्या गेल्या असल्यानं आपल्याला कदाचित पुरेशा धक्कादायक वाटणार नाहीत. पण १९४२ मध्ये ह्या गोष्टींचा शोध लागणं हे डोक्यावर वीज पडण्यासारखं होतं. माणसाच्या मेंदूत एक विकृत गोष्टींना चालना देणारा भाग असतो. नाझींचा सगळा मेंदूच ह्या भागानं व्यापला की काय असं शहाण्यांना वाटत होतं. त्या उन्हाळ्यात सगळ्या युरोपात कित्येक लाख लोक – त्यात ऑस्कर आणि घेटोतले ज्यूसुद्धा होते – अतिशय कष्टानं त्यांचं माणूसपण, त्यांचं मन आणि बेलझेकमध्ये चाललेला पाशवी नंगा नाच यांची सांगड घालायचा प्रयत्न करत होते.

त्याच उन्हाळ्यात ऑस्करनं रेकॉर्ड फॅक्टरी विकत घेतली. जर्मन सैन्याचा प्रवास ऑस्कर नीट पाहात होता. जरी जर्मन फौजा डॉनच्या जवळ होत्या आणि कॉकेशसच्या तेल विहिरींकडे चालल्या होत्या, तरी क्रॅकोवमध्ये त्यांनी जे केलं, त्यामुळे त्या पराभूत होणार याबद्दल ऑस्करची खात्री पटली होती.

एकीकडे तो आपलं औद्योगिक साम्राज्य लिपोवा स्ट्रीटवर वाढवत होता. दुसरीकडे मनातल्या मनात प्रार्थना करत होता, 'जर्मन सैन्याचा नाश होऊ दे!' ह्यात त्याचा स्वत:चा तोटा असून सुद्धा.

त्यातच आपल्या फॅक्टरीच्या मागच्या बाजूला त्यानं कामगारांसाठी राहायची टपरी बांधून काढली होती. बाहेरनं बघायला अगदीच दळिद्री दिसत होती ती. पण घेटोतल्या त्या ॲक्शनच्या काळात श्री. आणि श्रीमती जेरेथ आणि इतर कामगारांना तो स्वर्ग वाटला होता.

ॲक्शनच्या काळात त्या गारठवणाऱ्या सकाळी ऑफिसमधून उतरून एस.एस. सैनिक किंवा युक्रेनिअन गार्ड किंवा निळे पोलीस किंवा ज्यू ओ.डी. पोलीस

यांच्याशी रुबाबात बोलणारा, सकाळी कॉफी पिता पिता कॅप्टन बॉस्कोच्या ऑफिसमध्ये फोन करून आज संध्याकाळी सगळे कामगार फॅक्टरीतच रहाणं कसं आवश्यक आहे याची खोटीनाटी कारणं सांगणारा ऑस्कर... ऑस्कर शिंडलरनं धोक्याच्या सगळ्या पातळ्या आता ओलांडल्या होत्या. वशिला असलेल्या सैन्यातल्या अधिकाऱ्यांनी त्याला या आधी दोनदा जीवदान दिलं होतं. पण लाच घेऊन तरी ते किती दिवस त्याला वाचवू शकणार होते? हल्ली असल्या वशिल्याच्या ऑफिसरांना थेट ऑशविट्झ मध्येच हाकललं जायचं. तिथं त्यांना जर आरोप सिद्ध होऊन मारण्यात आलं, तर त्यांच्या विधवांकडे एक तीन-चार शब्दांचा निरोप जायचा, "तुमचा नवरा काल ऑशविट्झ कॉन्सन्ट्रेशन कॅम्पमध्ये मेला!"

बॉस्को तसा शिंडलरपेक्षा सडसडीत उंच होता. त्याच्यासारखाच जर्मन झेक वंशाचा आणि खर्जातल्या आवाजाचा.

१७

सेडलॅझेक नावाचा एक ऑस्ट्रियन दातांचा डॉक्टर नुकताच क्रॅकोवमध्ये आला होता. बेताबेतानं तो शिंडलरची चौकशी करत होता. बुडापेस्टमधून येताना त्यानं क्रॅकोवमधल्या काही माणसांचे पत्ते आणि बरीचशी रक्कम आपल्या बॅगेच्या गुप्त कप्प्यात लपवून आणली होती.

कागदपत्रांवरून त्याच्या क्रॅकोवमध्ये येण्याचा धंद्याशी संबंध दिसत असला, तरी बुडापेस्टच्या एका कडव्या ज्यू संघटनेचा तो प्रतिनिधी होता.

त्या १९४२ च्या उन्हाळ्यात अशा कडव्या पॅलेस्टाईन संघटनांनासुद्धा युरोपमध्ये काय चाललंय याचा पत्ता नव्हता, मग बाहेरच्या जगाची गोष्टच नको. अशा संघटनांनी इस्तंबुलमध्ये आपला तळ स्थापन केला होता. मिळेल त्या मार्गांनी ज्यूंवरच्या अत्याचारांची माहिती इथे जमा केली जात होती. तिथून तीन लोक युरोपमधल्या सगळ्या ज्यू संघटनांना पोस्टकार्ड लिहीत होते. त्या वरचा मजकूर असा 'तुम्ही कसे आहात ते ताबडतोब कळवा. मातृभूमी तुमची वाट बघते आहे.' प्रत्येक पोस्टकार्डावर शारका मन्डेलब्लॅट नावाच्या मुलीची सही असे.

सगळी कार्डं जणू हवेत विरली होती. एकाही कार्डला उत्तर आलं नाही. अर्थ सरळ होता. ज्यांना पत्र पाठवली होती ते एकतर जंगलात, तुरुंगात, घेटोत, कामगारांच्या कॅम्पमध्ये तरी कोंबले गेले होते, किंवा मेले तरी होते.

इस्तंबुलच्या या प्रयत्नांवर असं उदास सावट पसरलं होतं. १९४२ मधल्या उन्हाळ्याच्या शेवटाला अखेर एक कार्ड त्यांच्या पत्यावर आलं. 'तुमच्या पत्रानं बरं वाटलं. खूप मदतीची लगेच गरज आहे. कृपया पोच कळवा.' पत्र बेल्वारोझ, बुडापेस्ट या पत्त्यावरून आलं होतं.

उत्तर पाठवणारा सामु स्प्रिंगमन हा बुडापेस्टचा एक दागिन्यांचा व्यापारी होता. शारका मन्डेलब्लॅटच्या पत्राला त्यानं उत्तर पाठवलं खरं, पण तो बुचकळ्यात पडला होता. सामु वयानं पस्तीस-चाळीसचा असावा. धंद्यात चांगलाच तयार होता. वयाच्या तेराव्या वर्षापासून हंगेरिअन पोलिसांना पैसे खायला घालून आपली कामं करून घेणं त्याला जमून गेलं होतं आणि आता इस्तंबुलची ही लोकं त्याचा वापर मध्यस्थ म्हणून करू इच्छित होती. गरजा भागवण्याइतके पैसे संकटातल्या ज्यूंपर्यंत पोचवायला आणि त्यांच्याविषयी नक्की माहिती काढायला.

त्या दिवसांत हंगेरी हे सुद्धा जवळपास जर्मन अखत्यारीतच होतं आणि म्हणून पोलंडपासून जवळ असून सामुसारख्या गुप्त ज्यू संघटना चालवणाऱ्यांना सुद्धा इस्तंबुलपेक्षा फार जास्त माहिती मिळत नव्हती.

सामुनं मग लोकं जमवायला सुरुवात केली. कोणत्याही पद्धतीची लाच घेऊन जर्मन प्रदेशातल्या बातम्या आणणं हे त्यांचं मुख्य काम. यात एरिक पॉपेस्क्यू हा हिऱ्यांचा व्यापारी होता, बँडी ग्रोझ नावाचा स्मगलर होता, रुडी शुल्झ नावाचा गेस्टापोंचा स्टुटगार्डमधला दलाल होता. एटीक काय किंवा बँडी, रूडी काय सामुचे बहुतेक गुप्तहेर हे दुहेरी गुप्तहेर होते. सामु त्यांच्याकडून कशी माहिती काढायचा हे आश्चर्यच आहे. बहुदा साम, दाम, दंड, भेद या सगळ्या मार्गांचा वापर करत असणार.

त्यातून काही गुप्तहेर हे तत्वाकरता जिवावर उदार होणारेही होते. शिंडलरला क्रॅकोवमध्ये शोधणारा सेडलॅझेक हा तशांपैकीच. विएनामध्ये दातांचा दवाखाना उत्तम चालला असताना अशी चोरकप्प्यांची सूटकेस बाळगत पोलंडमध्ये हिंडायचं त्याला काहीच कारण नव्हतं.

पण तो आला होता. लोकांच्या नावाची एक यादी घेऊन आणि त्या यादीतलं दुसरं नाव शिंडलरचं होतं.

अर्थ असा की इश्ताक स्टर्न किंवा डॉ. अलेक्झांडर बायबरस्टाईननी त्याचं नाव पॅलेस्टाईनमध्ये पाठवलं असणार.

अजाणतेपणीच शिंडलरचं नाव 'राईटीअस' ह्या किताबाकरता नोंदलं गेलं होतं.

डॉ. सेडलॅझेकचा क्रॅकोवमध्ये एक मित्र होता. फॉन व्हान कोरॅब. हा थेट जर्मन सैन्यात मेजर होता. सेडलॅझेकचा संपूर्ण दिवस वाईट गेला होता. दिवसभर त्यानं निरनिराळ्या ठिकाणाहून क्रॅकोवचं निरीक्षण केलं होतं. सगळीकडे काटेरी तारांची कुंपणं, सैन्याचा पहारा, थडग्यावरच्या दगडांची भिंती आणि रस्ते, यात भर म्हणून थंडगार हवा, ढगाळ वातावरण! पहाऱ्यावरचे शिपाईसुद्धा केविलवाणे वाटत होते.

संध्याकाळी फॉन कोरॅबला भेटायची वेळ झाली तेव्हा सेडलॅझेकनं सुटकेचा श्वास सोडला. शिंडलरचं नाव त्यानं काढायचा अवकाश, व्हान कोरॅब हसायलाच लागला!

"शिंडलर ना? माहिती आहे मला तो. कित्येक वेळा प्यायलोय त्याच्याबरोबर... चांगला दणकट आहे आणि खोऱ्यानं पैसा कमावतोय. दाखवतो त्यापेक्षा जास्त हुषार असणार... मी त्याला आत्ता फोन करतो." व्हान कोरॅब म्हणाला.

दुसऱ्यादिवशी सकाळी दहा वाजता दोघं इमालियाच्या ऑफिसमध्ये पोचले. सेडलॅझेकशी शिंडलर सौम्यपणे बोलत होता. पण मेजर व्हान कोरॅबला मात्र कितपत विश्वासात घ्याव याचा त्याला अंदाज येत नव्हता. मेजरसुद्धा थोड्या वेळात उठलाच. तो गेल्यावर सेडलॅझेकनं मुद्द्याच बोलायला सुरुवात केली.

"आता माझ्या येण्याचं कारण सांगतो."

बॅगेतून आणलेले पैसे सोडून सेडलॅझेकने शिंडलरला सगळं सांगितलं. पैशाचा विषय न काढता त्याला शिंडलरकडून माहिती पाहिजे होती. पोलंडमधल्या परिस्थितीबद्दलचं त्याचं मत पाहिजे होतं.

सेडलॅझेकचे प्रश्न विचारून झाले. शिंडलरची चलबिचल झाली होती. त्याक्षणी सेडलॅझेकला वाटलं की तो नकार देणार. शेवटी शिंडलरच्या कारखान्यात साडेपाचशे ज्यू कामगार होते. साडेसात मार्क दिवसाच्या पगारावर मिळणाऱ्या लक्षावधी मार्कची कामं आणि एवढ्या स्वस्तात ती करून घ्यायला मिळणारे गुलाम. दोन्ही जर्मन सरकारचीच मेहेरबानी होती. जर आपल्या गुबगुबीत खुर्चीत बसून शिंडलरनं स्वच्छ शब्दांत 'मला काहीएक माहिती नाही.' असं म्हणलं असतं तर सेडलॅझेकला आश्चर्य वाटलं नसतं पण तो निराश झाला असता.

"सेडलॅझेक साहेब, एकच गोष्ट सांगतो. ह्या देशात ज्यूंचं जे काही करताहेत ना, त्यावर माणसाचा विश्वास बसणं कठीण आहे." शिंडलर त्याच्या खर्जातल्या आवाजात बोलत होता.

"म्हणजे तुम्ही सांगितलेल्या गोष्टींवर आमचे इस्तंबुलचे लोक विश्वास ठेवणार नाहीत असं वाटतंय का?" सेडलॅझेकने विचारलं.

"असं वाटतंय खरं... माझा स्वत:चा अजून विश्वास बसत नाहीये." शिंडलर खुर्चीतून उठला दोन ग्लासात त्यानं कॉन्यॅक भरली. एक सेडलॅझेकसमोर आणून

ठेवला. स्वत: एक मोठा घोट घेतला. टेबलावरची एक ऑर्डर उचलून त्यानं खाडकन खोलीचा दरवाजा उघडला. पुढचे काही क्षण सेडलॅझेकला त्याच्या खर्जातल्या हलक्या आवाजात सेक्रेटरीला दिलेल्या सूचना ऐकू येत होत्या. काही वेळानं दार पक्कं बंद करून शिंडलर आपल्या खुर्चीत बसला. एक मोठा घोट घेऊन त्यानं बोलायला सुरुवात केली. ऐकताना सेडलॅझेकचं डोकं बधिर झालं होतं. ज्यूंना संपवण्याची मोहीम इतक्या पद्धतशीरपणे चालू असेल, याची बाहेरच्या जगाला कल्पना नव्हती. यातली नैतिकता-अनैतिकता बाजूला राहू दे. आत्ताच्या या घनघोर युद्धाच्या क्षणी जर्मन सैन्यातले हजारो सैनिक, महत्त्वाचे रेल्वेमार्ग, कैद्यांची प्रचंड वाहतूक, महागडी यंत्रसामुग्री शास्त्रज्ञांचे शोध प्रचंड सरकारी यंत्रणा, दारूगोळा, शस्त्रास्त्र हे सगळं ज्यूंच्या शिरकाणासाठी वापरलं जात होतं. ह्यात कोणताही लष्करी उद्देश नव्हत. फक्त एक विकृत मनोवृत्ती होती.

डॉ. सेडलॅझेक क्रॅकोवमध्ये आला तेव्हा त्यानं फारतर उपासमार, अनेक निर्बंध, थोडाफार छळवाद असल्या पारंपरिक गोष्टींची अपेक्षा केली होती.

ऑस्करच्या बोलण्यावर सेडलॅझेकचा पूर्ण विश्वास बसला, कारण तो बराच वेळ ऑस्करचा विचार करत होता. खरं तर ज्यूंच्या ह्या शिरकाणामुळं ऑस्करचा फायदाच झाला होता. इथे स्वत:च्या छोट्याशा साम्राज्यात बसून दारूचे घोट घेता घेता तो बोलत होता. एका बाजूला त्याचा चेहरा शांत होता, पण आवाजातली उद्विग्नता जाणवत होती. पण कुठलीही गोष्ट अतिरंजित करून सांगण्याचा आव त्यानं आणला नव्हता.

''मी जर तुमच्या व्हिसाची सोय केली तर तुम्ही बुडापेस्टला येऊन हे सगळं माझ्या इतर मित्रांना सांगाल का?''

''रिपोर्ट लिहिताना... तुम्हाला बाकीच्यांकडून पण हे सगळं कळलंच असेल.'' बुडापेस्टला जायच्या विचाराने शिंडलर किंचित अडखळला.

''आमच्याकडे थोड्याफार वैयक्तिक तक्रारी आहेत, पण असं सगळं चित्र उभी करणारी माहिती नाही. तुम्ही चलाच बुडापेस्टला... अर्थात, प्रवास थोडा जिकिरीचा आहे, पण...'' सेडलॅझेक आता निर्णयाप्रत आला होता.

''बॉर्डर पायी चालत पार करायला लागणार का काय?'' शिंडलर.

''नाही, इतकं नाही, पण कदाचित सामानाच्या बोगीतून जायला लागेल.'' सेडलॅझेक.

''ठीक आहे. येईन मी.'' शिंडलर म्हणाला.

''इस्तंबुलहून मला काही नावं आणि पत्ते मिळाले आहेत. तुमचं नाव खरं तर दुसरं आहे. त्या यादीत पहिलं नाव क्रॅकोवमधल्या एका दातांच्या डॉक्टरचं आहे. डॉक्टरला भेटणं तसं सोपं आहे.'' सेडलॅझेक.

"शहाणा असशील तर जाऊ नको त्याच्याकडे. त्याचं आणि जर्मन पोलिसांचं सूत जमलंय." शिंडलरनं त्याला सूचना दिली. बुडापेस्टला परत जाण्याअगोदर डॉ. सेडलॅझेक शिंडलरला आणखी एकदा भेटला. त्यावेळी त्याने आणलेली सगळी रक्कम ऑस्करच्या ताब्यात दिली. ह्यातला धोका त्याला दिसत होता. ऑस्करसारखा उधळ्या माणूस!

संध्याकाळपर्यंत सगळे पैसे चैनीत उडवू शकत होता. पण हिशोब विचारायची आणि ठेवायची ही वेळ नव्हती.

एक गोष्ट सांगायला पाहिजे, की इथे ऑस्कर अगदी सभ्य माणसासारखा वागला. त्यानं सगळे पैसे गुप्तपणे ज्या त्या ज्यू संघटनांकडे पोचवले.

ड्रेसनर बाईंची जशी ऑस्कर शिंडलरशी ओळख होती, तशीच आणखी एका माणसाची पुढं होणार होती.

मोरडेसाय वुल्कन हा धंद्यानं सोनार होता. १९४२ च्या शेवटाला स्पिराचे काही शिपाई त्याला शोधत घरी आले. गेल्याच वर्षी ओ.डी. पोलिसांनी त्याला काही बारीक कारणावरून धरलं होतं आणि बेदम चोपलं होतं. शेवटी त्याच्या बायकोनं पोलिसांचे खिसे गरम करून त्याला सोडवून घेतलं होतं.

बेचाळीसच्या जूनमध्ये तो बेलझेकला हाकलला जायचाच, पण एका पोलीस दोस्तामुळे वाचला होता.

"पुढच्या तीन तासांत चार सोनार पाहिजेत." आलेल्या पोलिसांनी दरडावलं.

थोड्याच वेळात हरझॉग, फ्रिडनर, ग्रुनर आणि वुल्कन पोलिसांबरोबर क्रॅकोवच्या टेक्निकल अकॅडमीमध्ये हजर झाले. ह्या शाळेचं आता एस.एस.च्या गोदामात रूपांतर झालं होतं.

आत शिरताक्षणी तिथली गुप्तता लक्षात येत होती. प्रत्येक दरवाज्यावर बंदूकवाले पहारेकरी तैनात होते.

"इथे काय चाललंय हे जर बाहेर बोलतात तर याद राखा. लगेच लेबर कॅम्पमध्ये रवानगी..." बाहेरच एका शिपायाने त्यांना तंबी दिली. त्यांना येताना त्यांची सोनारकाम करण्याची सगळी हत्यारं घेऊन यायला सांगण्यात आलं होतं. शिपायामागून सगळे तळघरात पोचले. सभोवार ट्रंकांवर आणि बॅगांवर मोठमोठ्या अक्षरात त्यांच्या मालकांची नावं लिहिलेली होती. चारी सोनारांनी जमिनीवर बसकण मारली. दोन एस.एस. शिपायांनी एक बॅग उचलून आणली. जड असावी. त्यांनी ती हरझॉगच्या पुढ्यात रिकामी केली. पुढची सूटकेस ग्रुनरच्या पुढे ओतली गेली. फ्रिडमरच्या पुढ्यात सोन्याच्या साखळ्या आणि इतर दागिन्यांचा ढिगारा टाकला गेला आणि शेवटी हातातले सोन्याचे पट्टे, घड्याळ, अंगठ्या, कानातले

असे बारीक दागिने वुल्कनसमोर पसरले गेले. काम होतं ते सोन्याची, हिऱ्यांची, खड्यांची वर्गवारी करायचं. कॅरटच्या किमतीनुसार वेगवेगळे ढिगारे करायचे.

सुरुवातीला त्या वस्तूंना हात लावताना सोनारांचे हात कापत होते, पण लौकरच सवयीने भावनेवर मात केली आणि त्यांचे हात चटाचट चालायला लागले. सोन्याचे आणि हिऱ्यांचे त्यांच्या प्रतवारीप्रमाणे ढिगारे तयार व्हायला लागले. एकेक तयार ढिगारा लगेच खोक्यात बंद करून त्यावर काळ्या रंगात छाप मारला जात होता. 'एस.एस. राईश फ्यूरर, बर्लिन' राईश फ्यूरर हिमलर होता. त्याच्या नावानं ही सगळी संपत्ती राईश बँकेत जमा होत होती.

लहान मुलांच्या अंगठ्यांचा, वळ्यांचा ढीग तयार झाला होता. ही कोठून आली हा प्रश्न मोठ्या कष्टाने मनातनं काढावा लागला होता. एक वेळ मात्र हद्द झाली. एस.एस. शिपायांनी एक सूटकेस उघडली आणि सोनं भरलेले हजारो दात सोनारांसमोर पडले. वुल्कनला वाटलं की ही आपल्या पायाशी पडलेली हजारो तोंडं आपल्याला विनवणी करतायत की 'फेकून दे सोनार कामाची हत्यारं आणि जगाला ओरडून सांग काय झालं आमचं ते!'

घृणेची ती पहिली लाट ओसरली आणि सोनारांनी आपलं काम चालू केलं. पण त्यांच्या पोटात भीतीनं खड्डा पडला होता. त्यांच्याही तोंडात सोनं भरलेले दात होते. हे काम सहा आठवडे चाललं. तिथून त्यांना एका गॅरेजमध्ये हलवलं. इथं चांदीचे डोंगर होते. ताटं, वाट्या, भांडी, मोठमोठी घंगाळी, मेणबत्त्या लावायचे स्टँड. प्लेटिंग केलेली आणि खरी चांदी या सोनारांनी वेगळी केली. चांदीच्या गोष्टी मोठ्या असल्यामुळं पॅकिंगला अवघड पडत होत्या.

'त्या वितळवल्या तर सोप्या पडतील बांधायला.' वुल्कनने सुचवून बघितलं. खरी गोष्ट अशी, की त्यातल्या अनेक वस्तू देवघरातल्या पवित्र वस्तू होत्या. निदान नाझींचे घाणेरडे हात लागायचेच असतील, तर त्या वस्तूंवरच्या पवित्र खाणाखुणा आधीच नष्ट व्हाव्यात, ही वुल्कनची इच्छा. एस.एस. ऑफिसरनं ती धुडकावून लावली.

कदाचित सगळ्या वस्तू जर्मनीतल्या कोणत्यातरी वस्तुसंग्रहालयात जाणार असाव्यात.

शेवटी हेही काम संपलं. वुल्कन परत एकदा बेकार झाला. त्याची पोरगी अतिशय आजारी होती. तिच्या औषधांसाठी तरी त्याला काम शोधणं भाग होतं. शेवटी कशीबशी त्याला काझीमीर्झच्या एका कारखान्यात नोकरी लागली. गोला नावाच्या एका ओळखीच्या नाझी अधिकाऱ्यामुळे. पहिल्या दिवशी कामावर जाताना वुल्कनचं एका दारावरच्या पाटीकडे लक्ष गेलं.

'ज्यूंना आणि कुत्र्यांना प्रवेश बंद.'

वर्गवारी केलेले, रक्ताने माखलेले हजारो दात आणि ही पाटी. वुल्कनच्या लक्षात एक गोष्ट आली. गोलासारखे ओळखीचे ऑफिसर वगैरे फारसे उपयोगाचे नाहीत. जगायचं असेल तर काहीतरी द्यायला पाहिजे. नाहीतर एखादा वुल्कन एखाददिवशी नाहीसा झाला तर गोलाच्या लक्षात सुद्धा येणार नाही.

दुर्दैवानी ड्रेसनर बाई आणि वुल्कन किंवा त्याच्यासारखे पंधरा हजार लोक लाच देणार तरी काय? त्यांना फक्त एकच जाणवत होतं, की कुणीतरी आपल्यासाठी काहीतरी केलं पाहिजे आणि मोठ्या प्रमाणात केलं पाहिजे.

१८

डॉ. सेडलॅझेकनी सांगितल्याप्रमाणे क्रॅकोव ते बुडापेस्ट प्रवास तसा कष्टाचाच झाला. ऑस्करबरोबर त्याची सगळ्या प्रकारची चैनींनी भरलेली सूटकेस होती. विशेषत: शेवटी शेवटी त्या बाटल्यांचा फारच उपयोग झाला. त्याच्याकडं कागदपत्रं सगळी व्यवस्थित होती, पण शक्यतो ऑस्करला कुठंही तो बुडापेस्टला जाऊन आला हे कागदावर यायला नको होतं. नंतर त्रास नको.

वर्तमानपत्र भरलेल्या बोगीतून तो हंगेरीला पोचला. स्लोव्हाकियाच्या पर्वत रांगांमधून जाताना रेल्वेचे डबे मुळापासून हलत होते.

पॅनोनीआ हॉटेलमध्ये त्याच्यासाठी खोली ठेवली होती. तो आला त्याच दिवशी दुपारी छोट्याच चणीचा सामु स्प्रिंगमन आणि डॉ. रेझसो कॅसनर त्याला भेटायला आले. दोघंही अधीर झाले होते. आत्तापर्यंत तुकड्या-तुकड्यांनी मिळणारी माहिती प्रथमच सुसंगतपणे सांगणारा माणूस वरच्या मजल्यावर त्यांना भेटायला आला होता. पोलंडमध्ये काय विनाश घडलाय ते जगाला पहिल्यांदा कळणार होतं.

खोलीत ओळखीचे शिष्टाचार झाले. सामु आणि कॅसनर जितके ऐकायला उत्सुक होते, तितकाच शिंडलर सांगायला उत्सुक होता. इतक्या अवघड विषयला सुरुवात कशी करावी हा प्रश्नच आला नाही. कॅसनर आणि स्प्रिंगमन खुर्च्यांवर बसले पण ऑस्कर अस्वस्थपणे येरझारा घालत राहिला. क्रॅकोवपासून लांब आल्यावर घेटो, ज्यू आणि ॲक्शनची भयानकता त्याला जास्तच जाणवत असावी. सांगताना तो दातओठ खात होता. त्याच्या चालण्यानं जमीन हादरत होती. खालच्या मजल्यावरच्या लोकांना नक्कीच ऐकू गेलं असणार त्याचं चालणं. जेव्हा त्यानं एस.एस. शिपायांची डोक्यात गोळी घालायची पोज दाखवण्यासाठी पाय आपटला तेव्हा अख्ख्या हॉटेलमधली झुंबरं थरथरली असतील.

"असं उडवतात ज्यूंना... डोक्यावर पाय ठेवून... त्या लाल पोरीच्या देखत मारलं हरामजाद्यांनी. काही शरम नाही वाटली त्यांना!" त्यानं स्वत: बघितलेलं, ऐकलेलं, सगळं सगळं सांगितलं. ज्यूंचं ऐकलेलं सांगितलं. एस.एस. दलातलं ऐकलेलं सांगितलं. घेटोतल्या काही ज्यूंची पत्रंही त्यानं बरोबर आणली होती. डॉ. शाईम हिल्फस्टाईन, डॉ. लिऑन सॅलपिटर, इश्ताक स्टर्न. हिल्फस्टीनच्या पत्रामध्ये उपासमारीचं वर्णन आहे. शिंडलर वाचून दाखवत होता.

डॉक्टरांनी लिहिलं होतं, 'माणसाची शारीरिक ताकद संपली की डोक्यावर परिणाम व्हायला लागतो.'

"घेटो आता संपणार आहेत. मग वॉर्सा असो की लोड्झ किंवा क्रॅकोव असो. वॉर्सातली ऐंशी टक्के लोकं नाहीशी झालीत. लोड्झमधली साठ टक्के आणि क्रॅकोवमधली निम्मी. गेली कुठं ही माणसं? ही सगळी त्या नव्या कॅम्पमध्ये हलवली गेली आहेत. एस.एस. दलाचे नवीन कॅम्प... कत्तलखाने." ऑस्करला बोलताना भावना आवरल्या नव्हत्या.

"गेल्या आठवड्यात क्रॅकोवमधले दोन हजार कैदी बेलझेकला धाडले... मारायला नाही तर मजुरीला. प्रोकोसीम किंवा विलीझका स्टेशनातून रोज कैदी रशियाच्या वाटेवर पाठवले जात होते. इमारती बांधण्यासाठी. बरं कोणाच्या देखरेखीखाली, तर एका हॉर्स्ट पिलारझीक नावाच्या अधिकाऱ्याच्या. गेल्या जूनमध्ये त्यानं सात हजार ज्यू मारले होते, एक केमिस्ट फक्त त्यातून वाचला होता.

"प्लासझोचा कमांडर असलाच. एकच गोष्ट चांगली आहे, की इथे कुठेच अजून मोठ्या संख्येनी माणसं मारायचा कत्तलखाना नाही. पण ते बांधले जातायत आणि कोणाकडून? तर ज्यूंकडूनच. मेलेल्या माणसाला तरी सोडतील का ही नाझी श्वापदं? त्यांचे कपडे, दागिने, खेळणीच काय; केस आणि कातडीसुद्धा काढून घेतायत."

कत्तलखाने आणि मजूर अड्डे यांच्याबद्दल बोलता बोलता ऑस्कर अचानक

थबकला. वेगात जाऊन त्यानं दार उघडलं. जणू कोणी कान लावून ऐकत असावं अशी शंका त्याला आली.

“हे शहरच हेरगिरीकरता प्रसिद्ध आहे.”

“पॅनोनीआ हॉटेल तसं सुरक्षित आहे.” सामु ऑस्करच्या खांद्यावर हात ठेवत म्हणाला.

“व्हिक्टोरिया हॉटेल मात्र गेस्टापोंनी भरलेलं आहे.” शिंडलरनं दरवाजा लावला. तो खिडकीत उभा राहिला आणि त्यानी कथन पुढं चालू केलं.

“पण मजूर अड्डे परवडले. किमान तिथे माणूस जिवंत तरी राहायची शाश्वती. मध्येअध्ये गोळीबार आणि मारामाऱ्या होणार, अन्नाकरता तर नक्कीच लाचखोरी चालणार, पण कत्तलखान्यात संधीच नाही. इथे निदान एकटादुकटा ज्यू बाहेर काढून हंगेरीला पाठवता येईल.”

“म्हणजे एस.एस. पोलीस सुद्धा भ्रष्ट आहेत तर?” कॅसनरनी विचारलं.

“भ्रष्ट नाही असा एक दाखवून द्या मला! सगळे साले हरामखोर.”

ऑस्करचं सांगणं संपलं आणि खोलीत शांतता पसरली. कॅसनर आणि सामु स्प्रिंगमन दोघंही जग पाहिलेले होते. ऑस्करनी जे सांगितलं त्यावर सगळ्यांचाच विश्वास बसणार नाही हे त्यांना कळत होतं आणि तसंच झालं. सॅम्युअल स्टर्न, हंगेरिअन ज्युईश कॉन्सीलचा मुख्य, त्यानी हे सगळं उडवूनच लावलं. “हा ऑस्कर थापाड्या आहे. सगळा त्याच्या कल्पनाविलास आहे! हंगेरिअन सरकारचा आणि जर्मन संस्कृतीचा धडधडीत अवमान आहे हा!”

पण स्प्रिंगमन आणि कॅसनरला प्रथमच संकटाचा आवाका किती प्रचंड आहे याची कल्पना आली होती. त्यांची समजूत अशी होती, की कुठे चोरून अन्न पाठवावं. कुठून एखाद्या बुद्धिवंताची सुटका करावी आणि साधारण ज्यूंचे कष्ट कमी करण्यासाठी जर्मन अधिकाऱ्यांना लाच द्यावी. पण हे सगळं आता बदललं होतं. आता वेगानं काहीतरी अवाढव्य सुटकेची यंत्रणा तयार करायला लागणार होती आणि त्याचा खर्च?

शिंडलरनं आरामखुर्चीत स्वत:ला झोकून दिलं. थकून गेला होता तो.

“आम्ही हा सगळा रिपोर्ट इस्तंबुलला पाठवणार आहोतच, पण चर्चिल आणि रुझवेल्ट सरकारनादेखील पाठवणार आहोत. तुम्ही म्हणालात ते बरोबरच आहे. ह्या सगळ्यावर विश्वास बसणं कठीण आहे आणि म्हणूनच मी तुम्हाला विनंती करीन, की इस्तंबुलला येऊन प्रत्यक्षच तिथल्या लोकांबरोबर तुम्ही बोलावं.” सामु स्प्रिंगमन ऑस्करला म्हणाला.

थोड्या विचारानंतर ऑस्करनं होकार दिला. “केव्हातरी वर्षाअखेरीला येईन मी.”

“तोपर्यंत सेडलॅझेक तुम्हाला क्रॅकोवमध्ये अधूनमधून भेटत राहातील.” स्प्रिगमन आणि कॅसनरनी ऑस्करचा निरोप घेतला.

संध्याकाळी डॉ. सेडलॅझेक ऑस्करला हॉटेल गॅलर्टमध्ये घेऊन गेला. त्या रात्री हंगेरीचं प्रसिद्ध मद्य, लालभडक 'बुल्स ब्लड' पिऊन ऑस्करनी आपली तहान शमवली. रिकाम्या बाटल्यांची रांगच उभी राहिली होती त्यांच्या टेबलवर. मध्येच डॉ. श्मिट नावाचा पत्रकार त्याच्या मैत्रिणीबरोबर त्यांच्या शेजारी येऊन बसला. सुरुवातीला शिंडलरनं त्या पोरीच्या दागिन्यांचं बरंच कौतुक केलं पण नंतर तो गप्प बसला. श्मिट एकटाच बोलत होता. सगळे पैसा कमावण्याचे विषय. ती पोरगीपण त्याच्याकडे कौतुकानं बघत होती, कारण तिच्या हातातले, गळ्यातले अलंकार श्मिटच्या खिशातून आले होते. डॉ. सेडलॅझेकला थोडी गंमत वाटली. ऑस्करला श्मिट का आवडू नये? दोघंही खरंतर भऱ्याबुऱ्या मार्गानं संपत्ती गोळा करत होते!

शेवटी जेवणानंतर सेडलॅझेकनं त्याला एका नाईट क्लबमध्ये नेलं.

“तो श्मिट तुझ्याकरता काम करतो?” ऑस्करनं विचारलं.

“हो.” सेडलॅझेक.

“सांगू नको त्याला काही, चोर आहे पक्का! तो पोचवतो का सगळे पैसे बिनचूक?” ऑस्करने विचारलं.

“आम्ही त्याला कमिशन देतो.” सेडलॅझेकने सांगितलं.

“मला तुमचं कमिशन नकोय. चुकूनसुद्धा त्याबद्दल विचारू नकोस मला... चल डान्स बघू.” ऑस्कर आणि सेडलॅझेक क्लबकडे वळले.

१९

ज्यू आणि त्यांचे घेटो यांचं भवितव्य सांगून ऑस्कर शिंडलर बुडापेस्टहून क्रॅकोवला परत यायला निघाला, त्याच वेळी ते वर्तवलेलं भवितव्य जणू खरं करून दाखवण्यासाठी एस.एस. अधिकारी अमॉन गॉथ हा लुब्लीनहून क्रॅकोवकडे चालला होता. प्लासझोच्या कॅम्पचा ताबा घ्यायला. घेटोचे ग्रह आता फिरले होते.

अमॉन गॉथ हा ऑस्करपेक्षा आठ महिन्यांनी लहान होता, पण दोघांत अनेक गोष्टीत साम्य होतं. ऑस्करसारखाच तोही कॅथलिक कुटुंबात जन्माला आला असला, तरी धार्मिक गोष्टींना त्यानं १९३८ पासून पूर्ण फाटा दिला होता. त्याचं पहिलं लग्न मोडलं होतं. शाळेमध्ये त्याचे विषयसुद्धा ऑस्करसारखेच इंजिनियरिंग, फिजिक्स आणि गणित हेच होते.

पुढचा फारसा विचार न करता आला दिवस साजरा करायचा, ह्या पद्धतीचं आयुष्य तो जगत होता, पण मिळालेल्या अधिकारपदामुळं आपण फार मोठे तत्त्ववेत्ते आहोत अशी त्याची स्वत:ची समजूत झाली होती. १९३० साली त्यानं

नाझी पक्षात प्रवेश केला. पुढे त्या पक्षावर बंदी घातली गेल्यानंतर तो भूमिगत झाला आणि १९३८ च्या ऑस्ट्रियातल्या बंडानंतर थेट एस.एस.च्या गणवेषात अवतीर्ण झाला. १९४० मध्ये त्याला बढती मिळून कॅप्टन झाला आणि एका वर्षात एक पायरी पुढे जाऊन १९४१ मध्ये विशेष अधिकाऱ्याचा हुद्दा मिळवला. एस.एस.दलामध्येसुद्धा इतकी झटपट प्रगती क्वचित बघायला मिळत होती. पुढे लुब्लीनचा घेटो त्यानं तत्परतेनं उद्ध्वस्त केला आणि अतिशय कौतुकाने एस.एस. दलानी त्याला आता क्रॅकोवकडे पाठवलं होतं. तिथल्या घेटोची वाट लावायला.

अमॉन आणि ऑस्कर यांच्यात जन्माचं वर्ष, धर्म, दोघांची दारूबद्दलची आसक्ती, एवढंच नव्हे, तर शारीरिक साम्यही खूप होतं. धिप्पाड होते दोघंही जण.

गॉथचा चेहरा हसरा होता, ऑस्करपेक्षा किंचित लांबट. त्याचे हाताचे पंजे गुबगुबीत मोठे होते. बोटं लांबसडक होती. आपल्या मुलांच्या बाबतीत तो खूप भावनाप्रधान होता. मुलं त्याच्या दुसऱ्या बायकोपासूनची होती आणि गेल्या तीन वर्षांत त्याची आणि त्यांची फारशी गाठ पडली नव्हती. कदाचित म्हणूनच क्वचित आपल्या आजूबाजूच्या अधिकाऱ्यांच्या पोरांचे तो लाड करायचा. बायकांच्या बाबतीत ऑस्करपेक्षा थोडा वरचढच म्हणायला पाहिजे. पण प्रेमाची त्याची पद्धत ऑस्करपेक्षा एस.एस. दलातल्या इतरांशी जास्त जवळची होती. मजा करून झाली की बायकांना तो मारहाण करायचा. त्याच्या दोन्ही बायकांनी हे सांगितलेलं आहे.

हे सगळं असून तो स्वत:ला खूपच मोठा विचारवंत आणि संवेदनाक्षम समजायचा. त्याच्या बापाचा आणि आजोबाचा पुस्तकांना बाईंडिंग करायचा धंदा होता. पण पुस्तकांशी आणि ज्ञानाशी त्याचा संबंध एवढाच! त्याला आपण मोठे विद्वान आहोत असाही भास व्हायचा.

क्रॅकोवचा ताबा ही त्याच्यादृष्टीने मोठी अभिमानाची गोष्ट होती. गेली दोन वर्षं त्याला निद्रानाशाचा त्रास होता. रोज पहाटे तीन-चार वाजेपर्यंत जागायचं आणि उशिरा उठायचं हा त्याचा दिनक्रम होता. हा सगळा वेळ नशापणी चालायचं. पण एवढी पिऊनसुद्धा ऑस्करसारखाच त्याला दुसऱ्या दिवशी सकाळी हँग ओव्हरचा त्रास कधी झाला नाही. १२ फेब्रुवारी १९४३ ला त्याला घेटो निकालात काढायची ऑर्डर आली होती आणि थोड्याशा तयारीनंतर एका महिन्यात तो हे काम संपवणार होता.

स्टेशनवर गॉथला घ्यायला कुंड आणि हॉर्स्ट पिलारझीक आले होते. तिथून मर्सिडीझमध्ये बसून ते थेट घेटो आणि कॅम्पची पाहाणी करायला निघाले. बाहेर बर्फ पडत होता. कडाक्याची थंडी होती. गॉथ मधूनमधून बाटलीतल्या श्नॅपचे घुटके घेत होता. डॅपर कुंड त्याच्या गाईडची भूमिका बजावत होता. "आपल्या डाव्या बाजूला आहे तो घेटो बी. गेल्या वेळच्या तडाख्यातून वाचलेले सगळे ज्यू तिथे राहतात... जवळपास दोन हजार. त्यावेळी त्यांच्याकडे ओळखपत्रं होती, पण आता ती चालत

नाहीत आणि नवीन ओळखपत्रं कोणाकडेच नाहीत... ह्याचं काय करायचं ते तुम्हीच ठरवा!...

"घेटोचा दुसरा मोठा भाग आपल्या उजवीकडे. इथे दहा हजार ज्यू आहेत. सगळेच कामगार आहेत आणि इथे ज्या चार लोकांच्या फॅक्टऱ्या आहेत– बॉश, माडस्ट्रीश, बेकमन आणि शिंडलर त्यांचे हे कामगार. सगळ्यांना खरंतर कॅम्पच्या आतच त्यांचे कारखाने उघडायला सांगणं सोयीचं. हे ज्यू रोज बाहेर जायलाच नको. थोडं पुढे जाऊन कॅम्पची जागा बघायची का?" कुंड उत्साहाने माहिती देत होता.

"हो, चला बघू या एकदा ती पण..!" गॉथच्या होकाराबरोबर मुख्य रस्ता सोडून ते जेरोझोलिम्स्का रस्त्याला लागले. रस्त्यात काही बायका गटागटानं अवजड सामान दोरानं ओढून नेत होत्या. त्या हाडं गोठवणाऱ्या थंडीतसुद्धा अंगावरचे कपडे नीट ठेवण्याइतका वेळ त्यांना मिळत नव्हता.

"ह्या बायका आत्ता प्रोकोसीम कॅम्पमधल्या आहेत. एकदा आपला प्लासझो तयार झाला की त्या तिथे कामाला येतील."

माहिती द्यायची जबाबदारी आता पिलारझीकने उचलली होती. बायकांना ही कसरत साधारण पाऊण किलोमीटर करावी लागत होती आणि पूर्ण चढावर. गॉथच्या दृष्टीने शिक्षा म्हणून हे ठीक होतं, पण कामाला वेग नव्हता.

"ह्या कॅम्पला रेल्वेची लाईन टाकायला पाहिजे. बघतो सांगून रेल्वेच्या लोकांना." गॉथ पुढे सरकला.

त्यांच्या उजव्या बाजूला एक अर्धवट जळलेल सिनागॉग आणि ज्यूंची दफन भूमी होती. भिंतीची पडझड झाल्यामुळे मधूनच वर डोकं काढणारे थडग्यांचे दगड एखाद्या कवटीतून दातांची टोकं दिसावीत तसे दिसत होते. थंडीमुळे अंग शहारत होतं.

"एक महिन्यापूर्वी इथे ज्यूंची दफनभूमी होती. आता आपला कॅम्प होतोय इथं." विल्हेम कुंड माहिती देत होता.

"बरंच झालं की.... आता त्यांना गाडायला लांब न्यायला नको!" अमॉन गॉथनी विनोद केला. हा विनोद पुढच्या काळात त्याच्या जवळच्या लोकांना वारंवार ऐकायला मिळणार होता.

"उजवीकडेच घर आहे. तिथे तुमची तात्पुरती व्यवस्था केली आहे आणि ती मोठी बिल्डिंग... तिथे आपलं ऑफिस असेल." दफनभूमीवरची इमारत आधीच निम्मीअधिक उडवली होती. उरलेल्यात घोड्यांचा तबेला तयार होत होता.

बोलता बोलता सगळे टेकडीवर पोचले. इथून सगळा कॅम्प व्यवस्थित दिसत होता. त्या टेकडीवरून एखादी कोरी वही उघडून ठेवावी तसं समोरचं दृश्य दिसत होतं. एका बाजूला करड्या रंगाची दगडाची खाण... आणि तिच्या उताराच्या शेवटाकडे अर्धवट बांधलेल्या बरॅक्स... त्यांच्या जवळूनच संथ गतीने हलणारे

स्त्रियांचे संघ. संगीताचं नोटेशन जसं पांढऱ्या कागदावर दिसतं ना, तशा दिसत होत्या त्या स्त्रिया. जेरोझोलीम्स्काच्या शेजारच्या गल्लीतून सुरू होणारा बर्फाळ चढ त्या चढत होत्या. युक्रेनिअन शिपाई त्यांना हातातल्या चाबकाच्या वादीवर अक्षरश: पळवायचा प्रयत्न करत होते.

"हे काम फार संथ चाललंय... जरा स्पीड वाढवला पाहिजे!" गॉथ स्वत:शी बोलल्यासारखा बोलला. वॉचटॉवर आणि तारांची कुंपणं पूर्ण झाल्याशिवाय घेटोतल्या लोकांना इथे आणता येणार नव्हतं. पण त्याची ह्या संथ गतीबद्दल अजिबात तक्रार नव्हती. खरं तर तो खूशच झाला होता. अशा काकडवणाऱ्या थंडीतसुद्धा युक्रेनिअन शिपाई त्या बायकांकडून चोख काम करून घेत होते. हॉर्स्ट पिलारझीक घाईघाईने पुढे आला.

"कमांडर, बरचसं काम दिसतंय त्यापेक्षा पुष्कळच पूर्ण होत आलंय. एवढ्या थंडीतसुद्धा बहुतेक इमारतींचे पाये खणून तयार आहेत. उद्या सकाळी दहा वाजता कारखानदार लोक इथं येणारच आहेत तुम्हाला भेटायला. त्यांच्या सूचना आणि आणखीन मजूर लावले तर हा हा म्हणता पूर्ण होईल ह्या कॅम्पचं काम!"

पिलारझीकला वाटत होतं की गॉथ कामाचा वेग बघून निराश झालाय. पण गॉथ मनातून आनंदला होता. त्याला पूर्ण कॅम्पचं चित्र डोळ्यांसमोर दिसत होतं आणि ते त्याच्या स्वत:करता फारच उज्ज्वल होतं. कुंपणाची वगैरेसुद्धा त्याला फार गरज वाटत नव्हती. एस.एस. दलाचे पोलीस एखादा घेटो कसा संपवतात हे एकदा ज्यूंना कळलं की कुंपणाची गरजच लागणार नव्हती. माणसं कॅम्पमधून पळून जाण्याऐवजी आत यायला धडपडणार होती. कारण इथे अमानुष क्रूरता असली तरी जिवंत राहता येत होतं. त्या सगळ्यांसाठी कुंपणाच्या तारा ह्या फक्त एका काल्पनिक विश्वासासाठी होत्या. आपल्याला आपल्या मनाविरुद्ध इथं ठेवलंय हा विश्वास!

कारखानदारांची आणि अमॉन गॉथची मीटिंग ज्युलियन शर्नरच्या ऑफिसात बरोबर दहा वाजता सुरू झाली. गॉथ अत्यंत प्रसन्न मूडमध्ये कडक इस्त्रीच्या सुटात आला होता. त्याच्या डोक्यात प्लॅन तयार होत होता. आज थोडी पटवापटवी करावी लागणार होती. बॉश, माडस्ट्रीश आणि शिंडलर या तिघांचे कारखाने गावात होते. आज त्यांनी ते कारखाने प्लासझोच्या कॅम्पमध्ये हलवावेत असा प्रयत्न गॉथ करणार होता. असे कारखाने आपल्या कॅम्पमध्ये असले, तर त्यांच्यावर आपली पूर्ण सत्ता असेल याची गॉथला खात्री होती. लुब्लीनच्या तुरुंगात त्यानं आपल्या वरच्या अधिकाऱ्यांबरोबर आपले 'हप्ते' घेता घेता हा अनुभव घेतला होता. हे तिन्ही कारखाने जर प्लासझोमध्ये आले तर सैन्यातून मिळणाऱ्या प्रत्येक मालाच्या ऑर्डरीवर गॉथ स्वत:ची खंडणी लावणार होता आणि मालामाल होणार होता. काल रात्रीच त्याच्यापेक्षा जास्त भ्रष्ट असलेल्या शर्नरच्या घरी दारू पिता पिता

दोघांचा प्लॅन ठरला होता.

"आणि तुमचा त्यात फायदाच आहे ना!" आता शर्नर गॉथच्या वतीनं ह्या कारखानदारांना पटवत होता.

"तुम्हाला कॅम्पमधली जागा फुकट! भाडं द्यायला नको... मेंटेनन्स आम्ही बघणार... परत सगळे ज्यू कैदी इथे कॅम्पमध्येच राहायला येणार, तेव्हा रोज कुठे त्यांनी चालत जा-जा ये-ये करायचं? त्यांना इथं राहू देत... घेऊन या तुमचे कारखाने इथेच!" शर्नरनी आपलं भाषण संपवलं. आता गॉथसाहेब बोलायला उठले त्यांनी प्लासझोचा नकाशा टेबलावर पसरला.

"शर्नर साहेबांनी अगदी बरोबर सांगितलं... इथं तुमचे कारखाने असतील. पुरुषांच्या कोठडीच्या जवळ... बायकांना थोडं जास्त चालावं लागेल, पण रोज गावात चालत जाण्यापेक्षा कमीच! नाही का? आणि परत त्या पोलिश लोकांचे शिव्याशाप, दगडधोंडे खायला नकोत रोज! बघा, विचार करा. दोघांचाही फायदाच आहे इथे कारखाने आणण्यात!"

कमांडर गॉथ बोलता बोलता मधूनच शिंडलर आणि माडस्ट्रीशकडे बघत होता. बॉशबद्दल त्याला काळजी नव्हती. तो ऐकणाऱ्यातला होता. पण शिंडलर आणि माडस्ट्रीशचे कारखाने जर कॅम्पच्या आत आले तर कॅम्पचं महत्व खूप वाढणार होतं.

माडस्ट्रीश ऐकत होता. त्याच्या कपाळावर सूक्ष्मशी आठी होती आणि शिंडलरच्या चेहऱ्यावर एक अस्पष्ट स्मित! दोघांच्याकडे बघता बघताच गॉथच्या लक्षात येतं होतं, की माडस्ट्रीश फारसा त्रास न देता कारखाना हलवणार. पण शिंडलर? नक्की नकार देणार! तो विचार करत होता की ज्यूंबद्दल ह्या दोघांपैकी कोणाला जास्त प्रेम आहे? ज्यूंना कॅम्पमध्ये आणून जिवंत ठेवण्याचा प्रयत्न माडस्ट्रीश करतोय? का ज्यूंना ह्या कॅम्पच्या बाहेर ठेवून वाचवायचा प्रयत्न शिंडलर करतोय?

त्याच दिवशी दुपारी तसंच स्मित हास्य चेहऱ्यावर ठेवून शिंडलर इतरांबरोबर प्रत्यक्ष कॅम्पची जागा बघायला गेला. कालच्यापेक्षा हवामान आज बरंच सुधारलं होतं. त्यामुळे कुंपणाचं काम जवळ जवळ पूर्ण होत आलं होतं. अवाढव्य वॉचटॉवर उभे राहत होते. कॅम्पच्या एका टोकाच्या टेकडीवर माथ्यावर गॉथ आणि पार्टी उभी होती. खाली सगळीकडे बांधकामं चालू होती. कुठे सैन्याच्या बरॅक्स, तर कुठे रेल्वेचे रूळ टाकणं. ऑस्कर बघत होता. डाव्या बाजूला काही बायका इमारतींच्या मोठमोठ्या लाकडी चौकटी खांद्यावर वाहून न्यायचा प्रयत्न करत होत्या. पलीकडे पुरुष कैद्यांची ठोकाठोक चालली होती.

"आपल्या अगदी खाली... तळात जी मोकळी जागा आहे ती आपल्या कारखान्यांची जागा. लौकरच सिमेंटची जमीन तयार होईल. रेल्वेचे रूळ पडतील. रस्ते तयार होतील, रस्त्यांना लागणाऱ्या दगडांसाठी इथली ज्यूंची थडगी आम्ही

फोडायला सुरुवात केलीच आहे.''

गॉथ पटवून सांगत होता. ऑस्करची नजर पलीकडच्या एका विलक्षण दृश्यावर खिळून राहिली होती. त्याला गॉथचा आवाज ऐकू येईनासा झाला होता. खडी वाहायच्या ट्रॉल्यांसाठी एक छोटासा रूळमार्ग तिथे होता. दगडांच्या खाणीपासून पार कॅम्पच्या दुसऱ्या टोकापर्यंत जिथे सैन्यासाठी दगडी इमारत बांधणं चाललं होतं, तिथपर्यंत ते रूळ दिसत होते. त्या रुळांवरून आत्ताच्या क्षणाला सहा-सहा टन वजनाच्या दगड-मातीनं भरलेल्या ट्रॉल्या काही बायका ढकलून नेत होत्या. पस्तीस-चाळीस जणी मिळून कशीबशी एक ट्रॉली ढकलू शकत होत्या. ट्रॉलीला बांधलेल्या दोऱ्या धरून काही जणी ओढत होत्या... काही ढकलत होत्या. ओढता ओढता काही जणी कोसळत होत्या. पण बाकीच्यांकडे थांबायला वेळ नव्हता. पडलेल्या बायका अक्षरशः तुडवल्या जात होत्या. युक्रेनिअन शिपाई चाबूक आणि बंदुका घेऊन कोणी कोणासाठी थांबणार नाही याची खात्री करत होते. ऑस्कर शिंडलर थिजला होता. गॉथ सतत बोलत होता, पण ऑस्करचं डोकं बधिर झालं होतं. इजिप्तच्या साम्राज्यातल्या गुलामगिरीची चित्रं जणू आपल्यासमोर जिवंत झाली आहेत, असा भास त्याला होत होता. क्राकुसा टेकडीवरून नरसंहार बघताना जसं मळमळून आलं होतं, तसंच त्याला आत्ताही वाटत होतं. त्याच्या चेहऱ्यावरून मात्र गॉथला काहीच कळत नव्हतं. त्याच्या दृष्टीने ही सगळी लोकं खात्रीची होती. त्याचे भाऊबंदच ना! खाली चाललेल्या पाशवीपणाची त्याला जराही शरम वाटत नव्हती... ना खेद ना खंत. क्राकुसा रस्त्यावर पडलेला प्रश्नच शिंडलरला पुन्हा पडला होता. 'एस.एस. दलाच्या दृष्टीने शरम वाटावी अशी कोणती कृती असू शकते?' खालचे मजूर मात्र शक्य तितक्या गतीनं काम करायचा प्रयत्न करत होते. त्याचं कारण मात्र ऑस्करला अजून कळायचं होतं, कारण आजच सकाळी ते इथं घडलं होतं. अमॉन गॉथनी सकाळी आपला पहिला बळी सगळ्यांच्या समोर घेतला होता. त्यामुळं कामात ढिलाई दिसली तर आपल्या नशिबात काय आहे, हे सगळ्या ज्यू मजुरांना चांगलंच समजून चुकलं होतं.

सकाळी सकाळी अमॉन कॅम्पमध्ये जेरोझोलीम्स्का रस्त्याच्या जवळून फेरफटका मारत होता. अलबर्ट हुजार नावाच्या एका अगदी तडफदार अधिकाऱ्याच्या देखरेखीखाली तिथे एका इमारतीचं बांधकाम सुरू होतं. हुजार ताडताड चालत त्याच्याकडे आला आणि त्यानं आपला रिपोर्ट द्यायला सुरुवात केली.

''ह्या इमारतीच्या पायाचा काही भाग खचलाय.''

हुजारला वेगात चालल्यामुळे धाप लागली होती. त्याचवेळी अमॉनचं लक्ष एक तरुण मुलीकडं गेलं, ती हातवारे करून कामगारांना आणि शिपायांना त्या

इमारतीबद्दल काहीतरी सांगत होती.

"ती कोण आहे?" अमॉननं विचारलं

"ती डायना रायटर नावाची ज्यू कैदी आहे. आर्किटेक्चरमध्ये इंजिनिअर आहे म्हणून तिला या कामावर घेतलंय." हुजार सांगत होता.

"पण ती म्हणते आहे की ह्या सगळ्या इमारतीचा पाया कच्चा आहे. पुन्हा खणून बांधायला हवा."

हुजारच्या चेहऱ्यावरूनच अमॉनला कळत होतं की त्या पोरीने हुजारला खूपच त्रास दिलाय.

"शेवटी मी तिला ओरडलो, की इथे आम्ही हॉटेल नाही बांधायला काढलं. शिपायांची बरॅक आहे ही आणि ही अशीच असणार!" हुजार सांगतानासुद्धा वैतागला होता.

अमॉन हसला. "हुजार, या लोकांशी वाद कधीच नाही घालायचा! आण तिला इकडे."

हुजार तिला बोलवायला गेला. तिला चालत येताना बघूनच अमॉनच्या डोक्यात तिडीक आली. असं ताठ मानेनी चालणं! हे टिपीकल मध्यमवर्गी ज्यू आपल्या पोरांना असं शिक्षणसाठी परदेशी पाठवून लाडावतात आणि मग शिकली की त्यांना अशी मस्ती येते. डायनाला मात्र वाटत होतं, 'घ्या, रेमडोक्या हुजारला आपण काय सांगतोय हे कधीच कळणार नाही. त्याची लायकीच नाही. आता कमांडरला व्यवस्थित पटवून सांगू आपण, कसं सगळं बांधकाम चुकीचं आहे ते!' तिला माहीत नव्हतं की अमॉनला सगळ्यांत जास्त राग तिच्यासारख्यांचा येत होता. ज्यू असून ती ज्यूंनी जसं वागायला पाहिजे तसं वागत नव्हती... हरामखोर!

"तू कॅप्टन हुजारशी भांडलीस?" अमॉननी विचारलं.

"भांडावंच लागलं!" डायना सांगायला लागली. "हे सगळं बांधकाम कच्चं आहे. बरंचसं पाडून परत करावं लागेल!"

अमॉन विचार करत होता... करावंच लागणार! तुम्ही ज्यू लोक वेळ काढण्यात पटाईत... तुम्हाला काय वाटलं, कामाचे दिवस वाढले म्हणजे तुम्ही तितके दिवस जास्त जिवंत राहाल?

डायना खरं सांगत होती आणि ती सांगतेय ती प्रत्येक गोष्ट खोटी आहे याबद्दल अमॉनची खात्री होत होती. तो मान हलवत होता. ही ज्यू माझ्यासारख्या जर्मन अधिकाऱ्याला शिकावायचा प्रयत्न करते? काहीही करून आमच्यात अविश्वास निर्माण करायचा, हे या ज्यूंचं शेकडो वर्षांचं ध्येय! ही मुलगी अमॉनला स्वत:ची वैयक्तिक शत्रू वाटायला लागली होती.

त्यानं हुजारला हाक मारली. हुजार अवघडून आला. त्याला वाटलं की आता

कमांडर आपल्याला या पोरीचं ऐकायला सांगणार. यालाच काय... डायनालासुद्धा तसंच वाटलं.

"हिला गोळी घाल!" अमॉन म्हणाला.

तो काय सांगतोय हे कळायला हुजारलासुद्धा थोडा वेळ लागला. "घाल गोळी." अमॉननं परत सांगितलं. हुजारनं मुलीचा दंड धरला आणि थोडं बाजूला नेऊन गोळी घालावी म्हणून ढकललं.

"इथं! तिला इथं गोळी घाल... माझ्यासमोर!" अमॉन म्हणाला.

आता अशी कामं करायची हुजारला सवय होतीच. त्यानं तिला तसंच पुढे ढकललं. होल्स्टरमधून पिस्तूल काढून तिच्या मानेवर टेकवलं आणि चाप ओढला. पिस्तुलाचा आवाज कॅम्पभर घुमला. सगळे दचकले. दचकले नाही फक्त तिघेच... अमॉन, हुजार आणि मरणारी डायना रायटर! जमिनीवर कोसळता कोसळता तिनं एकदाच अमॉनकडं पाहिलं. 'एक दिवशी तू सुद्धा असाच मरशील!' तिला जणू म्हणायचं होतं. तिच्या थिजलेल्या नजरेनी अमॉनला एकाच वेळी अस्वस्थ केलं, घाबरवलं आणि सुखावलं! अर्थात आपल्याला वाटणाऱ्या भावनांना अशी काही नावं आहेत याची कल्पनासुद्धा त्याला नव्हती. त्याच्या दृष्टीने त्यानं धर्माच्या रक्षणासाठी एक चांगलं काम केलं आणि याच कामासाठी त्याला पगार मिळत होता. तो समाधानी होता. पण अशाच क्षणी वाटलेलं समाधान जसजशी संध्याकाळ होई, तसतसं विरून जात असे आणि मग डोक्यात निर्माण झालेल्या पोकळीला बुजवण्यासाठी अमॉन गॉथचं दारू पिणं सुरू झालेलं असे. त्याक्षणी दारू, अन्न आणि स्त्रीचा सहवास ह्याचा त्याला आधार वाटे. पण ह्या बारीकसारीक गोष्टी सोडल्या, तर डायना रायटरला गोळी घालण्याचे, तिची इंजिनिअरिंगची पदवी मातीमोल ठरवण्याचे फायदेच जास्त होते. आता इथून पुढे कुठल्याही ज्यू मजुराला आपण फार महत्त्वाचे आहोत असं वाटणार नव्हतं. एवढी उच्चशिक्षित डायना रायटर जर अशी सगळ्यांच्या डोळ्यांदेखत मरते, तर आपल्याला जिवंत राहण्यासाठी एकच उपाय आहे आणि तो म्हणजे मरेस्तोवर काम, हे त्यांना त्या कानठळ्या बसवण्याऱ्या पिस्तुलाच्या आवाजाने एका क्षणात शिकवलं होतं.

आणि म्हणूनच लाकडाच्या अवजड चौकटी वाहणाऱ्या बायका, दगडांच्या ट्रॉल्या ढकलणाऱ्या बायका, इमारती बांधणारे पुरुष अगदी मनापासून काम करताहेत, असं जे टेकडीवरच्या लोकांना वाटत होतं, त्याचं रहस्य डायना रायटरच्या सकाळच्या मरणात होतं!

हुजार आणि त्याचे साथीदार! त्यांना आता कळून चुकलं होतं की असं माणसांना कुत्र्यासारखं गोळ्या घालून मारणं ही या कॅम्पमधली एक नियमित गोष्ट होणार आहे.

२०

प्लासझो कॅम्पच्या भेटीनंतर दोनच दिवसांनी शिंडलर अमॉन गॉथला भेटायला त्याच्या क्रॅकोवमधल्या ऑफिसात पोहोचला. बरोबर अर्थातच उंची दारूच्या बाटल्या होत्याच. आत्तापर्यंत डायना रायटरच्या खुनाची बातमी इमालियात आणि ऑस्करपर्यंत पोचली होती आणि आता तर त्यानी आपली फॅक्टरी प्लासझोच्या बाहेर ठेवायचा निश्चयच केला होता.

दोन धिप्पाड माणसं एकमेकांसमोर बसली होती. जरी अनोळखी असले, तरी दोघांनाही एकमेकांची पुरती ओळख पटली होती. अशीच ओळख एका क्षणाकरता डायना रायटर आणि अमॉनला एकमेकांची पटली होती.

दोघांनाही क्रॅकोवमध्ये पैसे मिळवायचे होते आणि गॉथकडून मिळणाऱ्या प्रत्येक सहाकार्याची ऑस्करला किंमत चुकवावी लागणार होती. ह्या पातळीवर ऑस्करला अजिबात प्रॉब्लेम नव्हता. प्रत्येक उत्तम विक्रेत्याला असते तशी एक कला त्याला अवगत होती. फायदा असेल तर अत्यंत घृणास्पद माणसाबरोबरसुद्धा तो एखाद्या सख्ख्या भावाच्या प्रेमाने वागायचा. शिंडलरची ही कला गॉथला कधीच

कळली नाही. तो नेहमी ऑस्करला आपला मित्रच मानत राहिला.

पण स्टर्नच्या सांगण्यावर विश्वास ठेवला तर असं म्हणावं लागेल, की अमॉन गॉथ या माणसाबद्दल शिंडलरला पहिल्या भेटीपासूनच प्रचंड तिरस्कार वाटत होता. अमॉनमधल्या अधिकाऱ्याशी त्याला जुळवून घ्यावं लागत होतं, पण त्याला माहिती होतं की सहजपणे कुणालाही गोळी घालू शकणारा हा माणूस विकृतीच्या सगळ्या सीमरेषा ओलांडून गेलाय. अमॉन जो दिसतो तो एक दशांश, बाकी नऊ दशांश. अमॉन हा कोणत्याही सामान्य माणसाच्या कल्पनेच्या चौकटीबाहेरची व्यक्ती आहे.

त्या दोघांमधले व्यवहार पाहिले तर असं वाटतं, की ऑस्करला त्याच्याबद्दल एक सुप्त आकर्षण वाटत असावं. पण असं नव्हतं. ऑस्करला त्याचा अक्षरश: मनापासून तिटकारा होता.

आणि त्याच्या कृतीवरून हे पुढे सिद्ध झालंसुद्धा!

आणि असं असून दोघांमधलं साम्य हे स्तिमित करणारं होतं! जणू एकाच नाण्याच्या काळ्या पांढऱ्या बाजू! आत्ता दोघांच्या मधे उघडलेली ब्रँडीची बाटली होती आणि आपला कारखाना आहे तिथून हलवून प्लासझोत नेणं का शक्य नाही हे ऑस्कर अमॉन गॉथला पटवून देत होता.

''माझा प्लांट खूप मोठा आहे. मला कळलंय की माडस्ट्रीश त्याची फॅक्टरी आत हलवतोय. पण त्याची शेवटी बोलून चालून शिवणयंत्रं! इथं काय नि तिथं काय! माझी दारूगोळा बनवणारी यंत्रणा महाकिचकट. नव्या जागी चुकून चालू मशिनरी बंद पडली, तर थेट संरक्षण मंत्रालयाकडून बोंबाबोंब होईल. ते आपल्याला परवडणार नाही...

''बरं... माझ्याकडं काम करणारी ज्यू मंडळी ह्या कामात इतकी तयार झाली आहेत, की त्यांना काढून टाकून नवीन पोलिश मजूर घ्यायचे... त्यांना शिकवायचं म्हणजे परत तेच... उशीर... आणि म्हणून मला तुमचा प्रस्ताव चांगला असून स्वीकारता येत नाही.''

ऑस्कर मानभावीपणे बोलत होता. इकडे गॉथच्या डोक्यात वेगळाच विचार! 'त्याला वाटतंय कॅम्पमध्ये आला तर त्याच्या पैशाच्या भानगडी मला कळतील! आणि म्हणून...'

''काळजी करू नका, तुमच्या कारखान्यात आम्ही अजिबात ढवळाढवळ करणार नाही.'' गॉथने आश्वासन दिलं.

''तसं नाही साहेब, मी अगदी खरं कारण तुम्हाला सांगितलं.'' ऑस्करपण बारा गावचं पाणी प्यायला होता.

''खरंच माझा कारखाना आहे तिथे राहिला तर खूप उपकार होतील.'' ऑस्कर म्हणाला.

ऑस्कर आणि गॉथसारख्या माणसांसाठी 'उपकार' या शब्दाला अगदी नेमका अर्थ होता.

'उपकार' म्हणजे लाच, 'उपकार' म्हणजे दारू, किमती हिरे, मौल्यवान जवाहीर!

''मला तुमची अडचण समजू शकते ऑस्कर...''

अमॉन म्हणाला, ''त्या घेटोचा एकदा निकाल लागला की कॅम्पमधून मी शिपायांबरोबर रोज तुमचे मजूर तुमच्याकडे पाठवत जाईन...''

पुढच्याच आठवड्यात एक दिवस दुपारी इश्ताक स्टर्न झाब्लोसीच्या फॅक्टरीत आला. ऑस्कर सुन्न होऊन त्याच्या ऑफिसात बसला होता. अतिशय केविलवाणा वाटत होता तो! क्लोनोवस्कानं दोघांना कॉफी दिली नेहमीप्रमाणे! ऑस्करने कोन्यॅक बरोबर एक मोठा घुटका घेतला.

''मी नुकताच प्लासझोच्या कॅम्पमध्ये गेलो होतो, किती बांधकाम पूर्ण झालंय ते बघायला. तो कॅम्प तयार झाला की घेटोतले सगळे ज्यू कॅम्पमध्ये जातील आणि मग घेटो भुइसपाट! आणि ह्या मोहिमेच्या नावाखाली हजारो ज्यूंचं शिरकाण!''

ऑस्कर स्वत:शी बोलल्यासारखा बोलत होता.

''मी मोजल्या तिथल्या इमारती. एका इमारतीमध्ये तो अमॉन गॉथ दोनशे बायका कोंबणार आहे. अशा सहा हजार बायका राहणार तिथे... आता पुरुषांची सोय झाली की प्लासझोचा कॅम्प तयार!''

''काय होणार ते आपल्या फॅक्टरीतल्या प्रत्येकाला माहिती आहे. आता आपण आपली नाईट शिफ्ट बंद करू. कारण घेटोच जाणार, मग रात्रपाळीनंतर लोक जाणार कुठे?''

ऑस्करनी परत एक मोठ्ठा घोट घेतला.

''सगळ्यांना सांग की लपायचा प्रयत्न करू नका. घेटो कसा संपवतात ते मला चांगलं माहिती आहे... पहिल्यांदा बाहेर पडण्याची घोषणा आणि मग प्रत्येक लपायच्या जागी, वळचणीच्या जागी, कपाटांवर, तळघरात बेधुंद गोळीबार! सगळ्यांना सांग, प्लीज विरोध करू नका आणि लपायच्या जागेची खात्री असल्याशिवाय लपू नका.''

आणि मग असं झालं, की घेटोच्या 'ॲक्शन'ला कदाचित बळी पडू शकेल असा इश्ताक स्टर्न, ज्याला कसलीच भीती नाही अशा ऑस्कर शिंडलरला धीर देत बसला. त्याला एवढंच कळत होतं, की आत्ता जर ऑस्करचा धीर सुटला, तर इमालियातल्या सगळ्या ज्यूंचं मरण निश्चित. म्हणून स्टर्न ऑस्करला समजावत होता, ''घेटोचं काय व्हायचं ते होऊ दे. काळजी करू नका, ह्यापेक्षा भयानक संकटांमधून आपण वाचलो आहोत.''

प्लासझोचं संकट तसंच जाईल. बेलझेकच्या कॅम्पपेक्षा प्लासझोचा कॅम्प खूपच परवडला. बेलझेकला म्हणजे मृत्यूची फॅक्टरी उघडली आहे, त्या हेन्री फोर्डच्या मोटारीच्या फॅक्टरीसारखी!

ऑस्कर स्टर्नचं सगळं ऐकत होता. टेबलाची कड त्यानी दोन्ही हातांनी घट्ट दाबून धरली होती. जणू तो वरची फळी उखडून काढायचा प्रयत्न करत होता.

"इश्ताक, तुला माहिती आहे की तू स्वत:ला धीर देतो आहेस!"

"तेच तर करू शकतो आपण!" स्टर्न बोलत होता, समजावत होता. "आत्ता फक्त इमालियाकडं लक्ष द्या."

ऑस्करनी आता टेबलाची फळी उखडायचा नाद सोडून दिला होता. परत एकदा तो खुर्चीत उदासवाणा बसून राहिला.

"इश्ताक, तू अजून त्या अमॉन गॉथला ओळखलं नाहीस. तो भुरळ पाडतो लोकांना. तो इथं आला तर तुला सुद्धा भुलवेल. पण तो सैतान आहे सैतान!"

घेटोची शेवटची सकाळ! योगायोगानं तो सब्बाथचा दिवस, ज्यूंसाठी पवित्र, तारीख मार्च तेरा.

प्लेस झगोडी किंवा 'शांतता चौक' इथे अमॉन गॉथ पोचला होता. अजून उजाडायला एक तास अवकाश होता. ढग खूप खाली उतरले होते. त्यामुळे तसाही रात्र आणि दिवसातला फरक कळणं कठीण होतं. गॉथच्या आधीच सैनिकांची तुकडी 'शांतता चौकात' येऊन पोहोचली होती. गोठलेल्या रस्त्यावर सैनिक गटागटांनी उभे होते. कुजबुजत होते, सिगारेटी ओढत होते. पॅनकीविझच्या फार्मसी पलीकडच्या घेटोवासीयांना त्यांचा पत्ताही नव्हता. अमॉन गॉथ निरीक्षण करत होता. घेटोत जाणारे सगळे रस्ते मोकळे, निर्मनुष्य होते. त्या चौकाच्या मध्यभागी गॉथ आपल्या 'कडक' सैन्याच्या तुकडीकडे कौतुकाने बघत होता. त्यानं कॉन्यॅकचा एक जोरदार घुटका घेतला. आता फक्त विली हॅसची प्रतिक्षा होती. त्या दिवशीच्या 'ॲक्शन'चं नेतृत्व त्यानं विलीकडे सोपवलं होतं. घेटोचे दोन भाग होते. प्लेस झगोडीच्या पश्चिमेला घेटो क्र. एक होता. इथे सगळे धडधाकट, मजुरी करू शकणारे ज्यू राहात होते. आज दिवसभर ह्याच घेटोची 'साफसफाई' होणार होती. घेटो क्र. दोन हा प्लेस झगोडीच्या पूर्वेला होता आणि इथं सगळे म्हातारे, आजारी ज्यू राहत होते. आज रात्री त्यांची उचलबांगडी करायची होती. घेटो क्र. दोनचं काम खूप सोपं होतं. इथले लोक सरळ उचलायचे, ट्रकमध्ये टाकायचे आणि कमांडर रुडॉल्फ हॉसच्या ऑशविट्झ कॉन्सन्ट्रेशन कॅम्पमध्ये पाठवून द्यायचे. तिथे त्यांची गॅस चेंबरमध्ये व्यवस्थित विल्हेवाट लागणार होती. खरी परीक्षा होती ती घेटो क्र. एकच्या सफाई मोहिमेची.

सैनिकांपैकी प्रत्येकाला आजच्या मोहिमेत भाग घ्यायचाच होता. कारण... आज नवा इतिहास घडणार होता. गेली सात शतकं क्रॅकोव हे गाव 'ज्यूं'चं गाव म्हणून ओळखलं जात होतं. आज संध्याकाळी... किंवा फार फार तर उद्या सकाळी 'ही एक अफवा होती' असं कुणीही म्हणू शकलं असतं. कारण आज क्रॅकोव हे गाव 'ज्यू'मुक्त केलं जाणार होतं. आणि म्हणून सध्या सैनिकांपासून मोठ्या अधिकाऱ्यांपर्यंत सगळ्यांनाच आज इथे हजर राहायचं होतं. अमॉनला काल रात्री झोप लागली नव्हती म्हणून त्याचे डोळे चुरचुरत होते. पण आता तो इथे मध्यभागी होता आणि त्याला जणू उन्माद चढला होता. नाझी पक्षानं एस.एस. दलाला एक विशेष सवलत दिली होती. आणि ती म्हणजे, समोरून कधीच हल्ला करण्याची शक्यता नाही, अशा शत्रूशी लढायचं. 'ज्यूं'शी लढायचं. त्यामुळे भीतीचा लवलेश कुणाच्याही मनामध्ये नव्हता. समोरनं गोळ्या सोडणारं कोणी नव्हतंच. होते ते बिचारे, दुबळे ज्यू. काहींना थोडासा मानसिक त्रास नंतर व्हायचा. बहुतेक प्रत्येक एस.एस. अधिकाऱ्याच्या एखाद्यातरी मित्रानं आत्महत्या केलेली असायचीच! पण अशा कमजोर लोकांसाठी एस.एस.च्या पुस्तकात लिहूनच ठेवलं होतं मुळी :

ज्यूंना निश:स्त्र समजू नका. त्यांच्याकडे वेगळीच हत्यारं आहेत. त्यांच्याविरुद्ध सज्ज व्हा! प्रत्येक 'ज्यू' मूल हे एक सांस्कृतिक टाईमबॉम्ब आहे! प्रत्येक ज्यू स्त्री ही जैविक अस्त्र आहे, कारण तीच ज्यू मुलांना जन्म देते! रशियनांपेक्षा भयंकर असा हा शत्रू! ज्यू!

अमॉन गॉथ ह्या भयानक शत्रूशी लढायला सज्ज झाला होता. ह्या युद्धात आपल्याला कोणताही धोका नाही ह्या कल्पनेनी तो खूश होता. काही एस.एस. अधिकारी अशा लढाया आपल्या कनिष्ठांवर सोडून मोकळे व्हायचे. अमॉनला ते कधीच पटायचं नाही. कमांडरनं कसं प्रत्येक लढाईत समोर असलं पाहिजे. डायना रायटरच्या बाबतीत त्यानं उदाहरणच दाखवून दिलं होतं. दिवस जसा चढणार होता, तसा सैन्याचा उन्माद सुद्धा चढणार होता. दारूच्या घोटाबरोबर 'ॲक्शन'ची गती वाढणार होती आणि म्हणूनच त्या अंधारलेल्या सकाळी त्याला माहीत होतं, की आजचा दिवस आपल्या आयुष्यातला सर्वोत्तम दिवस आहे! जेव्हा तो म्हातारा होईल आणि जगात ज्यू नसतील, त्या दिवशी त्याची नातवंडं त्याला कौतुकानं विचारणार होती.

'आजोबा सांगा ना, तुम्ही कसं केलंत हे सगळं?'

कमांडर गॉथपासून एक किलोमीटरच्या आतच घेटोतल्या एकुलत्या एक दवाखान्यात डॉ. एच आपल्या शेवटच्या काही रुग्णांमध्ये बसले होते. आपलं

हॉस्पिटल घेटोच्या थोडं एका बाजूला असल्याचं त्यांना बरं वाटत होतं. कारण नुकतंच प्लेस झगोडी जवळच्या संसर्गजन्य रोग्यांच्या दवाखान्यात काय घडलं होतं ते सगळ्यांनाच माहिती होतं.

अल्बर्ट हुजार आपल्या तुकडीसह त्या दवाखान्यात घुसला होता. तेव्हा डॉ. रोझालिया ब्लाऊ आपल्या रुग्णांना औषधे देत होत्या. त्यांनी हुजारला परोपरीने सांगितलं, "ह्या तापाच्या रुग्णांना इथून हलवता येणार नाही. मरतील ते!"

बहुतेक रुग्ण म्हणजे बारा ते सोळा वर्षांमधल्या मुलीच होत्या. पण अशा लोकांशी कसं वागायच ते हुजारला गेल्याच आठवड्यात कळलं होतं. त्यानं डॉ. ब्लाऊला डोक्यात गोळी घातली आणि त्याच्या तुकडीने बंदुकीच्या एका फैरीत रुग्ण मुलींच्या चिंधड्या केल्या. नंतर ज्यू मजुरांचंच एक पथक दवाखान्याच्या रक्ताळलेल्या भिंती आणि कार्पेट धुवायला पाठवलं गेलं होतं.

आता घेटोत उरला होता एकच दवाखाना आणि प्रमुख होते एक अतिशय सज्जन आणि नामांकित डॉ. बी. तेरा मार्चच्या त्या काळ्या सकाळी डॉ. बी आणि डॉ. एचनी बहुतेक पेशंटना घरी पाठवून दिलं होतं. आता उरले होते चार पेशंट. त्यांना हलवणंच शक्य नव्हतं. एक प्रचंड खोकणारा आणि अत्यंत अशक्त तरुण, एक किडनी खलास झालेला संगीतकार, एक हृदयरोगी आंधळा म्हातारा आणि एक शस्त्रक्रियेमुळे अंथरुणाला खिळलेला गृहस्थ! या दवाखान्यातला प्रत्येक डॉक्टर नामांकित होता. शांततेच्या काळात त्यांच्यापैकी प्रत्येकानी काही ना काही महत्त्वाचे शोध लावले होते. कितीतरी अवघड वैद्यकीय प्रश्न सोडवले होते.

पण आज डॉ. एचच्या समोर प्रश्न होता सायनाईडचा! घेटोतल्या बहुतेक डॉक्टरांनी आत्महत्येचा सोपा उपाय म्हणून सायनिक ॲसिडचा साठा जमवून ठेवला होता. डॉ. एचसारख्या धडधाकट माणसालासुद्धा ह्याक्षणी सायनाईडचा आधार वाटत होता आणि तेवढं एकच आधुनिक ड्रग आता दवाखान्यात उरलं होतं. साध्या ॲस्पिरीनच्या गोळ्यासुद्धा संपल्या होत्या.

पहाटे पाचलाच डॉ. एचला ट्रकच्या आवाजानं जाग आली होती. धावत तो हॉस्पिटलला पोचला होता. तिथे आधीच डॉ. बी आणि इतर परिचारिकांनी पेशंट घरी सोडायला सुरुवात केली होती. नंतर डॉ. बींनी सगळ्या परिचारिकांनाही घरी जायला सांगितलं. फक्त एकच सर्वांत ज्येष्ठ, ती थांबली. आता डॉ. एच, डॉ. बी आणि ती नर्स त्या चार पेशंटबरोबर होते. त्यांच्यासमोर धर्मसंकट उभं होतं. एक अवघड प्रश्न... सगळ्या पेशंटना सायनाईडचं इंजेक्शन द्यायचं की त्यांना सैन्याच्या तुकडीबरोबर सोडायचं? डॉ. ब्लाऊसारखं पेशंटच्या मध्यभागी उभं राहायचं, का पेशंटबरोबर स्वत:पण सायनाईडचा एक डोस घेऊन शांतपणे आयुष्य संपवायचं! डॉ. एचला दुसरा पर्याय भेकडपणाचा वाटला, तरी जास्त पटत होता.

डॉ. एच लहान असताना त्याचे वडील सांगायचे, आत्महत्या हा भेकडपणा आहे. आत्महत्या करायचीच असेल तर शत्रूला कळलं पाहिजे, की आपल्याला शरण जाण्यापेक्षा यानं आत्महत्या पत्करली. वडिलांचे बोल डॉ. एचला आठवत होते. पण ते सुरक्षित वातावरणातलं वडिलांचं सांगणं वेगळं आणि आजच्या ह्या कुंद सकाळची परिस्थिती वेगळी! खरंतर डॉ. एच आणि त्यांच्या पत्नीने पळून जाण्याचा मार्गसुद्धा शोधून ठेवला होता. जमिनीखालच्या गटारातून थेट गावाबाहेर पडायचं. पण त्यात धोका होता आणि डॉ. एचला तो सायनाईडपेक्षा जास्त वाटत होता.

समजा असं पळून जाताना जर्मनांनी पकडलं तर पकडलेला माणूस 'ज्यू' आहे की नाही हे ओळखण्यासाठी ते त्याला पँट काढायला सांगायचे. पण डॉ. लॅक्स नावाच्या त्याच्या मित्राने ह्या परीक्षेतही पास व्हायचा उपाय शोधून काढला होता. तरुण ज्यू मुलांना तो रोज रात्री झोपताना आपल्या लिंगाला पाण्याने भरलेली बाटली अडकवून झोपायला सांगायचा. त्यामुळे काही काळातच त्या मुलांचं लिंग सुंता न झाल्याप्रमाणे दिसू लागे. दोन हजार वर्षांपूर्वीची मुस्लिमांनी रोमन लोकांच्या विरुद्ध वापरलेली ही अघोरी युक्ती डॉ. लॅक्सला आजच्या युगात वापरावी लागत होती.

दवाखान्याच्या खिडकीतून थोडं उजाडल्यासारखं वाटत होतं. थंडगार बाल्कनीतून बाहेरच्या धुक्याकडे बघताना डॉ. एचला गेल्या वर्षीचा एक प्रसंग आठवला. अशाच एका घेटो स्वच्छता मोहिमेत सैनिकांची एक तुकडी दवाखान्यात घुसली होती आणि पेशंटना त्यांनी जबरदस्तीने ओढून दवाखान्याबाहेर काढलं होतं. एक सैनिक म्हाताऱ्या रिझमनबाईला पायाला धरून ओढत असताना तिचा दुसरा पाय जिन्याच्या फटीत अडकला तरी न थांबता तो सैनिक ओढतच होता. रिझमन बाईचं हाड मोडतानाचा आवाज सगळ्यांना ऐकू आला होता. पण तरीसुद्धा आत्ता आत्तापर्यंत सायनाईड घेऊन आयुष्य संपवायचं कुणाच्या डोक्यात आलं नव्हतं. प्रत्येकाला अजून आशा वाटत होती. आणि आत्ताच्या क्षणाला जरी त्यांनी आणि डॉ. बीने निर्णय घेतला, तरी पेशंटना प्रत्यक्ष सायनाईड द्यायचं कसं हा प्रश्न होताच. हे म्हणजे तुम्ही एखाद्या मुलीच्या प्रेमात पडता आणि शेवटी ठरवता की आता तिला विचारायचं! पण प्रत्यक्ष विचारायची क्रिया हेच सर्वांत कठीण काम असतं. निर्णय घेणं नव्हे!

अचानक लांबवर मेगाफोनवरून सूचना ऐकायला यायला लागल्या. नेहेमीच्याच खोटारड्या घोषणा... ''आपापल्या बॅगा भरून आमच्याकडे द्या. आपलं नाव-पत्ता लिहा.... लौकरच त्या तुमच्याकडे पोचतील.''

रस्त्यात काहीच हालचाल झाली नाही, पण घराघरातून एक भेदरलेली कुजबुज ऐकू यायला लागली... डॉ. एचला सुद्धा तसल्या थंडीत घाम फुटला.

तेव्हाच बंदुकीच्या पहिल्या फैरीचा आवाज आला आणि पाठोपाठ स्त्रियांच्या जीवघेण्या किंकाळ्या. पुन्हा मेगाफोन आणि बंदुकींचा कडकडाट... तो आत वळला आणि त्यानी पाहिलं की हे सगळे आवाज सगळ्या पेशंटनी ऐकले होते. प्रत्येकजण धडपडत आपापल्या अंथरुणात उठून बसायचा प्रयत्न करत होता. त्यांच्याकडे बघत होता. म्हातारा रुग्ण अचानक, "डॉक्टर... डॉक्टर," म्हणून रडायला लागला. डॉ. एच धावत त्याच्याकडे गेला, "शू ऽ प्लीज... "

त्याला म्हणायचं होतं. 'मी आहे ना! काळजी करू नका.' पण तोंडातून शब्द फुटत नव्हता. त्यानं डॉ. बीकडे बघितलं. डॉ. बीचा निर्णय झाला होता. त्यानं कपाट उघडून हायड्रोसायनिक ॲसिडची बाटली बाहेर काढली होती. डॉ. एच स्वत: सावरून आपल्या वरिष्ठ डॉक्टरच्या शेजारी उभा राहिला. निदान या क्षणी तरी त्याला पळपुटेपणा दाखवायचा नव्हता, तर निर्णयाची जबाबदारी घ्यायची होती.

डॉ. बीने नर्सला बोलावलं. बाहेर आणखीन एक फैर झडली. किंकाळ्या फुटल्या.

"प्रत्येक पेशंटला पाण्यातून याचे चाळीस थेंब द्या." डॉ. बीने बाटली तिच्या हातात दिली.

"चाळीस थेंब!" डॉ. बी, डॉ. एच आणि नर्स तिघांनी एकमेकांकडे पाहिलं आणि काही न बोलता नर्स वळली. सैनिकांची तुकडी इथे पोचायला अजून एखादा तास लागला असता, पण डॉ. बीने मोठा डोस दिला होता... चाळीस थेंब! काही क्षण श्वासोच्छ्‌वासाला त्रास.... थोडी अस्वस्थता आणि खेळ खलास! त्यांच्या आत्ताच्या वेदनांच्या मानाने फारच कमी त्रास.

नर्स औषधाचे चार ग्लास घेऊन आली. ग्लासात काय आहे हे तिला कोणी विचारलं नाही. डॉ. एचनं आपल्या घड्याळात पाहिलं. त्याला भीती वाटत होती, की सायनाईड प्यायल्यावर पेशंट थोडीफार धडपड करतील. आरडाओरडा करतील.

त्याला नर्सचा अस्पष्ट आवाज ऐकू आला.

"हे औषध तुझ्यासाठी, रोमानो." त्या नर्सला त्यानं मनोमन सलाम केला.

आता नर्स किडनी पेशंटला जागं करत होती. कोपऱ्यातून डॉ. बी थंडपणे हे सगळं बघत होता.

डॉ. एचनी रोमानोची नाडी बघितली. सगळं संपलं होतं. पलीकडे संगीतकार आपला ग्लास रिकामा करत होता. सगळंच अत्यंत शांतपणे पार पडलं होतं. सगळ्यांची तोंडं उघडली होती. श्वास थांबले होते. डोळे उघडे होते. घेटोतल्या कितीतरी ज्यूंना ह्या शांतपणे आलेल्या मरणाचा हेवा वाटला असता.

२१

घेटोमधल्या जोजेफिन्स्का रस्त्यावरच्या एका जुनाट घरात पोल्डेक पेफरबर्गला दुसऱ्या मजल्यावर एक खोली मिळाली होती. त्या खोलीच्या खिडकीतून नदी दिसायची. त्या दिवशी नदीच्या पलीकडच्या बाजूला घेटोत चाललेल्या रामायणाचा पत्ताच नव्हता. तिथं बोटीने ये-जा निर्धास्तपणे चालली होती. पेफरबर्ग आणि त्याची बायको मिला हे दोघं त्या खोलीत वाट पाहत होते. वाट पाहात होते सैन्याच्या तुकडीची, त्यांच्या घर खाली करायच्या हुकमाची.

मिला छोट्या चणीची बावीस वर्षांची मुलगी होती. घेटोच्या अगदी सुरुवातीच्या दिवसांतच पोल्डेकनी आणि तिनी लग्न केलं होतं. तिच्या घराण्यात सगळेच डॉक्टर होते. तिचे वडील एक नामांकित डॉक्टर होते. ते १९३० मध्येच वारले होते. आई त्वचारोगतज्ज्ञ होती. पण दोन वर्षांपूर्वीच्या टारनोच्या घेटो मोहिमेत अगदी डॉ. रोझालिया ब्लाऊसारखीच आपल्या रुग्णांबरोबर मारली गेली होती. शैक्षणिकदृष्ट्या तिच्या पायाशी बसायची लायकी नाही, अशा एका सैनिकाच्या बंदुकीच्या फैरीने तिची चाळण केली होती.

मिलाचं लहानपण अगदी सुखात गेलं होतं. युद्ध सुरू व्हायच्या आदल्याच वर्षी तिने व्हिएन्नात डॉक्टर होण्यासाठी प्रवेश घेतला होता, पण आईच्या मृत्यूनंतर तिला क्रॅकोवला पाठवण्यात आलं आणि इथेच तिची पोल्डेकशी गाठ पडली. तिच्यासारखाच तोही एकटा होता. त्याच्या आई-वडिलांना बेलझेकच्या कॅम्पमध्ये मारण्यात आलं होतं. आता मिला आणि पोल्डेक यांना एकमेकांशिवाय दुसरा आधार नव्हता.

त्या दोघांच्या स्वभावात जमीन अस्मानाचं अंतर होतं. पोल्डेक धडपड्या, बडबड्या, कशालाही न घाबरणारा, थोडा आडदांडच होता. मिला अगदी उलट! शांत आणि अबोल. आईच्या मृत्यूनंतर तर ती आणखीनच कोशात गेली होती. पण ती होती अतिशय हुषार आणि शहाणी. जर सगळं ठीकठाक असतं, तर पोल्डेक आणि मिलासारखा एकमेकांना सांभाळून घेणारा जोडा फार क्वचित बघायला मिळाला असता.

आत्ता मात्र दोघांच्यात चांगलंच भांडण लागलं होतं. प्लासझो कॅम्पमध्ये जायची पोल्डेकची अजिबात तयारी नव्हती. एकदा त्या कुंपणाआड गेलो की संपलो, याची त्याला जाणीव होती आणि म्हणूनच त्याने घेटोतून पळून जायचा बेत आखला होता. भुयारी गटारांच्या मार्गाने! पळून जायला मिलाची ना नव्हती, पण गटारांची तिला भयंकर भीती वाटत होती. न जाणे एस.एस. दलानी त्या गटारात विषारी वायू किंवा पाणी सोडलं तर?

"मी नेहमी तो मार्ग वापरतो... तू फक्त चल माझ्याबरोबर... आपण व्यवस्थित शहराबाहेर पडू!" पोल्डेक तिची समजूत घालत होता. "आपण त्या गटारातून सुटका करून घेणारे एकटे नाही आहोत. डॉ. एच आणि त्यांची बायकोपण पळून जाणार आहेत... मी आत्ता डॉ. एचना भेटून येतो तू इथेच थांब!"

पोल्डेकच्या समजावण्यानेसुद्धा मिलाची तयारी होत नव्हती.

घेटोतले बरेचसे ज्यू त्यादिवशी अशा द्विधा मनःस्थितीत होते. सरळ एस.एस.च्या स्वाधीन होऊन कॅम्पमध्ये जावं, तर तिथे आपल्या पुढे काय वाढून ठेवलंय ते कोणालाच माहिती नव्हतं. पण जे आहे ते चांगलं नाहीये एवढं नक्की कळत होतं. मग पळून जावं का? तो मार्ग होता, पण जर पळून जाताना सापडलो तर जागीच मृत्यू निश्चित होता. पण यश मिळालं तर स्वातंत्र्याची आशा होती, त्यामुळेच हा विचार सोडवतपण नव्हता. असे बहुतेक ज्यू त्यामुळे आपापल्या घरात आवाज न करता स्तब्धपणे वाट बघत होते.

दिवस सरकता सरकत नव्हता. मधूनच लांबवर बंदुकींच्या फैरींचे आणि किंकाळ्यांचे आवाज अधूनमधून येत होते. त्या दिवसाची दुपारसुद्धा अशीच अंधारलेली होती. पोल्डेक आणि मिलाने रेशनच्या ब्रेडचे तुकडे खाऊन आपलं

घेटोतलं शेवटचं जेवण उरकलं. गोळीबाराच्या आवाजाचं पार्श्वसंगीत सुरूच होतं. परत शांतता पसरली. बराच वेळ काहीच घडलं नाही. वरच्या मजल्यावर कुणीतरी संडासात फ्लश वापरला, त्याचा आवाजसुद्धा त्या शांततेत केवढातरी वाटला.

वेळ संथ गतीने पुढे सरकत होता. लपलेल्या कित्येकांना आशा वाटायला लागली होती, की आता काही सैन्याची तुकडी इकडे येणार नाही.

दुपारी चार वाजताच अंधार पडायला सुरुवात झाली. धूसर प्रकाश आणि शांतता... जोसेफिन्स्का रस्त्यावरच्या या जुन्या इमारतींमध्ये आशा निराशेचा खेळ चालला होता. अचानक पोल्डेक उठला.

''आत्ताच योग्य वेळ आहे बाहेर पडायला. तू इथेच थांब. मी पटकन डॉ. एचचा काय विचार आहे तो विचारून येतो.''

''नको जाऊ बाहेर, पोल्डेक... प्लीज!'' मिलाने अक्षरश: विनवणी केली.

पोल्डेकनं तिला जवळ घेतलं आणि दुसऱ्या क्षणी तिनं आणखीन अडवायच्या आत तो घराबाहेर पडला. घरांच्या मागून, शक्यतो सावलीत दडत आणि अजिबात आवाज न करता तो क्राकुसा रस्त्यावर पोचला. घरांच्या शेजारून जाताना त्याला बंद दारांच्या आड चाललेली कुजबुज स्पष्ट ऐकायला येत होती. याचा अर्थ त्याच्याचसारखे बरेच लोक आपल्या नशिबाची परीक्षा बघत अजून घरातच थांबले होते. डॉ. एच राहत असलेली इमारत मात्र पूर्ण रिकामी होती. त्या इमारतीत भकासपणे एक गृहस्थ हिंडत होता.

''येऊन गेलं इथं लष्कर. डॉ. एच आणि त्याची बायको केव्हाच पळून गेलेत गटाराच्या मार्गानं!''

पोल्डेकला ओळखणाऱ्या त्या माणसाने माहिती दिली. शेवटी जाता जाता हॉस्पिटलमध्ये डॉ. एचचा काही पत्ता लागतो का ते बघावं म्हणून पोल्डेक तसाच हॉस्पिटलच्या आवारात शिरला. दारातच रक्ताचा सडा पडला होता. भिंतीच्या कडेकडेनी पोल्डेक हॉस्पिटलच्या मधल्या अंगणात पोचला. समोरच अक्षरश: ढीग रचून ठेवला होता... प्रेतांचा! गोळीबारात छिन्नविच्छिन्न केलेली ती मानवी शरीरं... हे डॉक्टरांचे रुग्ण नव्हे, तर सकाळच्या मोहिमेत इथं डांबून घातलेले आणि नंतर गोळ्या घातलेले ज्यू होते.

नंतरच्या काळात कोर्टानं जेव्हा जेव्हा पोल्डेकला विचारलं की त्या चौकात त्यानं किती प्रेतं पाहिली?

त्याला पोल्डेकनी दरवेळी 'साठ ते सत्तर' असं उत्तर दिलं. त्या क्षणी नेमकी किती प्रेतं आहेत ते मोजायला पोल्डेकला वेळ नव्हता. समोरचं दृश्य बघून तो भेलकांडला होता. लहानपणापासून क्रॅकोवमध्ये पाहिलेले अनेक चेहरे, जे ओळखीचे होते. ज्यांनी लहानपणी त्याला गोळ्याबिस्किटं देऊन त्याचं कौतुक केलं होतं,

अशी माणसं जी तरुणपणात त्याचे मित्र होते... ते त्या ढिगाऱ्यात होते. छिन्नविच्छिन्न, तोंड वासलेले, वेड्यावाकड्या अवस्थेत त्या रक्तामांसाचा चिखल झालेल्या हॉस्पिटलच्या अंगणात! पोल्डेक हलला होता... त्याला चक्कर येत होती; आणि तरीसुद्धा त्याच्यात एक जाणीव, पुसट का होईना, पण जागृत होती, 'जेव्हा कधीतरी न्यायदानाची वेळ येईल, आजच्या खुन्यांना आरोपीच्या पिंजऱ्यात उभं केलं जाईल, त्यावेळी मी काय पाहिलं ते सत्य मी न्यायदेवतेसमोर निर्भीडपणे मांडीन.'

कसाबसा तोल सावरत तो आपल्या घराकडे परत निघाला. परत जाताना त्याला काही ज्यूंचा घोळका प्लेस झगोडी चौकाच्या दिशेनी जाताना दिसला. आपापल्या बॅगा घेऊन. त्यांचं धैर्य संपलं होतं. सगळ्या आशा सोडून ते पराभूतांसारखे पाय ओढत प्लासझोच्या कॅम्पमध्ये दाखल व्हायला चालले होते.

पोल्डेक आपल्या घरात पोचला. घर मोकळं होतं. मिलाचा पत्ता नव्हता. दारं खिडक्या सगळं उघडं टाकून ती निघून गेली होती. पोल्डेकला वाटलं की डॉ. एचबरोबर गेली असेल. ह्या सगळ्या काळात मिलाच्या मृत्यूबद्दल विचारही कधी पोल्डेकला शिवला नाही. धडपडत तो परत खाली उतरला. सगळ्यांत खालच्या मजल्यावरचं कुटुंब बाहेर पडत होतं...

"मिला कुठाय? तुम्ही पाहिलंत तिला?" पोल्डेकनं विचारलं.

"सैनिकांची तुकडी आली होती... सगळ्यांना घेऊन गेली... मिला पण होती त्यात..."

इमारतीमधले बहुतेक लोक आता आपलं चंबूगबाळं आवरून बाहेर पडत होते. त्याही परिस्थितीत मिला आणि पोल्डेकनं एक योजना तयार ठेवली होती. जर दोघांपैकी कुणीही एकजण प्लासझोच्या कॅम्पमध्ये गेला, तर दुसऱ्यानं कोणत्याही परिस्थितीत बाहेरच रहायचं. निदान बाहेरून तरी कॅम्पमध्ये काही मदत पोचवता आली असती. पोल्डेकला आता त्या योजनेप्रमाणे वागावं लागणार होतं. काही करून इथून निसटायला लागणार होतं. घेटोतली उरलीसुरली माणसं आता सगळ्या आशा सोडून प्लेस झगोडीकडे निघाली होती.

सूर्य बुडाला होता. संध्याकाळ आणि रात्रीच्या सीमारेषेवर प्रकाश अंधुक होत होता. पण अजूनही लांबवरचं सहज दिसू शकत होतं. एक-दोन तासांचा प्रश्न होता. पोल्डेकला आता लपण्यासाठी एखादी चांगली जागा शोधायची होती. जोसेफिन्स्का रस्त्यावर एक लाकडाची वखार होती. तिचा लोखंडी दरवाजा सताड उघडा होता. आत कोणाचीच चाहूल लागत नव्हती. पोल्डेकला ती जागा एकदम पसंत पडली. तिथली अडगळ आणि अंधार लपण्यासाठी एकदम योग्य होता.

...पण थोड्याच वेळात पोल्डेकचं ते मत बदलणार होतं. त्यानं एक दरवाज्याआड बसकण मारली. दाराच्या फटीतून त्याला पूर्ण जोसेफिन्स्का रस्ता दिसत होता.

थंडीचा कडाका वाढला होता. अंधार गडद व्हायला लागला होता. पोल्डेकनं आपल्या अंगाभोवती ओव्हरकोट आवळून घेतला. वखारीच्या समोरून घाईघाईत एक जोडपं उलट दिशेनी गेलं. सगळ्या जोसेफिन्स्का रस्त्यावर बॅगा, वळकट्या, पिशव्यांचा खच पडला होता. प्रत्येकीवर तिच्या मालकाच्या नावाचा कागद चिटकवला होता. त्या अंधुक प्रकाशातसुद्धा पोल्डेकला बरीच नावं वाचता येत होती. क्लाईन फिल्ड, लेहरर, बॉम, वाईनबर्ग, स्मोलर, स्ट्रॉस, रोसेनथाल, बरमन आणि कित्येक... ह्या बॅगा, वळकट्यांमध्ये त्यांच्या मालकांच्या नुसत्या वस्तू नव्हत्या... तर आयुष्यभराच्या आठवणी भरल्या होत्या... प्रेमानं मिळालेल्या भेटी, हौसेनं काटकसर करून जमवलेल्या वस्तू, कुठे पिढ्यान्‌पिढ्या सांभाळलेला वारसा... सगळं सगळं रस्त्यावर बेवारस पडलेलं होतं. रात्रीच ते सगळं एस.एस. दलाच्या लुटीत जमा होणार होतं.

थोड्याच अंतरावर अचानक उसळलेल्या कुत्र्यांच्या भुंकण्यानं पोल्डेक तंद्रीतून भानावर आला आणि मग त्याला दिसले तीन एस.एस. कमांडो. त्यातल्या एकाच्या दोन्ही हातात दोन पोलिसी कुत्र्यांच्या साखळ्या होत्या. ती कुत्रीच त्याला पूर्ण ताकदीने पुढे खेचत होती. त्यांच्या भुंकण्याने गदारोळ उडवला होता. खेचतच त्या कुत्र्यांनी आपल्या मालकाला जोसेफिन्स्का रस्त्यावरच्या एकेचाळीस नंबरच्या घरात ओढलं. बाकीचे दोघं रस्त्यावरच थांबले.

पोल्डेकचं लक्ष कुत्र्यांकडेच होतं. डाल्मेशिअन आणि जर्मन शेफर्डची संकरित जात वाटत होती. महाभयानक! ज्यूंच्या त्या दीनदुबळ्या घेटोत ती कुत्री जास्तच राक्षसी भासत होती.

पण आता या शेवटच्या घटकेत तरी इथे आणखीन हिंसाचार होणार नाही, असं पोल्डेकला वाटत होतं. त्याची ही वेडी आशा बरोबर तीस सेकंदांत संपली. आत्तापर्यंत त्याला वाटत होतं, की जगातलं सगळं क्रौर्य, राक्षसीपणा हा टारनो, वॉर्सा आणि लुबलीनच्या कॉन्सन्ट्रेशन कॅम्पमध्ये आहे. पण त्या सगळ्या राक्षसीपणाचा बाप त्याच्यापासून अवघ्या शंभर फुटांवर जोसेफिन्स्का रस्त्यावर अवतरला होता.

एकेचाळीस नंबरच्या घरातून किंकाळ्या फोडत एक स्त्री पळत बाहेर आली. तिच्या हातात एक लहान मूल होतं. एका कुत्र्यानं तिच्या मांडीचा लचका तोडला होता. कुत्रेवाल्या सैनिकानं ते लहान मूल तिच्याकडून हिसकावून घेतलं आणि शेजारच्या भिंतीवर फेकून दिलं. त्या आवाजानी पोल्डेकनी डोळे गच्च मिटून घेतले. त्याच्याच्यानं पुढचं दृश्य पाहवेना.

दुसऱ्या सैनिकानी त्या बाईला गोळी घालून तिच्या यातना संपवल्या. त्या स्थितीतही पोल्डेकला जाणवलं, की त्या लहानग्याचं वय दोन किंवा तीन वर्षांहून जास्त नसणार!

कदाचित त्या बाईचा प्राण जायच्या आधीच असेल, पोल्डेक त्याच्या लपलेल्या जागेपासून ताडकन उठला आणि रस्त्यात उभा राहिला. हीच काय पण जगातली कुठलीच जागा त्या कुत्र्यांपासून त्याला वाचवू शकणार नव्हती. अचानक त्याने सैनिकी पवित्रा घेतला. आणि एखादं महत्त्वाचं काम आपल्याला सांगितलंय अशा आवेशात रस्त्यात पडलेल्या बॅगा, वळकट्या रस्त्यातून बाजूला करायला लागला. लक्ष नाही असं दाखवलं, तरी त्याची नजर आणि कान पूर्णपणे त्या कुत्र्यांवर एकवटले होते. ते तिघे आता जवळ येत होते. कुत्र्यांची भेसूर वखवख आता स्पष्टपणे ऐकायला येत होती. त्यांच्या पोलिसांच्या हातातल्या साखळ्या ताणानं ताठरल्या होत्या.

ते दहा पावलांवर आले असतील... अचानक पोल्डेकनं जणू आत्ताच त्यांच्याकडे आपलं लक्ष गेलंय असं दाखवलं. त्या तिघांचेही बूट आणि पँट रक्तानं थबथबल्या होत्या. पण ह्या गोष्टीचं त्यांना काहीच वाटत नसावं. मधला सैनिक होता तो सर्वांत उंच होता आणि नि:संशयपणे उरलेल्या दोघांचा अधिकारी होता.

पोल्डेकने त्याला जितका जमेल तितका कडक सॅल्यूट मारला आणि ताठपणे तो त्या अधिकाऱ्यासमोर उभा राहिला. तो कोण आहे याची त्याला काहीच कल्पना नव्हती, पण त्याच्या तोंडून शब्द गेले, "कमांडर साहेब!"

अगदी मरणाच्या दारावर त्याच्या मेंदूनी हे शब्द त्याच्या तोंडातून बाहेर काढले होते, पण ते शब्द अचूक होते; कारण समोरचा अधिकारी दुसरा तिसरा कोणी नसून स्वत: कमांडर अमॉन गॉथ होता.

"कमांडर साहेब, आपली आज्ञा मला मिळाली. त्या आज्ञेप्रमाणे हे रस्त्यात पडलेलं सामान बाजूला करण्याचं काम चालू आहे. काही क्षणांतच हा रस्ता स्वच्छ होईल आणि आपल्या मार्गात अजिबात अडथळा येणार नाही!" परत एकदा कडक सॅल्यूट.

दोन्ही कुत्री पोल्डेकला बघून भयानकपणे गुरगुरत होती. आपल्या साखळ्यांना हिसके देत होती. आता फक्त छू म्हणायचा अवकाश... पोल्डेकचा भीतीने थंडगार गोळा झाला होता. एका आई आणि लेकराच्या विनवण्यांची नराधमांना दया आली नाही, तर आपलं काय होणार हे त्याला स्पष्ट दिसत होतं. आपली थाप वाया गेली अशी त्याची खात्री झाली होती. कुत्री त्याच्या नरड्याचा घोट घ्यायला वखवखली होती.

पण कमांडर गॉथची प्रचंड करमणूक होत होती. एक दीडदमडीचा ज्यू आणि माझ्यासमोर मिजास! पण दिवसभर रडणाऱ्या, भेकणाऱ्या, किंकाळ्या फोडणाऱ्या इतर ज्यूंपेक्षा हा कडक सॅल्यूट ठोकणारा पोरगा गॉथला वेगळा वाटला. पोल्डेकचा तो अवतार आणि घाबरगुंडी बघून तो आता मोठ्यांदा हसत होता. तो हसत होता

म्हणून त्याच्याबरोबरचे दोघंसुद्धा हसत होते.

"आमचं आम्ही बघतो... शेवटची ज्यूंची तुकडी निघाली प्लासझोकडे... चल नीघ इथून!"

आपल्या खर्जातल्या आवाजात गॉथनी आज्ञा दिली. त्याचं वाक्य पुरं व्हायच्या आत पोल्डेक धावत सुटला होता. अजूनही त्याला वाटत हातं की हा गॉथचा खेळ आहे आणि आता आपल्यामागे कुत्री सुटणार... पण त्यानं मागं वळून पाहिलं नाही... पॉडगोर्झ रस्त्यावच्या कोपऱ्यांवर ज्यूंची शेवटची तुकडी ट्रकची वाट बघत उभी होती. दिवस मावळला होता.. घेटोच्या चिरपरिचित गल्ल्या हळूहळू अंधारात विरघळून जात होत्या...

"मी बहुधा बाहेर पडणारा शेवटचा..."

पोल्डेक बाकीच्यांना सांगत होता.

पण कदाचित तसं नसावं... कारण वुल्कन, त्याची बायको आणि मुलगा अजून बाहेर पडायचे होते. वुल्कन हा सोनार होता आणि आजच्या दिवशी काय वाढून ठेवलंय याची त्याला चांगलीच कल्पना होती. घेटोवर पहाऱ्यासाठी असणाऱ्या पोलीस दलातल्या एका म्हाताऱ्या शिपायाला त्यानं गाठलं होतं.

"अंकल बाखसाहेब, मी कुठेही जायला तयार आहे. पण माझ्या बायको आणि मुलाला त्रास होणार नाही असं बघा. तुमच्यासाठी हे आणलंय!"

गेली दोन वर्षं एक हिरा त्यानं कोटाच्या शिवणीत दडवून ठेवला होता. आज या कामासाठी त्यानं तो अंकल बाखला देऊन टाकला. ॲक्शनच्या दिवशी होणाऱ्या थैमानातून केव्हातरी अंकल बाख आपल्याला आणि बायको-मुलाला सुरक्षितपणे बाहेर काढेल याची आता वुल्कनला खात्री होती.

सकाळपासून त्या तिघांना अंकल बाखने पोलीस स्टेशनातल्या एका अगदी आतल्या खोलीत बसवून ठेवलं होतं. जसजशी दुपार उलटून गेली तशी त्याची अस्वस्थता खूप वाढली होती. मुलगा आळीपाळीने घाबरून जात होता किंवा कंटाळून जात होता. बायकोचं सतत टुमणं सुरू होतं...

"कुठं आहे तो अंकल बाख? शोधा ना त्याला... कधी नेणार आहे तो इथून आपल्याला?"

बऱ्याच वेळानी शेवटी एकदाचा अंकल बाख पोलीस स्टेशनमधे आला. वुल्कननी त्याला पटकन ओळखलंच नाही. एका हातात पिस्तूल, ओठात सिगारेट, दुसऱ्या हातात कॉफीचा कप, शर्ट आणि पँटवर रक्ताचा सडा आणि चेहऱ्यावर एक अनोळखी पाशवी हास्य! त्यानं वुल्कनकडं पाहिलं आणि एका क्षणात वुल्कनच्या लक्षात आलं की अंकल बाख विलक्षण धुंदीत आहे; आणि आत्ता तरी आपल्याबद्दल त्याच्या काहीही लक्षात नाही. ही नशा दारूची नव्हती... ही नशा रक्ताची होती.

वुल्कन परत आतल्या खोलीत आला. त्याच्या बायकोनंही दाराच्या फटीतून अंकल बाखचं भयानक रूप पाहिलं होतं. ती आता गप्प बसली होती.

अशा तणावपूर्ण दिवसाच्या शेवटी वुल्कन आणि त्याच्या कुटुंबाचं नशीब उघडलं.

संध्याकाळचे सहा वाजत आले होते. पोल्डेक नुकताच पॉडगोर्झ चौकात पोचला होता. डॉ. एच आणि त्याची पत्नी भुयारी गटारातून जंगलात सटकले होते. एस.एस. दलाचे लोक 'शेवटच्या' शोधमोहिमेच्या आधी सिगारेट आणि कॉफी मारण्यात मग्न होते. त्याच वेळी एक घोडागाडी पोलीस स्टेशनच्या दारात येऊन थांबली आणि कागदांचे गठ्ठे आणि कपड्यांचे ढिगारे यांच्या खाली लपवून वुल्कन कुटुंबाची रवानगी करण्यात आली. त्या घोडागाडीतून लपून जाताना त्यांना स्वैर गोळीबाराचे आवाज ऐकू येत होते. वातावरण किंकाळ्यांनी भरून गेलं होतं. त्याचा अर्थ एकच होता... अमॉन गॉथ, विली हेस, अल्बर्ट हुजार, पिलारझीक आणि त्याच्या शेकडो सैनिकांचं शेवटचं राक्षसी थैमान घेटोत सुरू झालं होतं. दिवसभर माळ्यावर, कपाटात, कॉटखाली दडून राहिलेल्या ज्यूंची आयुष्यरेखा पुसली जात होती. मृत्यूचा, राक्षसीपणाचा नंगा नाच घेटोत सुरू होता.

त्या संध्याकाळी असे चार हजार लपून बसलेले ज्यू शोधून शोधून मारले गेले. पुढच्या दोन दिवसांत त्यांची प्रेतं उघड्या ट्रकमधून प्लासझोच्या शेजारच्या जंगलात आणली गेली आणि दोन मोठ्या खड्ड्यांत त्यांचं सामूहिक दफन केलं गेलं...

त्यांच्या नशिबी चिरविश्रांती सुद्धा अशी लिहिली गेली होती!

२२

घेटोच्या आस्तित्वाचा तो शेवटचा दिवस, मार्च तेरा, ऑस्कर शिंडलरनं कोणत्या मन:स्थितीत काढला ते आज सांगता येणार नाही. पण जेव्हा प्लासझोच्या कॅम्पमधून त्याचे ज्यू मजूर परत कामावर यायला लागले, तेव्हा तो त्यांच्याकडून पद्धतशीरपणे कॅम्पमधली माहिती जमवायला लागला. ही सगळी माहिती डॉ. सेडलॅझेकला पोचवायचा त्यानं निश्चय केला होता. आत्तापर्यंत संवेदना बधिर करणारं त्यानं एवढं ऐकलं आणि पाहिलं होतं, की प्लासझोमध्ये घडणाऱ्या घटनांनी त्याला आता धक्के बसत नव्हते.

अमॉन गॉथचं प्लासझोमधलं राज्य म्हणजे लहरीपणा आणि विक्षिप्तपणा यांचा कळस होता. परवाच त्याच्या सैनिकांनी ग्रुनबर्ग नावाच्या एका इंजिनिअरला बेशुद्ध पडेपर्यंत बेदम मारलं होतं आणि दवाखान्यात इतक्या उशिरा पोचवलं होतं, की त्याचा काहीच उपयोग नव्हता.

इमालियामध्ये दुपारी जेवता जेवता ज्यू प्लासझोमध्ये काय घडतंय ते सांगायचे. ज्यूंना बारीकसारीक कारणांवरून ठार मारायचे प्रकार तर राजरोसपणे चालले होते.

'एम' नावाचा एक कैदी (हा व्हिएन्नामध्ये असतो आणि त्याला आपलं नाव द्यायची इच्छा नाही.) एके दिवशी लिओ जॉन नावाच्या एका अधिकाऱ्याच्या घरात काम करून टेकडी उतरत होता. अचानक काही गाड्या त्याच्या अगदी जवळून गेल्या. त्यानं बघितलं की त्या गाड्यांमध्ये ज्यू बायका आणि मुली होत्या. ट्रकमधून त्यांना कॅम्पच्या अगदी टोकाला नेलं. एम लपून हे सगळं बघत राहिला. ह्या बायका मॉंटलुपीच तुरुंगातून इथे आणल्या होत्या. बरोबरचे शिपाई त्यांना चाबकानं फोडून काढत होते. त्यांना एका भिंतीपाशी उभं करण्यात आलं. त्यातल्या एका स्त्रीने मोठ्यांदा ज्यूंचं पवित्र स्तोत्र 'शेमा यिस्रोल' म्हणायला सुरुवात केली, बघता बघता बाकीच्यांनी तिच्या सुरात सूर मिसळला आणि काही क्षणांतच वातावरण त्या सुरांनी भरून गेलं.

जीव जाण्याअगोदर त्या बायका जणू काही क्षणांचंच, पण मुक्त स्वातंत्र्य अनुभवत होत्या. बंदुका कडाडल्या आणि त्या स्तोत्राचे सूर वातावरणातल्या थंडीत कायमचे गोठून गेले. दुसऱ्या दिवशी त्यांचे मृतदेह ढकलगाड्यांमधून जवळच्याच जंगलात पाठवले गेले.

ज्यांची अक्कल अजून शाबूत होती अशा थोड्यांनाच या घटनेचा अर्थ कळून चुकला होता.

'एस.एस.च्या लोकांनी ह्या बायकांना इथे का मारलं होतं? सर्वांसमोरून त्यांचे मृतदेह ढकलगाड्यांमधून का नेले होते?'

या प्रश्नाचं उत्तर एकच होतं, की या घटनांचा कुणी साक्षीदार शिल्लक राहूच नये अशीच एस.एस. दलाची योजना होती.

आपण प्लासझोच्या कॅम्पमध्ये सुरक्षित आहोत असं निरागसपणे समजणाऱ्या बऱ्याचशा ज्यूंचं भविष्य एस.एस. दल असं लिहीत होतं!

त्या ढकलगाड्यांतली शरीरं आणि कॅम्पच्या कुंपणाच्या आत जिवंत असलेली शरीरं... सगळ्यांचं भवितव्य सारखंच होतं.

आपल्या घराच्या गच्चीत उभं राहून जेव्हा कमांडर गॉथने पहिल्या कैद्याला गोळी घातली, तेव्हा सुद्धा हे रोज घडेल असं कोणालाही वाटलं नव्हतं. सकाळी सकाळी कडक इस्त्रीचा शर्ट, पँट आणि चकचकीत पॉलिश केलेले बूट घालून अमॉन गच्चीत यायचा. (पुढे उन्हाळ्यात शर्ट न घालता तसाच उघडाबंब यायला लागला.) त्याच्या एका हातात दुर्बिण असायची आणि एका हातात स्निपर रायफल. सगळ्या कॅम्पभर त्याची नजर फिरायची... बांधकाम करणाऱ्या, ओझी वाहणाऱ्या कैद्यांवरून. त्यांच्यापैकी काही वर बघायचे... त्यांना त्याच्या ओठावर खेळणारी सिगारेट दिसायची. कॅम्प सुरू झाल्यावर काही दिवसांतच तो अशा थाटात गच्चीत येऊन कुठल्याही एका कैद्याला गोळी घालायचा.

नेमका गोळी घालायला कैदी निवडण्यामागचं अमॉनचं कारण कोणालाच कधीच कळलं नाही आणि अमॉनला तरी तसा विचार करायची गरज कुठे होती? उद्या मरायचा तो आत्ता मेला! त्या बंदुकीच्या एका धडाक्याबरोबर एखाद्या घोळक्यातला एखादा मनुष्य उन्मळून पडायचा. बाकीचे जागच्याजागी थिजून जायचे. अशासाठी, की आता कुणाची पाळी येते!

पण अमॉन त्यांना काम चालू ठेवायची खूण करायचा आणि आत निघून जायचा.

अमॉननी आपल्या कारखानदार मित्रांना जी आश्वासनं दिली होती, ती अशी हळूहळू मोडायला सुरुवात केली होती. माडस्ट्रीशनी शिंडलरला फोन केला.

''आपण दोघांनी मिळून गॉथच्या विरुद्ध तक्रार करायला हवी.''

''आपल्या कारभारात अडथळा आणणार नाही असं त्यानं स्वच्छपणे सांगितलं होतं, पण आता तो नेमकं तेच करतोय... वेगवेगळ्या पद्धतीनं...''

माडस्ट्रीशसारखा शांत माणूससुद्धा चिडला होता. अमॉनच्या युक्त्या होत्याच तशा. तो काही ना काही कारण काढून कॅम्पमधून फॅक्टरीत मजूर पाठवायला उशीर करत होता. जाणाऱ्या सगळ्या कैद्यांना मैदानात बोलावून त्यांची हजेरी घ्यायचा. एकदा एका कैद्याच्या खोलीत बटाटा सापडला. मग तिथल्या सगळ्या कैद्यांचे कपडे काढून त्यांना सगळ्यांसमोर पंचवीस-पंचवीस चाबकाचे फटके. हे फटके मोजायचे कैद्यानेच! मोजताना चुकले तर पुन्हा पहिल्यापासून मोजणी चालू. या सगळ्यांमुळे हे कैदी मजूर कित्येक तास उशिरा कामावर पोचायचे आणि पोचल्यावरसुद्धा ते शॉक बसलेल्या अवस्थेतच असायचे. कामाकडे त्यांचं लक्ष लागायचं नाही.

ऑस्करच्या ओळखीचा एक मोठ्या हुद्द्यावरचा इंजिनिअर होता. त्याच्याकडे ऑस्करने शेवटी तक्रार केली.

''काहीही कर, पण पोलिसांकडे जाऊ नकोस... ते त्यालाच सामील आहेत.'' इंजिनिअरने सल्ला दिला.

''मला माझे कामगार माझ्या फॅक्टरीतच राहायला हवेत. मी इथे छोटा कॅम्प तयार करतो हवा तर! तू एक पत्र देशील का?''

ऑस्कर पण आता जिद्दीला पेटला होता.

ऑस्करच्या फॅक्टरीला लागूनच बिलस्की नावाच्या एका म्हाताऱ्या जोडप्याची जागा होती. ती ह्या कॅम्पकरता ऑस्करने काहीच्या बाही किंमत मोजून विकत घेतली आणि तिथूनच त्याने अमॉनला फोन लावला.

ऑस्कर आपला स्वतःचा कॅम्प स्थापन करतोय म्हटल्यावर अमॉन क्षणभर स्तब्ध झाला.

''वरच्या अधिकाऱ्यांनी परवानगी दिली तर माझी काहीच हरकत नाही. माझं

पूर्ण सहकार्य आहे. पण त्या परवानग्या मात्र काढ सगळ्या!''

त्या परवानग्या मिळणं अशक्य असंच गॉथला वाटत होतं.

शेवटी ओबरफ्युरर शर्नरच्या पोमोरोस्का रस्त्यावरच्या ऑफिसात एक जंगी बैठक झाली.

''जर हे सगळे मजूर कारखान्यात राहिले, तर मी त्यांच्याकडून जास्तीत जास्त काम करून घेऊ शकेन!'' ऑस्कर तावातावाने सांगत होता आणि गॉथ आणि शर्नर मनातल्या मनात हसत होते.

या बैठकीच्या आधीच ऑस्करने भरपूर पैसे चारून सर्व वरिष्ठांच्या परवानग्या आणल्या होत्या.

ज्यूंची दया येत असल्यामुळेच ऑस्करचा हा आटापिटा चाललाय हे गॉथ आणि शर्नरला कळत होतं, पण त्यांची ना नव्हती. कारण या सगळ्यात त्यांचा भरपूर फायदा होता.

नवीन कॅम्पचा सगळा खर्च ऑस्कर करणार होता. त्याच्या कामगारांच्या जागी दुसरे ज्यू येणारच होते आणि त्या मजुरांचा रोजचा जेवणाचा खर्च आता ऑस्कर करणार असल्याने ते पैसे सरळ गॉथच्या खिशात जाणार होते.

गॉथनी तसाही कॅम्पमधून काळा बाजार सुरू केलाच होता, कैद्यांचं जेवण कमी करून उरलेलं अन्न तो बाहेर जास्त पैसे घेऊन विकत होता.

ऑस्करला ज्यू प्रेमाचा रोग झाला होता. त्याची किंमत त्याला मोजावी लागणार होती. भरपूर पैसा खर्च करून!

इमालियचा कॅम्प उभारण्यासाठी मग पुढचे दोन महिने ऑस्करनं जिवाचं रान केलं. किती लोकांना त्यानं पैसे खायला घातले ते सांगणं कठीण आहे.

त्या वर्षी त्याच्या कारखान्याने एक कोटी अठ्ठावन लाख राईशमार्कचा फायदा मिळवला. नवीन कॅम्प कारखान्यात बांधण्यासाठी त्याला साधारण तीन लाख राईशमार्क खर्च करावे लागले होते. कुणी म्हणेल की फायद्याच्या मानाने हा खर्च काही नाही, पण ऑस्करच्या ज्यू प्रेमासाठी मोजाव्या लागणाऱ्या किमतीची ही फक्त सुरुवात होती.

प्लासझोच्या कॅम्पमध्ये एक अॅडम गार्ड नावाचा तरुण ज्यू इंजिनिअर होता. आपला इमालियातला कॅम्प बांधण्यासाठी ऑस्करनी अमॉन गॉथकडे त्याची मागणी केली. गार्ड जेव्हा पहिल्यांदा ऑस्करच्या कारखान्यात आला, तेव्हा दोन गाळ्यांमध्ये चारशे कामगार दाटीवाटीनं राहत होते. पण त्यांची कसलीच तक्रार नव्हती. दारावरच्या एस.एस. सैनिकांना ऑस्कर कॅम्पमध्ये येऊन देत नव्हता. मग छळाचा प्रश्नच नव्हता.

ह्या चारशे ज्यूंनी स्वत:ला केव्हाच *'शिंडलर ज्युडेन'* किंवा *शिंडलरचे ज्यू* असं म्हणायला सुरुवात केली होती. जणू ती एक पदवीच होती त्यांची!

ऑस्करनं गार्डला आपल्या खोलीत बोलावलं आणि कॅम्पचा आराखडा त्याच्यासमोर पसरला. ''इथे बाराशे लोकांसाठी सहा इमारती बांधायच्या. तीन पुरुषांसाठी... तीन बायकांसाठी... इथे सगळ्यांसाठी स्वयंपाक घर... आणि हो, स्वच्छतागृहं पुरेशी आणि चांगली बांध. त्यात काटकसर नको. मला इथं कुठलीही रोगराई नकोय.''

ॲडम गार्ड ऑस्करचं काम रोज अत्यंत इमानानं करत होत. कारण तिथं त्याच्या इंजिनिअरिंगच्या ज्ञानाला योग्य तो मान दिला जात होता. एके दिवशी तो आणि त्याच्या बरोबरचा शिपाई कॅम्पमधून इमालियाकडे चालले होते. तितक्यात वायलीझका रस्त्यावर अचानक एक काळी लिमोझीन त्यांच्या शेजारी येऊन थांबली आणि त्यातून उतरला कमांडर अमॉन गॉथ. तो पिसाळला होता...

''एक कैदी आणि एकच शिपाई? याचा अर्थ काय?''

''सर, मी याला शिंडलरसाहेबांच्या कारखान्यात घेऊन चाललो होतो.'' गार्डच्या बरोबर शिपाई गयावया करत म्हणाला. शिंडलरच्या नावाने तरी गॉथचा राग कमी होईल अशी त्याची अपेक्षा होती.

''एक कैदी आणि एकच शिपाई!'' गॉथ अजून धुमसतच होता. आता काय होईल या कल्पनेने दोघांचा थरकाप उडाला होता. पण ह्या प्रकरणाचा न्यायनिवाडा तिथल्या तिथे न करता तो गाडीचं दार आपटून निघून गेला.

दुसऱ्या दिवशी सकाळी अपेक्षेप्रमाणे ॲडम गार्डला कमांडर साहेबांचं बोलावणं आलंच...

''तुला इमालियात काम करायचंय ना? जा... खुशाल जा, पण पहिल्यांदा माझं इथलं काम संपव आणि मग जा.'' अमॉन बऱ्याच शांतपणे बोलत होता. ॲडमचा आपल्या कानांवर विश्वास बसेना!

कमांडरच्या भल्या थोरल्या हॉलच्या छपराच्या तुळया बसवण्याचं काम सुरू होतं. त्या तुळया आकारानं प्रचंड होत्या. एके दिवशी ॲडमला कमांडरच्या कुत्र्यांचं चिरपरिचित भुंकणं ऐकू आलं. तीच ती कुत्री... गेल्याच आठवड्यात एका मजुराला त्यांनी हळू काम करतो म्हणून सगळ्यांच्या देखत फाडलं होतं. त्या कुत्र्यांबरोबर अमॉन तुळईच्या दुसऱ्या टोकाशी उभा राहिला.

''किती वेळ लागेल ही तुळई बसायला?'' अंतर जास्त होतं म्हणा किंवा कुत्र्यांच्या भुंकण्यामुळे म्हणा, ॲडमला प्रश्न ऐकू आला नाही... त्यानं कानावर हात ठेवत विचारलं, ''काय म्हणालात आपण, सर?''

अमॉननं तोच प्रश्न परत विचारला. ह्या वेळी प्रश्न ऐकू आला, पण ॲडमला

तो कळलाच नाही.

"मला प्रश्न समजला नाही कमांडर साहेब." त्यानं कबुली दिली. अमॉन काहीच बोलला नाही. त्यानं त्या टांगलेल्या तुळईचं एक टोक हातांनी पकडलं आणि ॲडमच्या डोक्याच्या दिशेनी दुसऱ्या टोकाला धक्का दिला.

तुळई जड होती. आपल्या डोक्याच्या दिशेनी येणारा तो ओंडका ॲडमला दिसला त्यानी आपला हात मधे घातला आणि त्याच्या हाताच्या हाडाच्या चिरफळ्या झाल्या. तो जवळ जवळ बेशुद्धच पडला होता. अमॉन तिथून आणखीन काही न बोलता निघून गेला. तो आता उद्या येणार होता... तोच प्रश्न पुन्हा विचारायला.

ॲडम दिवसभर आपला हात तसाच वागवत काम करत होता. कारण कामात ढिलाई झाली तर इमालियात जाणं विसराच... थेट देवाघरी जायला लागणार होतं. कुणाच्या लक्षात येऊन नये म्हणून त्यानी प्लास्टरसुद्धा घातलं नाही. शर्टाच्या बाहीच्या आत आपला वेडावाकडा हात आणि त्याच्या वेदना दडवत तो अमॉन गॉथच्या हॉलचं काम त्याच उत्साहानी करत राहिला. त्याच्या डोळ्यांसमोरचं लक्ष्य फक्त एकच होत – ऑस्कर शिंडलरचा इमालिया कारखाना.

एका आठवड्यानंतर मोडका हात, काही कपडे आणि पुस्तकं यांच्याबरोबर ॲडम गार्डची कायमची रवानगी झाली – लिपोवा रस्त्यावरच्या इमालियात!

२३

ऑस्करच्या कारखान्याच्या बातम्या कॅम्पमध्ये वेगानं पसरायला लागल्या होत्या आणि येनकेन प्रकारे आपली त्या कारखान्यात कधी वर्णी लागेल या खटपटीत बरेचसे कैदी होते. त्यातलाच एक होता डोलेक हॉरोविट्झ. प्लासझो कॅम्पचा खरेदी अधिकारी. आपल्याला अमॉन कधीच परवानगी देणार नाही हे त्याला माहिती होतं, पण त्याच्या बायको आणि मुलांसाठी तो प्रयत्न करणार होता.

त्याचा धाकटा मुलगा रिचर्ड हल्ली पहाटेच उठायचा. थंडीचे दिवस सरत आले होते. आईच्या पांघरुणातून उडी टाकून तो थेट धावत सुटायचा, वडिलांच्या बराकीकडे. त्या छोट्याला पळत जाताना बघून वॉचटॉवरमधले सैनिकसुद्धा गालातल्या गालात हसायचे. रिचर्ड ह्या कॅम्पमध्ये सध्या तरी सुरक्षित होता. कारण त्याचे वडील डोलेक ज्यू असले, तरी कॅम्पमध्ये महत्त्वाचा कैदी म्हणून गणले जात होते.

वडिलांच्या बराकीच्या दिशेनी पळताना लहानग्या रिचर्डच्या डोळ्यांसमोर सकाळची न्याहारी तरळत असायची आणि लहान असल्यामुळे हजेरीच्या वेळी

त्याला आपल्या वडिलांच्याबरोबर राहावं लागायचं. वडिलांच्या कॉटवर चढून त्यांना हलवून जागं करता करताच त्याच्या प्रश्नांचा भडिमार सुरू होई.

"धुकं सकाळीच का असतं बाबा? दुपारी कुठे जातं?"

"आज किती ट्रक येणारेत?"

"हजेरीला खूप वेळ लागेल का हो बाबा?"

"आज पण फटके मारतील का ते?"

रिचर्डचे हे प्रश्न ऐकूनच डोलेकनी निर्णय घेतला होता, की हा कॅम्प आपल्या मुलासाठी योग्य जागा नव्हे. त्याला इथून हलवलंच पाहिजे. त्याच्या डोक्यात काहीतरी कारणानं शिंडलरला भेटावं का, असा विचार येत होता. पण योग येत नव्हता. शेवटी त्यानं त्यातल्या त्यात बरा अधिकारी बॉश याच्या मध्यस्थीने वशिला लावायचा ठरवलं होतं.

आणि शिंडलरला गाठण्यासाठी फक्त रिचर्ड हे एकच कारण नव्हतं. रिचर्ड लहान होता आणि अजून त्याला आजूबाजूच्या सगळ्या गोष्टी कळत नव्हत्या. त्याच्या प्रश्नांची बऱ्याच वेळा खोटी उत्तरं देऊन का होईना, त्याचं समाधान व्हायचं.

पण त्याची दहा वर्षांची मुलगी न्युसीआ, ती कुठलेच प्रश्न विचारत नव्हती. कारण तिला सगळं कळायला लागलं होतं. तिच्या वयातला निरागसपणा ती विसरून गेली होती. अतिशय खंगलेली ती पोर काम करताना समोरच्या खिडकीबाहेर शून्यात नजर लावून बसायची. ती शिवणकामाच्या गटात होती.

त्या खिडकीतून रोज तिला कैद्यांनी भरून येणारे ट्रक दिसत होते. कैद्यांवर होणारे अत्याचार दिसत होते. ते बघून तिची बोलायची शक्तीच संपली होती. तासन्तास ती घुम्यासारखी कुणाशी न बोलता बसून राहायची. हल्ली हल्ली भूक भागवण्यासाठी ती कांद्याची पात वर्तमानपत्रात गुंडाळून त्याचा धूर ओढत बसायची.

आणि म्हणून डोलेकनं बॉशकडे शब्द टाकला. त्यानं आपल्या मुलांची नावं बॉशला परत परत सांगितली. बॉशनं विसरू नये म्हणून. एवढं करूनसुद्धा डोलेकला बॉशकडून फारशी आशा नव्हतीच. एकदा सांगितल्यावर त्यानं परत कधीच बॉशला आठवण करून दिली नाही.

आणि तरीसुद्धा एका आठवड्यानंतर त्याची बायको आणि दोन्ही मुलं इमालियात पोचली होती, सुखरूप! अमॉन गॉथच्या सहीशिक्क्याच्या परवानगीसकट! किंमत? ऑस्करनी पाठवलेलं एक छोटंसं पाकीट... त्यात थोडे हिरे होते. न्युसीआ इमालियात चांगली रमली. बारका रिचर्ड इथेही प्लासझोसारखाच दंगा करत होता... आणि रेजिना – डोलेकची बायको, ह्या पोरांची आई – तिला सारखं वाटायचं, की कधीतरी ऑस्कर आपल्याकडे येईल... आपल्याशी बोलेल... आणि मग आपण

त्याचे आभार कसे मानायचे त्या शब्दांची जुळवाजुळव ती मनातल्या मनात सुरू करायची. पण ऑस्करनी असं कधीच केलं नाही. ऑस्कर त्यांना ओळखत होता. रिचर्डशी तो नावानी हाक मारून गप्पा मारायचा. पण आई आणि लेकीशी मात्र त्यानं ओळख दाखवायचं टाळलं.

रेजिनाच्या दृष्टीनं असं कोणाच्या नजरेत न भरता निश्चिंतपणे राहता येणं हे सुद्धा खूपच सुखावह होतं.

आणखीन एक महत्त्वाचं म्हणजे, हल्ली तिच्या लक्षात यायला लागलं होतं, की इमालियात आल्यापासून रिचर्डचे प्रश्न बदलले होते!

इमालियामध्ये पहाऱ्यासाठी जे शिपाई यायचे त्यांना कैद्यांच्या जवळ जायला बंदी होती. जरा कुठल्या कैद्याला या शिपायांचा त्रास झाला तर शिंडलर त्याच्या वरच्या अधिकाऱ्यांना तावातावाने फोन करत सुटायचा.

इमालियाचं भोजनगृह लहानसंच होतं, पण प्लासझोपेक्षा तिथं कितीतरी चांगलं जेवण मिळायचं.

कॅम्प कसा असावा याचे कायदे-कानून जरी एस.एस. दलानी तयार केले असले, तरी इमालियामध्ये त्यांचं पालन कसं करायचं, हे ऑस्कर शिंडलर ठरवत होता. इथं छातीत धडकी भरवणारी कुत्री नव्हती, कारण नसताना केलेली मारहाण नव्हती... आणि सकाळच्या नाष्ट्याचं सूप आणि पाव खूपच चांगला, शिवाय पोषक होता.

काम खूप होतं, कारण शेवटी शिंडलर हा एक व्यावसायिक होता. अनेक वेळा कामगारांना बारा बारा तास काम करायला लागायचं, पण त्यांची तक्रार नव्हती. त्या वर्षी ऑस्करनी जे हिशोब सादर केले त्यात अठरा लाख ज्लोटी किंवा तीन लाख साठ हजार डॉलर खर्च केले असं दाखवलं होतं. क्रूप आणि फारबेनसारख्या मोठ्या कंपन्यांतही आकडे असेच होते; पण त्यांच्याकडे भुकेनी बळी जायचे किंवा अशक्तपणामुळं कामगार निरुपयोगी ठरायचे... असा प्रकार इमालियात कधीच घडला नाही. फारबेनच्या एकाच कारखान्यात पस्तीस हजार कामगारांपैकी पंचवीस हजार युद्ध संपता संपता मृत्युमुखी पडले होते. त्यामुळे ऑस्करनी कैद्यांसाठी दाखवलेला खर्च हा खराच असणार यात शंका नाही.

खूप वर्षांनंतर आता इमालियात काम करणारे ज्यू जगभर विखुरले आहेत, पण प्रत्येकजण अजूनही ऑस्करच्या त्या कॅम्पचं वर्णन 'स्वर्ग' असंच करतो.

जवळ जवळ तीन वर्षं नाझींचे अमानुष अत्याचार सहन केलेल्या त्या ज्यू कामगारांना ऑस्करचा इमालियामधला कॅम्प म्हणजे जणू स्वप्नच वाटायचं! कुठल्याही क्षणी जणू आपली झोप मोडेल, हे स्वप्न भंगेल आणि परत त्या भीषण

सत्याला आपल्याला सामोरं जायला लागेल अशी भीती त्यांना वाटायची! हे स्वप्न त्यांना असंच राहायला पाहिजे होतं.

ल्युसीआ नावाची एक तरुणी तिथे होती. तिच्या नवऱ्याची नुकतीच मॉथहाऊझेन कॉन्सन्ट्रेशन कॅम्पमध्ये रवानगी झाली होती. त्या दिवशी ल्युसीआने एखाद्या विधवेसारखा आक्रोश केला होता. तिचा नवरा पुढे मेलाच. इनॅमलचा थर दिलेली भांडी भट्टीत सोडायची हे तिचं काम... मूकपणाने स्वत:चं काम करताना तिला क्वचित चक्कर मारणारी ऑस्करची भव्य आकृती दिसायची. पण त्याची तिला कधी भीती वाटली नाही. पुढे पुढे ऑस्करला बघून ती हळूच मान झुकवी. चाचरत बोलायचा प्रयत्न करी...

"थँक्यू सर... मी छान आहे."

एकदा ऑस्करनी तिला काही सिगारेट दिल्या. त्या दिवसांत सिगारेटचं मोल सोन्यापेक्षासुद्धा जास्त होतं. इमालियातल्या प्रत्येक कामगारालाच आपण कुठल्यातरी जादूई दुनियेत आहोत असं वाटत होतं. कुठल्यातरी मांत्रिकानं फुंकर मारून तयार केलेले हे अविश्वसनीय जग! आणि त्या जगात त्यांची भावंडांसारखी काळजी घेणारा तितकाच अविश्वसनीय ऑस्कर शिंडलर!

रेजिना पर्लमन नावाची अशीच एक मुलगी. दिसायला अतिशय सुंदर. तिच्या दिसण्यात ज्यूपणाचा लवलेश नव्हता. हंगेरीतल्या एखाद्या बड्या बापाची आणि रिओमधून आलेल्या एखाद्या ब्राझिलीअन आईची मुलगी वाटायची ती. ह्याच सौंदर्याच्या भांडवलावर ती ज्यू असून अजूनही प्लासझोच्या बाहेर राहू शकली होती. खोट्या आर्यन कागदपत्रांच्या आधारावर! पण तिचे आईवडील मात्र प्लासझोच्या कॅम्पमध्ये पकडले गेले होते. ऑस्करच्या दयाळूपणाबद्दल तिनं खूप ऐकलं होतं आणि काहीही झालं तरी आपल्या आईवडिलांना तिथं घ्यायची विनंती ऑस्करला करायचीच, असा चंग तिनं बांधला होता. इमालियामध्ये ती पहिल्यांदा आली तेव्हा साध्याच कपड्यात आली. गेटवरच्या चौकीदारानं ती आल्याचं शिंडलरला सांगितलं. दाराच्या काचेतून तिला ऑस्करचा नापसंतीचा कटाक्ष स्पष्ट दिसला.

"साहेब नाही भेटू शकणार तुम्हाला, ते कामात आहेत."

तिच्या लक्षात आलं की आपण अशाच लाचार वेषात इथे आलो, तर शिंडलर आपल्याला कधीच भेटणार नाही. एक आठवडा उलटला. रेजिनानं आता वेगळ्या पद्धतीनं ऑस्करकडे जायचं ठरवलं. उत्तम स्कर्ट आणि ब्लाऊज तिनं मैत्रिणीकडून आणलं. छानसा कोट कुठूनतरी पैदा केला. सुंदर हॅट घातली आणि एखाद्या श्रीमंत, खानदानी तरुणीसारखी ती परत एकदा इमालियाच्या दरवाज्यातून आत शिरली.

ह्या वेळी चौकीदाराच्या सुरात अदब होती. ''साहेब, तुम्हाला भेटायला कुणी बाई आल्यात. हो, भल्या घरच्या दिसतात.'' चौकीदार फोनमध्ये कुजबुजला.

तिच्या रूपांतराचा उपयोग झाला होता. चौकीदारानं तर तिला ओळखलं नव्हतंच, पण ऑस्कर शिंडलर तिला जिन्याच्या पायऱ्यांपाशीच भेटला.

''या... आत या मिस रॉडरीग्ज!''

हे रेजिनानं घेतलेलं पासपोर्टवरचं खोटं नाव होतं.

ऑस्करची सेक्रेटरी क्लोनोवस्कानं रेजिनाला पाहिलं. तिच्या भुवया उंचावल्या. पण सुंदर स्त्रियांच्या ऑस्करकडे अशा येण्याजाण्याची तिला चांगलीच सवय होती. ऑस्करनं ऑफिसचं दार बंद केलं. रेजिनाला खुर्ची दिली आणि आपण टेबलामागच्या खुर्चीत जाऊन बसला. त्याच्यामागे तेच हिटरलचं भव्य, थोरलं, प्रसिद्ध छायाचित्र टांगलं होतं.

''बोला मिस रॉडरीग्ज... सिगारेट घेणार का कॉन्यॅक चालेल?'' त्यानं अदबीनं विचारलं.

इथपर्यंत तर आलो, आता पुढं काय होणार आहे, या विचारानं रेजिना घाबरली होती. त्याच थरथरत्या आवाजात ती म्हणाली, ''मला नको काही, पण आपण घ्या.''

रेजीनानं ठरवलं की जे बोलायचं ते आत्ताच!

''मला तुम्हाला एवढंच सांगायचं साहेब, की माझे आईवडील प्लासझोच्या तुरुंगात आहेत. तुम्ही त्यांना इथे आणू शकता. मला असं कळलंय, की इथे आलं तरच त्यांची जिवंत राहायची थोडीफार शक्यता आहे. माझ्याजवळ तुम्हाला द्यायला काही नाही. इथपर्यंत यायला मिळावं म्हणून मी हे कपडेसुद्धा उसने आणले आहेत. आणाल तुम्ही माझ्या आईवडिलांना इथे?''

रेजिनानं एका श्वासात मनातलं सगळं ऑस्करपुढे उघडं केलं.

शिंडलरनं आपल्या हातातला ग्लास खाली ठेवला आणि तो उभा राहिला.

''तुम्हाला हे खाजगी बोलायचं होतं का माझ्याशी? मिस रॉडरीग्ज, तुम्ही मला जे करायला सांगताय ते बेकायदेशीर आहे. मी इथे फक्त मला कारखान्यात उपयोगी पडतील असेच कामगार घेतो. त्यामुळे तुम्ही म्हणताय ते शक्य नाही... तरीही नाव आणि पत्ता सेक्रेटरीकडे देऊन जा... गरज लागली तर आम्ही तुम्हाला कळवू!''

इमालियातून बाहेर पडता पडता रेजिनाला हुंदका फुटला. तिचा आईवडिलांना वाचवायचा प्रयत्न पूर्णपणे फसला होता. शिंडलर तिच्याशी अत्यंत थंडपणे वागला होता. त्याच्याकडून आशा करण्यात आता काहीच अर्थ नव्हता.

पण एकाच महिन्यानंतर तिच्या आईवडिलांची प्लासझो कॅम्पमधून इमालियात रवानगी झाली. ते दोघंच नव्हते, तर एकंदर तीस नवीन कैदी इमालियात मजूर

म्हणून आले होते.

पुढे केव्हातरी चौकीदाराला पैसे चारून आपल्या आईवडिलांना चोरून भेटायला रेजिना इमालियात जायची आणि दुरूनच वडिलांना हलकीसलकी कामं करताना बघायची. कधीतरी आईशी तिला दोन शब्द बोलता यायचे.

"तुझे वडील आता थोडेतरी बोलतात... प्लासझोमध्ये ते वाचा गेल्यासारखे गप्प गप्प असायचे!" आई रेजिनाला सांगायची.

रेजिनानं पुन्हा केव्हाही त्याच्या ऑफिसात घुसून ऑस्करला भेटून त्याचे आभार वगैरे मानायचा प्रयत्न केला नाही. ह्या महायुद्धाची होरपळ संपेपर्यंत अबोलपणेच ती ऑस्कर शिंडलरच्या उपकारात राहणार होती.

यानंतर ऑस्करकडे आल ते मेनाशा लेव्हारटोव्हचं नाव. प्लासझोच्या कॅम्पमध्ये तो पत्र्याच्या बिजागऱ्या तयार करायच्या कामावर होता, पण त्याला ज्यू धर्माचं, संस्कारांचं चांगलं ज्ञान होतं. थोडक्यात ज्यू गुरुजी म्हणा ना!

लेव्हारटोव्ह तरुण होता आणि परंपरागत ज्यू प्रमाणं त्यानं लांब दाढी राखली होती. १९४२-४३ च्या त्या दोन वर्षांत असे धार्मिक ज्यू शेकड्यांनी मारले गेले होते. कारण अत्यंत कर्मठपणे त्यांनी धर्माशी आणि आपल्या चालीरितींशी प्रतारणा करायला ठाम नकार दिला होता. लेव्हारटोव्ह मात्र असल्या कर्मकांडाच्या बंधनात अडकून राहणारा नव्हता. तो नेहमी हेच सांगायचा , "कर्मठ माणसाची कठोर भक्ती देवाला आवडतेच, पण समजूतदारपणे हा कर्मठपणा थोडा बाजूला ठेवून केलेल्या भक्तीनेही देव प्रसन्न होतो. देवाची भक्ती कशीही करा, पण मनापासून करा म्हणजे झालं!"

त्याच्या ह्याच वृत्तीचं इश्ताक स्टर्नला फार कौतुक वाटायचं. स्टर्नला नेहेमी वाटायचं, की आज जर युद्ध नसतं तर ह्या अत्यंत हुषार अशा तरुणाबरोबर कधीतरी संध्याकाळी चहाच्या कपाबरोबर अनेक धार्मिक, तात्त्विक गोष्टींवर छान चर्चा रंगल्या असत्या, अगदी समोरचा चहा पार गार होईपर्यंत!

ऑस्कर एकदा प्लासझोमध्ये आलेला असताना स्टर्ननी हळूच त्याच्या कानात सांगितलं.

"लेव्हारटोव्हला इथून न्यायला पाहिजे इमालियात, नाहीतर गॉथ त्याला शंभर टक्के गोळी घालणार एखाददिवशी!"

कारण एकच, लेव्हारटोव्ह त्याच्या गंभीर चेहऱ्यामुळे आणि लांब दाढीमुळे शंभर जणांत उठून दिसायचा आणि अशा माणसाकडे गॉथचं पिस्तूल चुंबकासारखं रोखलं जायचं. नुकतंच त्यानं एकदा कुरापत काढून लेव्हारटोव्हला गोळी घालायचा अयशस्वी प्रयत्न केला होता.

अमॉन गॉथच्या कॅम्पमध्ये सध्या तीस हजार कैदी होते. त्यांनाच कॅम्पची जागा अपुरी पडत होती. तरी पूर्वेकडून झेकोस्लोव्हाकियामधून कैद्यांचे लोंढेच्या लोंढे प्लासझोमध्ये पाठवले जात होते. मग नवीन कैद्यांना जागा करण्यासाठी गॉथला एकच उपाय वापरायला लागयचा.

अचानक तो कैद्यांच्या बरॅकमध्ये घुसायचा आणि दोन ओळी तयार करायचा. कुठलीतरी एक ओळ, कुठली ते गॉथच्या मर्जीवर अवलंबून असायचं, बंदोबस्तात पूर्वेकडच्या जंगलात नेली जायची. गोळ्या घालायला.

ऑस्करला गॉथच्या ह्या सगळ्या पद्धती चांगल्याच माहिती होत्या.

''गेल्याच महिन्यात अशा शिरकाणाच्या मूडमधला गॉथ बिजागऱ्यांच्या शेडमध्ये घुसला होता.'' स्टर्न ऑस्करला हलक्या आवाजात सांगत होता. सगळे कैदी ताडकन उभे राहिले. गॉथ प्रश्न विचारत पुढे सरकत होता आणि थरथरत्या आवाजात कैदी त्याची उत्तरं देत होते. तोंडातून एक शब्द जर चुकीचा निघाला तर डोक्याच्या चिंधड्या ठरलेल्या होत्या.

''मला पंचवीस चांगले कामगार पाहिजेत.'' अचानक गॉथनी फर्मावलं. आता हे पंचवीसजण खरंच कामाला का गोळ्या घालायला पाहिजे होते, ते कुणीच सांगू शकणार नव्हतं, पण चांगल्या कामगारांच्या रांगेत जीव वाचवण्याची अधिक संधी होती. गट प्रमुखानं लेव्हारटोव्हला त्या रांगेत जाण्याची खूण केली. गॉथची नजर लेव्हारटोव्हवर खिळलेली होती. आपण गॉथच्या लक्षात राहिलोय हे लेव्हारटोव्हला कळलं होतं. बघता बघता दोन ओळी तयार झाल्या. काही क्षण अस्वस्थ शांततेत गेले. गॉथची नजर अजून एकटक लेव्हारटोव्हवर रोखलेली होती. लेव्हारटोव्ह खाली मान घालून धडधडत्या अंत:करणानी मृत्यूची वाट पाहात होता.

अचानक दुसऱ्या ओळीतला मुलगा, सोळा-सतरा वर्षांचा असेल, तो हातवारे करून बडबडायला लागला. ''साहेब... मला पण बिजागऱ्या करता येतात. चांगल्या करतो मी... मला त्या ओळीत जाऊ दे!''

गॉथची तंद्री भंगली. तो खाडकन त्या मुलाकडे वळला 'असं का?' एवढंच बोलून त्याने एका झटक्यात पिस्तूल काढून त्या पोराच्या डोक्यात गोळी घातली. पोरगा मागच्या भिंतीवर आपटून रक्ताच्या थारोळ्यात पडला होता. पिस्तुलाचा आवाज अजून शेडमध्ये घुमत होता.

त्या मुलाची ओळ बाहेर टेकडीच्या दिशेनी गेली. रक्तानं भिजलेली जमीन साफ करायला सुरुवात झाली. यंत्रांची धडधड परत सुरू झाली, पण सुन्न झालेल्या लेव्हारटोव्हला समजलं होतं, की आपण अमॉनच्या चांगलेच लक्षात राहिलो आहोत. आज एका परीने त्या सोळा वर्षांच्या पोरानंच अचानक ओरडून आपल्याला

वाचवलं. आपल्यावरचा राग अमॉननं त्याच्यावर काढला. पण अमॉन त्याचा माग काढत परत येणार होता... लौकरच!

आणि पुढच्याच आठवड्यात अमॉन परत आला. लेव्हारटोव्हच्याच शेडमध्ये आज ठार करायच्या कैद्यांची निवड तो स्वत:च करत होता. चालत चालत तो लेव्हारटोव्हच्या टेबलापाशी थांबला. तो येणार याची लेव्हारटोव्हला खात्रीच होती. अमॉनकडं सरळ बघायची कुणाचीच हिंमत नव्हती.

अमॉन गुळगुळीत दाढी करून आला होता. त्याच्या दाढीनंतर लावलेल्या सेंटचा वास लेव्हारटोव्हला जाणवत होता. त्याच्या कडक इस्त्री केलेल्या शर्टाच्या फुल बाह्यांवर त्याची नजर खिळली होती.

"काय करतोस तू?" कमांडरनं विचारलं.

"मी बिजागऱ्या करतोय साहेब." शेजारी बिजागऱ्यांचा छोटासा ढीग होता त्याच्याकडे बोट दाखवत लेव्हारटोव्ह म्हणाला.

"एक कर बघू तयार माझ्यासमोर!" अमॉननी आपल्या खिशातलं घड्याळ बाहेर काढलं आणि वेळ मोजायला सुरुवात केली.

लेव्हारटोव्हनी आपलं सगळं कौशल्य पणाला लावून बिजागरी तयार करायला सुरुवात केली आणि अमॉनकडं बघायचा सतत होणारा मोह टाळून एकाग्र चित्ताने त्याने ठाकठोक करून बिजागरी बनवली. अमॉनच्या घड्याळाप्रमाणं अठ्ठावन्न सेकंदात!

"आणखीन एक कर!"

लेव्हारटोव्ह आता आत्मविश्वासानी कामाला लागला. आणखीन एक बिजागरी ढिगाऱ्यात पडली.

"पंचावन्न सेकंद." अमॉन बिजागऱ्यांच्या ढिगाकडे नजर टाकली.

"तू सकाळपासून इथे काम करतो आहेस... छान वेगात काम करू शकतोस आणि तरी बिजागऱ्यांचा ढिगारा मात्र एवढाच!"

त्याक्षणी लेव्हारटोव्हला कळून चुकलं, की बिजागरीच्या रूपानं आपण आपल्या हातानं आपला मृत्यू तयार केलाय.

ह्या सगळ्या नाटकाकडे शेजारपाजारच्या एखाद्या कैद्याने नजर वर करून बघितलंसुद्धा नाही. बघायचं तरी काय? गोळी घालायला नेला जाणारा कैदी? ते तर रोजचंच होतं.

बाहेर हवा प्रसन्न होती. अमॉननं लेव्हारटोव्हला खांद्याला धरून वर्कशॉपच्या भिंतीशी केलं आणि आपलं पिस्तूल त्याच्या डोक्याला टेकवलं. ज्या पिस्तुलानी गेल्या आठवड्यात त्यानं ते तरुण पोर मारलं होतं, तेच पिस्तूल!

आजूबाजूनी इतर कामातले कैदी घाइघाईत नजर चुकवून पुढे जात होते.

लेव्हारटोव्ह मनातल्या मनात देवाचं नाव घेत होता.

'क्लिक्' पिस्तुलाचा आवाज झाला, पण गोळी उडालीच नाही. काहीतरी बिघाड झाला होता अमॉनच्या पिस्तुलात. अमॉननी गोळ्यांचं मॅगेझीन काढून पुन्हा बसवलं. परत लेव्हारटोव्हच्या डोक्याला टेकवून चाप ओढला...

लेव्हारटोव्हनं श्वास रोखला. 'आपल्याला शेवटचा आवाज ऐकू येईल का?'

'क्लिक्!' गोळी नाही उडाली. पुन्हा काहीतरी गडबड.

अमॉननं एक घाणेरडी शिवी हासडली. तो आता पिसाळला होता आणि आपल्या मृत्यूचं हे रंगलेलं नाटक लेव्हारटोव्ह बधिरपणे पाहात होता. अमॉननी आपलं नादुरुस्त पिस्तूल बाजूला फेकून दिलं आणि जाकिटाच्या खिशातून एक छोटं नक्षीदार रिव्हॉल्वर बाहेर काढलं. असली पिस्तुलं लेव्हारटोव्हनं तोपर्यंत फक्त अमेरिकन सिनेमातच पाहिली होती.

काहीही झालं तरी आपला मृत्यू चुकत नाही हे लेव्हारटोव्हला कळून चुकलं. आता अमॉन थांबणार नव्हता.

"कमांडर साहेब..." लेव्हारटोव्हनं थरथरत्या आवाजात बोलायला सुरुवात केली, पण तोपर्यंत अमॉननं चाप ओढला होता.

परत फक्त क्लिक् आवाज आला, पण गोळी उडालीच नाही. गॉथ आता वेडापिसा झाला होता. तो हातांनी पिस्तुलाचे दोन तुकडे करायचा प्रयत्न करत होता.

"साहेब, सकाळी बिजागऱ्यांचं मशीन बिघडलं होतं, म्हणून माझ्या कमी बिजागऱ्या झाल्या, पण मला इकडे कोळसा भिंतीशी लावायचं काम दिलं होतं ते मी पुरं केलंय."

जीवदानाच्या त्या काही क्षणांत भिंतीपासच्या कोळशाच्या ढिगाऱ्याकडे बोट दाखवत लेव्हारटोव्हनं खरं कारण सांगून टाकलं.

अमॉननी डाव्या हातानी खाडकन लेव्हारटोव्हच्या थोबाडीत मारली. फाटलेल्या ओठातून रक्ताची चव लेव्हारटोव्हच्या जिभेवर उतरली.

त्यानी जणू खेळाचा नियम मोडला होता. त्याच्या आणि अमॉनमधल्या या खेळात अमॉननी फासे टाकून सहाच दान पडल्यासारखी गोळी घालायची होती आणि लेव्हारटोव्हनं गप्प राहून ते दान स्वीकारायचं होतं. फाशांनी सहाचं दान दिलंच नव्हतं!

रागाने बेभान होऊन गॉथ लेव्हारटोव्हला तिथंच सोडून दणदण पावलं टाकत निघून गेला. लेव्हारटोव्ह थरथरत भिंतीपाशी उभा होता. त्याला एवढंच कळत होतं की हा खेळ संपलेला नाही.

स्टर्ननं सगळी घटना कुजबुजत्या आवाजात ऑस्करला सांगितली.

"एवढंच ना? नेऊ या त्याला इमालियात. नाहीतरी मला एका मिनिटाच्या आत बिजागऱ्या तयार करणारा कोणीतरी हवाच होता!"

ऑस्करनी आश्वासन दिलं.

पुढच्या महिन्यात लेव्हारटोव्ह आणि त्याच्या बायकोचा मुक्काम इमालियात हलला.

ऑस्कर तिथे त्याला काहीच काम नीट करू द्यायचा नाही.

"इथे काय करताय गुरुजी? पूजेची तयारी करा!" असं म्हणत तो लेव्हारटोव्हच्या हातात कधी शँपेनची बाटली सरकवून जायचा.

दर शुक्रवारी संध्याकाळी त्याला लवकर जायची परवानगी होती.

मग तो आपल्या बरॅकच्या मागच्या बाजूला, वाळत घातलेल्या अर्धवट ओल्या कपड्यांच्या मागे उभा राहून किड्डुश स्तोत्र म्हणायचा... जगातल्या सगळ्या ज्यूंच्या भल्यासाठी!

हळूहळू पलीकडच्या नाझी सैनिकांच्या टेहळणी मनोऱ्याची सावली त्याच्यावर लांब लांब होत पसरायची...

आणि संध्याकाळ संपून रात्र सुरू व्हायची!

२४

त्या दिवसांत ऑस्कर घोड्यावरून आपल्या कारखान्यात यायचा. आधीच तो देखणा होता, त्यात त्याचे रुबाबदार कपडे, चमकणारे बूट... थेट सिनेमा नटांसारखा दिसायचा तो! यशस्वी कारखानदार म्हणजे काय? असं कोणी विचारलं तर फक्त ऑस्करकडेच बोट दाखवायचं!

अशा रुबाबात तो आपल्या ऑफिसात घुसायचा आणि त्याच रुबाबात इमालियाच्या कॅम्पकरता आलेल्या खर्चाच्या याद्या बघायचा. त्याच्यावर सह्या करून पैसे देऊन टाकायचा.

प्लासझोच्या कॅम्पमधून आठवड्यातून दोनदा जेमतेम काहीशे पावाचे तुकडे घेऊन ट्रक यायचे. क्वचित कधीतरी भाज्या!

इमालिया कॅम्पच्या नावावर आलेला पाव आणि अन्न अमॉन गॉथ क्रॅकोवच्या काळ्या बाजारात भरपूर नफा घेऊन विकायचा.

अमॉननं पाठवलेल्या अन्नावर जर ऑस्कर अवलंबून राहिला असता, तर इमालियातल्या नऊशे ज्यूंना आठवड्याला जेमतेम पाऊण किलो पाव आणि दर

तिसऱ्या दिवशी कपभर सूप एवढंच मिळालं असतं. पण ऑस्कर स्वत:च्या खिशातले जवळजवळ पन्नास हजार ज्लोटी दर महिन्याला काळ्या बाजारातून अन्न विकत आणण्यासाठी मोजत होता. त्याची बॅग अशा वेळी नेहमीच नोटांनी आणि दारूच्या बाटल्यांनी भरलेली असायची.

१९४३ च्या उन्हाळ्यात एस.एस. दलाच्या कृपेने, ज्यूंनी भरलेल्या प्रत्येक कॅम्पमध्ये, प्रत्येक घेटोमध्ये भुकेचा आगडोंब उसळला होता. फक्त इमालियातल्या ज्यूंना त्याचा स्पर्शही ऑस्करनी होऊ दिला नव्हता. त्याचं हे वागणं अगदी सहजपणे कोणत्याही जर्मन अधिकाऱ्याच्या डोळ्यांवर येऊ शकत होतं; पण ऑस्कर आता त्याची पर्वा करण्यापलीकडे गेला होता.

इमालियासारख्या प्रत्येक छोट्या कॅम्पची त्या वेळी मोठ्या कॅम्पच्या अधिकाऱ्यां-कडून क्वचित तपासणी व्हायची. तिथले कैदी व्यवस्थित काम करतात की नाही हे पाहायला.

इमालियाच्या एका तपासणीत नेमके कोण अधिकारी प्लासझोमधून आले होते ते सांगता येत नाही, पण बरेचसे कैदी आणि ऑस्कर यांच्या म्हणण्याप्रमाणे स्वत: अमॉन गॉथ त्यादिवशी आला होता. आणि समजा अमॉन नसला, तर लिओ जॉन किंवा श्मीट किंवा जोसेफ न्यूशेल असावा... सगळे गॉथचेच शिष्य! ह्यांच्यापैकी कोणाचंही नाव घेतलं तरी फरक पडणार नाही. सगळ्यांनीच आपण किती निर्घृण आहोत हे वेळोवेळी प्लासझोमध्ये सिद्ध केलं होतं.

पण ऑस्कर खात्रीनं सांगायचा, की स्वत: अमॉन गॉथच आला होता आणि आल्या आल्या त्याचं लक्ष मंद गतीने काम करणाऱ्या लॅमस नावाच्या कैद्याकडे गेलं. गॉथनं आपल्या ग्रुन नावाच्या शरीररक्षकाला हाक मारली आणि लॅमसला गोळी घालायचा हुकूम देऊन तो पुढे चालता झाला.

ग्रुनने लगेच लॅमसला बाजूला खेचला. कुणीतरी पळत पळत जाऊन ही बातमी ऑस्करला सांगितली आणि खवळलेला ऑस्कर विजेच्या वेगानी धाडधाड जिना उतरत खाली पोचला.

बाहेर अंगणात लॅमसला भिंतीशी उभा करून ग्रुन त्याला गोळी घालणार, एवढ्यात ऑस्कर तिथे पोचला.

''सोड त्याला... माझ्या कारखान्यात हे चालायचं नाही! बाकीचे कैदी घाबरतील हे बघून आणि त्यामुळे मग जर कामाची गती कमी झाली तर त्याला जबाबदार तू असशील. मला कोणी विचारलं तर मी तुझं नाव सांगून मोकळा होईन!'' ऑस्करनं ग्रुनला सज्जड दम भरला.

पण ग्रुन काही दुधखुळा नव्हता. त्याला माहीत होतं, की बरोबरचे सगळे

अधिकारी बरेच लांब पोचलेत. तेव्हा लॅमसला मारलं काय नि सोडलं काय, त्याला कोणीच विचारणार नव्हतं.

"ह्याला सोडण्यात माझा काय फायदा?" त्यानं निर्लज्जपणे विचारलं.

"एक व्होडकाची बाटली!" ऑस्करनी शांतपणे उत्तर दिलं. हे खूपच मोठं बक्षीस होतं.

गॉथच्याबरोबर शेकडो ज्यूंना घेटोत कंठस्थान घातल्यावर कुठं एखादा ग्लास दारू मिळायची आणि इथे फक्त एका कैद्याला सोडायला एक अख्खी बाटली?

"कुठाय बाटली?" त्यानं विचारलं.

ऑस्करनी लॅमसला ग्रुनपासून दूर ओढला होता.

"माझ्या ऑफिसमधून घेऊन जा!" जाता जाता ऑस्कर पुटपुटला.

असे किती प्रसंग सांगावेत...

एकदा त्याच्या कारखान्यात काम करणाऱ्या दोन भावांनी, डॅनझीगर त्यांचं नाव, एक मशीन बिघडवलं. मशीनच्या एका भागाचे पार तुकडे झाले. फॅक्टरीतल्या कुणीतरी खबऱ्यानं ही बातमी प्लासझोमध्ये पोचवली आणि लगेच दुसऱ्या दिवशी संध्याकाळी दोघांना फाशीची शिक्षा फर्मावण्यात आली. 'अमॉन गॉथ' अशा सहीनं! ऑस्कर नेमका त्यादिवशी बाहेरगावी गेला होता. फाशीच्या दिवशी दुपारी तीन वाजता तो इमालियात पोचला. त्याच्या टेबलावर ही फाशीची बातमी वाट पाहात होती. तसाच उलट पावली तो प्लासझोकडे निघाला. जाताना त्यानं बॅगेत कॉन्यॅकच्या बाटल्या आणि अतिशय दुर्मिळ किलबासा सॉसेजचे डबे कोंबले.

रविवार असून गॉथ त्यादिवशी कामावर होता.

ऑस्कर आणि अमॉन एकमेकांना भेटले. त्यांचा व्यवहार काय ठरला ते सांगणं कठीण आहे; पण एक गोष्ट नक्की, की अमॉन हा काही फक्त दारूच्या बाटल्या आणि सॉसेजनी खूश होणाऱ्यातला नव्हता. काय असेल ते असो, पण डॅनझीगर बंधू किती चांगले कामगार आहेत यावर अमॉनचा 'विश्वास' बसला आणि फाशीच्या वेळेच्या आधी फक्त एक तास, बरोबर सहा वाजता दोघेही डॅनझीगर भाऊ ऑस्करच्या आलिशान गाडीच्या मागच्या सीटवर बसून सुरक्षितपणे इमालियात पोचले.

पण ऑस्करलासुद्धा शेवटी मर्यादा होत्याच आणि त्या मर्यादा एस.एस. दलानं अनेक वेळा दाखवूनही दिल्या होत्या.

एमील क्राऊटविर्ट हा तिशीतला तरुण इमालियात इंजिनिअरचं काम करत होता. त्याला एके दिवशी एस.एस. दलानं फाशी देण्यासाठी खेचून नेलं. ऑस्करनी जंग जंग पछाडलं, पण त्याचा काहीच उपयोग झाला नाही.

प्लासझोमध्ये फाशी द्यायची पद्धतसुद्धा अगदी साधी सोपी होती. सगळ्यांना वाटतं तसं गूढ गंभीर वातावरण, एका बंद खोलीत बुरखा आणि मग फाशी असं काहीच प्लासझोत नव्हतं. सरळ सरळ एका मैदानात फुटबॉलच्या गोलसारख्या दोन लोखंडी खांबांना जोडलेल्या आडव्या दांडीला दोरी बांधायची आणि बघणाऱ्या सगळ्या ज्यू कैद्यांच्या देखत कैद्याला फासाला तडफडत ठेवलं जायचं... मरेपर्यंत!

पाच पाच वर्षांच्या किती पोरांनी आपल्या आयांच्या कडेवर बसून अशा कित्येक फाशी पाहिल्या.

क्राऊटविर्टला फाशी दिली होती, ती त्यानी क्रॅकोवमधल्या काही मित्रांना पत्र पाठवायचा प्रयत्न केला म्हणून. त्याच दिवशी त्याच्याचबरोबर हॉबेनस्टॉक नावाच्या एका पंधरा वर्षांच्या मुलालासुद्धा फाशीची शिक्षा होणार होती. त्याला रशियन गाणी गुणगुणताना शिपायांनी पकडलं होतं. जाहीर फाशीचे अनेक प्रकार आहेत. बहुतेक वेळा प्रेक्षक पुष्कळच दंगा करत असतात, प्लासझोतली फाशीची शिक्षा मात्र निःशब्द शांततेत पार पडायची.

सगळे कैदी चारी बाजूंनी उभे राहायचे. त्यांच्यावर हुजार किंवा ग्रुनसारख्या शिपायांचा कडक पहारा आणि मध्यभागी भीषण शांततेत पार पडणारा तो फाशीचा सोहळा. विव्हळणं किंवा विनवण्यांचा आवाज फक्त यायचा, तो शिक्षा भोगणाऱ्या कैद्यांचा... बाकी शांतता...

क्राऊटविर्टला फाशीच्या खांबाशी आणलं तेव्हा तो सुन्न अवस्थेतच होता. त्याची वाचा गेली होती, पण पंधरा वर्षांचा तो पोरगा मात्र रडत भेकत होता... गयावया करत होता.

"मी कम्युनिस्ट नाही आहे साहेब... अहो मी फक्त गाणी म्हणत होतो... त्याचा अर्थ पण मला माहीत नाही साहेब. मला मारू नका साहेब... दया करा!"

अमॉन गॉथला हा सगळा तमाशा नको होता. त्यानं फाशी देणाऱ्या जल्लादाला खूण केली, "ह्या कारट्याला आधी फाशी दे."

जल्लादानं पोराच्या गळ्यात दोर अडकवला आणि त्याला उभं केलेल्या पायाखालच्या खोकड्याला जोरात लाथ मारली. पोरगं काही क्षण तडफडलं आणि अचानक दोर तुटला. ते पोर जमिनीवर कोसळलं. तसंच गळ्यात फास अडकलेल्या स्थितीत, श्वासावाचून काळानिळा पडलेला तो पोरगा खुरडत खुरडत अमॉन गॉथच्या पायाशी पोचला आणि त्यानं कमांडरच्या पायाला घट्ट मिठी घातली. आपलं डोकं त्याच्या पायावर आपटून तो गॉथकडे विनवण्या करत होता. त्याच्या तोंडातून अर्धवट गुदमरल्यामुळे विचित्र आवाज निघत होते. हजारो कैदी घडणारा पाशवी प्रकार निःस्तब्धपणे पाहात होते.

अमॉननी एका लाथेनं पोराला दूर उडवलं आणि आपलं पिस्तूल काढून त्याला

गोळी घातली! डोक्यात. हतबुद्ध झालेला इंजिनिअर क्राऊटविर्ट गोठलेल्या अवस्थेत हा प्रकार बघत होता. आता त्याची पाळी होती. अचानक जाग आल्यासारखं त्यानं बाहीत दडवलेलं ब्लेड काढलं आणि आपल्या दोन्ही हातांच्या नसा कापल्या. पुढल्या रांगेतल्या कैद्यांना रक्ताळलेले त्याचे हात स्पष्ट दिसत होते. तशा अवस्थेत त्याला फाशी द्यायची आज्ञा गॉथनं दिली आणि हजारो ज्यूंच्या देखत रक्तबंबाळ क्राऊटवर्टच्या शिक्षेची पूर्तता झाली.

ऑस्कर शिंडलर काहीच करू शकला नाही!

एवढं होऊन सुद्धा काही जणांना अजून आशा वाटतच होती. या अशा क्रूरपणाने माणूस किती काळ जगू शकतो. कधीतरी त्याला आपण करतोय त्याचा पश्चात्ताप होईल! जे करतोय त्याची लाज वाटेल! अमॉनला नाहीतर त्याच्या वरच्या अधिकाऱ्यांना समजेल, की आपली वागणूक सुधारली पाहिजे! ऑस्करलासुद्धा कुठेतरी वाटायचं, की आपण हे अमॉन गॉथला समजावून सांगू शकतो 'अरे बाबा, हे युद्ध केव्हातरी संपणार आहे... केव्हातरी जगाला तुम्ही केलेल्या 'कर्तृत्वाचा' पत्ता लागणार आहे आणि मग 'मानवतेचे शत्रू' म्हणून सगळं जग तुम्हाला शिक्षा ठोठवणार आहे!'

म्हणून मग डॉ. सेडलॅझेक जेव्हा दुसऱ्यांदा ऑस्करला भेटायला आला, तेव्हा दोघांनी मिळून एक योजना तयार केली. ऑस्करनी अमॉन गॉथकडे जायचं, एक डझन उंची कॉन्यॅकच्या बाटल्या घेऊन, त्याला व्यवस्थित दारू पाजायची आणि समजावायचा, प्रसंगी दटावणीचा प्रयत्न करायचा.

ऑस्कर शिंडलरप्रमाणेच आणखीन एक जर्मन मनुष्य एस.एस. दलाच्या कृत्यांना विटला होता. घेटोमधल्या पोलिसांचा प्रमुख, ओसवाल्ड बॉस्को. त्याच्या परीनं त्यानंही काही ज्यूंचे, त्यांच्या लहान मुलांचे जीव त्यांना लपवून छपवून वाचवले होते. पण आता हद्द झाली होती. एक दिवस आपला गणवेश फेकून देऊन बॉस्को क्रॅकोवमधून पळून गेला. थोड्याच काळात त्याला जर्मनांनी पकडलं आणि पळून गेल्याची शिक्षा म्हणून त्याला गोळी घालण्यात आली. तो हुतात्मा ठरला.

ऑस्कर शिंडलर असा हौतात्म्य पत्करणाऱ्यांतला नव्हता. जो जर्मन गणवेश बॉस्कोनं फेकून दिला; तसाच गणवेश, तसंच नाझी पार्टीचं चिन्ह आपल्या कोटावर अभिमानानं लावून ऑस्कर वावरत होता. जर्मन अधिकाऱ्यांना भरपूर लाच देत होता आणि त्या बदल्यात इमालियातल्या ज्यूंचे जीव वाचवत होता.

ओसवाल्ड बॉस्को आणि ऑस्कर शिंडलर एस.एस. दलाच्या पाशवी अत्याचारांना वैतागलेले, ज्यूंबद्दल सहानुभूती आणि करुणा वाटणारे दोन जर्मन! पण दोघांचे परिस्थितीचा मुकाबला करायचे मार्ग किती वेगळे?

एका संध्याकाळी ऑस्कर आणि गॉथ 'प्यायला' बसले. गॉथच्या पांढऱ्या शुभ्र बंगल्याच्या गच्चीत. गॉथची मैत्रीण माजोला आजूबाजूला होती, पण थोड्याच वेळात दोघांना एकटं सोडून ती आपल्या गावातल्या घरी निघून गेली. बंगल्यात त्या दोघांशिवाय आता फक्त अबोल, पण सावलीसारखी वावरणारी गॉथची सेविका हेलन हिर्श. तिनं दारूबरोबर खायचे पदार्थ आणून दोघांसमोर ठेवले आणि हलक्या पावलांनी ती निघून गेली.

काल गॉथला न विचारता तिनं माजोलाला जेवायला दिलं होतं, म्हणून गॉथनी तिला खूप मारलं होतं. अगदी काळनिळं होईपर्यंत. आणि आज सकाळी भिंतीवरच्या एका चित्रावर एक न पुसलेला डाग गॉथला दिसला होता. त्याची शिक्षा म्हणून त्यानं हेलनला पन्नास वेळा दोन जिने चढा-उतरायची शिक्षा दिली होती. अजूनही साधं चालताना तिचा तोल जात होता. तिनं ऑस्करबद्दल ऐकलं होतं, पण त्याची आणि तिची भेट अजून झाली नव्हती.

अंधार गडद व्हायला सुरुवात झाली होती. लांबवरून कैद्यांच्या कोठड्यांमधून संध्याकाळच्या प्रार्थनांचे अस्पष्ट आवाज वाऱ्याबरोबर बंगल्याकडे येत होते.

ऑस्कर आणि अमॉन दोघंही भरपूर प्यायले होते, पण ऑस्करच्या बोलण्यावरून ते जरासुद्धा जाणवत नव्हतं. ऑस्कर आता पुढे झुकून अमॉनशी बोलत होता. त्याला उपदेशाच्या चार गोष्टी सांगायचा प्रयत्न करत होता.

अमॉन लक्ष देऊन ऐकत होता. एका बाजूनी ऑस्करचं बोलणं ऐकून त्याला बरं वाटत होतं. निर्बळ, कमकुवत आणि गरीब बिचाऱ्या ज्यू कैद्यांचा राजा होता तो जणू! कुणाला संपवायचं आणि कुणाला जिवंत सोडायचं हे ठरवायचा अधिकार त्याचा होता! त्याच्या एकट्याचा! कॅम्पवर रात्रीचं पांघरूण पसरलं होतं. सर्वत्र शांतता होती. अमॉनला मात्र ऑस्करचं बोलणं दारूइतकंच उबदार वाटत होतं.

एवढं म्हणतोस तर दाखवू थोडी दया!

त्याच्या आणि ऑस्करच्या या 'पार्टी'नंतर काहीच दिवसांत इमालियामध्ये बातम्या यायला लागल्या, की हल्ली अमॉन गॉथनं अनिर्बंधपणे कैद्यांना मारणं बंद केलंय किंवा कमी केलंय. डॉ. सेडलॅझेक आणि सामु स्प्रिंगमनसारखी ज्यूंची काळजी करणारी माणसं त्यामुळे थोडी सुखावली.

पण हे समाधान फार काळ टिकलं नाही. आज अमॉननी कुणाला मारलं नाही याचा अर्थ उद्या तो असाच शहाण्यासारखा वागेल असा नव्हता. केव्हातरी तो तसाच उघड्या अंगाने गच्चीत यायचा आणि ओठात सिगारेट पकडून, डोळ्याला दुर्बीण लावून हळू काम करणारा कैदी शोधायचा.

एक दिवस इश्ताक स्टर्नला, ऑस्करनं आपल्या कारखान्यात बोलावून घेतलं. ऑस्करच्या ऑफिसात दोन अनोळखी माणसं बसली होती. त्यानं स्टर्नला सांगितलं की दोघंजण उद्या कॅम्प बघायला येणार आहेत. एकाचं नाव डॉ. सेडलॅझेक आणि दुसऱ्या गृहस्थाचं नाव बाबर असं आहे. दोघांच्या भेटीची लेखी परवानगी ऑस्करनी दारूच्या पार्टीच्या दिवशीच अमॉनकडून काढली होती. तू उद्या भेटीच्या वेळी आमच्या बरोबर असणार आहेस. कॅम्पमध्ये जे काही विशेष असं तुला दाखवावंसं वाटेल, तिथे वाकून तू आपल्या बुटाची नाडी बांधायचीस. म्हणजे बाबर त्या जागेचा फोटो काढून घेईल... बाहेरच्या जगाला दाखवायला!

ऑस्करनं आल्या आल्या स्टर्नला सांगितलं.

"पण साहेब, हे दोन अनोळखी लोक... धोक्याचं काम नाही का हे?" स्टर्न ऑस्करच्या कानात कुजबुजला आणि त्यानं पहिल्यांदा ऑस्करला एवढं भडकताना पाहिलं.

"मी काय बेअक्कल वाटतो का तुला? असला धोका मी पत्करेन का?" आणि मग जितक्या वेगाने ऑस्कर चिडला तितक्याच वेगाने शांतही झाला. "धोका कुठे नाही आजकाल? पण ही दोघं भरवशाची आहेत. काळजी करू नको. मी उद्या त्यांना घेऊन कॅम्पमध्ये येतोय."

दुसऱ्या दिवशी ठरल्याप्रमाणे ऑस्कर शिंडलर, डॉ. सेडलॅझेक आणि बाबर प्लासझोच्या कॅम्पमध्ये पोचले. बाबर उघडपणे कॅमेरा घेऊन वावरत होता. पण त्याला कुणी हटकलं नाही.

"आम्हाला वर्कशॉप आणि कैद्यांच्या कोठड्या बघायच्या आहेत." ऑस्करनी स्टर्नला सांगितलं.

थडग्यांच्या फोडलेल्या दगडांनी बांधलेल्या रस्त्यावरून ते चालायला लागले. अचानक स्टर्न बुटाची नाडी बांधायला वाकला. उजव्या हाताला कैदी जड दगड खाणीतून वाहून नेत होते. स्टर्ननी बाबरला खूण करून पायाशी बघायला सांगितलं. खाली थडग्यांचे दगड होते. त्यावर नावं लिहिलेली होती.

'ब्लूमा जेमीनेरोव', 'मॅटील्ड लायबेस्टाईड', 'हेलन वॉशबर्ग', 'अडॉल्फ गॉटलीब'. काही अत्यंत प्रसिद्ध ज्यूंच्या थडग्यांचे दगड आज असा रस्ता करण्यासाठी वापरले होते.

मंडळी पुढे निघाली. रस्ता दगडाच्या खाणीकडे जात होता. एस.एस. दलाचे शिपाई आणि युक्रेनिअन सैनिकांनी वाटेत एक कुंटणखाना चालवला होता. तो मागे टाकला आणि स्टर्नच्या बुटाची गाठ परत निसटली. क्रॅकोवमधला एक ज्यू डॉक्टर एडवर्ड गोल्डब्लाट... मागच्याच महिन्यात त्याला इथं अमॉन गॉथच्या शिपायांनी लाथाबुक्क्यांनी इतकं मारलं होतं, की हॉस्पिटलमध्ये न्यायच्या आधीच त्यानी प्राण

सोडला होता. स्टर्नला माहीत होतं, की उद्या हे जर जगापुढं आलं तर न्यायाधीश नक्की विचारतील, 'नेमकं कुठं घडलं हे?' त्या वेळी त्या जागेचा फोटो पाहिजे होता आणि म्हणून त्याच्या बुटाची नाडी बांधायला थोडा वेळ लागला इथे. त्या दिवशी प्लासझोचा कॅम्प ही काय चीज आहे, याची बरीचशी कल्पना डॉ. सेडलॅझेक आणि बाबर यांना आली.

खरोखरच प्लासझोचा कॅम्प ही नमुनेदार जागा होती. अमॉन गॉथ आणि त्याच्या साथीदारांच्या भ्रष्ट कारभारामुळं बजबजलेली. तिथल्या कारखान्यात काहीच निर्माण होत नव्हतं. फक्त भास निर्माण केला जात होता. वरचे अधिकारी पैसे खाऊन प्लासझोच्या कारखान्यात ऑर्डरी देत होते. पैसे खाऊन, माल आला नाही तरी आल्याचं दाखवत होते.

अमॉन गॉथ त्याला मिळालेल्य अनिर्बंध सत्तेच्या मस्तीत होता. काही ज्यू कैद्यांना मात्र हा सगळा खोटारडेपणा तसाच चालू राहावा असं मनापासून वाटत होतं. कारण प्लासझोमध्ये काहीच निर्माण होत नाही असं जर उघडकीला आलं असतं, तर सगळ्या कैद्यांची रवानगी तातडीने ऑशविट्झ कॅम्पच्या गॅस चेंबरमध्ये होणार होती. त्यामुळेच बरेचसे कैदी आपल्या परीने अमॉन गॉथच्या या खोटारडेपणाला मदतच करत होते.

रोमन जिंटर नावाचा असाच एक कैदी. क्रॅकोवमध्ये पूर्वी तो स्वत: एक कारखानदार होता आणि आता प्लासझोच्या यंत्रशाळेत सुपरवायझर.

एक दिवस सकाळीच सकाळीच त्याला अमॉन गॉथचं बोलावणं आलं. अमॉनच्या ऑफिसमध्ये पोचून तो दार बंद करतोय, तेवढ्यात खाडकन त्याच्या कानाखाली आवाज निघाला. समोर पिसाळलेला अमॉन उभा होता अर्वाच्य शिवीगाळ करत, अमॉननं जिंटरला अक्षरश: बुकलून काढायला सुरुवात केली. तसाच फरफटत त्यानं जिंटरला ऑफिसच्या बाहेर काढलं आणि समोरच्या भिंतीपाशी ढकललं.

"मला कृपा करून जरा सांगाल का, का मारताय ते?" जिंटरच्या रक्ताळलेल्या तोंडातून दोन दातांबरोबरच हा प्रश्न कसाबसा बाहेर पडला.

"हरामखोर, मी तुला एक हातकड्यांची जोडी तयार करून द्यायला सांगितली होती. माझ्या डायरीत आज तू ती देणार म्हणून लिहिलं आहे... कुठाय ती बेडी?" अमॉन गुरगुरत होता.

"पण साहेब, मी तर हातकड्या कालच आणून दिल्यात. कॅप्टन न्यूशेल साहेबांना विचारा. ते म्हणाले तुमच्या ऑफिसात नेऊन दे. मी दिल्या." जिंटर कसंबसं बोलत होता. अमॉननं जिंटरला तसंच खेचलं आणि कॅप्टन न्यूशेलला हाक मारली.

"दिल्या की त्यानं काल हातकड्या. तुमच्या टेबलाच्या वरच्या खणात ठेवल्यात मी स्वतः." न्यूशेलनं आल्या आल्या सांगितलं.

गॉथला त्या हातकड्या आपल्या टेबलाच्या खणात सापडल्या.

"मूर्खा, सांगायचं नाही का मग? ह्याला मारलं असतं का आत्ता!" अमॉन न्यूशेलला खोटं खोटं रागावला.

आणि असं असून, आपले दोन दात उगाचच गमावूनसुद्धा जिंटरसारखे कैदी सतत प्रयत्न करत होते, की हे असंच चालू राहावं, कारण नाहीतर ऑशविट्झचं गॅस चेंबर ठरलेलं आहे.

सतत पिस्तूल उगारून चालणाऱ्या अमॉन गॉथला वाटतंय की प्लासझोचा कॅम्प आपल्यामुळं चाललाय.

खरं तर तो अशा जिंटरसारख्या रोज मार खाऊन रक्तबंबाळ होऊन आणि तरी सुद्धा ऑस्करसारख्या दयाळूंच्या विनवण्या करून प्लासझोमध्ये काम आणणाऱ्या ज्यू कैद्यांमुळे चाललाय!

२५

प्लासझोच्या कॅम्पमधून ज्यूंना बाहेर काढायचा ऑस्करचा खेळ आता पूर्ण रंगात आला होता. एखादा जुगारीसुद्धा जेवढा नशिबावर हवाला ठेवणार नाही, असे जीवघेणे जुगार ऑस्कर रोजच्या रोज खेळत होता. नशा चढलेल्या जुगाऱ्यासारखा पैसा उधळत होता. ह्या सगळ्याची चर्चा कैद्यांमध्ये तर होतीच, पण लहानसहान जर्मन अधिकाऱ्यांपर्यंतही पोचली होती. ज्यूंना धमकावून पैसा कमावण्यासाठी ते 'चांगलं गिऱ्हाईक' आहे हे त्यांच्या लक्षात आलं होतं.

डॉ. सॉप हा एक असाच जर्मन डॉक्टर. एस.एस. तुरुंगात काम करणारा. एक दिवस त्यानं ऑस्कर शिंडलरला निरोप पाठवला.

"मॉन्टेलुपीच तुरुंगात हेलन शिंडलर नावाच्या बाई खोट्या आर्यन कागदपत्रांच्या आधाराने राहात आहेत. त्या पकडल्या जायला नको असतील तर ताबडतोब पैशाची व्यवस्था करा. मी त्यांना खोटा दाखला देऊन उपचारांसाठी बोहेमियाला जायची व्यवस्था करतो."

ऑस्कर लगेच डॉ. सॉपला भेटला. त्याची अपेक्षा पन्नास हजार ज्लोटीची होती. घासाघीस करण्यात अर्थच नव्हता. तेवढ्या पैशांची लाच देऊन ऑस्करने स्वत: जाऊन त्या बाईची सुटका केली. डॉ. सेडलॅझेकच्या संस्थेकडून या वेळेपर्यंत ज्यूंच्या मदतीसाठी ऑस्करकडे पुष्कळ पैसे जमा करण्यात आले होते. एखाद्या व्यवहारी माणसाने लगेच त्यातून आपले पैसे काढून घेतले असते. पण ऑस्करनी मात्र आलेले सर्वच्या सर्व दीड लाख राईश मार्क ज्या ज्यूंसाठी ते आले होते, त्या ज्यूंना वाटून टाकले.

डॉ. सेडलॅझेककडून ज्यूंकरता आलेले पैसे ज्यूंना पोचवेपर्यंत ऑस्करला पुष्कळच डोकेदुखी व्हायची.

बऱ्याचवेळा प्लासझो कॅम्पमधल्या ज्यू कैद्यांना हा अमॉन गॉथनी रचलेला सापळा वाटायचा आणि ते पैसे घ्यायला नकार द्यायचे.

अशावेळी ऑस्कर त्यांच्या अक्षरश: विनवण्या करायचा, तर कधी दम देऊन ते पैसे स्वीकारायला लावायचा. एकंदरीत ह्या काळात ऑस्करने ज्यूंसाठी आपल्या खिशातून हजारो ज्लोटी खर्च केले हे नक्की!

त्याच प्लासझो कॅम्पमध्ये रेमंड टिश हा ज्यूंना वेगळ्याच पद्धतीने मदत करत होता. रेमंड टिश हा ऑस्ट्रियन कॅथलिक होता आणि प्लासझो कॅम्पमधला माडस्ट्रीशच्या कपड्यांच्या कारखान्याचा व्यवस्थापक म्हणून काम करत होता. ह्या कारखान्यात तीन हजार कामगार होते.

अमॉन गॉथ टिशबरोबर बरेच वेळा बुद्धिबळाचा डाव मांडून बसायचा. पहिल्यांदा जेव्हा या दोघांचा सामना झाला, त्याचा निकाल अर्ध्या तासात लागला. गॉथ हरला होता. आनंदित झालेल्या टिशच्या ओठावरचे 'चेक आणि मेट' हे शब्द अमॉन गॉथचा चेहरा पाहिल्याबरोबर ओठावरूनच परत पोटात आपोआप गिळले गेले होते. त्या दिवशी अमॉन गॉथने असा काही थयथयाट केला होता, की या पुढच्या सामन्यांचा निकाल टिशने आधीच ठरवून टाकला.

तिथून पुढच्या प्रत्येक सामन्यात टिश अमॉनकडून साधारण तीनेक तासांत हरायला लागला.

टिशची कृश आकृती लंगडत लंगडत गॉथच्या ऑफिसच्या दिशेनी जाताना दिसली, की काम करणारे ज्यू कैदी कुणाला ऐकू न येईल असा सुटकेचा नि:श्वास सोडायचे. कारण आता पुढचे कमीत कमी तीन तास अमॉन अचानक येऊन कोणाला गोळ्या घालणार नाही अशी शक्यता निर्माण व्हायची. आपल्या परीने ज्यूंना वाचवण्यात रेमंड टिश असं योगदान देत होता.

आणि त्यापेक्षा महत्त्वाचं म्हणजे, संधी मिळेल तेव्हा तो प्लासझो कॅम्पचे

चोरून फोटो काढत होता. त्याच्या ऑफिसाच्या खिडकीतून, कधी कारखान्याच्या. कोपऱ्यातून त्याने पट्ट्यापट्ट्यांचा गणवेष घातलेल्या मरणासन्न अशा अनेक ज्यू कैद्यांच्या मुद्रा आपल्या कॅमेऱ्यात टिपल्या होत्या. माडस्ट्रीशच्या परवानगीनं चोरून ज्यूंना वाटण्यासाठी ट्रकमधून आणलेले पावांचे ढिगारे आणि चोरून हे पाव कारखान्यात पोचवणाऱ्या कैद्यांची रांग, हे सुद्धा त्यात छायाचित्रात होतं.

एस.एस. दलाचे, युक्रेनिअन पोलिसांचे खेळतानाचे, काम करतानाचे फोटो त्यात होते. प्लासझो कॅम्पचा संपूर्ण परिसर दाखवणारे फोटो, इतकंच काय आपल्या गच्चीत उघडाबंब बसलेल्या एकशे वीस किलो वजनाच्या अमॉन गॉथचेसुद्धा त्यानं फोटो काढले होते. त्या काळात तिथं नवीन आलेला जर्मन डॉक्टर अमॉनला नेहमी सांगायचा.

''आता जरा वजन कमी करायला पाहिजे कमांडर साहेब.''

त्या फोटोंमध्ये रॉल्फ आणि राल्फ ह्या अमॉनच्या, माणसांच्या रक्ताला चटावलेल्या कुत्र्यांचे फोटो होते. त्याची रखेली माजोलाचे फोटो होते आणि संपूर्ण गणवेषातला घोड्यावर स्वार झालेल्या अमॉन गॉथचा फोटो होता.

ह्यातल्या कुठल्याच फोटोंची फिल्म टिशनं डेव्हलप केली नव्हती. त्याच्या दृष्टीने ती फिल्म तशीच डबाबंद रिळांच्या अवस्थेतच जास्त सुरक्षित होती. क्रॅकोव शहरातल्या एका जुनाट घरात त्यानं ती दडवून ठेवली होती. अनेक ज्यूंनी अगदी शेवटच्या घटकेला उपयोगी पडावेत म्हणून आपले दागदागिने, पैसे, घड्याळ ह्याच रेमंड टिशकडे दडवायला दिले होते. हे सगळं सामान आणि फोटोंची रिळं एकाच अडगळीत टिशने ठेवली होती.

पुढे युद्धाचा निकाल लागला. प्लासझो कॅम्प खालसा होऊन काही वर्षं सरली. तरी ही छायाचित्रं तशीच रिळांच्या स्वरूपात उजेडात यायची प्रतीक्षा करत राहिली. युद्धानंतर इस्त्राईल सरकारनी रेमंड टिशचा ज्यूंना मदत केल्याबद्दल सत्कार केला, त्याला थोडी प्रसिद्धी मिळाली.

त्याच वेळी युद्धामधून वाचलेल्या काही एस.एस. अधिकाऱ्यांनी एक गुप्त चळवळ चालू केली होती आणि त्यांच्या दृष्टीने मरणाला योग्य अशा माणसांच्या यादीत अगदी वरचं नाव रेमंड टिशचं होतं.

त्याला ती रिळं डेव्हलप करायचं कधीच धाडस झालं नाही. वीस वर्षं ती व्हिएन्नामधल्या एका बागेत, पुरून ठेवलेल्या अवस्थेत राहिली आणि पुढल्या काही वर्षांत त्या रिळांवर उमटलेली अमॉन गॉथच्या काळ्याकुट्ट कारभाराची चित्रं तशीच उजेड न पाहाता शेवटी सडून गेली असती.

पण १९६३ साली हृदयविकाराच्या रोगाने ग्रासलेल्या टिशने एक पत्र्याचा

डबा आतल्या वस्तूंसकट पोल्डेक पेफरबर्गला विकला. पाचशे डॉलरला! त्या डब्यात ही रिळं सुरक्षित होती. पण तरीसुद्धा आपण जिवंत असेपर्यंत ही छायाचित्रं प्रकाशित न करायची अट टिशने पेफरबर्गला घातली होती.

त्याच्या मृत्यूनंतर ही रिळं धुतली गेली आणि प्लासझो कॅम्पची खरी चित्रं पहिल्यांदा जगाला दिसली. बहुतेक सगळी छायाचित्रं इतक्या वर्षांनीसुद्धा स्पष्ट आणि उत्तम स्थितीत उमटली होती!

रेमंड टिशनी आपल्यापरीनं कॅम्पसाठी खूप काही केलं, पण त्याच्याबद्दल कुठल्या कथा, प्रवाद किंवा चर्चादेखील कधीच झाली नाही. या सगळ्याच आघाड्यांवर ऑस्कर शिंडलरचं नाव मात्र नेहेमीच अग्रभागी असायचं. म्हणजे टिशला कॅम्पमधल्या ज्यूंनी एखाद्या साधूसंताचा दर्जा दिला होता. पण ऑस्कर मात्र त्यांच्या दृष्टीने जणू एखादा देवदूत किंवा देवच होता! हे सिद्ध करणारी एक गोष्टच प्लासझोच्या कॅम्पमध्ये प्रत्येकाच्या तोंडी होती.

ह्या कॅम्पमधले सगळेच कारखाने पूर्णपणे भ्रष्टाचाराच्या जोरावर चालले होते. ह्या परिस्थितीला आणि अमॉन गॉथच्या अरेरावीला बरेचसे एस.एस. अधिकारीसुद्धा वैतागले होते. प्लासझो कॅम्प खाली करून सगळे कारखाने आणि अमॉनचे उद्योग बंद करायला ते फक्त योग्य संधी शोधत होते. अगदी अमॉनच्या बंगल्यावर पार्टी झोडायला आलेले अनेक अधिकारी त्याची छानछोकी पाहिली की स्वत:शी पुटपुटायचे. 'तिकडे जर्मन सैन्य प्राणपणाला लावून शत्रूशी लढतंय, याची थोडी तरी जाणीव आहे का या माणसाला?' अमॉनचा निर्लज्जपणा बघून ते खेदानं मान हलवायचे, पण त्याचं सुखासीन आयुष्य बघून बरेचसे त्याच्यावर मनोमन जळायचेसुद्धा!

तर ऑस्करची दंतकथा याच संदर्भातली –

एका रविवारी संध्याकाळी जनरल ज्युलियस शिंडलर स्वत: प्लासझोला भेट द्यायला आला. त्याला तिथल्या खऱ्या परिस्थितीची पाहणी करायची होती आणि निर्णय घ्यायचा होता की प्लासझो कॅम्प चालू ठेवायचा का मोडीत काढायचा!

खरं तर रविवार संध्याकाळ म्हणजे खूपच अनपेक्षित वेळ होती. पण जनरल साहेबांनी हीच वेळ ठरवली होती. कॅम्पच्या पाहणीच्या आधी सगळ्या अधिकाऱ्यांना ऑस्कर शिंडलरनं आपल्या इमालिया कारखान्यात भरपेट खायला आणि प्यायला घातलं. उत्तम प्रतीचं महागडं मद्य त्या दिवशी अक्षरश: पाण्यासारखं वाहिलं त्या पार्टीत!

अशा या जेवणानंतर पाहणी करणाऱ्या अधिकाऱ्यांचा कामाचा मूड निम्मा संपला होता. सगळेच प्रचंड आळसावले होते. तरीसुद्धा जनरल साहेब निघालेच पाहणीला.

पाहणीची सुरुवात झाली ती माडस्ट्रीशच्या कपड्यांच्या कारखान्यापासून! कारण तेवढी एकच जागा त्या कॅम्पमध्ये दाखवण्यासारखी होती. सध्या ह्या कारखान्यात वीस हजार गणवेश दर महिन्याला शिवले जात होते. पण जनरल साहेबांचं असं म्हणणं पडलं होतं, की माडस्ट्रीशने इथून कारखाना पॉडगोर्झ किंवा टारनोला हलवावा, तिथे उत्पादन आणखीन वाढेल.

अधिकारी मंडळ माडस्ट्रीशच्या कारखान्यात शिरलं आणि त्याच क्षणी सगळीकडचे दिवे गेले. सगळ्या कॅम्पमध्ये काळाकुट्ट अंधार पसरला. आता इथून पुढची पाहणी विजेऱ्यांच्या प्रकाशात करणं भाग होतं!

समोर दिसणारी यंत्रं चालू आहेत, का कायमची बंद पडली आहेत, हे समजणंच शक्य नव्हतं. स्टर्नच्या खास माणसांनी जनरेटर बंद पाडायचं काम चोख बजावलं होतं. जनरल ज्युलियस शिंडलरची अवस्था चमत्कारिक झाली होती. ऑस्करनी पोट तुडुंब होईपर्यंत खायला घातलं होतं. यथेच्छ मद्यपान झाल्यामुळे डोळ्यांवर झापड आली होती, त्यात हा अंधार. कशीबशी पाहणी संपली एकदाची आणि प्लासझोच्या तीस हजार कैद्यांनी निःश्वास सोडला. खरी परिस्थिती जर जनरल शिंडलरला दिसली असती, तर त्यांची ऑशविट्झला रवानगी खात्रीनं झाली असती. ऑस्कर शिंडलर आणि स्टर्नच्या चतुराईमुळे किमान आज तरी ते वाचले होते.

कॅम्पमधल्या कैद्यांचं भवितव्य असं जीवन-मृत्यूच्या, आशा निराशेच्या झोक्यावर हिंदकाळत होतं.

आणि अशा भीषण पार्श्वभूमीवर सुद्धा ह्याच कॅम्पच्या आवरात निसर्ग नियमाप्रमाणे तरुण तरुणी एकमेकांच्यात जीव गुंतवत होते... प्रेमाच्या आणाभाका घेत होते!

जोसेफ बो नावाचा तरुण रिबेका टॅनेनबॉम ह्या सुंदर मुलीच्या अगदी आकंठ प्रेमात बुडला होता.

जोसेफ बांधकाम खात्यात कामाला होता. १९४३ सालच्या मार्चमध्ये तो एका कैद्यांच्या टोळीबरोबर कॅम्पमध्ये आला होता. त्याची कामाची जागा अमॉन गॉथच्या ऑफिसच्या इमारतीमध्येच होती, फक्त थोडी कडेला! बांधकामाच्या आराखड्याचं काम जोसेफ करायचा. एक अत्यंत सरळ आणि समंजस मुलगा म्हणून तो इश्ताक स्टर्नचाही खूपच लाडका होता.

त्याचं नशीब चांगलं म्हणून तो अजूनपर्यंत अमॉन गॉथच्या तडाख्यात सापडला नव्हता. नाही तरी अशी शहाणपणानं वागणारी बोलणारी माणसं बघितली की अमॉनचा हात ताबडतोब त्याच्या पिस्तुलाकडे जायचा. अमॉनचं ऑफिस इमारतीच्या एका टोकाला होतं, तर जोसेफचं दुसऱ्या टोकाला. पण सगळेच कैदी जोसेफइतके

नशीबवान नव्हते. काही लोकांना अमॉनच्या जवळच काम करायला लागत होतं. त्याचे लेखनिक, साहाय्यक यांना रोजच्या दिवसाला अमॉनचं दर्शन घ्यावंच लागायचं आणि ते घेताना देवाचा धावा मनातल्या मनात करायलाच लागायचा की 'बाबा आजतरी राक्षसापासून संरक्षण कर माझं!'

मुंडेक कॉर्न नावाचा एक कारकून – त्याची बसायची जागा तर अमॉनच्या शेजारच्या खोलीत होती. एक दिवस आपल्या टेबलावर काम करत असताना कॉर्नची नजर सहजपणे बाजूच्या खिडकीतून बाहेर गेली. बाहेर मोठं पटांगण होतं आणि एका कडेला लाकडांचा एक मोठा ढिगारा पडला होता. त्याच्या ओळखीचाच क्रॅकोव मधला एक मुलगा त्या ढिगाऱ्याच्या आडोशाला उभा राहून लघवी करत होता. अचानक डोळ्यांच्या कोपऱ्यातून त्याला हालचाल जाणवली. शेजारच्या खोलीच्या बाथरूमच्या खिडकीतून एक पांढऱ्या शुभ्र शर्टाचा कडक इस्त्रीचा बाहीमधला हात बाहेर आला. त्या हातात रिव्हॉल्वर होतं. क्षणार्धात दोन गोळ्या झाडल्या गेल्या. तो लघवी करणारा मुलगा कोलमडून तिथेच आपल्या मुतात पडला. गोळ्या त्याच्या डोक्यातून आरपार गेल्या होत्या. कॉर्ननं परत शेजारच्या खिडकीकडे पाहिलं... तोच हात आता खिडकी बंद करून घेत होता.

कॉर्नची नजर आपल्या टेबलावरच्या कागदावर गेली. त्या कागदावर काही क्षणांपूर्वीच अमॉननं त्याच हातानं केलेली लफ्फेदार सही होती. कॉर्न काही क्षण बधिर झाला होता. आपण बघितलं ते सत्य का स्वप्न हेच त्याला कळत नव्हतं. पण तो खिडकीतून दिसणारा, मरून पडलेला मुलगा हे सत्य होतं! अमॉनच्या दृष्टीनं बाथरूममध्ये लघवीला जाणं आणि तिथून एका जिवंत माणसाला गोळी घालून मारणं ह्या तितक्याच किरकोळ गोष्टी होत्या.

जोसेफ बो ह्या सगळ्या अतर्क्य गोष्टींपासून काहीसा लांब होता. पण त्याची प्रेयसी रिबेका टॅनेनबॉम मात्र अमॉन नावाच्या घोंघावणाऱ्या वादळाच्या अगदी मध्यभागी होती.

रिबेका एका मोठ्या कुटुंबात वाढलेली, खूप मावश्या, आत्या असलेली सगळ्यांची लाडकी अशी मुलगी होती. आत्ता एकोणिसाव्या वर्षी ती एक गोड चेहऱ्याची, छान चणीची, सुंदर तरुणी होती. तिचा निरागसपणा, आनंदी आणि बोलका स्वभाव सगळ्यांनाच आवडायचा.

नुकतंच तिला इश्ताक स्टर्ननं बांधकाम विभागात भरती करून घेतलं होतं. पण तिथे ती निम्माच वेळ काम करत होती. उरलेल्या निम्म्या वेळात तिला अतिशय अवघड काम करावं लागत होतं.

ती नखं आणि भुवया कोरण्यात तरबेज होती आणि आठवड्यातून एकदा तिला अमॉन गॉथची नखं कोरायला जायला लागायचं. त्यात कधी लिओ जॉन,

डॉ. बँक आणि त्याची प्रेयसी यांचीही भर पडायची.

दर आठवड्याला अमॉनचे हात हातात घेताना तिला वाटायचं– 'किती लांबसडक आणि सुंदर बोटं आहेत या माणसाची! हा हात एखाद्या नराधमाचा आहे असं जराही वाटत नाही!'

अमॉननी तिला पहिल्यांदा बोलावणं पाठवलं ते एका कैद्याबरोबर. त्यानं जेव्हा तिला हे सांगितलं तेव्हा तिची भीतीनं गाळण उडाली होती. ती टेबलांच्या मधून सैरावैरा दरवाज्याच्या दिशेनी पळत सुटली होती. तिच्यामागे तो कैदी ओरडत पळत होता.

"माझे आई... थांब... पळू नकोस... तू आली नाहीस तर तो मला गोळी घालेल!"

आणि मग जीव मुठीत घेऊन रिबेका त्या माणसाच्या पाठोपाठ अमॉन गॉथच्या बंगल्यावर पोचली. पण सरळ अमॉनकडे जाण्याच्या ऐवजी ती बंगल्याच्या तळघरात गेली. तिथे तिची मैत्रीण हेलन हिर्श होती. कालच अमॉननी दिलेल्या माराचे वळ तिच्या अंगावर अजून ताजे दिसत होते.

"अवघड संकटात सापडली आहेस तू रिबेका..." हेलन विचारात पडली होती. "काही लोकं त्याला आवडतात. त्यांच्याशी तो चांगला वागतो. काही लोकं नाही आवडत त्याला! तुझं भविष्य काय आहे कोण जाणे... पण मी सांगते ते ऐक. फक्त आपल्या कामाकडे लक्ष दे आणि देवावर भरवसा ठेव. आपल्या हातात तेवढंच आहे!

"आणि आलीस की येत जा इथे. शक्य असेल तेव्हा मी तुला खायला प्यायला घालीन. पण स्वत:च्या हातानी उचलून काही घेऊ नकोस... त्याला कळलं तर खूप मारतो ग..."

हेलनकडून ती अमॉनकडे पोचली. आणि आश्चर्य म्हणजे अमॉनला ती आवडली. एकतर तिला जर्मन भाषा येत होती त्यामुळे तो तिच्याशी गप्पा मारू शकायचा.

त्याची नखं कापताना तर वातावरण भारी खेळीमेळीचं असायचं. जणू तो एखाद्या हॉटेलमध्ये उतरलेला कुणी धनाढ्य व्यापारी आहे आणि ती एक व्यावसायिक...

ह्या वातावरणाला छेद देणाऱ्या फक्त दोनच गोष्टी तिथे असायच्या. अमॉनच्या शेजारच्या टेबलावर सतत असणारं त्याचं पिस्तूल आणि खोलीच्या कोपऱ्यात घोरणारी त्याची अत्यंत हिंस्र अशी कुत्री.

काही महिन्यांनंतर रिबेका ह्या वातावरणाला सरावली.

अमॉनबद्दलची तिची भीती थोडी कमी झाली आणि एके दिवशी धीर करून तिनं अमॉनला विचारलं,

"ते पिस्तूल तुम्ही नेहेमी जवळ का ठेवता?"

अमॉननी दिलेल्या उत्तरानी ती नखशिखांत हादरली.

"चुकून जर माझी नखं कापताना तू मला जखम केलीस तर लागेल ना मला ते?"

अमॉन हसत बोलत होता पण ती घामानं भिजली होती. त्याच्या विकृतपणे वागण्याचे अनेक दाखले या काळात तिनं स्वत:च्या डोळ्यांनी पाहिले होते.

हेलनला जिन्यावरून केसाला धरून फरफटत आणण्याचा प्रसंग तर नेहेमीचाच होता.

एक दिवस अचानक अमॉनच्या त्या धिप्पाड रॉल्फ नावाच्या कुत्र्यानं तिच्या अंगावर झडप घातली, तिच्या खांद्यावर आपले दोन्ही पंजे ठेवून त्यानं आपला जबडा वासला.

"थरथरतेस कशाला? घाबरलीस तर फाडून खाईल तो तुला!" अमॉन समोरच्या सोफ्यावर लोळत पडला होता, तो जागेवरून हललासुद्धा नाही.

कमांडरच्या या सेवेत असताना तिनं काय काय पाहिलं? त्याचे बूट पॉलिश करणाऱ्या मुलाला त्यानं पॉलिश चांगलं नाही म्हणून गोळी घातलेली पाहिली. पंधरा वर्षांच्या पोल्डेक डेरेसिझला ऑफिसच्याबाहेर फाशी दिलेल पाहिलं. लायझेक नावाच्या नोकराला घोडा वेळेत तयार ठेवला नाही म्हणून ठार केलेलं पाहिलं.

आणि हे सगळं बघून त्रयस्थपणे ती आठवड्यातून दोनदा या अमॉन नावाच्या मनुष्यरूपी जनावराचे हात हातात घेत होती. त्याच्या नखांची मशागत करत होती.

अशाच एका दुपारी अमॉनकडून परत येत असतानाचा तिला जोसेफ बो भेटला. तो आपल्या ऑफिसच्या दारात उभा होता. आपल्या हातात त्यानं एक इमारतीचा आराखडा उंच धरला होता. अत्यंत कृश अशा जोसेफला त्या आराखड्याच्या चौकटीचं वजनसुद्धा जास्त होत असावं...

रिबेका थबकली.

"मी मदत करू का?" तिनं जोसेफला विचारलं.

"नको, मी स्वच्छ सूर्य किरणांची वाट बघतोय... एकदा लख्ख प्रकाश पडला की हा आराखडा अगदी स्पष्ट दिसायला लागेल." जोसेफ वर बघून बोलत होता. मग अचानक तिच्याकडे वळून त्यान विचारलं.

"तू होतेस का सूर्याची किरणं आणि स्वच्छ प्रकाश? माझ्यासाठी?"

रिबेका लाजली. त्या कॅम्पमध्ये अशा रोमांचित करणाऱ्या शब्दांना जागाच नव्हती.

तिथं फक्त कामवासनेची पूर्ती व्हायची. तीसुद्धा बंदुकीच्या फैरींच्या आवाजाच्या पार्श्वभूमीवर... कल्पना करा... असा एखादा दिवस.

बाहेरून येणाऱ्या कैद्यांच्या टोळीकडे एक मेलेली कोंबडी सापडली आहे. कोटात

लपवून आणताना त्यांच्या घाबरलेल्या ओळीसमोर अमॉनचा थयथयाट चाललाय...

"कोणी आणली कोंबडी? कोणाची ही हिम्मत?"

तो परत परत विचारतोय. ओळीतला कुणीच कैदी बोलायला तयार नाही. अमॉन शेजारच्या शिपायाकडून बंदूक घेतो आणि ओळीतल्या पहिल्या कैद्याला गोळी घालतो, तीच गोळी आरपार जाऊन त्याच्या मागच्या कैद्याचाही जीव घेते.

"अजून तुम्ही सांगणार नाही ना? किती प्रेम आहे तुमचं एकमेकांवर... आता भोगा फळं!" असं म्हणत अमॉन पुन्हा बंदूक उगारतो आणि एक चौदा वर्षांचं पोर रडत रडत पुढं येतं...

"मी सांगतो साहेब कुणी आणली कोंबडी... " तो हुंदके देत सांगतोय.

"बोल पटकन बोल." अमॉन दरडावतो. मरून पडलेल्या एका कैद्याकडे बोट दाखवून तो पोरगा ओरडतो.

"त्यानं आणली ती कोंबडी..."

अमॉन एक क्षणभर स्तब्ध होतो आणि मग वेड्यासारखा हसत सुटतो. त्याला जणू म्हणायचं असतं, 'मूर्खांनो... एक ना एक दिवस सगळेच मरणार आहात तुम्ही...'

अशा वातावरणात मग संध्याकाळ होते. प्रेमाच्या गप्पा कशा मारणार आणि प्रेम कसं करणार?

पिसवांनी भरलेल्या त्या कैद्यांच्या बिछान्यांमधून मग यंत्रवत वासनापूर्ती सुरू व्हायची. शरीराची भूक भागवली जायची. ऑस्कर शिंडलरच्या इमालियात जरा बरं वातावरण होतं. तिथं शिपायांचा फारसा जाच नसल्यामुळं प्रेमी युगुलांना थोडाफार एकांत मिळायचा. मग संध्याकाळी भल्या प्रचंड यंत्रांच्या आडोशात ते एकमेकांच्या मिठीत विसावायचे आणि म्हणूनच 'तू माझ्यासाठी स्वच्छ प्रकाश होशील का?' असं जेव्हा जोसेफनं रिबेकाला विचारलं, तेव्हा ती लाजून चूर झाली आणि काहीच उत्तर न देता पळून गेली.

नंतर पुन्हा जेव्हा दोघांची गाठ पडली, तेव्हा जोसेफनं तिला आपली कामाची जागा दाखवली आणि अगदी सहजपणे विचारतोय असं दाखवत, ती कुठल्या बराकीत राहते वगैरे विचारलं. तिनेही बरोबर तिच्या वयाच्या मुलीनं जितके आढेवेढे घ्यायला पाहिजेत तितके घेत त्याला सगळं सांगितलं.

अमॉनचा पाशवीपणा इतक्या जवळून बघितल्यानंतर तिच्या गोठलेल्या भावना पुन्हा एकदा या मुलानं जिवंत केल्या होत्या. ती आता छान तिच्या वयाला शोभेल असच गोड लाजतबिजत होती.

"मी येईन तिथे आणि भेटीन तुझ्या आईला." जोसेफ म्हणाला.

"मला नाहीये कोणी जवळचं!" रिबेकानं सांगून टाकलं आणि दोघांच्या

प्रेमाची गाडी सुरू झाली. त्यांना ओळखणाऱ्या सगळ्याच मोठ्या कैद्यांना आनंद झाला, कारण छानच होती दोघांचा जोडी!

एकदा अमॉनकडचं काम संपवून रिबेका हातपाय धुवायला गेली. तिनं हेलनकडनं गरम पाणी घेतलं होतं.

त्याच वेळी जोसेफ आत आला... त्याच्या हातात मोजायची टेप होती.

"इथे काय करतोयस तू?" रिबेकानं दचकून विचारलं.

"मी मापं घेतोय जागेची..." तिला बघून जोसेफ जरा चेकाळलाच होता.

"आणि तू काय करतेस इथे?" त्यानं जवळ जात विचारलं.

"तुला माहिती आहे ना मी इथे काय करते ते? आणि ओरडू नकोस... हळू बोल... ऐकेल कुणीतरी..."

त्यानं आता त्या खोलीची मापं घेता घेता तिच्याभोवती नृत्यच सुरू केलं.

"अरे नीट घे मापं!" तिच्या डोक्यात अमॉननं बघितलं तर काय होईल एवढंच होतं.

"ह्या मापाबरोबर तुझीपण मापं घेऊन टाकू!" टेप घेऊन तो तिच्याजवळ सरकला.

त्याच्या स्पर्शानं ती थरथरली, पण तिने विरोध केला नाही. बघता बघता ती केव्हा त्याच्या मिठीत शिरली ते दोघांनाही कळलं नाही.

नेहमीप्रमाणे मुली जशा पहिल्यांदा भानावर येतात, तशी तीच पहिल्यांदा भानावर आली. त्याला तिनं दूर ढकललं, "चल नीघ आता... बास झालं!"

ती दुपारची वेळ तशीही प्रेम करायला अयोग्यच होती. पण अशी निरागस सुंदर प्रेमकथा प्लासझोच्या कॅम्पमध्ये विरळाच! इतरत्र सगळं प्रेम जे काय असेल त्यावर मृत्यूची गडद छाया असायची.

आणि याचं सगळ्यांत जवळून प्रत्यंतर घेत होते हेन्री आणि लिओपोल्ड हे रोझनर बंधू. दोघंही उत्कृष्ट व्हायोलिन वादक असल्यामुळे अमॉनच्या बंगल्यातल्या प्रत्येक मेजवानीत रोझनर बंधूंची त्यांच्या व्हायोलिनसकट हजेरी असायची. पाहुणे मंडळी जेवताहेत, हास्य विनोद करत आहेत आणि टेबलाटेबलापाशी जाऊन रोझनर बंधू आपल्या अप्रतिम सुरावटींनी सगळं वातावरण आणखीन रंगीन बनवत आहेत हे अमॉनच्या घरचं नेहेमीचंच दृश्य. अशाच एका पार्टीत एक उंच देखणा एस.एस. अधिकारी आला होता. तो रोझनर बंधूंकडे सतत 'विषण्ण संध्याकाळ' नावाचं गीत वाजावायची फर्माईश करत होता.

एका प्रेमभंग झालेल्या प्रियकराचं दुःख ह्या गाण्यात इतकं ओतप्रोत भरलं होतं की त्या काळात ह्या गाण्यानं वेगळेच विक्रम केले होते. हे गाणं ऐकून प्रेमभंग

झालेल्या देवदासांची लाटच त्या वेळी युरोपमध्ये आली होती. कित्येकांनी हे गीत ऐकत आत्महत्या केल्या होत्या. त्यांच्या शेवटच्या चिठ्ठीत नेहमीच ह्या गीताच्या ओळी लिहिलेल्या असायच्या. हे वेड इतकं वाढलं होतं, की हंगेरी, पोलंड, झेकोस्लोव्हाकिया या देशांनी ह्या गीतावर अधिकृत बंदी घातली होती.

आणि आता जर्मन सैन्यातलाच एक अधिकारी रोझनर बंधूंना सांगत होता, की 'विषण्ण संध्याकाळ' वाजवा. लक्षावधी निरपराध्यांचे जीव घेऊन सुखात जगणाऱ्या या एस.एस. अधिकाऱ्यांना फक्त दारूत बुडूनच आपण केलेले अत्याचार विसरता येत होते आणि त्या वेळी अशा भावनाप्रधान संगीताची साथ त्यांना बरी वाटायची. त्या एस.एस. अधिकाऱ्याला स्वत:ला आता प्रेमात पडण्याच्या वयाची मुलं असावीत. पण त्याला आत्ता हवी होती 'विषण्ण संध्याकाळ!'

चार-पाच वेळा त्यानी हेन्री रोझनरला तसं सांगितलं आणि हेन्रीच्या डोक्यात वीज चमकून गेली.

कुठल्याही संगीतामध्ये प्रकटपणे न जाणवणारी सुप्त अशी प्रचंड ताकद असते आणि आपल्या व्हायोलिनच्या सुरांमध्ये किती विलक्षण ताकद आहे, हे हेन्री आणि पोल्डेक रोझनर बंधूंना दुसऱ्या कुणी सांगायची गरज नव्हती.

'देवा माझ्या हातात इतकी ताकद दे, की ह्या हरामखोरानी स्वत:चाच जीव घेतला पाहिजे!' हेन्री रोझनरने स्वत:च्या नकळत प्रार्थना केली.

'विषण्ण संध्याकाळ' हे गीत अमॉनच्या बंगल्यात आजपर्यंत अनेक वेळा वाजवलं गेलं होतं. पण आज हेन्री रोझनरनी जणू हे हत्यार म्हणून वापरायचं ठरवलं होतं. त्याच्या भावानी, लिओपोल्डनी त्याला सुरेख साथ द्यायला सुरुवात केली. समोर खुर्चीत बसलेला तो एस.एस. अधिकारी एकटक नजरेनी रोझनर बंधूंकडे बघत होता. बघता बघता व्हायोलिनच्या करुण सुरांनी अमॉनची गढी व्यापून टाकली. हेन्रीची बोटं विजेसारखी चालली होती. त्याच्या बोटांमधून अवर्णनीय अशा लकेरी उमटत होत्या. त्याच्या नजरेत पूर्ण एकाग्रता होती. कपाळावर घामाचे थेंब जमा झाले होते. एखाद्या झपाटलेल्या जादूगारासारखी त्यानं विषण्ण संध्याकाळ त्या अधिकाऱ्याच्याभोवती स्वरांनी विणली होती.

अमॉनच्या लक्षात आलं असतं, तर तिथंच त्यानं हेन्री रोझनरला गोळी घातली असती. पण तो आणि त्याच्याबरोबरचे अधिकारी दारू पिण्यात आणि गप्पा मारण्यात मग्न होते. गाण्याची मागणी करणारा अधिकारी मात्र एकटक हेन्री रोझनरच्या डोळ्यांत पाहत होता. असं वाटत होतं, की कुठल्याही क्षणी तो उठेल आणि सगळ्यांना म्हणेल, 'ऐका ऐका... हा व्हायोलिनवाला सांगतोय ते ऐका... प्रेमभंगाचं दु:ख वागवत जगण्यात काहीच अर्थ नाही.. संपवून टाकावं असं आयुष्य एका क्षणात!' हेन्री रोझनरनं आता व्हायोलिन वाजवण्याच्या, करुण रसाच्या

सगळ्या मर्यादा ओलांडल्या होत्या. बेभानपणे तो वाजवत होता 'विषण्ण संध्याकाळ'

आणि अचानक समोरचा तो अधिकारी उठला नि गच्चीमध्ये निघून गेला. त्याचक्षणी हेन्रीच्या लक्षात आलं, की ह्या माणसाला जितकं मृत्यूच्या जवळ आपण पोचवू शकतो तितकं पोचवलं आहे.

शांतपणे त्यानं गाणं बदललं आणि फॉन सुपे आणि लेहरच्या रचना त्यानं वाजवायला सुरुवात केली. 'तो' अधिकारी अर्धा तास एकटाच गच्चीत उभा होता. मग अचानक त्यानं पिस्तूल काढून स्वत:च्या डोक्यात गोळी घालून घेतली आणि चांगली जमलेली पार्टी विस्कटली.

उवा, पिसवा यांच्या सान्निध्यात वखवखलेली काम वासना. कधीतरी असा वेडाचार आणि मृत्यू!

आणि अशाच वातवरणात फुलत होतं जोसेफ आणि रिबेकाचं प्रेम!

ह्या अशा या धामधुमीच्या, अनिश्चिततेच्या काळातसुद्धा ज्यू कैदी संधी मिळताक्षणी आपल्या आयुष्याची लय तयार करत होते. आपला दिनक्रम आखून घेत होते...

पण १९४४ च्या जानेवारी महिन्यात मोसम बदलला. बर्फ पडायला लागला. थंडीचा कडाका वाढला आणि सगळी परिस्थिती बदलली.

त्या जानेवारीत प्लासझो आणि त्याचे उपकॅम्प अधिकृतरित्या कॉन्सन्ट्रेशन कॅम्प करण्यात आल्याची घोषणा बर्लिनमधून झाली. आता इथे मजुरीला कमी महत्त्व होतं. कैद्यांचा भरणा कॅम्प म्हणून यापुढे प्लासझोचा कॅम्प वापरला जाणार होता. कैद्यांची संख्या एका सीमेपलीकडे वाढली की जास्तीच्या कैद्यांचं शिरकाण! आता जनरल ओसवाल्ड पोहल ह्या अधिकाऱ्याची हुकूमत प्लासझोवर चालणार होती.

क्रॅकोवमधले स्थानिक पोलीस अधिकारी शर्नर आणि झुर्डा ह्यांचा अधिकार आता चालणार नव्हता. म्हणजे आता यांना तर लाच द्यायला लागणार होती, अमॉनलाही खूश ठेवावं लागणार होतं; पण कधी अडचण आलीच, तर ऑस्करला आता थेट बर्लिनला धाव घ्यावी लागणार होती. जनरल रिचर्ड ग्लुक्स, डी विभाग प्रमुख कॉन्सन्ट्रेशन कॅम्प्स या अधिकाऱ्याकडे आता सगळ्या कॅम्पचे अधिकार सोपवण्यात आले होते.

ऑस्करनी अजिबात वेळ वाया घालवला नाही. ताबडतोब त्यानं बर्लिन गाठलं आणि ज्या ज्या अधिकाऱ्यांचा त्याच्या इमालिया कॅम्पशी संबंध येणार होता त्या त्या सगळ्यांची त्यानं 'प्रेम'भेट घेतली.

बर्लिनजवळचं हे ऑरनिएनबर्गमधलं कार्यालय म्हणजे अस्ताव्यस्त पसरलेल्या

इमारतींचं जाळं होतं. जर्मनीच्या ताब्यातल्या सगळ्या ज्यू कैद्यांच्या जीवन-मरणाचे हिशोब या कार्यालयात मांडले जात होते. कोणत्याही व्यावसायिक कार्यालयाच्या पद्धतीने ग्लुक्स ही अवाढव्य यंत्रणा चालवत होता. ज्यूंच्या जीवनमरणाचे आदेश इथून एखाद्या बांधकाम किंवा शेतकी खात्याच्या कागदपत्रांप्रमाणे निर्विकारपणे पाठवले जात होते. ज्यूंच्या मृत्यूच्या एका भल्या मोठ्या कारखान्याचं जणू प्रशासकीय कार्यालयच होतं ऑरनिएनबर्गमध्ये!

एस.एस. मुख्य कार्यालय
प्रशासकीय विभाग,
सेक्शन प्रमुख डी (कॉन्सन्ट्रेशन कॅम्प्स)
डी आय-ए झेड – १४ fl-ot-s
GEH TGB क्र. ४५३-४४

सर्व कॉन्सन्ट्रेशन कॅम्प प्रमुख

ज्यू कैद्यांनी फसवणूक केल्यामुळे त्यांना फटक्यांची शिक्षा देण्याची मागणी अनेक अधिकाऱ्यांनी केली आहे. या प्रकरणी असे कळवण्यात येते, की जर कोणत्याही ज्यू कैद्यांवर असा गुन्हा सिद्ध झाला (तसे योग्य अधिकाऱ्याचे प्रमाणपत्र जोडणे आवश्यक आहे.) तर त्याला फटक्याची शिक्षा न देता फाशीची शिक्षा देण्यात यावी. ही फाशी सर्व कैद्यांच्या समोर देण्यात यावी. ज्या कारणे इतर कैद्यांस जरब बसण्यास मदत होईल.

सही
कमांडर रिचर्ड ग्लुक्स
डी. विभाग प्रमुख

या विचित्र कार्यालयातील कागदपत्रं अशाच विचित्र गोष्टींनी भरलेली होती. 'मेलेल्या कैद्यांच्या केसांचे काय करावे?' यावर तज्ज्ञांच्या समितीने दिलेले रिपोर्ट तिथे होते. प्रत्येक फाशीच्या फर्मानावर आठ विभागांच्या सहीशिक्क्यांची गरज आहे, की एकाच विभागाला हे अधिकार द्यावेत, याबद्दलचा पत्रव्यवहार तिथे होता.

आणि अशा जागी ऑस्कर शिंडलर आपले इमालियातले कैदी मजूर सुरक्षित राहतील याची खात्री करायला आला होता. एक दुय्यम दर्जाचा अधिकारी ऑस्करशी बोलणी करायला आला.

ऑस्करनी ते फारसं मनावर घेतलं नाही. कारण त्याला माहीत होतं, की मेगालीथ, क्रुप, आय.जी. फारबेन या मोठमोठ्या कंपन्यांच्या मानाने त्याची कंपनी अगदीच किरकोळ होती.

ह्या सगळ्या कंपन्यांमध्ये हजारो ज्यू कैदी कामाला होते. ऑस्कर या अधिकाऱ्याकडे पोचला तेव्हा तो इमालियाची फाईल उघडूनच बसला होता.

"तुमचा कॅम्प आणखीन वाढवायचा आहे असलं काही घेऊन आला असाल तर जमणार नाही. आणखीन कैदी वाढवले तर साथीचे रोग तिथे पसरायचा धोका आहे." त्या अधिकाऱ्यानं अत्यंक कडकपणाचा आव आणून सांगितलं. ऑस्करनं त्याकडे दुर्लक्षच केलं. 'कॅम्प वाढवायचं राहू दे! आहे तो सुरक्षित ठेवा.' असं मनाशी म्हणत त्यानं वेळ न घालवता आपला हुकमी एक्का बाहेर काढला.

"हे बघा साहेब, माझं याबाबत एका स्नेह्यांशी बोलणं झालंय... कर्नल एरिक लँग नाव आहे त्यांचं!"

समोरचा अधिकारी एकदम सावरून बसला. वापरलेल्या नावाचा परिणाम झाला होता तर...

बोलता बोलता ऑस्करनं खिशातून एक पत्र काढून त्या अधिकाऱ्यापुढे ठेवलं. कर्नल साहेबांचंच पत्र होतं ते! समोरच्या अधिकाऱ्याचा सुरुवातीचा थंडपणा आता गायब झाला होता. त्यानं पत्र वाचायला सुरुवात केली. त्या ऑफिसमध्ये कमालीची शांतता होती. इतकी शांतता की पलीकडच्या खोलीत कुणीतरी लिहीत होता त्याच्या कागद आणि पेनाचा आवाज स्पष्टपणे येत होता.

ऑस्करला वाटलं 'ज्यूंच्या भेसून किंकाळ्यांनी भरलेल्या वातावरणाच्या मध्यभागी हे असं शांत कार्यालय आहे, याची या कुठल्याच अधिकाऱ्यांना जाणीव नसेल का?'

कर्नल लँगचं पत्र वाचता वाचता समोरच्या अधिकाऱ्याच्या चेहऱ्यावरचे भाव बदलत होते. कर्नल एरिक लँग याच्याशी ऑस्करची मैत्री अशाच एका समारंभात झाली होती आणि फारशी खळबळ न करता लँगने ऑस्करला हवं तसं पत्र लिहून दिल होतं. लँगलाही एस.एस. दलानं चालवलेले अत्याचार फारसे पसंत नव्हतेच.

त्यानं पत्रात लिहिलं होतं :

'श्रीमान ऑस्कर शिंडलर यांचा युद्ध साहित्याचा, त्यातल्या त्यात ४५ मि. मि. रणगाडा विरोधी दारूगोळ्याचा कारखाना, आघाडीवरच्या सैन्यासाठी अत्यंत महत्त्वाचा असून, आपल्या देशासाठी उपयोगी आहे.

त्याच्या कारखान्यातले ज्यू कैदी या कामात वाकबगार आहेत. त्यांच्या कारखान्याच्या कामात कोणताही अडथळा येणार नाही याची खात्री करावी.'

समोरचा दुय्यम अधिकारी आता एकदम 'माणसात' आला होता.

"खरं सांगू का शिंडलर साहेब? तुमच्या कारखान्यात काहीही ढवळाढवळ

करायचा आमचा विचार नाही. पण तुम्ही हे ही लक्षात घ्या, की प्रत्यक्ष कॅम्पमधले अधिकारी आमचं फारसं ऐकत नाहीत हो! ते मारतात ज्यूंना... सगळा सावळा गोंधळ आहे. लक्षावधी कैदी इकडून तिकडे नेणं, त्यांची व्यवस्था करणं, ह्यात थोडेफार कैदी मरणारच! आपण काय करणार... आम्ही इथून तशी पत्रकं पाठवत असतो. पण त्याचा फारसा उपयोग होत नाही! बघू, तरी मी जमेल तितकी मदत करेन. ठीक आहे?''

''मी समजू शकतो तुमची अडचण, पण तुमच्या या कामाची परतफेड नक्की करीन... तुम्ही सांगाल तशी!'' ऑस्कर वाक्य अर्धंच सोडून उठला.

कमीतकमी लगेच तरी त्याच्या कॅम्पमधल्या ज्यूंना धोका नव्हता, एवढं त्याच्या लक्षात आलं होतं.

ग्लुक्स साहेबांच्या या नव्या सत्तेबरोबरच कैद्यांवर आणखीन बंधनं घालणारी फर्मानं आली.

आता स्त्री कैदी आणि पुरुष कैदी पूर्णपणे वेगवेगळे करण्यात आले होते. दोघांच्या बाराकींमधून विद्युतप्रवाह सोडलेल्या तारांचं कुंपणच बांधण्यात आलं होतं. त्यामुळे पूर्वी चुकूनमाकून, चोरून ज्या भेटी ठरायच्या आणि व्हायच्या, त्याच्यावर संपूर्ण बंदी आली.

आता फक्त संध्याकाळच्या मोजणीच्या वेळी गर्दीमध्येच स्त्री-पुरुषांना एकत्र भेटणं शक्य होतं. हजारो लोकांच्या त्या गर्दीत आपला नवरा-बायको किंवा प्रियकर-प्रेयसी पटकन शोधणार कसे? त्यावरही ह्या कैद्यांनी उपाय शोधला होता. दोघांनी ठरलेली विशिष्ट शीळ घालत हिंडायचं. आताशा संध्याकाळी सगळा कॅम्प ह्या शिळांच्या आवाजांनी गजबजून जायचा.

जोसेफ आणि रिबेकाचं प्रेमप्रकरणसुद्धा असंच शिट्टीच्या आधारानी पुढे सरकत होतं.

जोसेफने कुठूनतरी एका मेलेल्या बाईचा झगा मिळवला होता. संध्याकाळी तो हळूच झगा घालून बायकांच्या गर्दीत घुसायचा आणि मग रात्रभर रिबेकाच्या बराक क्रमांक ५७ मध्ये मुक्काम करायचा. तिच्या बराकीतल्या इतर प्रौढ बायकासुद्धा हौसेनं दोघांच्या प्रेमाला जमेल तितकी मदत करायच्या. जोसेफच्या रूपानं त्यांना पूर्वीचे सगळे लग्न-समारंभ, अशा वधूवर शोधण्याच्या कामात केलेल्या खटपटी, जुळवलेली लग्नं, मग लग्नातली हौस आठवायची. सगळ्यात खालच्या पलंगाच्या आडोशाला प्रेमात बुडून गेलेल्या त्या जोडप्याकडे चोरून बघताना, युद्धाच्या जखमांचे व्रण जरा कमी झालेत असं त्या आयाबायांना वाटायचं.

हिवाळा संपत आला होता. एके दिवशी जोसेफ आपलं मोजमापाचं यंत्र घेऊन

कुंपणापाशी पोचला. टेहळणीची चौकी होती त्याच्या चौथऱ्याच्या तळाशी नाजूक छोटी छोटी फुलं उमलली होती. त्या हिवाळ्यानंतरची पहिली फुलं होती ती! मोजणी करण्याच्या बहाण्यानी जोसेफ खाली वाकला आणि त्यानं ती फुलं खुडून आपल्या खिशात ठेवली. आज त्याला ती रिबेकाला द्यायची होती.

तसाच मागे वळून तो आपल्या ऑफिसच्या समोरून आपल्याच नादात चालला होता आणि अचानक समोरून पायऱ्या उतरून येणारा अमॉन गॉथ त्याला दिसला. त्याच्या संवेदना बधिर झाल्या. तो जागीच थिजला. श्वास घ्यायचं सुद्धा लक्षात राहिलं नाही. काहीच न करता समोर उभा राहिलेला कैदी म्हणजे अमॉनसाठी एक पिस्तुलाची गोळी! पण त्या दिवशी अतर्क्य घडलं! त्याच्या समोरून अमॉन न बघता निघून गेला. काहीही न करता!

तो खूप दूर गेल्यावर जोसेफनं श्वास घेतला. आज त्याचा नशिबावर विश्वास बसला. आपलं आणि रिबेकाचं लग्न होणार याबद्दल त्याची खात्रीच पटली. धावत तो स्टर्नच्या ऑफिसात पोचला.

धापा टाकत त्यानं तिथं असलेल्या रिबेकाला तो छोटासा फुलांचा गुच्छ दिला आणि हजारो वर्षांपासून चिरंजीव असलेला प्रश्न विचारला.

"तू माझ्याशी लग्न करशील?"

रिबेकानंपण लगेच होकार देऊन टाकला आणि दोघांनी त्याच रात्री लग्न करायचं ठरवलं.

त्या रात्री बाईच्या वेशातला जोसेफ सत्तावन क्रमांकाच्या कोठडीत शिरला, तेव्हा तिथं अगदी उत्सवाचं वातावरण होतं. पण गुपचूप कुठलाही आवाज न करता.

लग्न समारंभ पार पाडायला गुरुजी नव्हतेच, तेव्हा जोसेफच्या आईनंच पुढं होऊन लग्न लावून दिलं. वुल्कन सोनारानं एक चांदीचा चमचा वितळवून दोन अंगठ्या तयार केल्या होत्या, त्या वधूवरांनी एकमेकांना घातल्या. ज्यू धर्माच्या रितीप्रमाणे रिबेकानी जोसेफभोवती सात फेऱ्या मारल्या आणि सगळ्या ताया, आया, बायांनी दोघांना नवराबायको म्हणून घोषित केलं.

मधुचंद्रासाठी म्हणून त्यांच्याकरता अगदी कडेचा आणि वरचा पलंग राखून ठेवला होता. वधूवर त्या कोपऱ्यात गडप झाले आणि खाली चेष्टा-मस्करी यांना ऊत आला. ह्या सगळ्या बायका कितीतरी दिवसांनी असं काहीतरी घरगुती अनुभवत होत्या. आपण प्लासझो कॅम्पमध्ये आहोत हे सगळ्याजणी थोडा वेळ तरी अगदी विसरल्या होत्या.

दहा मिनिटं झाली असतील... अचानक कोठडीत विजेरीचा प्रकाश चमकला... सगळे दिवे लागले आणि सगळ्या बायकांना दिसला तो काही शिपायांबरोबर

तरातरा कोठडीत घुसणारा कॅप्टन शिडट्.

जोसेफला नशिबाचा खेळ आता समजला होता. सकाळी अमॉनच्या हातून तो वाचला होता, पण आता सुटका नव्हती. आणि आता तो एकटा मरणार नव्हता... त्याची दहा मिनिटांपूर्वीच झालेली बायको, त्याची आई आणि सत्तावन नंबरच्या कोठडीतल्या सगळ्याच बायका मरणार होत्या... त्याच्यामुळे!

जोसेफनं रिबेकाचा हात हातात घेतला आणि वेड्यासारखा बडबडायला लागला, ''माझ्यामुळं झालं हे सगळं, सगळे मरणार माझ्यामुळे.''

रिबेकानं त्याच्या तोंडावर हात ठेवून त्याला गप्प बसवलं. त्याला एका कोपऱ्यात डांबून तिनं जितक्या शक्य तितक्या उशा आणि पांघरुणं त्याच्यावर रचली.

''गप्प बस. तो कॅप्टन इथं वर तुला शोधायला येणार नाही. पण तू अशी बडबड केलीस तर मात्र आपण सगळे मरू!'' तिनं जोसेफला दम भरला.

कॅप्टन शिडट् त्याच्या दिशेनी आला आणि तसाच पुढे निघून गेला. सगळ्यांनी निःश्वास सोडला.

खर तर तो जोसेफसाठी आलाच नव्हता. तिथून पळून गेलेल्या कैद्यांना तो शोधत होता.

२६

एप्रिल २८, १९४४ ऑस्कर शिंडलरचा आज छत्तिसावा वाढदिवस. आरशात बघताना ऑस्करला जाणवत होतं, की वयाच्या मानानं आपण चांगलेच जाडजूड झालोय. पण त्याच्या प्रतिष्ठेमुळे, श्रीमंतीमुळे मुली आजही त्याच्यावर फिदा होत होत्या.

त्याच्या वाढदिवसाची आठवण ठेवून त्याच्या बायकोनं, एमिलीनं झेकोस्लोव्हाकियामधून त्याच्यासाठी खास भेट पाठवली होती. इनग्रीड आणि क्लोनोवस्का यांनी पण सकाळीच इमालिया कारखान्यात त्याचं अभिनंदन केलं होतं. ह्या युद्धाच्या होरपळीमध्ये ऑस्कर जवळजवळ चार-साडेचार वर्षं वावरत होता, पण ह्या सगळ्या बायकांच्या व्यवस्थेत मात्र या काळात काहीच फरक पडला नव्हता.

इनग्रीड त्याची क्रॅकोवमधील प्रेमिका होती, क्लोनोवस्का ही प्रथम सेक्रेटरी आणि कधीतरी मधेमधे मैत्रीण आणि एमिली... एक अत्यंत समजूतदार आणि म्हणूनच ह्या सगळ्यांपासून लांब राहणारी बायको!

ह्या तिघींना ऑस्करबद्दल किंवा एकमेकींबद्दल नेमकं काय वाटत होतं ते

सांगणं कठीण आहे, पण ऑस्करला जाणवत होतं की आपलं इनग्रीडबद्दलचं आकर्षण काहीसं ओसरलंय... क्लोनोवस्का ही एक उत्तम मैत्रीण आहे आणि आपण असं वागतो म्हणून आपली बायको एमिली आपल्यापासून लांब राहील, पण आपल्याला कधीच सोडणार नाही.

त्यानं ठरवलं की सध्या हे सगळं आहे तसंच राहू दे! आज त्याच्या वाढदिवसासाठी अमॉननं हेन्री रोझनरला इमालियात जाऊन व्हायोलिन वाजवायची परवानगी दिली होती.

हेन्री पोचला तेव्हा ऑस्कर एकटाच बसला होता. उदासवाणा. ''हेन्री... रशियन सैन्याला थोपवलंय जर्मन सैन्यानं! अस व्हायला नको होतं!''

'असं व्हायला नको होतं?' हेन्रीला कळेचना. एक जर्मन माणूस, जर्मनांचा विजय होत असल्यानं दु:खी झाला होता. बोलता बोलता अचानक ऑस्कर उठला. त्यानं आपली खुर्ची पाठीला धरून उचलली आणि मागच्या हिटलरच्या फोटोवर उगारली. हेन्रीला वाटलं की त्या फोटोचे आता तो तुकडे तुकडे करणार. पण दोन क्षण थांबून त्यानं खुर्ची जोरात खाली आपटली. इतक्या जोरात, की सगळं ऑफिस हादरलं.

''कॅम्पमध्ये त्यांनी प्रेतं जाळायला सुरुवात केली ना?'' ऑस्करन विचारलं.

हेन्रीनं कळेल न कळेल अशी होकारार्थी मान हलवली, पण ऑस्करला या प्रश्नाच्या उत्तराची गरज नव्हती.

प्लासझोच्या कॅम्पवर आता बर्लिनचं बरचसं नियंत्रण आलं आणि कैद्यांना ही नवीन राजवट खूपच सुरक्षित वाटायला लागली. कुणी संथ गतीने बटाटे सोलतंय, कुणी रमतगमत चालतोय, असल्या कारणांमुळे यापुढे जीव घ्यायला बंदी आली होती. जर कोणाला मारायचंच असेल, तर त्याची सुनावणी करावी, सुनावणीच्या तीन प्रती बर्लिन ऑफिसला पाठवाव्यात आणि परवानगी मिळाली तरच त्या कैद्याला ठार करावं, असे आदेशच वरून आले होते. अर्थात ह्यामागे ज्यूंबद्दल सहानुभूती वगैरे असली काही कारणं नव्हती... कारण होतं निव्वळ व्यावहारिक!

समजा एखाद्या अधिकाऱ्यानं डोक्यात सणक येऊन एखाद्या कैद्याला उडवलं, तर तो कैदी ज्या कारखान्यात कामाला असेल, तो कारखानदार लगेच वरच्या ऑफिसात भरपाई मागायचा. त्यातला भरपाईचा भाग बाजूला राहिला, तरी अशी प्रकरणं कागदपत्रांवर आल्याने त्यांचा गवगवा सुरू व्हायचा, म्हणून हे सगळे आदेश!

काहीही असो, असल्या काही भानगडीत अडकायला नको, म्हणून सध्या तरी अमॉनने आपला पिस्तुलावरचा हात आखडता घेतला होता.

त्याच्या डोक्याला सध्या वेगळाच ताप होता. रशियाने प्रतिहल्ला चढवून

जर्मनीच्या ताब्यातला प्रदेश काबीज करायला सुरुवात केली होती. आपण जो नरसंहार केलाय त्याचा पत्ता बाहेरच्या जगाला लागायला नको, म्हणून त्या मार्गाच्या जवळचे ट्रेबलींका, सॉबीबॉर आणि बेलझेकचे कॅम्प एस.एस. दलाने समूळ नष्ट केले होते.

तिथली प्रेतं जाळून टाकली होती. इमारती पाडून टाकून सर्व कॅम्प पूर्णपणे नष्ट केले होते.

आता ऑशविट्झचा जो सगळ्यांत मोठा कॅम्प शिल्लक होता, तिथं विषारी वायूच्या खोलीत कोंबून दिवसरात्र ज्यूंची कत्तल चालली होती.

बाकीच्या ठिकाणी मात्र या भीषणतेचा कोणताही पुरावा मागे राहणार नाही याची एस.एस. दल काळजी घेत होतं. आता तिथला फक्त वारा आणि झाडांच्या पानांवर जमलेली राखच सत्य हकिकत सांगू शकले असते.

अमॉन गॉथचा प्लासझो कॅम्प हे थोडसं किचकटच काम होतं. त्याच्या सगळ्या बाजूंना वाट्टेल तसे टाकलेले प्रेतांचे ढिगारे होते. १९४३ पासून घेटोची कारवाई, एका वेळेला उडवलेले कैद्यांचे घोळकेच्या घोळके, अमॉननं त्याला न आवडलेल्या रांगेतले मारलेले कैदी, त्यानं गच्चीवरून मारलेले कैदी... सगळ्यांची मिळून हजारोंनी प्रेतं कॅम्पच्या आसपासच्या जंगलात वाट्टेल तशी टाकली होती.

आता बर्लिनच्या ऑफिसमधून अमॉनला आदेशच आला होता, 'एकन्एक प्रेत हुडकून काढा आणि जाळून नष्ट करा. कोणताही पुरावा शत्रूच्या हाती लागता कामा नये.'

त्या दिवसांत कॅम्पमध्ये जवळजवळ एक लाख पन्नास हजार प्रेतं जाळली गेली असं अधिकृत आकडा सांगतो. आणि एवढं करूनही अमॉन सगळा 'पुरावा' नष्ट करून शकला नाहीच.

आजचं क्रॅकोव खूप वाढलंय. आजही प्लासझोच्या भागात कुणी इमारत उभारायला गेला, तर पाया खणताना बरेच वेळा माणसांचे सांगाडे सापडतातच!

प्लासझोमध्ये पहिली चिता जी रचली गेली, ती ऑस्करला दूरवरून सुद्धा सहजपणे दिसत होती. मेलेल्या कैद्यांची प्रेतं शोधून जाळायचं कामही जिवंत कैद्यांवरच सोपवलं होतं.

एकावर एक प्रेतं, त्याच्यावर लाकडांचा थर, परत प्रेतं असा भला मोठा ढिगारा रचून त्यावर पेट्रोल ओतून आग लावली जात होती आणि शेकडो अनामिक प्रेतांची अशी अक्षरश: विल्हेवाट लावली जात होती.

आगीच्या ज्वाळांनी वेढताक्षणी काही प्रेतं वाकायची, काही उठून बसायची, खाली पडायची, त्यांची तोंडं उघडली जायची... जणू मरताना न फोडता आलेल्या किंकाळ्या ती आता अशा मूक पद्धतीने फोडायची!

चिता जळत असताना मृतांची राख वाऱ्याबरोबर उडत आसपासच्या अधिकाऱ्यांच्या केसांत, कपड्यांवर उडायची, घराच्या काचांवर जमायची! पण कुठल्याच अधिकाऱ्याला त्याचं काही विशेष वाटत नसावं...

प्रेतांच्या त्या धुरामधून अमॉन गॉथ आणि त्याची प्रेयसी माजोला एखाद्या बागेत फिरायला जावं तसे फिरायचे.

बऱ्याच वेळा ऑस्कर आपल्या गाडीच्या काचा वर करून सुन्नपणे बसून रहायचा, नाकातोंडावर रुमाल धरून!

कितीक माणसं... कितीक घटना, साधी साधी कारणं आणि निरपराध माणसांचे बळी. ह्याच चितेवर स्पिरा जळत असेल... तोच स्पिरा, ज्यानं ज्यू असून सर्वतोपरी एस.एस. दलाला मदत केली, त्याला त्याच्या बायका-मुलांसकट अमॉननं शेवटी मारलंच! पुरावा नको म्हणून!

आणि गुटर कुटुंब... तेही ज्यू असून ज्यूंच्यापेक्षा एस.एस. दलाचेच हुजरे...

एकदा कॅप्टन बॉशला त्याचे मित्र दारू पिऊन चिडवत होते... "तू काय लेका त्या ज्यूंना मदत करतोस, रड्या आहेस तू... ते गुटर कुटुंब बघ, तुझ्या जिवावर जगतंय... तुझ्यात दम नाही ज्यूंना गोळ्या घालायचा!"

दारूच्या नशेत रात्री दोन वाजता बॉशनी सगळ्या गुटर कुटुंबाला त्या बर्फात बोलावलं आणि आपला पुरुषार्थ सिद्ध करण्यासाठी सगळ्यांसमक्ष गोळ्या घातल्या.

त्यांची प्रेतं कुठल्यातरी चितेत असतील!

आणि असे कितीक!

एका आठवड्यानंतर दुसऱ्यांदा ऑस्कर कॅम्पमध्ये आला, तेव्हा तिथल्या धडाडणाऱ्या चिता बघून त्याला पळून जांवसं वाटत होतं, पण तो उतरला आणि ओरडत, हाका मारत स्टर्नच्या खोलीत जाऊन पोचला.

आज नेहमीच्या गप्पा नव्हत्या... आज ऑस्कर शांत होता... प्रचंड वादळाआधीची शांतता...

"काय अवस्था आहे कैद्यांची?" ऑस्कर गुरगुरला.

"त्यांचं काय असणार? त्यांना काम सांगितलं... ते करताहेत." स्टर्ननी शांतपणे उत्तर दिलं.

ताडकन ऑस्कर उठला, "मी तुला बाहेर काढणार आहे. मी इथल्या सगळ्यांना बाहेर काढणार आहे."

"सगळ्यांना?" ऑस्करला वेडाचा झटका आला की काय अशी शंका स्टर्नला यायला लागली.

"कमीतकमी तुला तरी बाहेर काढणारच मी! कोणत्याही परिस्थितीत, लौकरात लौकर!"

२७

अमॉन गॉथच्या ऑफिसात दोन कारकून होते. कोचमान नावाची एक जर्मन बाई आणि मिटेक पेम्पर नावाचा एक ज्यू कैदी. १९४४ च्या त्या उन्हाळ्यात पेम्पर अमॉनच्या नजरेत आला. पोलिश आणि जर्मन भाषेत टंकलेखन करता येत असल्यामुळे अमॉनने त्याला लगेच स्वत:चा साहाय्यक म्हणून कामाला घेतलं.

पेम्परची स्मरणशक्ती विलक्षण होती हे सर्वज्ञात होतं. त्यान वाचलेलं किंवा लिहिलेलं अक्षर अन् अक्षर त्याच्या लक्षात राहायचं.

त्याच्या ह्याच विलक्षण स्मरणशक्तीनं काही वर्षांनी अमॉनला फासावर लटकावलं. पण त्या उन्हाळ्यात पेम्परला असं स्वप्नसुद्धा पडलं नसतं.

बहुतेक गुप्त कागदपत्रं अमॉन त्या जर्मन बाईकडून लिहून किंवा टाईप करून घेत असे. पण बरेच वेळा तिची मंद बुद्धी आणि संथ काम यांना कंटाळून अति गोपनीय काम सुद्धा तो पेम्परकडून करून घेत असे.

अमॉनसमोर बसून त्याचं बोलणं लिहून घेताना दोन विचार पेम्परच्या मनात

सतत घोळत असायचे. 'आपल्याला कळणारी ही सगळी गुप्त माहिती आपण प्रयत्नपूर्वक स्मरणात ठेवली पाहिजे. जर कधी दैवयोगानी अमॉनला न्यायदेवतेसमोर उभं राहायला लागलं, तर हीच माहिती त्याला शिक्षा द्यायला उपयोगी पडणार आहे. पण आपण काही जिवंत राहात नाही... आपल्याला इतकी माहिती कळते आहे, हे अमॉनला नक्कीच समजत असणार... एक दिवस आपल्याला गोळी घालून तो पुरावा नष्ट करणार!'

पण ह्या दोन्ही विचारांना बाजूला सारून पेम्पर आपलं काम चोख करत होता आणि आपल्या अद्‌भुत स्मरणशक्तीच्या मदतीने मिळणारी सगळी माहिती तारीख-वारासकट डोक्याच्या एका कोपऱ्यात साठवून ठेवत होता. आपण केलेल्या प्रत्येक टंकलिखित कागदाची तो प्रत काढून ठेवत होता, त्याचबरोबर जर्मन बाईने फेकून दिलेले कार्बन कागद वाचून माहिती जमा करत होता.

१९४४ सालच्या एप्रिलमध्ये बर्लिनहून अमॉन गॉथच्या नावाने आलेलं एक पत्र पेम्परला वाचायला मिळालं :

'ऑशविट्झच्या कॅम्पमधल्या दारूगोळ्यांच्या कारखान्यासाठी सात हजार मजूर पाठवले जाणार आहेत. पण त्यांच्या राहाण्याच्या कोठड्या अजून बांधून पूर्ण व्हायच्या आहेत. तेव्हा त्या बांधून होईपर्यंत या कैद्यांची व्यवस्था आपल्या प्लासझोच्या कॅम्पमध्ये होईल का, हे त्वरित कळवावे.

गेरहार्ड मॉरर,
कामगार योजना अधिक्षक
डी विभाग'

या पत्राला अमॉनने पाठवलेलं उत्तर पेम्परच्या शब्दश: लक्षात राहिलं, कारण त्यानंच ते लिहून घेतलं होतं. अमॉननं लिहिलं होतं–

आमच्या कॅम्पमधे अजिबात जागा नाही, सर्व इमारती कैद्यांनी पूर्णपणे भरलेल्या आहेत. पण खालील सूचनांचा विचार केल्यास सुमारे दहा हजार कैद्यांची आम्ही थोड्या कालावधीसाठी व्यवस्था करू शकू.

१. आमच्या कॅम्पमध्ये सध्या ज्यांचा उपयोग नाही अशा कैद्यांना मारून टाकून जागा निर्माण करणे किंवा / आणि

२. एकाच खाटेवर दोन किंवा तीन कैदी कोंबणे.

या पत्राला मॉररचं उत्तर आलं, तेही पेम्परनं बघितलं होतं.

'तुमची दुसरी सूचना स्वीकारता येत नाही, कारण एकाच खाटेवर जास्त कैदी भरल्यामुळे साथीचे रोग खूप फैलावतील. आंतरराष्ट्रीय नियमांप्रमाणे एका कैद्याला कमीत कमी तीन घनमीटर जागा मिळालीच पाहिजे... परंतु...

आपल्या पहिल्या सूचनेचा विचार करून आम्ही त्याला मान्यता देत आहोत...

आपल्या कॅम्पमधील निरुपयोगी कैदी निवडून ऑशविट्झच्या विषारी वायू विभागाकडे पाठवावेत. त्यानंतर पुढची कामगिरी हा विभाग करेल... गुरं भरायच्या गाड्यांमधून असे कैदी त्वरित ऑशविट्झला रवाना करावेत...

मॉरर'

आणि मग बऱ्याच दिवसांनी प्लासझोच्या कॅम्पमध्ये धावपळ सुरू झाली.

सात मेच्या रविवारी अगदी सकाळीच एखाद्या गावाची जत्रा भरावी, तसं आयोजन अमॉननं केलं होतं. हजेरीच्या मैदानात सगळीकडे कापडी फलक टांगले होते.

'योग्य माणसांसाठी योग्य काम!'

खांबावरच्या कर्ण्यांवर मोठमोठ्या आवाजात प्रेमगीतं लावली होती. एका टेबलावर कॅम्पचा डॉक्टर ब्लँक काही अधिकाऱ्यांसह बसला होता. एकेका कोठडीतल्या कैद्यांना बोलावलं जात होतं. मैदानात आल्यावर कैद्यांनी अंगावरचे सगळे कपडे काढायला सुरुवात करायची. त्यानं सांगेपर्यंत थांबायचं नाही. आणि मग ब्लँक आणि त्याचे सहकारी एखाद्या स्पर्धेपूर्वी खेळाडूंची जशी चाचणी घेतात तशी घ्यायचे. पोटं खपाटीला गेलेल्या, शरीरावरचं हाडन्हाड दिसणाऱ्या आणि कशाबशा धापा टाकत पळणाऱ्या त्या कैद्यांची, त्या जिवंत हाडांच्या सापळ्यांची चाचणी घ्यायचे. नग्न अवस्थेत मैदानात असं पळून दाखवणं, यापेक्षा अपमानास्पद अनुभव काय असू शकतो? पण एस.एस. अधिकारी, हे कैदी म्हणजे माणसं आहेत हे मानायलाच तयार नव्हते. त्यांच्या दृष्टीने हा कत्तलीसाठी निवडला जाणारा जनावरांचा कळप होता.

कैद्यांची रांग धावत होती. सगळ्यांना माहीत होतं, की ही जीवन मरणाची परीक्षा आहे. हिच्यात पास नाही झालं तर मृत्यू निश्चित आहे.

किनस्टिंगलर नावाची एक महिला याच गर्दीत नग्न अवस्थेत धावत होती. बर्लिनच्या ऑलिंपिक स्पर्धेत तिनं पोलंडकडून धावण्याच्या शर्यतीत भाग घेतला होता... तिला आज कळत होतं, की ऑलिंपिकमध्ये धावणं फारच सोपं होतं. खरी स्पर्धा आज आहे. त्या वेळी आपण एका सुवर्णपदकासाठी धावलो होतो. आज त्या पदकापेक्षा कितीतरी पटींनी मौल्यवान अशा आयुष्यासाठी आपल्याला धावायचंय!

या विचित्र स्पर्धेचे निकाल पुढच्या रविवारी जाहीर झाले. पुन्हा एकदा मैदानात

सगळे कैदी जमले आणि चाचणीत 'पास' झालेल्या कैद्यांची नावं मोठ्या कर्ण्यावरून वाचण्यात आली. ज्यांची नावं नव्हती त्यांचा घोळका वेगळा करून त्यांना कॅम्पच्या पूर्वेकडच्या बाजूला नेण्यात आलं. काही मिनिटांत कित्येकांची कायमची ताटातूट झाली. मैदानात एकच आक्रोश उसळला. कित्येकांनी आपल्या नापास झालेल्या नातेवाइकांकडे धाव घेतली. कॅम्पमधल्या सर्व लहान मुलांना नापास ठरवून ऑशविट्झला जाणाऱ्या गटाकडे पिटाळलं गेलं. जवळ जवळ तीनशे लहान मुलं ह्या कारवाईत सापडली. मैदानात हा गदारोळ अभूतपूर्व होता. पण असं होणार याची कल्पना असल्याने अमॉनने आधीच बंदूकधारी सैन्याचा कडेकोट बंदोबस्त ठेवला होता. शेवटी कर्ण्यांवर वाजणाऱ्या सुमधुर गीतांच्या आणि सैनिकांच्या संगिनींच्या तालावर या नापास कैद्यांचा जमाव कॅम्पच्या पूर्वेकडच्या दारात निघाला. तिथे गुरं वाहून नेणाऱ्या रेल्वेच्या डब्यांमधून त्यांची रवानगी होणार होती. ऑशविट्झमध्ये... थेट विषारी वायूच्या दालनात!

पहिल्याच दिवशी चौदाशे कैदी आणि दोनशे अडुसष्ट मुलांचा शेवटचा प्रवास प्लासझोपासून ऑशविट्झपर्यंत सुरू झाला.

कित्येकांनी आपापली लहान मुलं या कारवाईत सापडू नयेत म्हणून जमेल तिथं लपवली होती. हेन्री रोझनरचा मुलगा ओलेक अशाच दोन लहानग्यांबरोबर दिवसभर एका अरुंद तुळईवर लपून बसला होता. सात-आठ वर्षांची ती पोरं दिवसभर पाण्याचा घोट नाही... हालचाल नाही... लघवीला लागली तरी खाली उतरायची सोय नाही, अशा अवस्थेत तुळईवर बसली होती. पण त्या वयातही त्यांना कळत होतं, की जिवंत राहायचं असेल तर इथंच शांत बसण्याशिवाय दुसरा उपाय नाही. त्या दिवशी ओलेक रोझनर वाचला, पण बरीचशी मुलं सापडली. त्यांना शिपायांनी पकडून नेलं. मुलांच्या बहुतेक लपण्याच्या जागा माहीत होत्याच!

तेरा वर्षांच्या एका मुलानं एक वेगळीच जागा लपण्यासाठी शोधून काढली. कॅम्पमधल्या शौचकुपाच्या खड्ड्यात आपण असलो तर तिथं तरी आपण सापडणार नाही अशी त्याची कल्पना... लपत छपत तो शौचकुपात पोचला आणि नाक-तोंड बंद करून त्या घाणीत उतरला. माश्यांनी त्याच्यावर हल्ला चढवला. कसेबसे त्याचे पाय जमिनीला टेकले आणि अचानक मागून आवाज आल्याचा भास झाला. "इथे येऊ नकोस... जागा नाही... तुझ्यामुळे ते पकडतील आम्हाला!" तो भास नव्हता. त्या तसल्या घाणीत आणखीन दहा मुलं सकाळपासून लपली होती.

पहिल्या दिवशी ती मुलं वाचली, पण नंतर काही दिवसांतच तीही सापडली आणि ऑशविट्झच्या दिशेनी रवाना झाली.

इकडे मैदानात कर्ण्यांवरची गाणी चालूच होती आणि त्याच्या तालावर नग्न कैद्यांचे हाडांचे सापळे डॉ. ब्लँकसमोरून पळतच होते.

२८

पोलंडमध्ये उन्हाळा चांगलाच तापायला लागला होता. उन्हाळ्यात युरोपमधल्या कुठल्याही खिडकीतून जितकं सुंदर हिरवंगार दृश्य दिसतं, तसंच त्याही खिडकीतून दिसत होतं. ती खिडकी अमॉन गॉथच्या ऑफिसची होती. अमॉन बोलत होता. त्याच्यासमोर शिंडलर, माडस्ट्रीश आणि बॉश हे तीन कारखानदार बसले होते.

"रशियन लोकांच्या प्रतिहल्ल्यानंतर पोलंडमधल्या क्रांतिकारक गटांना जोर चढलाय. ते आपल्या कॅम्पमध्ये घुसायची शक्यता आहे. आपल्या कैद्यांना ते चिथवतील. मग कदाचित बंड व्हायची शक्यता आहे, तेव्हा तुम्हाला सावध करावं म्हणून आज इथे बोलावलंय." अमॉन समोरच्या तिघांना पटवयचा प्रयत्न करत होता.

आणि तो आपल्याला हे सगळं का सांगतोय हे तिघांनाही नीट कळत नव्हतं. ऑस्कर मनातल्या मनात कल्पना करत होता. भुकेनी आसन्नमरण झालेले, वर्षानुवर्षांच्या क्रूर अत्याचारांमुळे मनोधैर्य पूर्ण संपलेले आणि आपण अजून जिवंत कसे, याचंच

आश्चर्य वाटणारे हे ज्यू कैदी काय बंड करणार! तेही सशस्त्र एस.एस. दलाच्या जवानांविरुद्ध?

कष्टाने तो जांभया टाळत होता. तशीच अवस्था माडस्ट्रीश आणि बॉशचीसुद्धा झाली होती. शेवटी एकदाची बैठक संपली. ऑस्करने अमॉनला आपल्या गाडीकडे नेलं. गाडीत मागच्या बाजूला एक सुंदर नक्षीकाम केलेलं चामड्याचं खोगीर होतं.

"हे तुझ्यासाठी अमॉन!" अजूनही शिंडलर संधी मिळेल तेव्हा अमॉन गॉथला खूश ठेवत होता. "चल, मी तुला तुझ्या बंगल्यावर सोडतो."

ऑस्कर आणि अमॉन गाडीतून निघाले. सूर्य डोक्यावर आला होता. ऊन रणरणत होतं. शिपायांच्या बराकी सोडून गाडी पुढं निघाली आणि ऑस्करनं करकचून ब्रेक दाबत गाडी थांबवली. समोरच प्लासझो कॅम्पचा छोटासा रेल्वे फलाट होता. दहा-बारा गुरं वाहून न्यायच्या डब्यांची मालगाडी त्या फलाटावर उभी होती. डब्यांमधून वाफा येत होत्या. ऑस्कर काही क्षण स्तब्ध झाला. त्या डब्यांमधून त्याला कण्हण्याचे, विव्हळण्याचे, रडण्याचे आवाज स्पष्ट ऐकू येत होते.

कुणीतरी 'पाणी... पाणी...' म्हणून ओरडत होतं. त्या डब्यांमध्ये खच्चून माणसं भरली होती. अमॉन ऑस्करकडे बघून हसत होता...

"माऊथोझेन कॉन्सन्ट्रेशन कॅम्पमध्ये चालली आहे नापास ज्यूंची पहिली तुकडी! आता लौकरच देवाघरी जायचंय तरी रडतात आणि कुथतात हे लोक! काय उपयोग ना आता असल्या रडण्याभेकण्याचा?"

अमॉनचं बोलणं ऐकत असताना ऑस्कर रेल्वेच्या डब्यांकडे बघत होता. उन्हामुळे डबे चांगलेच तापलेले स्वच्छ दिसत होते.

"अमॉन, तुझी हरकत नसेल तर इथल्याच अग्निशामक दलाला बोलावू का?" ऑस्करचं लक्ष आता फक्त गाडीच्या तापलेल्या डब्यांवर खिळलं होतं.

"तू कधी काय मागशील," अमॉन हसत त्याला सांगितलं, "दुसऱ्या कुणी असं काही विचारलं असतं तर मी धुडकावूनच लावलं असतं. पण आता बघूच तू काय करतोस ते! संध्याकाळच्या पार्टीत गप्पा मारायला एक विषय मिळेल!" ऑस्करचं कुठेच लक्ष नव्हतं. तो अग्निशामक दलाच्या लोकांना पाण्याचे नळ बाहेर काढायला सांगत होता.

अमॉन लांबून गंमत बघत होता. त्याला वाटत होतं की 'हे कैदी कुठं आणि कशाकरता चालले आहे हे ऑस्करला चांगलं माहिती आहे. आत्ताच्या क्षणापर्यंत त्या कैद्यांची सगळी आशा संपली होती आणि ऑस्कर त्यांना पाणी पाजायला बघतोय... त्यांना पाणी मिळालं तर परत त्यांना सुटकेची आशा वाटणार. मरायला चाललेल्यांना सुटकेची आशा दाखवणं म्हणजे केवढा क्रूरपणा! माझ्यापेक्षा जास्त क्रूरपणा आज ऑस्कर करतोय... आपल्याला काय, बरी गंमत आहे!'

ऑस्करनी आता पाण्याची एक भली मोठी नळी स्वत:च्या हातात घेतली होती. 'हिस्स' असा मोठा आवाज करत नळीतून पाण्याचा जोरदार फवारा त्या तापलेल्या डब्यावर मारला गेला. डब्याला मारलेल्या फळ्यांच्या भेगांतून ते पाणी कैद्यांच्या अंगावर गेलं आणि सगळ्या डब्यांतून आनंदाचे चीत्कार उठले. ऑस्करनी सगळ्या डब्यांवर पाण्याचे फवारे मारायला सुरुवात केली. अमॉन आणि त्याच्या साथीदारांना आता हसू आवरत नव्हतं. सगळे एकमेकांना टाळ्या देत ऑस्करच्या मूर्खपणाला, विदूषकी चाळ्यांना मुक्तपणे हसत होते.

इकडे ऑस्करच्या हातातली नळी शेवटच्या काही डब्यांपर्यंत पोचू शकत नव्हती... तो धावतच अमॉनकडे आला...

"अमॉन, आणखी एकच विनंती... मी माझ्या कारखान्यातून पटकन पाण्याचे नळ मागवू का? तिथे दोनशे मीटर लांब नळ्या आहेत."

"कर. तुला काय करायचं ते कर." अमॉननी निर्विकारपणे सांगितलं. सगळ्यांनाच आणखीन करमणूक हवी होती. ऑस्करनी चिठ्ठी घेऊन दोन शिपाई नळ्या आणायला पाठवले. तोपर्यंत अमॉनही आता या खेळात सहभागी झाला होता. त्यानं डब्यांचे दरवाजे उघडून कैद्यांना पाणी पाजायची परवानगी दिली. त्याचबरोबर डब्यातल्या गर्दीमुळे काही गुदमरून मेले होते, त्यांना पण बाहेर फेकून देऊन आतल्या कैद्यांसाठी जास्तीची जागा निर्माण केली.

"कशाला धडपड करतोय हा माणूस?" आजूबाजूचे एस.एस. अधिकारी आपापसात कुजबुजत होते. इमालियातून पाण्याच्या लांबलचक नळ्या आल्या आणि तहानेनं कासावीस झालेल्या सगळ्या कैद्यांच्या तोंडात पाणी पडलं. सगळे तापलेले डबे पाण्यानं चिंब भिजून निघाले. पाण्याच्या नळांबरोबर ऑस्करनी एका पिशवीतून दारूच्या बाटल्या, सिगारेटची खोकी आणि काही उत्तम दर्जाच्या चीजचे डबे मागवून घेतले होते. ते घेऊन तो तरातरा चालत गाडीच्या शेवटच्या डब्याजवळ आला. तिथल्या गार्डच्या हातात त्यानं ती पिशवी सगळ्यांच्या डोळ्यांदेखत ठेवली. "पुढे जिथं जिथं स्टेशनवर गाडी थांबेल, तिथं डब्यांची दारं उघड आणि ह्या तहानलेल्यांना पाणी दे!" ऑस्करनी सांगितलं.

त्या आगगाडीतले जे दोन कैदी वाचले, त्या डॉ. रुबीनस्टाईन आणि फेल्डस्टाईन नी नंतर सांगितलं, "मोथोसेनच्या रस्त्यावर प्रत्येक ठिकाणी गार्डनी गाडी थांबवून कैद्यांना थोडं का होईना पण पाणी पाजलं होतं. ऑस्करकडून घेतलेल्या 'भेटी'ला तो जागला होता."

ऑस्कर या डब्यापासून त्या डब्यापर्यंत पळतोय... एस.एस. अधिकारी हसत हसत सगळा तमाशा बघत आहेत आणि अमॉनला दिसतंय, की ऑस्करनी आता शहाणपणाची हद्द पूर्णपणे ओलांडली आहे. सगळ्यांच्या डोळ्यांदेखत ज्यूंना पाणी

पाजणं, गार्डला लाच देणं! एकानी जरी ही बातमी गुप्तचर खात्याला सांगितली, तरी ऑस्कर वाचणार नाही. पण ऑस्करला आता कसलीच पर्वा नाही. कुठल्यातरी भुतानं पछाडल्यासारखा तो वागतोय!

दुपारी दोनपर्यंत हा तमाशा चालला आणि मग गाडी एकदाची मोथोसेनच्या दिशेनी रवाना झाली. शिंडलरनं अमॉनला त्याच्या नव्या कोऱ्या खोगीराबरोबर बंगल्यावर सोडलं. संपूर्ण वेळ तो एक शब्दही बोलला नाही. शेवटी अमॉननंच त्याला प्रेमाचा सल्ला दिला, "मित्रा, एवढा उतावीळपणा करू नकोस. जरा सावकाशीनं घे आणि विचार कर... ही पहिली आगगाडी होती कैद्यांना घेऊन जाणारी... अशा गुराढोरांच्या गाड्या आता रोज सुटणार इथून कत्तलखान्याकडे जायला! किती गाड्यांच्या मागे पळशील तू पाणी पाजायला?"

ऑस्कर बदलतोय याची जाणीव ॲडम गार्डला (तोच ज्यू इंजिनिअर, ज्याला स्टर्नने अमॉनच्या तावडीतून सोडवून इमालियात पाठवलं होतं.) सुद्धा अशीच जुलैच्या वीस तारखेला झाली. त्या रात्री एका शिपायानं त्याला झोपेतून उठवलं आणि शिंडलरसाहेबांनी आत्ताच्या आत्ता बोलावलंय म्हणून सांगितलं.

गार्ड ऑस्करच्या ऑफिसात पोचला तेव्हा ऑस्कर अगदी एकाग्रतेनी रेडिओ ऐकत होता. समोर दारूची बाटली जवळ जवळ रिकामी होती, म्हणजे संध्याकाळपासूनच साहेबांचा 'कार्यक्रम' सुरू असावा. आज त्यानं रेडिओवर जर्मन स्टेशन लावल होतं. गार्डला थोडं आश्चर्य वाटलं, कारण ऑस्कर नेहेमीच बीबीसी लावून बसलेला असायचा. एखाद्या महत्त्वाच्या घोषणेच्या आधी लावतात तसं संगीत रेडिओवर चाललं होतं.

गार्डला ऑस्करनं स्वत: उठून खुर्चीत बसवलं. त्याच्याकरता थोडीशी कॉन्यॅक भरून ग्लास त्याच्या समोर सारला आणि तो परत आपल्या खुर्चीत स्थानापन्न झाला.

"हिटलरला कुणीतरी ठार मारायचा प्रयत्न केलाय... आत्तापर्यंतची बातमी अशी आहे, की हिटलर सुखरूप आहे आणि ते सारखं सांगताहेत की तो कुठल्याही क्षणी राष्ट्राला उद्देशून भाषण करेल... संध्याकाळपासून मी वाट बघतोय, पण अजून काही तो आलेला नाही रेडिओवर!" ऑस्करनं एका दमात गार्डला सांगून टाकलं.

त्यानंतर बराच वेळ ऑस्कर आणि गार्ड एकत्र बसले होते... क्वचित एखादा शब्द बोलला गेला असेल... रेडिओवरचं सतत सुरू असलेलं संगीत आणि मधून मधून हिटलर लौकरच भाषण करणार अशा घोषणा ऐकत असताना, दोघांच्याही मनात कुठेतरी आशेचा किरण उमलत होता. आणि 'हिटलर मेला' ही बातमी ऐकण्यासाठी असं कितीही वेळ बसायची दोघांचीही तयारी होती. पण अशी बातमी

येत नव्हती.

ऑस्कर न थांबता पीत होता आणि स्वत:शी बोलल्यासारखं मध्येच बोलत होता.

"हिटलर जर मेला ना, तर माझ्यासारख्या कित्येक जर्मनांना सुटका झाल्यासारखं वाटेल... हिमलर उद्या सकाळी तुरुंगात असेल आणि एस.एस. दल तर संपेलच!"

"काय धाडसी माणूस असेल ज्यानी कोणी हिटलरचा जीव घ्यायचा प्रयत्न केला तो!"

रात्रीचे दहा वाजले आणि परत तीच घोषणा झाली– "हिटलर लौकरच भाषण करणार!"

आणखीन एक तास तसाच गेला. ऑस्करच्या आशा फारच पल्लवीत झाल्या... "ह्या सगळ्या हरामखोरांचा शेवट जवळ आलाय! आता पुन्हा एकदा आपल्या आजूबाजूला शहाणी, समंजस माणसं असतील... आणि जर्मनी पुन्हा दोस्तांच्या बाजूने रशियाशी लढेल!"

वेळ जात होता... संगीत चालू होतं... हिटलर बोलत नव्हता... ऑस्कर पीत होता आणि सगळा युरोप ज्या एका माणसाच्या मृत्यूच्या बातमीची आतुरतेनं वाट पाहात होता, तीच बातमी ऐकायला अनावर उत्सुक झाला होता.

आता रेडिओवरच्या प्रत्येक घोषणेबरोबर ऑस्करच्या चेहऱ्यावर हास्य फुलायला लागल होतं. मध्यरात्र उलटली. ऑस्करची आता खात्रीच पटली होती. उद्या सकाळी चौकाचौकात आनंद साजरा होत असेल आणि मुळात त्यामुळे कुणाला शिक्षा होणार नाही. उद्या सकाळी एस.एस. दलाच्या कार्यालयाला कुलूप लागलं असेल. केवढं धुंदी चढवणारं स्वप्न होतं हे!

रात्री एक नंतर काही वेळातच रेडिओवरचं संगीत थांबलं. सगळ्या जगानी श्वास रोखला आणि सगळ्यांना तोच चिरपरिचित आवाज ऐकू आला. ॲडॉल्फ हिटलरचा!

"मी जिवंत आहे!"

हिटलर मेल्याची ऑस्करची इतकी खात्री पटली होती, की पहिल्यांदा इतका परिचित असूनही त्याला आवाज ओळखताच आला नाही. गार्डने मात्र पहिल्या झटक्यात तो आवाज ओळखला.

"माझ्या देशबांधवांनो," हिटलर बोलत होता.

"मी आत्ता तुमच्याशी बोलतो आहे तो हे सांगण्यासाठी, की हा आवाज माझाच आहे... मी सुखरूप आहे आणि जर्मनीत आत्तापर्यंत घडलेल्या कुठल्याही गुन्ह्याशी तुलनाच करता येणार नाही अशा गुन्ह्याची हकिकत सांगणार आहे."

इथून पुढे हिटलरचं भाषण चार मिनिटं चाललं, भाषण संपवताना तो पुन्हा

पुन्हा सांगत होता, ''ह्या गुन्हेगारांना आता अत्यंत भयानक शिक्षेला सामोरं जावं लागणार आहे... आम्हा नाझींना अशा लोकांचा सूड कसा घ्यायचा ते चांगलं माहिती आहे.''

अॅडम गार्ड निराश झाला, पण ऑस्करएवढा नाही. त्याला पक्कं कळलं होतं, की हिटलर ही फक्त व्यक्ती नाही, तर आता देशव्यापी दंडुकेशाहीचं प्रतीक आहे आणि एका रात्रीत हे सगळं नष्ट होणं अशक्य आहे. हिटलर मेला तरीही!

पण ऑस्कर मात्र पूर्ण निराश झाला होता आणि आता त्याची समजूत घालायची पाळी गार्डवर आली होती.

''आपण जे सगळे प्रयत्न करतोय त्याचा काही उपयोग नाही.'' ऑस्कर बडबडत होता. ''ती दारू संपव... तो सिगारेटचा डबा घे आणि जा आता झोप. आपल्याला स्वातंत्र्य मिळायला आणखीन वेळ लागणार.''

१९४४ चा उन्हाळा संपत आला आणि अचानक सगळीकडे वावड्या उठायला लागल्या. प्लासझोच्या कॅम्पमध्ये काही बदल होणार आहेत. बहुदा हा कॅम्प बंद करण्यात येणार आहे... प्लासझो, पोमोरस्का, इमालिया... सगळीकडे खळबळ माजली. ऑस्करही अस्वस्थ झाला होता. कॅम्प बंद झाला तर सगळे कैदी कुठे जाणार? विषारी वायू? नक्कीच!

क्रॅकोवचा पोलिस अधिकारी म्हणून आता विल्हेम कोप आला होता. अमॉन गॉथला या कोपची परवानगी घेतल्याशिवाय आता कुठलीच गोष्ट करता येत नव्हती.

या क्षणी अशीच एक परवानगी मागायला तो कोपच्या समोर बसला होता.

''साहेब... दिवस फार कठीण आहेत. रशियन सैन्य आपल्या दिशेनी पुढे सरकतंय. त्यामुळे पोलंडमधल्या भूमिगत क्रांतिकारकांना जोर चढलाय. ते कदाचित कॅम्पमध्ये घुसून इथल्या कैद्यांना चिथवून उठाव करतील अशी शक्यता आहे.'' ऑस्कर, माडस्ट्रीश आणि बॉथ यांच्यासमोर अमॉननं जे भाषण केलं होतं. त्याचीच टेप तो इथं परत वाजवत होता. पण इथून पुढची टेप वेगळी होती.

''अशा परिस्थितीत तरी मला कडक पावलं उचलावी लागतील... असा बनाव कुणी करायचा प्रयत्न केला, तर त्याला जागीच चिरडून टाकावा लागेल. पण साहेब, हल्ली आपल्याकडे फार कागदपत्रं नाचवावी लागतात... तेही आपण करू... मला फक्त विचारायचंय, की एखादे वेळी जर अशी कारवाई मी आधी परवानगी न घेता केली आणि नंतर सगळी कागदपत्रं वर भरून पाठवली, तर तुम्ही समजून घ्याल ना?'' विल्हेम कोप ऐकत होता. त्याला ह्या विनंतीमध्ये काहीच वावगं वाटत नव्हतं. ''कागदपत्रं करून, तीन तीन प्रती बर्लिनला पाठवून, त्यांची

परवानगी येणार कधी... मी कारवाई करणार कधी... त्यात फार वेळ वाया जातो साहेब... काय करू? चालेल ना असं केलं तर?''

''माझी काहीच हरकत नाही.'' कोपनी अमॉनला अगदी पाहिजे तसंच उत्तर दिलं. ''आधीच असल्या लोकांना निपटून काढा... कागदपत्रांचं बघू आपण नंतर.''

कोपचे आभार मानत अमॉन गॉथ तिथून उठला. त्याचा डाव सफल झाला होता. अशी परवानगी मागण्याच्या मागे अमॉनचं अगदी वैयक्तिक कारण होतं. त्याला माहिती होतं की कॅम्प जर बंद झाला, तर बंद होताना चौकशा होणार आणि गेल्या तीन वर्षांत आपण इथे केलेले काळे धंदे नक्कीच उघडकीला येणार. तसं होऊ नये, म्हणून त्यात मुळापासून सामील असलेल्या काहीजणांना लगेच संपवणं भाग होतं आणि त्याची परवानगी त्याला आता थेट वरच्या अधिकाऱ्यांनी दिली होती.

अमॉनला सगळ्यात जास्त धोका वाटत होता तो विलेक चिलोविझपासून. अमॉनने केले सगळे काळे धंदे, लफडी-कुलंगडी या चिलोविझला इत्थंभूत माहिती होती. कॅम्पची रसद चोरून बाहेरच्या बाजारात चढ्या भावात विकण्यामागे या चिलोविझचंच डोकं होतं. इथं आल्यापासून अमॉननं जी बक्कळ माया जमा केली होती, त्यातल्या पैन्‌पैची माहिती चिलोविझला होती. ज्यू असूनसुद्धा प्लासझोच्या कॅम्पमध्ये राजेशाही थाटात राहणारं एकमेव कुटुंब म्हणजे चिलोविझ आणि त्याची बायको-पोरं! आत्तापर्यंत गॉथ साहेबांचा पूर्ण वरदहस्त त्याच्या डोक्यावर होता. आणि म्हणूनच गॉथ साहेबांना आता या सगळ्याच कुटुंबाची अडचण वाटायला लागली होती. त्यांना संपवणं भाग होतं!

इकडे तशी कुणकुण चिलोविझलाही लागली होती. 'आपल्याला अमॉन इथून जिवंत बाहेर जाऊ देणार नाही.' या विचारांनी तोही अस्वस्थ झाला होता.

आणि त्याच्या याच भीतीचा फायदा अमॉननं घ्यायचं ठरवलं. त्यानं सोविन्स्की नावाच्या एका शिपायाला चिलोविझकडे पाठवलं. ''तुला जर इथे रहायची भीती वाटत असेल, तर मी मदत करतो. तू आणि तुझी बायको-पोरं एका ट्रकमध्ये लपा, मी गुपचूप तुम्हाला बाहेर काढतो आणि दूरवर सोडतो... फक्त यासाठी किंमत आहे...'' सोविन्स्कीनं प्रस्ताव मांडला आणि अपेक्षेप्रमाणे चिलोविझनं हा गळ दोन्ही हातांनी पकडला.

''लगेच सांग कसं करायचं ते... इथून बाहेर पडलो नाही तर मी मेलोच समज. फक्त आणखीन एक मदत कर मला. कुठूनतरी चोरून एक पिस्तूल आणून दे... कुठे लागलं तर! तुझी जी काय किंमत असेल ती मिळेल.''

सोविन्स्की तिथून उठला, तो थेट अमॉनकडे!

अमॉनला तर आनंदाच्या उकळ्या फुटत होत्या.

"दे त्याला पिस्तूल... आपल्या रिपोर्टमधे लिहायला बरं झालं... चिलोविझ नावाच्या क्रांतिकारकाकडे पिस्तूल असल्यामुळे त्याला ठार मारणं भाग पडलं!"

आणि एक पॉईंट अडोतीस ताकदीचं मोडकं पिस्तूल चिलोविझला मिळालं. अर्थात त्यातून गोळी उडते का नाही हे बघायला त्याला वावच नव्हता.

ऑगस्टच्या मध्यावर एका रविवारी संध्याकाळी सोविन्स्कीनं अख्खं चिलोविझ कुटुंब एका ट्रकमध्ये दडवलं आणि जेरोझोलिम्स्का रस्त्यावरून तो ट्रक कॅम्पच्या दरवाज्याच्या दिशेनी धावायला लागला. ट्रकच्या मागच्या भागात दडलेला चिलोविझ विचार करत होता, 'एकदा का ते दार ओलांडलं, की परत अमॉनची आठवणसुद्धा नको!' फक्त अडचण एकच होती.

आज 'अगदी योगायोगाने' गॉथ साहेब स्वत: प्रवेशद्वारापाशी उभे होते आणि बाहेर जाणाऱ्या प्रत्येक वाहनाची तपासणी जातीने करत होते.

चिलोवीझ कुटुंब रीतसर सापडलं. त्यांना जागीच गोळ्या घालण्यात आल्या. विलेक चिलोविझला स्वत: अमॉननं गोळी घातली आणि आपल्या विरुद्धचा एक मोठा पुरावा संपवला.

कावीळीने आजारी असताना कमांडर गॉथसाहेबांनी 'एक भयानक क्रांतिकारक उठाव' मोडून काढला.

चिलोवीझ कुटुंबाची प्रेतं मग कॅम्पमध्ये सगळ्यांना बघण्यासाठी ठेवण्यात आली. शेजारी एक फलक लावला होता, 'नियम मोडणाऱ्या प्रत्येकाला या पुढे हीच शिक्षा!'

मग संध्याकाळचा बराच वेळ अमॉनने लांबलचक अहवाल तयार करण्यात घालवला. एक विल्हेम कोपसाठी आणि दुसरा बर्लिनच्या जनरल ग्लुक्सच्या 'डी' विभागासाठी. रात्री अकरा वाजेपर्यंत त्याची जर्मन टंकलेखिका आपल्या हळूबाई पद्धतीनं अनेक चुका करत हे अहवाल टाईप करत बसली होती.

शेवटी अमॉन कंटाळला. त्यानं तिला जायला सांगितलं आणि मिटेक पेम्परला बोलावून घेतलं. तो आल्या आल्या थंडगार आवाजात अमॉन एकच वाक्य बोलला, "चिलोविझच्या पळून जाण्यात तू सहभागी होतास म्हणे!"

पेम्पर उभ्या उभ्याच थरथर कापायला लागला. त्याच्या तोंडून शब्द फुटेना.

तो पुरेसा घाबरलाय याची खात्री पटताच अमॉननं त्याला बसायला सांगितलं आणि अर्धवट टाईप केलेले कागद त्याच्या समोर टाकले. "हे सगळं मी सांगतो तसं पूर्ण करायचं. काम उत्तम व्हायला पाहिजे! हे कागद बरोबर घेऊन जा आणि तुझ्या कोठडीत काम कर!"

पेम्पर जायला उठला. अमॉन त्याच्याबरोबर दारापर्यंत आला. "आणि एक गोष्ट... अहवालाच्या शेवटी मी शिक्षा केलेल्या लोकांची यादी टाईप करशील,

तेव्हा शेवटचं नाव आणि माझी सही यांच्यामध्ये थोडी कोरी जागा ठेव. मला तिथं आणखीन एक नाव घालायचंय!''

एका क्षणात पेम्परची खात्री पटली, की हे कागद आपण अमॉनला देताक्षणी आपलंच नाव त्या मोकळ्या जागेत लिहिलं जाणार आहे.

''होय साहेब.'' म्हणून पेम्पर आपल्या कोठडीकडे वळला.

पुढचे दोन तास त्यानं सगळं काम पूर्ण केलं. प्रत्येक अहवालाच्या शेवटी आपल्या नावासाठी कोरी जागा ठेवली. काम करताना त्याचं विचारचक्र चालू होतं. आपण एवढ्या कष्टानं अमॉनबद्दलची गोळा केलेली सगळी माहिती... काही उपयोग नाही तिचा. ह्या कागदांवर आणखीन काही तासांत आपलं नाव लिहिलं जाईल. उद्याचा सूर्योदय काही आपण बघत नाही.

सगळं काम संपलं आणि अडखळत्या पावलांनी तो परत अमॉनच्या ऑफिसात पोचला. साहेब अजून जागेच होते. पेम्परला उभंच ठेवून त्यांनी शांतपणे सगळं वाचायला सुरुवात केली. 'आता आपली घटका भरली...' पेम्पर मनाशी म्हणत होता.

शेवटी अमॉननं कागद बाजूला ठेवले आणि तो खुर्चीतून उठला. पेम्परचा श्वास थांबला होता.

''जा आणि झोप घे थोडी.'' अमॉन म्हणाला.

''अं?'' पेम्पर गडबडलाच.

''झोप जाऊन, असं म्हटलं मी!''

पडत्या फळाची आज्ञा घेऊन पेम्पर ऑफिसच्या बाहेर पडला. मागे वळून बघायची त्याची हिम्मत नव्हती. कदाचित याक्षणी अमॉनचं पिस्तूल आपल्यावर रोखलं असेल याची त्याला जाणीव होती.

पण तसं काहीच घडलं नाही. गॉथ दिवा मालवून झोपायला निघून गेला होता.

पेम्परला आणखीन काही दिवस तरी जीवदान होतं. ती रिकामी जागा अमॉननं दुसऱ्याच एका म्हाताऱ्या कैद्यासाठी ठेवली होती. दुसऱ्या दिवशी सकाळी ती भरली होती.

२९

युद्धजन्य परिस्थितीशी निगडीत काही अपरिहार्य कारणांमुळे प्लासझो आणि त्याच्याशी निगडीत सर्व छोटे कॅम्प बंद करायचा सरकारचा निर्णय झाला आहे. या सर्व कॅम्पमधील कैदी योग्य ठिकाणी लवकरात लवकर पाठवण्याची व्यवस्था केली जाईल. या प्रक्रियेला सुरुवात म्हणून इमालियामधले सगळे कैदी प्लासझोमध्ये पाठवण्याची व्यवस्था करावी व इमालियाचा कॅम्प बंद करण्याची कार्यवाही त्वरित करावी.

मुख्य अधिकारी
स्थलांतर विभाग,
बर्लिन'

ऑस्करच्या टेबलावर नुकतंच बर्लिनहून आलेलं पत्र पडलं होतं आणि ते वाचून ऑस्कर प्रचंड खवळला होता. मनातल्या मनात म्हणत होता, 'काय अपेक्षा आहे या लोकांची? कॅम्पचं दार उघडून सगळ्या कैद्यांना चालू लागा असं म्हणू की

काय?’ सगळ्यांत भयंकर गोष्ट म्हणजे प्लासझोमधून या कैद्यांना कुठे नेलं जाणार, याचा उल्लेख स्थलांतर विभागने पूर्णपणे टाळला होता. अर्थात ह्या विभागाने जरी ही हुशारी दाखवली असली, तरी पोलंडवर प्रशासनासाठी पाठवलेल्या जनरल फ्रान्झनं या प्रश्नाचं उत्तर अगदी खुलेआम दिलं होतं...

‘शेवटी जेव्हा हे युद्ध आम्ही जिंकू, तेव्हा माझ्या माहितीप्रमाणे पोल, रशियन आणि उरलेले किडूकमिडूक ज्यू यांचा पूर्णपणे नाश करण्यात येईल.’ इती फ्रान्झ!

पण हे स्थलांतर कुठे होईल हे ऑस्कर आणि अमॉन दोघांना पूर्णपणे माहीत होतं. प्लासझोमधले सगळे पुरुष ग्रॉस रोझेन नावाच्या कॅम्पमध्ये पाठवले जाणार होते आणि तिथे उपाशीपोटी दगडाच्या खाणीत काम करता करता मरणार होते. बायका मात्र थोड्या सुदैवी होत्या! त्यांच्यासाठी ऑशविट्झ कॅम्पमधली अत्याधुनिक तंत्रज्ञानानं बांधलेली विषारी वायुगृहं तयार होती! काही मिनिटांतच मृत्यू देणारी!

इमालियामध्ये आणि प्लासझोमध्ये ही बातमी पसरली होतीच. इमालियामधलं वर्षभराचं सुख संपलं असं तिथल्या कैद्यांना वाटत होतं. पण ऑस्कर आपल्याला असा वाऱ्यावर सोडणार नाही, याचीही त्यांना खात्री वाटत होती.

ऑस्कर तर पूर्णपणे बदललाच होता. पूर्वी ‘धंद्यासाठी आवश्यक’ म्हणून ज्यूंकडे बघणारा ऑस्कर आता ‘ज्यूंना वाचवण्याचं साधन’ म्हणून धंद्याकडे बघत होता. नफा, तोटा, पैसा या गोष्टींना त्याच्या दृष्टीने शून्य किंमत होती. आणि जणू त्याची सत्वपरीक्षा बघण्यासाठीच संकटांचे डोंगरच्या डोंगर त्याच्यावर येऊन आदळत होते.

पण ऑस्कर असा सहजासहजी धीर सोडणाऱ्यांपैकी नव्हता. परिस्थिती पूर्णपणे विरोधात असतानासुद्धा शेवटपर्यंत प्रयत्न न सोडणारी जी माणसं असतात, त्यातला एक नमुना होता ऑस्कर शिंडलर!

हल्ली अमॉन एवढा जाड झाला होता, की त्याच्या दोन्ही डॉक्टरांनी त्याला धमकीच दिली होती, “ताबडतोब खाणं आणि पिणं कमी करा, नाहीतर लौकरच वरून बोलावणं येईल!” त्यामुळे हल्ली अमॉनच्या पार्ट्या बंद झाल्या होत्या. क्वचित कोणी आलं तरच...

आज ऑस्कर शिंडलर त्याच्याकडे आला होता एक प्रस्ताव घेऊन. थंडी पडायला नुकतीच सुरुवात झाली होती. दोघं अमॉनच्या उबदार खोलीत बसले होते.

“मी माझा कारखाना मोराव्हियाला हलवायचं म्हणतोय. त्यामुळे जे कैदी माझ्याकडे इमालियात होते ते आणि प्लासझोमधले आणखीन काही कुशल कैदी त्या कारखान्यासाठी लागतील... त्यांना इथून सोडायची व्यवस्था होईल ना?” ऑस्कर प्रत्येक वाक्य काळजीपूर्वक बोलत होता.

“त्या स्थलांतर विभागाची काळजी करू नको. ते मी बघतो. तू फक्त इथली

परवानगी दे आणि त्यासाठी बाकी काय लागेल ते आपण करूच!''

'बाकी काय लागेल ते' म्हणजे काय हे अमॉनला समजावून सांगायची गरज नव्हती. गेली तीन वर्षं दोघांनी असे असंख्य व्यवहार केले होते.

''मी एक कैद्यांची यादी तयार करून पाठवतो. त्यावर योग्य ते सही-शिक्के पडू देत म्हणजे झालं!''

''ते बर्लिनच्या ऑफिसचं लफडं जर तू सांभाळणार असशील, त्यांच्या परवानग्या काढणार असशील, तर माझं काम मी केलं म्हणून समज. झालं तुझं? चल, आता जरा पत्ते खेळू!''

अमॉनला त्या कैद्यांच्या यादीत किंवा ऑस्करच्या कारखान्यात काडीचा रस नव्हता. त्याला फक्त त्याचा हप्ता मिळण्याशी मतलब होता. त्यानं हेलनला कॉफी आणायला सांगितली. हेलनला बघितल्यावर ऑस्करला तिची कणव आली. किती लहानशी मुलगी ही! अमॉनचा छळ भोगून अकाली म्हातारी झाली आहे बिचारी!

साधारण गेल्या वर्षीच ऑस्कर तिला तळघरात भेटला होता आणि त्यानं तिला वचन दिलं होतं, की मी तुला इथून बाहेर काढीन... आज ऑस्करला त्याची आठवण झाली.

हेलनला मात्र अशी कोणतीही आशा नव्हती. गेल्याच आठवड्यात तिनं अमॉनला दिलेलं सूप थोडं गार झालं होतं, म्हणून त्यानं तिला मारलं होतं आणि मग दोन शिपायांना बोलावून समोरच्या झाडापाशी हिला गोळी घाला म्हणून सांगितलं होतं.

तिच्या पाठीला पिस्तूल लावून नेताना तिनं कळवळून त्या शिपायांना विचारलं होतं, ''कुणाला गोळी घालतोयस तू, मला? हेलनला? अरे स्वयंपाकघरात मी कित्यक वेळा तुला धोका पत्करून जेवायला घातलंय... विसरलास?''

''मी विसरलो नाही, पण मी तुला मारलं नाही तर तो मला गोळी घालेल... माफ कर हेलन.'' असं म्हणत पेत्रने आपलं पिस्तूल तिच्या मानेला लावलं.

अमॉन खिडकीतून बघत होता. अचानक त्याचा विचार बदलला. ''सोडून द्या तिला. परत कधीतरी गोळी घालू. तोपर्यंत शिकवून काही सुधारणा होते का ते बघू.''

आता तीच हेलन अमॉन आणि ऑस्करच्या ग्लासांमध्ये कॉफी भरत होती.

पत्त्यांचा खेळ बराच वेळ चालला होता. दोघंही पैसे लावून खेळत होते आणि आत्तापर्यंत ऑस्करनी अमॉनकडून सदोतीसशे ज्लोटी जिंकले होते. अमॉन त्याच्या नशिबाला शिव्या देत होता.

''अमॉन, मला वाटतं आपण आता डावावर पैशांपेक्षा दुसरं काहीतरी लावू.

मी मोराव्हियाला जेव्हा कारखाना हलवेन, तेव्हा मला एक चांगल्या सेविकेची गरज आहे. मी हरलो तर तुला सात हजार चारशे ज्लोटी देईन, पण तू हरलास तर मला हेलन हिर्श द्यायचीस... ठरलं?''

ऑस्करनं अत्यंत चलाखीनं सुचवलं. आपल्याकडे महाभारतात द्रौपदी अशी जुगाराचा बळी ठरली होती. इथे जर्मनीत ऑस्कर शिंडलर जुगाराचा उपयोग एका मुलीचा जीव वाचवण्यासाठी करत होता.

''मला जरा विचार करू दे!'' अमॉन तिला सहजासहजी सोडायला तयार नव्हता.

''अरे विचार कसला करतोस? नाहीतरी ती शेवटी ऑशविट्झला जाणार आहे. एका फडतूस ज्यू मुलगी... कबूल कर!''

बोलता बोलता ऑस्कर उठला. शेजारच्या टेबलावरच्या एका कोऱ्या कागदावर त्यानं आपल्या ओबडधोबड अक्षरांत लिहायला सुरुवात केली :

'ऑस्कर शिंडलर त्यांच्या मोराव्हियातल्या नवीन कारखान्यासाठी जी कुशल कामगारांची यादी तयार करत आहे, त्या यादीत हेलन हिर्श ह्या ज्यू कैदी मुलीचं नाव घालण्यास माझी संमती आहे.'

लिहून त्यानं कागद अमॉनसमोर आणून ठेवला. हरला तर अमॉननं त्यावर सही करायची होती आणि एका ज्यू मुलीचा जीव वाचवण्यासठी पत्त्यांचा जुगार सुरू झाला.

पण आज ऑस्कर, अमॉनपेक्षा हेलन हिर्शचं नशीब जोरावर होतं. डाव ऑस्करनं जिंकला आणि अमॉननं आपल्या नशिबाला खूप शिव्या घातल्या. खूप खळखळ करत त्यानं शेवटी त्या कागदावर सही केली. कागदाची नीट घडी करून खिशात ठेवत ऑस्कर उठला. त्यानं आत्तापर्यंत जिंकलेले सगळे पैसे अमॉनला परत केले. ''हेलन हिर्श आता माझ्या मालकीची आहे. मी यादी पाठवून तिला इथून नेईपर्यंत ती सुरक्षित राहिली पाहिजे. यादीतल्या इतर सगळ्या कैद्यांबरोबर मी तिला घेऊन जाईन!'' ऑस्कर निघताना म्हणाला.

खाली तळघरात आपण जुगारामुळे वाचलोय याचा हेलनला पत्ताच नव्हता.

ह्याच दिवसापासून 'ऑस्कर शिंडलर कैद्यांची एक यादी तयार करतोय आणि त्या यादीत नाव असलं तर जिवंत राहायची खात्री आहे.' ही बातमी वाऱ्याच्या वेगाने प्लासझोमध्ये पसरली.

३०

ऑस्कर शिंडलरनं वाचवलेल्यांपैकी बहुतेकांना आजही विचारलं, 'ऑस्कर हे सगळं त्यांच्यासाठी का करत होता?' तर कोणालाच नक्की उत्तर देता येत नाही.

कदाचित ऑस्कर जातिवंत जुगारी होता, त्याला-चांगलं वाईट समजत होतं. कदाचित जे चाललं होतं ते त्याला बघवत नसावं... आणि त्यात त्याचा स्वभाव... आपल्याला जे योग्य वाटेल तेच करायचा आणि कोणत्याही परिस्थितीत शरणागती न पत्करायचा!

पण ह्या सगळ्यावर कितीही लिहिलं, तरी ज्या निर्धारानं सगळ्या संकटांना तोंड देत त्यानं इमालियातले कैदी बाहेर काढले, त्याचं शब्दांत वर्णन करणं कठीण आहे. आणि तो एवढंच करून थांबला नाही.

त्यानं माडस्ट्रीशची भेट घेतली आणि त्याला पटवायचा प्रयत्न केला, "तुझे तर तीन हजार कैदी मजूर आहेत. आपण दोघांनी मिळून जर प्रयत्न केले तर चार हजार ज्यूंचे जीव आपण वाचवू शकू! त्यांना कुठंतरी मोराव्हियात हलवू!"

ऑस्करइतकं नसेल, पण आपल्या कारखान्यातल्या मजुरांसाठी माडस्ट्रीशनंसुद्धा खूप काही केलं होतं, ते कोणालाच नाकारता येणार नाही. पण त्याच्यात आणि ऑस्करच्यामध्ये मूलभूत फरक होता. माडस्ट्रीश जास्त व्यवहारी होता. ऑस्करसारखा भावनाप्रधान आणि वाहावत जाणारा नव्हता. त्याला दिसत होतं की ऑस्कर जेवढा जिद्दी आहे त्याच्या कितीतरी पट एस.एस. दल आणि त्यातले अधिकारी हरामखोर आहेत. आपल्या ताब्यातल्या कैद्यांना ते कधीच सहजासहजी सोडणार नाहीत.

त्यानं ऑस्करला नकार दिला नाही, पण विचार करायला वेळ मागून घेतला. कदाचित ऑस्करसारख्या मनात येईल ते करणाऱ्या माणसाबरोबर असं काही करणं त्याला धोक्याचं वाटत असेल.

पण ऑस्करनी त्याच्या निर्णयाची वाट न बघता बर्लिनचा रस्ता पकडला आणि तिथं गेल्याबरोबर पहिली गाठ कुणाची घेतली तर ती म्हणजे कर्नल एरीक लँगची!

''मी माझा कारखाना हलवतोय आणि त्यासाठी मला तुझी पूर्ण मदत लागणार आहे.'' ऑस्करनी जेवता जेवता सुरुवात केली.

ऑस्करची कळकळ ह्या एकमेव जर्मन अधिकाऱ्याला समजत होती आणि म्हणूनच तो शक्य तितकी मदत ऑस्करला नेहमीच करत होता.

''कदाचित हे सगळं करता येईल, पण त्यासाठी खूप खर्च करायला लागणार ऑस्कर! मला नकोत ते पैसे, पण बहुतेक अधिकारी पैशांशिवाय हलतच नाहीत, त्याला काय करणार?'' लँगनं आडपडदा न ठेवता सांगितलं आणि लगेचच स्थलांतर विभागातल्या एका अधिकाऱ्याशी त्याची ओळख करून दिली.

''कागदावर तुम्ही म्हणताय तसा तुमचा कारखाना मोराव्हियात आणणं शक्य आहे, पण पेच थोडा वेगळाच आहे. मोराव्हियाचा जो जर्मन प्रशासक (गव्हर्नर) आहे त्याला ज्यू नोकरांचे कारखाने आपल्या राज्यात अजिबात नको आहेत. फार आडमुठा आहे हा माणूस. त्याची समजूत घालू शकेल असा फक्त एकच माणूस आहे. सुस्मथ नावाचा एक इंजिनिअर! गव्हर्नर साहेबांनी ऐकलं तर फक्त या सुस्मथचं ऐकतील. प्रयत्न करून बघा!''

स्थलांतर अधिकाऱ्याची ओळख कर्नल लँगनंच करून दिल्यामुळे त्याने ऑस्करला लगेच मार्गच दाखवायला सुरुवात केली..

''पण इथल्या लोकांबरोबर बोलताना एक गोष्ट लक्षात ठेवा शिंडलर साहेब... युद्धामुळे इथले अधिकारी फार गांजलेत. काय हाल होतात त्यांचे सांगू? साध्या साध्या गोष्टी... हॅम, सिगारेट्स, दारू, कापड, कॉफी काही म्हणजे काही मिळत नाही त्यांना इथे. तेवढं त्यांना खूश करा, म्हणजे तुमचं काम झालंच समजा!''

जणू काय फार काहीतरी ऑस्करला माहीत नसलेलं आपण सांगतोय, अशा

थाटात त्या आधिकाऱ्यानं आपलं भाषण संपवलं. ऑस्करनी मग बर्लिनमध्ये पाण्यासारखा पैसा खर्च करायला सुरुवात केली.

आणि ह्याच दरम्यान तिकडे प्लासझोमध्ये कमांडर अमॉन गॉथ यांना अटक झाली! कुठल्यातरी खबऱ्यानी बर्लिनच्या ऑफिसमध्ये बातमी पोचवली असेल किंवा एखादा अधिकारी प्लासझोच्या कॅम्पमध्ये अमॉनच्या मेजवानीला आलेला असताना अमॉनची राजेशाही वागणूक बघून जळला असेल, पण वर खबर पोचली आणि तातडीने दोन ज्येष्ठ अधिकारी चौकशीसाठी क्रॅकोवमध्ये पोचले. तिथे चौकशी करून त्यांची खात्री पटली आणि मग त्यांनी अमॉनला व्हिएन्नामध्ये अटक केली. व्हिएन्नाच्या त्याच्या घरात ऐंशी हजार मार्क्स बहिशेबी सापडले आणि स्नानगृहाच्या माळ्यावर दडवलेले जवळजवळ दहा लाख सिगारेट्सचे डबे सापडले.

अर्थात ही जी चौकशी आणि अटक झाली होती, तिचं कारण फक्त अमॉनचे पैशाचे गैरव्यवहार एवढंच होतं. त्यानं गोळ्या घालून मारलेले कैदी किंवा त्यानं केलेले अत्याचार याबाबत चौकशी अधिकाऱ्यांचे कोणतेही आक्षेप नव्हते.

व्हिएन्नाहून त्याला त्यांनी ब्रेसलोच्या कैदेत ठेवलं आणि चौकशी चालू केली. त्या चौकशीसाठी त्यांनी हेलन हिर्श आणि मिटेक पेम्परला क्रॅकोवच्या कोठडीत ठेवलं. हे दोघंही संपत्ती जमा करण्यासाठी अमॉनला मदत होते असा त्यांचा संशय होता.

हेलन हिर्शला तर वेड लागायची पाळी आली होती. आयुष्यात आपल्याकडे कुणी अमॉनची साथीदार म्हणून बघतील अशी तिने कल्पनाही केली नव्हती.

पेम्परचीही तीच तऱ्हा. त्याला मारलं नाही कोणी, पण प्रश्न विचारून विचारून भंडावून सोडलं. एक दिवशी तो वैतागून ओरडला, ''का इथं कैदेत ठेवलंय मला? तिथं प्लासझोमध्येसुद्धा मी एक कैदीच आहे ना!''

दोन आठवड्यानंतर हेलन आणि पेम्पर दोघांना परत प्लासझोला पाठवण्यात आलं. आता अमॉन गॉथच्या जागी बुशर नावाचा अधिकारी आला होता. त्यानंच अमॉनची कैदेतून पाठवलेली एक चिठ्ठी हेलनला दिली.

'माझ्याकरता पत्रात लिहिलेल्या गोष्टी जरा गोळा करून जरा पाठवू शकशील का? भेटूच लौकर!'

इकडे ऑस्कर सुस्मथ नावाच्या त्या इंजिनिअरला भेटायला ट्रोपो या गावात येऊन दाखल झाला होता. आधीच्या माणसाच्या सल्ल्याप्रमाणे भरपूर भेटवस्तू तो येतानाच घेऊन आला होता.

''ह्या सगळ्याची मला गरज नाही. पुढच्या उपयोगासाठी राखून ठेव!'' गेल्या गेल्या सुस्मथने स्पष्टपणे सांगून टाकलं. ''मी यापूर्वीच गव्हर्नरकडे अशी योजना दिलेली आहे, पण मला स्वच्छ नकार मिळाला आहे. पण कर्नल लँग तुझा मित्र

आहे म्हणतोस, त्यानं एखादं पत्र दिलं तर त्याचा नक्की उपयोग होईल... तू ते करेपर्यंत समजा तू कारखाना हलवलास, तर त्यासाठी सगळ्यांत चांगली काही ठिकाणं मी तुला दाखवतो.''

अनपेक्षितपणे सुस्मथ एखाद्या सज्जन माणसाप्रमाणे ऑस्करला मदत करत होता. त्याने नकाशा काढला. ''इथे ब्रिनालिट्झ नावाचं गाव आहे. गावाजवळ झ्विटाऊ नावाचं रेल्वेस्थानक आहे. म्हणजे माल वहाणं सोप्पं! या ब्रिनालिट्झ गावात हॉफमन नावाच्या दोन भावांचा एक भला मोठा कारखाना होता.

''त्यांनी आता तो दुसरीकडे हलवलाय, तेव्हा ती कारखान्याची शेड रिकामीच आहे. मला वाटतं तुझ्या कारखान्यासाठी अगदी योग्य! पण हॉफमन बंधू ज्यूंचा कारखाना तिथे आणण्यास कडाडून विरोध करतील. उपाय एकच, गव्हर्नरनी जर तसा हुकूम दिला तर मात्र ते काही करू शकणार नाहीत. आता गव्हर्नरला ते कसं करायला लावायचं ते तुझं तू बघ... मी सांगितल्याप्रमाणे कर्नल लँगच्या पत्राचा नक्की उपयोग होईल आणि सोबत तू आणलेल्या या प्रेमभेटी आहेतच. एकच गोष्ट मात्र सतत लक्षात ठेव; कुणालाही या कानाचा त्या कानाला पत्ता लागू देऊ नकोस. बाकी लागेल ती मदत करायला मी आहेच.''

सुस्मथने खरोखरच अत्यंत मोलाचा सल्ला दिला होता. ऑस्करचं दडपण बरंच उतरलं, कारण झ्विटाऊ, ते झेकोस्लोव्हाकियाच्या सीमेवरचं गाव म्हणजे त्याचं स्वत:चं जन्मगाव! ते काय, ब्रिनालिट्झ काय... ह्या परिसराची ऑस्करला खडान्‌खडा माहिती होती.

तिथल्या लोकांना ज्यू कैदी गावात येणं अजिबात पचणार नाही, पण ते नंतर बघता येईल... एका वेळी एक प्रश्न सोडवावा, या विचाराने त्यानं गाडी सरळ ब्रिनालिट्झच्या दिशेनी वळवली. कमीतकमी हॉफमन बंधूंच्या कारखान्याची जागा जरा डोळ्यांखालून तरी घालू या विचाराने!

त्यांना न भेटताच आणि आपली ओळख कुणाला न सांगताच, त्यानं त्या रिकाम्या शेडमध्ये चक्कर मारली.

जुन्या पद्धतीची ती दोन मजली इमारत होती. भोवती भरपूर मोकळी जागा होती.

'इथं आपली सगळी जड यंत्रं बसतील... वरच्या मजल्यावर सगळ्यांचं ऑफिस... त्या बाजूला आपण राहू शकू आणि मैदानात मजुरांसाठी बैठी इमारत बांधता येईल.'

मनातल्या मनात ऑस्करचा आराखडा सुरू झाला. इथं यायची परवानगी गव्हर्नर देईल की नाही, ही शंकासुद्धा त्याच्या मनाला शिवली नाही.

क्रॅकोवला गेल्या गेल्या तो माडस्ट्रीशशी बोलणार होता. सुस्मथसारखा सज्जन अधिकारी त्याच्याही कारखान्यासाठी एखादी सुरक्षित जागा सुचवू शकला असता.

तो परत आला तेव्हा नुकतंच जर्मन सैनिकांनी दोस्तांचं एक विमान क्रॅकोवमध्ये पाडलं होतं. ऑस्करला हेही कळलं, की ते विमान ऑस्ट्रेलियन सैन्याचं होतं. युद्ध आता अगदी आपल्या दाराशी आलंय हे सांगायला त्याला आणखीन कोणत्याही पुराव्याची गरज नव्हती.

कारखाना इथून लगेच हलवायला पाहिजे होता... कोणत्याही परिस्थितीत त्यानं पहिलं काम काय केलं, तर मालवाहू रेल्वेच्या अधिकाऱ्यांना पटवायला सुरुवात केली. एक मोठी पार्टी देऊन! कारण यंत्रणा हलवण्यासाठी सगळ्यांत महत्त्वाचं होतं रेल्वे खातं!

सुस्मथला भेटून ऑस्करला एक आठवडा झाला होता. चक्रं कशी फिरली किंवा ऑस्करनी ती कशी फिरवली याचा फारसा पत्ता लागत नाही; पण त्या सात दिवसांच्या आत बर्लिनच्या मुख्य कार्यालयातून 'ऑस्कर शिंडलर यांचा युद्धसामान निर्मितीचा अतिमहत्त्वाचा कारखाना क्रॅकोवहून ब्रिनालिट्झ येथे हॉफमन यांच्या रिकाम्या कारखान्यात त्वरित हलवावा.' असा निःसंदिग्ध हुकूम मोराव्हियाच्या गव्हर्नरच्या नावाने निघाला.

हुकूम अतिशय स्पष्ट, कोणताही इतर अर्थ न काढता येण्यासारखा असल्याने, गव्हर्नर आणि हॉफमन बंधूंना काहीच करता येणं शक्य नव्हतं. तरीदेखील त्यांनी गावकऱ्यांच्या सह्या घेऊन, *'हे घाणेरडे ज्यू इथं आले तर रोगराई पसरून ब्रिनालिट्झ-सारख्या सुंदर गावाची वाट लागेल.'* असं निवेदन दिलं. पण हे निवेदन कार्यवाहीसाठी पोचलं कर्नल लँगकडेच! त्यानं पूर्ण दुर्लक्ष करून ते निवेदन फाइलीत दडपून टाकलं.

रोजच्या दिवसाच्या ह्या घडामोडी सुस्मथ ऑस्करला थेट टेलिफोनवरून सांगत होता. जणू ऑस्करच्या खेळात तोही आता पूर्णपणे सामील झाला होता.

आणि ह्या सगळ्या काळात ऑस्कर पैसा खर्च करत होता. पाण्यासारखा खर्च करत होता. क्रॅकोवच्या स्थलांतर अधिकाऱ्यांना खूश ठेवायचं होतं, कारण ते यंत्रं हलवायच्या परवानग्या देणार होते. वित्त विभागाच्या अधिकाऱ्यांना खूश ठेवायचं होतं, कारण ते क्रॅकोवमधून बँकेमार्फत पैसा हलवायची परवानगी देणार होते. आणि आता रोख पैशाला फारशी किंमत राहिलेली नव्हती.

सर्वांचे हात ओले करण्यासाठी मौल्यवान वस्तू लागत होत्या. त्यामुळे ऑस्कर सतत कित्येक किलो चहा आणि कॉफी, कातडी वस्तू, गालिचे, डबाबंद अन्न, चढ्या भावानी विकत घेत होता आणि दररोज संध्याकाळच्या पार्टीत वाटून टाकत होता.

एक दिवस त्याला सुस्मथचा फोन आला.

"झ्विटाऊच्या लोकांनी तुझ्या कारखान्याच्या विरोधात आंदोलन उभारलंय.

सगळ्या पोलीस अधिकाऱ्यांना ते पत्र पाठवत आहेत. तेव्हा ताबडतोब ऑटो रॅश या पोलीस प्रमुखाची भेट घे आणि तू किती सज्जन माणूस आहेस ते त्याला पटवून दे! अर्थात, त्याच्याकडे जाताना रिकाम्या हाताने जाऊ नकोस!''

पुढच्या तासात ऑस्करची गाडी ऑटो रॅशच्या ऑफिसच्या दिशेनी बर्नो नावाच्या गावाकडे निघाली होती. त्यानं बरोबर एक अत्यंत मौल्यवान हिराच घेतला होता. त्यांची भेट कशी झाली आणि ऑस्करनी विषय कसा काढला, ते कोणालाच ठाऊक नाही, पण तो हिरा टेबलावरून ऑस्करच्या बाजूकडून रॅशच्या बाजूला पोचला... दोघांनी हस्तांदोलन केलं आणि इव्हाईटूच्या लोकांची कटकट ऑस्करनं कायमची मिटवून टाकली.

ह्या सगळ्या प्रकारात आत्तापर्यंत ऑस्करने सुमारे एक लाख राईश मार्क्स खर्च केले होते. (त्या वेळचे साधारण चाळीस हजार डॉलर्स!)

त्याच्यामुळे वाचलेले अनेक कैदी आजही म्हणतात, की खर्च खरं तर यापेक्षा खूपच जास्त असला पाहिजे.

आणि अशी सगळी तयारी झाल्यानंतर मग ऑस्करनी ब्रिनालिट्झला न्यायच्या कैद्यांची यादी तयार केली. इमालियामधल्या सगळ्यांची नावं त्यात होतीच, पण त्यापेक्षा वेगळी हेलन हिर्शसारख्या अनेकांची नावं त्यात होती. ऑस्कर सतत माडस्ट्रीशला पटवायचा प्रयत्न करत होता, पण माडस्ट्रीशकडून त्याला अजून नक्की उत्तर मिळत नव्हतं. माडस्ट्रीशचा सेक्रेटरी टिश याला मात्र ह्या यादीचं महत्त्व काय आहे ते पक्कं कळलं होतं आणि आपल्या ओळखीच्या सगळ्या कैद्यांना तो सांगत होता, की काहीही करा पण त्या यादीत स्वत:च्या नावासाठी जागा मिळवा.

साधारण एक हजार कैद्यांची नावं त्या यादीत होती. ही यादी म्हणजे साक्षात पुनर्जन्म होता. प्लासझोच्या कॅम्पमध्ये त्या काळात ढिगाने कागद होते, पण या बारा-तेरा पानांच्या यादीला त्या सगळ्या कागदांपेक्षा जास्त महत्त्व होतं. प्रत्यक्ष जर यादी बघितली, तर ती अगदी सरळ टाईप केलेली पानं आहेत. आजही आपल्याला ती यादी 'याद व्हाशेम' या ज्यूंच्या जागतिक संस्थेमध्ये मूळ स्वरूपात बघायला मिळते. मात्र त्या काळात ह्या यादीला एक अद्‌भुत वलय प्राप्त झालं होतं.

आता कॅक्रोवला रामराम ठोकायचा म्हणून ऑस्करने सगळ्या एस.एस. अधिकाऱ्यांसाठी, मित्रांसाठी एका भव्य भोजन समारंभाचं आयोजन केलं.

क्रॅकोव शहरातले बहुतेक सगळे नामांकित लोक तिथं हजर होते आणि याच ठिकाणी माडस्ट्रीशने ऑस्करला आपला स्पष्ट नकार सांगितला. ऑस्करबरोबर आपलाही कारखाना ब्रिनालिट्झला नेण्यात खूप धोका आहे आणि त्यातून ज्यू कैद्यांच्या सुरक्षिततेची अजिबात खात्री नाही असं माडस्ट्रीशचं मत झालं होतं.

"मी ज्यूंसाठी जेवढं करता येईल तितकं केलंय... यापेक्षा जास्त मी काही करू शकत नाही."

मितभाषी माडस्ट्रीशने ऑस्करला सांगितलं. आणि माडस्ट्रीशला कोणीच दोष देऊ शकणार नाही. ऑस्करसारखं आपलं सर्वस्व तो ह्या जुगारावर लावायला तयार नव्हता.

भोजन समारंभात भलताच रंग चढला होता. हास्य विनोद चालले होते. सिगारेटच्या धुराने सगळं दालन भरून गेलं होतं. दारू मुक्तपणे वहात होती.

आणि त्याच वेळी ऑस्कर आणि टिश आठवून आठवून यादीत नावं वाढवत होते. मध्येच अमॉनच्या जागी बदली झालेला कमांडर बुशर तिथे डोकावून गेला. "बास झालं ऑस्कर, ती यादी माझ्या ताब्यात दे. आजच ती पूर्ण करून बर्लिनला गेली पाहिजे!" बुशर सांगून गेला.

टिश टाईप करतच होता. एकेक नाव... समजा एखादं महत्त्वाचं नाव आपल्याला उद्या सकाळी आठवलं तर त्याचा उपयोग नाही हे टिशला माहिती होतं. त्या टाईप केलेल्या कागदात जीवन होतं. बाकीच्यांसाठी मृत्यू ठरलेला! सहीच्या मोकळ्या जागेत, जिथं जमेल तिथं टिशनं नावं टाकली होती.

शेवटी ऑस्करनी त्याच्या हातावर हात ठेवला.

"बस झालं टिश... आत्तापर्यंतची नाव बघूनच त्यांना धक्का बसेल. आणखीन नको वाढवूस... आपण सगळेच धोक्यात येऊ." ऑस्कर म्हणाला.

टिशला श्वास घेता येत नव्हता... ज्यांचा मृत्यू टळला होता ते त्याला आशीर्वाद देणार होते, पण ज्यांची नाव तो यादीत घालू शकला नव्हता अशांच्या मृत्यूला जणू आपणच जबाबदार आहोत असं त्याला वाटत होतं. यादी कमांडर बुशरकडे पोचली. त्याला कोणत्याही नावाशी घेणं देणं नव्हतं; त्याला फक्त ठरावीक संख्येनी ज्यू कैदी ब्रिनालिट्झला पाठवायची परवानगी होती. त्यानं ही यादी आपल्या साहाय्यकाकडे – गोल्डबर्गकडे सोपवली.

आणि ज्यू असून युद्धाच्या ह्या शेवटच्या काळात गोल्डबर्गनी आपलं उखळ चांगलंच पांढरं करून घेतलं. त्यानं सरळ लाच घेऊन ह्या यादीमध्ये लोकांची नावं भरायला सुरुवात केली.

पोल्डेक पेफरबर्गला तर त्याच्याकडे अक्षरश: भीक मागावी लागली.

"तुझ्याकडे काही अंगठी, दागिने, सोनं.... जवाहीर आहे का दडवलेलं?" गोल्डबर्गनं थंडपणे उत्तर दिलं.

रोझनर बंधूंचं नाव त्या यादीत होतं... डोलेक होरोविट्झ होता. गोल्डबर्गनं स्वत:च्या सगळ्या कुटुंबाचं नाव टाकून घेतलं होतं. जोसेफ बोचं नावं होतं, पण

त्याच्या बायकोचं रिबेकाचं आणि आईचं नाव मात्र त्यात नव्हतं.

इश्ताक स्टर्नचं नाव तर शिंडलरने स्वत: टाकायला लावलं होतं. गोल्डबर्ग स्वत:च्या मनाने पूर्वीची काही नावं खोडून, नवी नावं जबर किंमत आकारून टाकत होता.

ऑस्कर मात्र यादी बुशरच्या ताब्यात देऊन नवीन कॅम्पच्या पुढच्या व्यवस्थेकडे वळला होता.

यावर्षी ऑक्टोबरच्या एक तारखेपासून प्लासझोचा कोणताही कैदी कॅम्प सोडून बाहेर जाऊ शकला नव्हता. तशी परवानगी रद्दच करण्यात आली होती. शिंडलरच्या फॅक्टरीत किंवा केबल फॅक्टरीत कामाला जाणारे कैदी परत येताना हमखास खायचे पदार्थ चोरून कॅम्पमध्ये आणायचे. आता कॅम्पमधून बाहेर पडणंच अशक्य असल्यामुळे कॅम्पमध्येच अन्नाचा काळा बाजार सुरू झाला. ह्या काळ्या बाजारात पावाला सगळ्यांत जास्त मागणी होती. पावाच्या किमती आकाशाला भिडल्या. गेल्या आठवड्यापर्यंत अंगातला कोट किंवा जुना असला तरी एखादा स्वच्छ सदरा दिला, तर पावाचा बऱ्यापैकी मोठा तुकडा मिळायचा. आता काळा बाजार करणारे शिपाई त्याच पावाच्या तुकड्यासाठी हिरे, अंगठ्या असल्या गोष्टी मागायला लागले.

ऑक्टोबरच्या त्या पहिल्या आठवड्यात शिंडलर आणि बँकिअर काही कारणानी प्लासझोच्या कॅम्पमध्ये गेले. इश्ताक स्टर्नचं ऑफिस थोडं बाजूला होतं. हे दोघं तिथे पोचल्यावर स्टर्ननी ही परिस्थिती ऑस्करच्या कानावर घातली.

''पावाच्या किमती काहीच्या काही भडकल्या आहेत.''

पुढचं सगळं ऑस्करच्या लक्षात आलं. तो बँकिअरकडे वळला आणि म्हणाला,

''त्या वायशर्टकडे पन्नास हजार ज्लोटी पोचते कर ताबडतोब!'' डॉ. मायकेल वायशर्ट हा एका ज्यूंच्या स्वयंसेवी संस्थेचा अध्यक्ष होता. जर्मनीतल्या रेडक्रॉसशी त्याचे घनिष्ट संबंध होते म्हणूनच तो अजून जिवंत होता. त्याची ती स्वयंसेवी संस्था नावालाच होती. पुष्कळशा ज्यू कैद्यांना त्याच्याबद्दल शंका होती. युद्धानंतर त्याच्यावर खटलासुद्धा भरला गेला. त्यात तो निरपराधी म्हणून सुटला देखील. पण आत्ताच्या क्षणाला ऑस्कर शिंडलरची खात्री होती की प्लासझोच्या कैद्यांची ह्या काळ्या बाजाराच्या चक्रातून थोडीतरी सुटका जर कोणी करेल तर तो म्हणजे डॉ. मायकेल वायशर्ट.

ऑस्कर आणि स्टर्न यांच्यात त्यादिवशी बरंच इतरही संभाषण झालं. पन्नास हजार ज्लोटीची पाव खरेदी हा त्यातला एक अगदी बारीकसा भाग होता.

पुढच्याच आठवड्यात कैद्यांना पाव पोचता झाला आणि काळ्या बाजारातील पावाच्या किमतीही बऱ्याच उतरल्या. ऑस्कर आणि इश्ताक स्टर्ननी अत्यंत चुटकीसरशी सोडवलेला हा गंभीर प्रसंग पहिलाच किंवा एकुलता एकच नव्हता. असे अनेक प्रसंग त्या काळात सतत घडत होते.

३१

प्लासझो कॅम्प रिकामा करण्याच्या त्या सगळ्या गदारोळात ऑस्करच्या इमालियातला एक कैदी मात्र वेगळा होता. गोल्डबर्गनी ऑस्करच्या यादीतल्या कैद्यांच्या नावात पैसे खाऊन फेरफार करायचा बट्ट्याबोळ चालवला होता, त्यामुळे यादीच्या बाहेर ढकलला गेलेला हा कैदी नंतर आयुष्यभर गोल्डबर्गच्या ऐवजी ऑस्कर शिंडलरला दोष देत राहिला.

१९६३ साली मार्टीन बुबर यांच्या ज्यू संस्थेकडे न्यूयॉर्कमधून ऑस्करवर सडकून टीका करणारे एक पत्र आलं. पत्र लिहिणाऱ्यानं आपण ऑस्करच्या इमालियातले कैदी असल्याचं लिहिलं होतं. त्याचं म्हणणं होतं की, 'ऑस्करनी आम्हाला सुरक्षित बाहेर काढण्याचं आश्वासन दिलं होतं. त्याच्या बदल्यात आम्ही त्याच्या कारखान्यात मरेस्तोवर मजुरी करून त्याला मालदार बनवलं. आणि असं असून माझं नाव त्या यादीतून काढून टाकण्यात आलं!'

त्यानंतर या कैद्याला अफाट यातना, ग्रॉस रोझेन कॅम्पमधले हाल, माऊथोझेनच्या दरडीवरून शेकडो कैद्यांना ढकलून देण्याचा प्रसंग आणि शेवटची मृत्यू यात्रा

दिव्यातून जायला लागलं. ह्या सगळ्याला जबाबदार ऑस्कर शिंडलर आहे असं त्या कैद्यानं आपल्या पत्रात नि:संदिग्धपणे लिहिलं होतं.

फक्त यातला विरोधाभास असा, की त्याच्याच पत्रातून पूर्णपणे कळतं की यादीमधल्या लोकांचं आयुष्य खूपच आशादायक होतं, पण यादीबाहेरच्या लोकांचा मात्र मृत्यू निश्चित होता.

आणि ही यादी आपलं सर्वस्व पणाला लावून ऑस्कर शिंडलरनेच तयार केली होती.

आणि खरोखरच गोल्डबर्गनं जे केलं त्यासाठी ऑस्करला दोष देणं चुकीचं आहे. प्लासझो कॅम्पच्या त्या शेवटच्या दिवसांत कोणताच अधिकारी यादीतलं प्रत्येक नाव ऑस्करनी निवडलेलं आहे ना, हे बघणंच शक्य नव्हतं. ते फक्त एवढीच खात्री करत होते की ऑस्करनी अकराशे कैदी मागितले आहेत आणि यादीमध्ये साधारण तेवढेच कैदी आहेत.

किंवा गोल्डबर्गवर बारकाईनं लक्ष ठेवणं हे सुद्धा ऑस्करला अशक्यच होतं. त्याचा दिवस अधिकाऱ्यांबरोबर चर्चा करण्यात आणि रात्री त्यांना खूश ठेवण्यासाठी पार्ट्या देण्यात जात होता.

त्याच्या कारखान्यातली प्रचंड हिलो यंत्रं त्याला नवीन कारखान्यात हलवायची होती. त्यासाठी सरकारी परवानगी लागणार होती. ती परवानगी देणारे अधिकारी नेहमीचेच जनरल शिंडलरच्या ऑफिसातले होते. त्यातल्या एकानं कुरापत काढलीच, "ऑस्करनं यंत्र खरेदी करताना बर्लिनमधून परवानगी घेतली होती. त्या परवानगीप्रमाणे ही यंत्र फक्त पोलंडमध्येच वापरता येणार होती. आता ती जर पोलंडची हद्द ओलांडून ब्रिनालिट्झला, झेकोस्लोव्हाकियामध्ये हलवायची असतील तर बर्लिनच्या ऑफिसची तशी परवानगी पाहिजे!"

ऑस्करनं कपाळाला हात लावला! ती परवानगी त्यानं आणायची म्हटलं असतं तर त्याला महिना लागला असता आणि ऑस्करकडे महिना नव्हता...

एका महिन्यात प्लासझोचा कॅम्प रिकामा झाला असता. यंत्रं हलली नाहीत तर सगळे कैदी ग्रॉस रोझेन किंवा ऑशविट्झच्या छावण्यांमध्ये पाठवले गेले असते आणि त्यांची राख झाली असती!

परत एकदा भेटवस्तूंची खैरात झाली आणि हव्या त्या परवानग्या ऑस्करच्या पदरात पडल्या.

ह्या भानगडी सांभाळता सांभाळता त्याच्या डोक्याला इतरही खुराक होताच. अमॉन गॉथला अटक झाली होती आणि गुप्तचर खात्यातर्फे त्याची समूळ चौकशी होणार होती. ह्या प्रकरणात आपल्यालाही अटक होणार असं ऑस्करला खात्रीनं वाटायला लागलं होतं. कारणही तसंच गंभीर होतं. अमॉनच्या संपत्तीची तपासणी

करताना ऐंशी हजार मार्क्स बेहिशोबी सापडले होते. त्या चौकशीत अमॉननं सांगून टाकलं, ''ज्यू कैद्यांवर मी दया दाखवावी म्हणून ऑस्कर शिंडलरने ही रक्कम मला दिली होती!''

ह्या सगळ्या घडामोडींवर बारकाईनं लक्ष ठेवणं ऑस्करला भाग पडत होतं. त्यासाठी पोमोरस्का इथल्या ऑफिसमधले त्याचे मित्र त्याला वेळोवेळी माहिती देत होते, अर्थात योग्य मोबदला घेऊनच! आणि सगळ्यात शेवटी जिथं कारखाना हलवायचा होता त्या ब्रिनालिट्झची काळजी होतीच. हा भाग ग्रॉस रोझेन छावणीच्या अखत्यारीत पडत होता. मेजर हॅसब्रोक हा तिथला मुख्य अधिकारी होता. युद्ध संपलं तोपर्यंत हॅसब्रोकच्या देखरेखीखाली एक लाख ज्यूंचं शिरकाण झालं होतं. त्याच्या क्रूरपणाबद्दल ऐकताच ऑस्करनी त्याला फोन केला आणि स्वत:ची गाडी काढून त्याला भेटायला गेला होता. प्रत्यक्ष भेटीत हॅसब्रोक त्याला अगदीच साधासुधा वाटला.

पण ह्याही गोष्टीची आता ऑस्करला सवय झाली होती. चेहऱ्यावरून अगदी सरळ वाटणारे अधिकारी प्रत्यक्षात कसे नराधम आहेत हे तो गेली काही वर्षं अगदी जवळून पाहात होता.

आपल्या कॅम्पमधले ज्यू सुरक्षित रहावेत म्हणून ह्या हॅसब्रोकची मनधरणी करावी लागणार या विचाराने ऑस्कर त्याच्याकडे गेला होता पण झालं उलटंच!

हॅसब्रोकनंच त्याचे आभार मानले! कारण त्याच्या साम्राज्यात आणखीन एका कॅम्पची भर पडली होती. हॅसब्रोक आपल्या ताब्यातल्या छावण्यांना स्वत:चं साम्राज्य समजायचा. ह्या त्याच्या ग्रॉस रोझेनच्या साम्राज्यात त्याच्या अधिकारात एकशे तीन कॅम्प होते.

ऑस्करचा हा ब्रिनालिट्झचा कॅम्प एकशे चौथा होता. एक हजारहून जास्त कैद्यांचा हा कॅम्प, तो सुद्धा दारूगोळ्यासारखं युद्धोपयोगी साहित्य निर्माण करणारा! असा कॅम्प आपल्या साम्राज्यात दाखल झाल्यामुळे हॅसब्रोक खुशीत होता. एकंदर पोलंडमधले अठ्ठ्याहत्तर कॅम्प, झेकोस्लोव्हाकियामधले सोळा कॅम्प आणि जर्मनीतले दहा कॅम्प त्याच्या अधिकारात येत होते. अमॉन गॉथचं प्लासझोचं राज्य त्या मानानी अगदीच फालतू होतं.

अशी भयंकर धावपळ चालू असताना ऑस्करनी जरी ठरवलं असतं, तरी सुद्धा गोल्डबर्गवर त्याला लक्ष ठेवता आलं नसतं. आणि गोल्डबर्ग एवढा चिकट, की त्या प्लासझोच्या शेवटच्या आठवड्यातसुद्धा लोकांच्याकडून पैसा जमा करण्याचं त्याचं काम चालूच होतं.

उदाहरणच द्यायचं झालं तर डॉ. इडेक शिंडलचं घ्या. त्यानं स्वत:ला आणि त्याच्या दोन भावांना ऑस्करच्या यादीत घालायची विनंती गोल्डबर्गला केली होती.

पण पंधरा ऑक्टोबरच्या संध्याकाळपर्यंत गोल्डबर्गनं त्याला तो यादीत आहे की नाही याचा थांगपत्ता लागू दिला नव्हता. त्या दिवशी प्लासझोचा कॅम्प पूर्णपणे खाली करायचा होता.

त्या दिवशी संध्याकाळी डॉ. शिंडेल आणि त्याचे भाऊ तसेच ऑस्करच्या यादीतल्या लोकांच्या ओळीत घुसले.

व्हायचं ते झालं. सापडले! मुल्लर नावाच्या शिपायानं डॉ. शिंडलच्या प्रथम डाव्या कानाखाली आवाज काढला मग उजव्या मग परत डाव्या आणि उजव्या.

''कशाला तडफडलास त्या ओळीत?''

शिंडलला आणि त्याच्या भावांना त्यानं ओढून बाहेर काढलं. त्या दिवशी रात्री त्या तिघांची रवानगी एका बायकांच्या तुकडीबरोबर ऑशविट्झला झाली. त्याचं नशीब एवढंच की त्यांच्याकडं लक्ष द्यायला कोणला वेळच नव्हता म्हणून ते वाचले. युद्ध संपलं तेव्हा डॉ. शिंडल हा फक्त हाडांचा सापळा झाला होता. त्याच्या सगळ्यांत धाकट्या भावाला युद्ध संपायच्या आदल्या दिवशी गोळी घालून मारलं नाझी सैनिकांनी.

थोडक्यात हे चित्र आहे शिंडलरच्या यादीत ज्यांची नावं लिहिली गेली नाहीत त्यांचं! त्याच्या यादीत असण्यात किंवा नसण्यात शिंडलरचा फारच कमी सहभाग होता. दोष जर कुणाला द्यायचा झाला तर तो गोल्डबर्गला द्यावा लागेल.

या यादीबद्दल प्रत्येकाची एक स्वतंत्र कथा आहे. ऑस्करच्या यादीतल्या कैद्यांची ओळ केली गेली तेव्हा हेन्री रोझनर आपलं व्हायोलिन हातात घेऊन त्या ओळीत उभा राहिला. पण अमॉन गॉथच्या अगदी मर्जीतल्या शिपायानं त्याला बाहेर काढलं. समजा अमॉन सुटून परत आला आणि त्याला ह्या व्हायोलिनवाल्याचं वाजवणं ऐकायचं असेल तर!

हेन्रीनं मग आपलं व्हायोलिन कोटाच्या आत कसंबसं दडवलं आणि त्या शिपायाची नजर चुकवून तो परत त्या ओळीत घुसला. ह्यावेळी मात्र तो यादीतल्या इतर कैद्यांबरोबर बाहेर पडू शकला.

जेरेथ दांपत्याचं नाव ऑस्करनी स्वत: त्या यादीत घातलं होतं. त्यामुळं ते सहीसलामत सुटले. पर्लमन जोडपं असंच सुखरूप बाहेर पडलं. लेव्हारटोव्ह पण निघाला. ही सगळी माणसं ऑस्करच्या खास मर्जीतली होती. ह्या सगळ्यांना त्यानं स्वत: शब्द दिला होता. त्यामुळे इमालियामधले बरेचसे कैदी यादीच्या गाडीत बसले. आणि एवढा हलकटपणा करून गोल्डबर्ग आणि त्याचं अख्खं कुटुंबसुद्धा नीट ब्रिनालिट्झच्या कॅम्पच्या दिशेनी निघालं.

आणखीही काही ऑस्करच्या चांगल्या ओळखीचे कैदी शेवटच्या क्षणी यादीत

घुसले. पोल्डेक पेफरबर्ग आणि त्याची बायको मिला यांना गोल्डबर्गनी नकार दिला होता. त्या शेवटच्या दिवशी पेफरबर्गनी वेगळीच युक्ती वापरली. त्यानं एक व्होडकाची बाटली काळ्या बाजारात खरेदी केली आणि तो थेट श्रायबर नावाच्या अधिकाऱ्याकडे पोचला.

"आम्हाला टाका त्या यादीत साहेब. ऑस्कर शिंडलरला कळलं असतं तर त्यानं स्वत: आमची नावं घातली असती."

श्रायबरच्या हातात व्होडकाची बाटली होती.

"खरं आहे... तुम्ही दोघांनी जायला पाहिजे... कुठाय तो गोल्डबर्ग?" आणि मग दरडावून त्याने पोल्डेक आणि मिला पेफरबर्गची नावं त्या यादीत घालायला लावली.

श्रायबरसारख्या माणसांच्या स्वभावाचं न उलगडणारं कोडं वाटतं. जर पोल्डेक आणि मिलानी त्या यादीत जावं असं त्याला वाटलं, तर बाकीचेही हजारो कैदी जावेत असं त्याला का वाटलं नाही?

पोल्डेक आणि मिलाबरोबरच हेलन हिर्श आणि तिची बहीणसुद्धा यादीच्या ओळीत उभे होते.

१५ ऑक्टोबर १९४४ ला रविवार होता. शिंडलरच्या यादीतल्या कैद्यांची पहिली तुकडी प्लासझोहून ब्रिनालिट्झला जाणाऱ्या गाडीत चढली. तेव्हा हवेत भलताच गारठा होता. गेल्या आठवड्यातच पहिला बर्फ पडला होता. शिंडलरच्या यादीतल्या आठशे पुरुष कैद्यांबरोबर त्या गाडीत इतरही हजारो कैदी होते. त्या बाकीच्या कैद्यांना ग्रॉस रोझेनच्या कॅम्पमध्ये सोडून मग ऑस्करची यादी ब्रिनालिट्झला पोहोचती व्हायची होती. ह्या यादीतल्या सगळ्या, म्हणजे जवळ जवळ तीनशे स्त्रिया पुढच्या रविवारी याच गाडीत बसणार होत्या आणि एक आठवड्याने ब्रिनालिट्झला पोचणार होत्या. अंतर कमी असलं तरी ह्या प्रवासाला वेळ खूप लागणार याची सगळ्याच कैद्यांना जाणीव असावी. या संपूर्ण प्रवासासाठी प्रत्येकाला तीनशे ग्राम वजनाचा पाव दिला होता. डब्यात एक बादलीभर पाणी सगळ्या कैद्यांत मिळून वापरायचं होतं. गाडीच्या डब्यात शारीरिक विधी करायला जागाच नव्हती. मग सगळ्या कैद्यांनी मिळून ह्या कामासाठी एक कोपरा वापरायचं ठरवलं.

सगळ्यांना आश्चर्य त्या हरामखोर गोल्डबर्गचं वाटत होतं. यादीत नाव सामील करण्यासाठी त्यानं प्रचंड माया जमवली होती, पण त्याच्याकडे काहीच सामान दिसत नव्हतं! कुठं दडवली होती त्यानं सगळी संपत्ती कोण जाणे! प्रवासाला तीन दिवस लागले. थंडीने त्यांचे श्वास गोठत होते. आपापल्या गुडघ्याला मिठी घालून सगळे जण एक शब्द न बोलता बसून होते. ब्रिनालिट्झला पोचलो की ऑस्कर शिंडलर आहे आपली काळजी घ्यायला, ह्या एकाच आशेवर त्यांचे जीव अजून

कुडीत होते.

तिसऱ्या दिवशीच्या संध्याकाळी गाडी थांबली आणि दरवाजे उघडले गेले. भस्सकन हाडं गोठवणारं वारं डब्यात शिरलं आणि त्याच्या पाठोपाठ शिपायांच्या आरोळ्या, "उतरा सगळे खाली... सगळे तिकडे निर्जंतुकीकरणाच्या कोठडीकडे चला आणि कपडे काढून टाका इथेच!" त्या थंडीत तशा नग्न अवस्थेत सगळ्या कैद्यांना हजेरी मैदानावर नेण्यात आलं आणि शिंडलरच्या कैद्यांपैकी बऱ्याच जणांच्या लक्षात आलं की आपण ब्रिनालिट्झला नाही पोचलो. आपल्याला ग्रॉस रोझेनलाच उतरवण्यात आलंय!

ती संपूर्ण रात्र त्या सगळ्या कैद्यांनी उघड्या अंगाने त्या मैदानात, तशा थंडीत काढली.

दुसऱ्या दिवशी उन्हं चांगली वर आल्यावर त्यांना झोपड्यांचा आसरा मिळाला.

त्या रात्री, त्या सतरा तासांमध्ये, हृदय बंद पाडायला धडपडणाऱ्या त्या थंडीतसुद्धा, शिंडलरच्या आठशे जणांपैकी कोणीही प्राण सोडला नाही. ब्रिनालिट्झला पोचायचं या एकाच विचाराला कुरवाळत, त्या मानसिक उबेमध्ये बहुतेकांनी ही भयानक रात्र पार पाडली.

सकाळी अकरा वाजता सगळ्यांना अंघोळ घालण्यात आली. युक्रेनिअन न्हाव्यांनी सगळ्या कैद्यांच्या अंगावरच्या सगळ्या केसांची हजामत केली. मग सगळ्यांना अगदी विरविरीत कापडाचे कैद्यांचे गणवेश मिळाले आणि त्यानंतर झोपड्यांमध्ये बसायची सगळ्यांना परवानगी मिळाली.

प्रत्येकाने आपले पाय पसरून बसायचं. मागच्या माणसाच्या पायांमध्ये दुसऱ्यानं तसंच आपले पाय पसरून बसायचं. अशा खेटून बसलेल्या कैद्यांच्या ओळीच्या ओळी तयार झाल्या. त्यांच्या पायात गोळे येत होते, कुणाला लघवीला जायचं होतं, पण एक इंचभर हलणं शक्य नव्हतं. प्रत्येक झोपडीत कैदी असे ठासून भरले होते.

दररोज सकाळी हजेरीचं मैदान... तिथं मग दहा तास ओळीत उभं राहणं. संध्याकाळी थोडे पाय मोकळे करायला मिळायचे. नऊ वाजता शिट्टी वाजली की त्याच विचित्र अवस्थेत बसायला सगळे कैदी आपापल्या झोपड्यांमध्ये!

दुसऱ्या-तिसऱ्या दिवशी कुणीतरी शोधत आला. "शिंडलरची यादी कुणी तयार केली त्यानं पुढं यावं. आमची यादीची प्रत गहाळ झाली आहे, तेव्हा नवीन प्रत तयार करायची आहे." गोल्डबर्ग पुढे आला आणि आठवून आठवून नावं टाईप करत राहिला. त्या रात्री त्याचं काम पूर्ण झालंच नाही. रात्री परत तो परत येताच सगळ्या कैद्यांनी त्याला घेरलं आणि सुरू झाली आर्जवं, आपलं नाव त्या यादीत घालायला न विसरण्यासाठी!

केवढा आटापिटा चालला होता त्या यादीसाठी आणि अजूनपर्यंत तरी त्या यादीनं त्यांना आणून सोडलं होतं फक्त ग्रॉस रोझेनसारख्या भयानक छळ छावणीत!

मग तिसऱ्या दिवशी यादी पुन्हा एकदा तयार झाली आणि शिंडलरचे आठशे ज्यू कैदी बाकीच्या कैद्यांपासून यादीबरहुकूम वेगळे काढले गेले. परत एकदा तशाच गुरं पाठवायच्या डब्यांमधून त्यांची वरात सुरू झाली. अजून आपण कुठे चाललो आहोत याची कोणालाच खात्री नव्हती. डब्याच्या फटींमधून पाईन वृक्षांचं जंगल दिसत होतं. त्यावरून काही जणांनी अंदाज बांधला की आपण झेकोस्लोव्हाकियाच्या दिशेनं म्हणजेच ब्रिनालिट्झच्या दिशेने चाललो आहोत. पण न जाणो हा आशेचा बुडबुडा परत कुठल्यातरी यातना छावणीत फुटायचा, ह्या भीतीने कुणीही मोठ्यांदा बोलायला तयार नव्हता.

शंभर मैलांच्या त्या प्रवासाला दोन दिवस लागले. गाडीचे दरवाजे उघडले आणि त्यांना कळलं, की आता आपण खरोखरच झ्विटाऊ स्टेशनच्या फलाटावर आहोत आणि हे स्वप्न नाही. पहाटेची वेळ होती.

गाव अजून झोपेतून जागं व्हायचं होतं.

तेव्हाच त्या गावातून तीन मैल चालत ही तुकडी ब्रिनालिट्झच्या कॅम्पमध्ये पोचली. गावात सगळीकडे पाट्या लागल्या होत्या.

'ज्यूंना ह्या गावाच्या बाहेर ठेवा!'

पण येणाऱ्या ज्यूंच्या मनाचे आता दगड झाले होते. असले अपमान त्यांच्या अंगवळणी पडले होते.

रेल्वेच्या रुळांशेजारून चालत ही कैद्यांची तुकडी ब्रिनालिट्झ गावात पोचली. आणि सकाळच्या त्या धूसर प्रकाशात त्यांच्या डोळ्यांसमोर आला हॉफमन बंधूंचा प्रचंड कारखाना. ऑस्कर शिंडलरनं त्यांच्यासाठी बांधलेला! चारही बाजूला टेहळणी मनोरे, तसंच काटेरी कुंपण आणि मागे त्यांच्यासाठी बांधलेल्या ऐसपैस लाकडी इमारती.

सगळे एका ओळीत मुख्य दरवाज्याच्या दिशेनी चालायला लागले आणि त्या दरवाज्यातून साक्षात ऑस्कर शिंडलर त्यांच स्वागत करायला पुढं आला... तसाच रुबाबदार... तसाच आत्मविश्वासानं भरलेला... आता त्यानं डोक्यावर टायरोलीनची हॅट घातली होती.

३२

ब्रिनालिट्झचा हा कॅम्प उभारायचा संपूर्ण खर्च शिंडलरने स्वत:च्या खिशातून केला होता. कारखानदार ह्या युद्धाचा फायदा घेऊन भरपूर फायदा उकळतात, तेव्हा त्यांचा खर्च त्यांनी करावा, अशीच सरकारी अधिकाऱ्यांची अपेक्षा होती. त्यातून क्रूप, फारबेन यांसारखे फार मोठे व्यावसायिक थेट हिटलरच्या अगदी जवळच्या लोकांपर्यंत पोहोचू शकत होते. त्यांना एस.एस. दल बरेच वेळा कारखाना उभारणीसाठी मदत करायचं, पण शिंडलर त्या मानाने फारच किरकोळ कारखानदार होता. त्याला सगळ्या परवानग्या मिळाल्या हेच नशीब! मग त्यानं बॉशच्या कारखान्यातून थोडं सिमेंट उचल, कुणाकडून पेट्रोल आणि डिझेल घे, कुठूनतरी कुंपणाला लागणारी तार काळ्या बाजारातून घे असं करत हा कॅम्प बांधून काढला होता. कित्येक गोष्टी तिथे नवीन बांधाव्या लागल्या होत्या. शंभर एस.एस. सैनिकांची कार्यालयं, राहायची व्यवस्था, स्वच्छता गृहं, स्वयंपाकघर, दवाखाना असं बरंच काही!

सगळं रीतसर पूर्ण झाल्यावर मग एकदा दस्तुरखुद्द हॅसब्रोक साहेबांची स्वारी

खास ग्रॉस रोझेनहून पाहणी करायला आली आणि परत जाताना गाडी भरून दारूच्या बाटल्या घेऊन गेली. अनेक कर ऑस्करकडून वसूल केले गेले, पण पावती मात्र एकाचीही मिळाली नाही.

मग बर्लिनची निरीक्षण समिती आली. त्यांचीही अशीच सरबराई झाली. क्रॅकोवहून ब्रिनालिट्झला यंत्रसामुग्री हलवण्यासाठी दोनशे पन्नास रेल्वेच्या डब्यांची आवश्यकता होती. पुरेपूर किंमत वसूल करून त्या अधिकाऱ्यांनी पूर्ण सहकार्य दिलं.

आणि एवढं करून कैद्यांच्या स्वागतासाठी नवीन हॅट घालून ऑस्कर शिंडलर पुढे आला तेव्हा त्यानं धंद्याची सगळी गणितं आपल्या डोक्यातून काढून टाकली होती. त्याला माल विकायचा नव्हता, नफा मिळवायचा नव्हता. ते सगळं केव्हाच मागे पडलं होतं. त्याच्या आयुष्यात आता एकच ध्येय होतं, 'शक्य तेवढ्या ज्यूंना वाचवणं' मग त्यासाठी आपल्या आयुष्याची सगळी कमाई उधळायची त्यानं मनाची तयारी केली होतीच!

अजून यंत्रसामुग्री यायची होती. ती चालू व्हायला वेळ लागणार होता, पण आठशे कैदी मात्र येऊन पोचले होते आणि प्रत्येक कैद्यामागे साडेसात राईशमार्क याप्रमाणे त्याला आजपासून सरकारकडे पैसे भरावे लागणार होते. हा खर्च दर आठवड्याला सुमारे दहा हजार डॉलर्स इतका होता. पुढच्या आठवड्यात बायकांची तुकडी येऊन पोचली की हाच आकडा अठरा हजार डॉलर्सपर्यंत जाऊन पोचणार होता. धंद्याच्या दृष्टीनेच ह्या सगळ्या गोष्टींकडे बघायचं म्हटलं तर ऑस्कर दर दिवशी वेगानं खड्ड्यात जात होता... पण वरकरणी टायरोलीनची रुबाबदार टोपी घालून हिंडत होता.

त्याच्या घरगुती आयुष्यातसुद्धा फरक पडला होता. त्याची बायको एमिली आता त्याच्याबरोबर राहायला आली होती. ऑस्कर नावाच्या वादळाला आयुष्यभर अबोलपणे सहन करणाऱ्या एमिलीचं रूप आणि वागणं दोन्हीही अत्यंत घरंदाज होतं. या ब्रिनालिट्झच्या कॅम्पमध्ये तिच्या हातूनसुद्धा खूप चांगलं काम होणार होतं. इनग्रीड ही ऑस्करची खास मैत्रीण ब्रिनालिट्झला आली होती, पण ती कॅम्पच्या बाहेर राहात होती आणि गरज पडेल तेव्हाच ऑस्करला भेटत होती. दोघांमधलं प्रेमप्रकरण बहुदा आता संपण्याच्या मार्गावर होतं.

आणि हुशार क्लोनोवस्का... ती मात्र क्रॅकोवलाच राहिली होती. ऑस्कर क्रॅकोवला गेला की नेमाने तिला भेटत होता. जेव्हा गरज पडेल तेव्हा तिची मदत घेत होता.

पण त्याची ही सगळी प्रेमप्रकरणं जरी कमी झाली असली, तरी तो पूर्णपणे सुधारला होता आणि बायकोशी एकनिष्ठ होता असं म्हणणं चुकीचं ठरेल!

सर्व पुरुष कैद्यांना त्यानी आल्या आल्या सांगितलं, की बायका लवकरच

प्लासझोमधून निघतील आणि ब्रिनालिट्झला कदाचित पुढच्याच आठवड्यात पोचतील. पण इथे मात्र त्याचा अंदाज साफ चुकला होता.

बायकांची तुकडी प्लासझोला गाडीत चढली खरी, पण दुसऱ्याच दिवशी त्यांचा प्रवास थांबला. गाडीची दारं उघडली तेव्हा त्यांच्यासमोर ब्रिनालिट्झ आणि इतर ओळखीचे कैदी किंवा ऑस्कर नव्हते. होते ते चाबूक आणि रबरी दंडुके घेऊन इकडे तिकडे धावणारे, फटके मारणारे जर्मन शिपाई.

एकमेकींना त्या भयचकित सुरात विचारत होत्या की आपण कुठे आलोय? आणि त्यांच्या पायाखालचा सर्वत्र पसरलेला चिखल उत्तर देत होता, की तुम्ही ऑशविट्झ बर्कनोच्या यातना छावणीत पोचला आहात! ऑशविट्झच्या चिखलाबद्दल सगळ्यांनीच ऐकलेलं होतं. त्यांचे पाय घोट्यापर्यंत त्या घाणेरड्या चिखलात रुतत होते. सगळीकडे घाईगडबड होती. मध्येच कुणीतरी येऊन हा 'शिंडलरचा गट' असं सांगून जायचे. रुडॉल्फ हॉस ह्या डोकेबाज नाझी अधिकाऱ्याने बांधलेल्या या तळावर रोज किती माणसांचे प्राण विषारी वायूच्या साहाय्याने घेतले जात होते, ह्याचा ह्या चिखलात उभ्या असलेल्या बायकांना पत्ता नव्हता. पण स्वत: रुडॉल्फ हॉसला जर हा प्रश्न विचारला असता तर त्यानं अभिमानानं 'इथं रोज नऊ हजार ज्यूंना ठार करून जाळलं जातं.' असं सांगितलं असतं.

ह्या बायकांच्या नजरेसमोर आत्ता तरी विद्युत दाहिनीच्या चिमण्यांमधून बाहेर पडणारा धूर आणि राख पसरत हाती. लक्षावधी कैदी ह्या तळावर रोज येत होते. दुसरीकडे पाठवले जात होते, तुकड्या तुकड्यांनी माणसं मारली जात होती. सगळा सावळा गोंधळ होता. फक्त उद्दिष्ट मात्र ज्यूंना नष्ट करायचं एवढं एकच असल्यामुळे कुणाचंच फारसं काही बिघडत नव्हतं.

पहिले आठ दिवस ह्या बायकांच्या तुकडीला ह्या कॅम्पमध्ये प्रचंड धोका होता. कोणताही माथेफिरू अधिकारी येऊन त्यांना मारायला घेऊन जाऊ शकत होता. इथे त्यांचा तारणहार कोणीच नव्हता. प्रेतं जाळणाऱ्या भट्ट्या अहोरात्र धगधगत होत्या. इथं काय चाललं आहे याची अस्पष्ट कल्पना त्यांना येत होती. इथला न संपणारा प्रत्येक क्षण त्या धडधडत्या हृदयांनी जगत होत्या. त्यांना वाटणारी प्रत्येक भीती नंतर खरी ठरली. विषारी वायूच्या तुकडीत ज्यांना जागा मिळाली नाही त्यांना गोळ्या घातल्या गेल्या. प्रेतं जाळायच्या भट्ट्यांवर जे कामाला होते त्यांनाही शेवटी ठार मारलं आणि हे सगळं चालू असताना शिंडलरच्या यादीतल्या बायकांची त्या ऑक्टोबर आणि नोव्हेंबर महिन्यात अनेक वेळा शारीरिक तपासणी झाली. त्यांच्यातल्या काहीजणींना वेगळं करून अगदी मरणासन्न कैद्यांच्या झोपड्या होत्या त्यात डांबलं.

जोसेफ, मेंगेले, फ्रिट्झ क्लाईन, क्योनीग, थिलो हे ऑशविट्झ छावणीतले डॉक्टर कधी कधी कैद्यांच्या झोपड्यांमधून चक्कर मारायचे.

हसत हसत बोलायचे. 'तुमचं वय काय मावशी?'

क्लारा स्टर्नबर्ग ह्या शिंडलरच्या यादीतल्या बाईला असंच इतरांपासून वेगळं करून अगदी म्हाताऱ्याकोताऱ्या, मरायच्या वाटेवर असलेल्या कैद्यांच्या झोपडीत डांबल होतं. तीच गोष्ट साठीच्या श्रीमती लोला क्रमहोल्झची. त्या झोपडीत एवढी रोगराई पसरली होती की सगळेजण आपोआपच मरणार होते.

अशाच एका वैद्यकीय तपासणीच्या वेळी हॉरोविट्झ बाईंनी आपल्या अकरा वर्षांच्या अगदी फिकुटलेल्या मुलीला, न्युसीआला एका रिकाम्या बाथरूममध्ये लपवलं. त्यांना खात्री होती की डॉक्टर तिला नापास करून मारून टाकणार.

एका गोऱ्यापान सुंदर एस.एस. शिपाई मुलीनं न्युसीआला लपताना पाहिलं पण ती काहीच बोलली नाही. नंतर तिनं हॉरोविट्झ बाईंना धमकी देऊन लाच मागितली. रेजीना हॉरोविट्झनं इतके दिवस कसंबसं लपवून ठेवलेलं माळेतलं पदक निर्विकारपणे देऊन टाकलं. आणखीन एक अशीच भडक डोक्याची एस.एस. दलातली शिपाई बाई होती. तिला खूष ठेवायचं असेल तर तिची वासना शांत करायला लागायची.

कधी कधी हजेरीच्या वेळी डॉक्टर हजर राहायचे. ते लांबून येताना दिसले की ह्या कॅम्पमधल्या बायका आपल्या गालांवर चेहऱ्यावर सापडेल ते दगड, माती जोरजोरात घासायला लागायच्या. त्यामुळे तरी गाल लाल दिसतील आणि आपण चांगले सुदृढ आहोत, अजून कष्टाची कामं करू शकतो हे डॉक्टरांना पटेल आणि आपला मृत्यू टळेल अशी आशा वाटायची त्यांना.

एक दिवस रेजीना हॉरोविट्झने आपल्या मुलीला, न्युसीआला ती उंच दिसावी म्हणून उभ राहायला पायाखाली दगड दिला. डॉ. मेन्गेलने तिला बरोबर पकडलं आणि शिक्षा म्हणून रेजीनाला ओटीपोटावर एक जबरदस्त ठोसा लगावला. अर्धमेली रेजिना त्या फटक्यानं हेलपाटलीच.

अशी मारहाण होऊन जमिनीवर पडलेल्या बायकांना सरळ ओढत येऊन शेजारच्या कुंपणाच्या तारांवर फेकून द्यायची पद्धत होती. त्या तारांमधून वीज सोडलेली असे. रेजीनाला त्या दिवशी त्यांनी असंच फरफटत तारांकडे नेलं. त्या शिपायांच्या अक्षरश: पाया पडत, रडत भेकत रेजीनानं ठार न मारायच्या विनवण्या केल्या. एका शिपायानं लाथ मारून सोडलं तिला. तशीच ती खुरडत खुरडत आपल्या झोपडीत शिरली. न्युसीआ अजूनही त्याच दगडावर थिजून उभी होती.

दान्का ड्रेसनर आणि तिची आई उन्हाळ्यातल्या पातळ, नेसत्या कपड्यांनिशी कॅम्पमध्ये आल्या होत्या. दान्काच्या अंगावर एक पोलकं, अर्धा स्कर्ट आणि एक छोटं जॅकेट हातं. नुकताच बर्फ पडायला सुरुवात झाली होती. आईनं मुलीला सुचवलं की दिलेल्या ब्लँकेटचा एक तुकडा फाडून स्कर्टखाली गुंडाळत जा.

तेवढीच थंडी कमी वाजेल!

त्याच दिवशी तपासणीला आलेल्या एका शिपायाला ब्लँकेटचा असाच तुकडा दुसऱ्या एका बाईच्या अंगावरच्या कपड्यांखाली सापडला. ताबडतोब तिला ते गोळी घालायला घेऊन गेले.

इकडे ड्रेसनर बाई दान्काच्या कानात सांगत होत्या. "मागच्या दरवाज्यातून हळूच पळून जा आणि काढून टाक तो ब्लँकेटचा तुकडा." त्या दिवशी दान्का वाचली, पण शिंडलरच्या यादीतल्या बायकांच्या हे लक्षात आलं की त्या यादीत आपलं नाव असलं तरी हे काही फार मोठं कवच नाही. ऑशविट्झमध्ये कुणाच्याच नावानी जिवाची खात्री देता येणार नव्हती.

आय.जी. फारबेन ह्या बड्या कंपनीकरता चाललेल्या मजूर कैद्यांची तुकडी अशीच कोणाच्या तरी नजरचुकीने ऑशविट्झच्या कॅम्पमध्ये येऊन पोचली होती. सरकारी यंत्रणेनं स्वच्छ आदेश दिले होते की, 'हे कैदी फारबेन कारखान्यासाठी आहेत. ऑशविट्झमध्ये मारण्यासाठी नाहीत.' तरीही पहिल्या गाडीतून आलेल्या एक हजार कैद्यांना तत्काळ ठार मारण्यात आलं होतं आणि पुढच्या गाडीतून आलेल्या चार हजारांपैकी अडीच हजार कैदी सरकारी आदेश वाचण्याआधीच विषारी वायूच्या खोलीत लोटले गेले होते.

थोडक्यात, फारबेनसारख्या बड्या कंपनीचे कैदी जिथे हजारांनी मरत होते, तिथे शिंडलरसारख्या एका फालतू कारखानदाराच्या यादीला कोण विचारतोय?

ह्या बायकांची राहायची तात्पुरती व्यवस्था ज्या बराकींमध्ये केली होती तिथे नावाचाच निवारा होता. खिडक्या, दारांना काचा नव्हत्या. त्यामुळे रशियातून येणारा हाडं गोठवणारा वारा आणखीनच धारदार होऊन त्या खिडक्यांमधून आत घुसायचा. बहुतेक बायकांना जुलाबाचा त्रास सुरू झाला होता. तशा थंडीत त्यांना दिवसातून अनेक वेळा बाहेर जायला लागायचं.

ह्या कॅम्पमधल्या वास्तव्यात त्या वाचल्या हे एक आश्चर्यच म्हणावं लागेल. कडाक्याची थंडी, मिळालं तर मिळणारं अन्न. सतत फटक्यांचा मार आणि अपमान सहन करताना ह्या सगळ्या बायका मनाशी एकच प्रश्न विचारत होत्या, 'शिंडलर आहे कुठे?'

ब्रिनालिट्झमध्ये अजून गोष्टी उभ्या राहात होत्या. इथली यंत्रं कधीही चालू होणार नाहीत याचा आलेल्या ज्यू कामगारांना जणू पत्ता लागला असावा. त्यांची कोणाचीच कामाची इच्छा नव्हती आणि मनात इच्छा असती तरी त्यांच्या अंगात ताकदसुद्धा नव्हती. ऑस्कर कधीही कारखान्यात आला की सगळे त्याच्याभोवती जमायचे आणि एकच प्रश्न विचारायचे, "आमच्या बायका केव्हा येणार?"

"मी त्यांना आणणार इथे!" आत्मविश्वासानं भरलेलं ऑस्करचं उत्तर ऐकताना त्यांच्या मनात कसलीच शंका राहत नसे. आपण ऑशविट्झच्या अधिकाऱ्यांना कसं पटवलंय, कर्नल लँगची पत्रं सगळीकडे कशी पाठवली आहेत याबद्दल तो कधीही कुणालाही काहीही बोलला नाही... फक्त 'मी आणणार त्यांना इथे.' एवढंच!

ब्रिनालिट्झला जी शिपायांची तुकडी देखरेखीसाठी आली होती, ती सुद्धा ऑस्करला हवी तशीच होती. बहुतेक सगळे शिपाई मध्यमवयीन आणि शांत स्वभावाचे होते. तिकडे आघाडीवर थंडीत लढायला जाण्यापेक्षा इथे ऑस्करच्या कॅम्पमध्ये दोन वेळा भरपूर खाऊन पिऊन आराम करायला मिळतोय यावरच ते खूश होते. त्या दिवसांत एकंदरीतच तरुण सैनिकांचा तुटवडा होता. बहुतेक सगळे तरुण सैन्यात भरती होऊन आघाडीवर लढत होते.

पण ऑस्करला पूर्ण कल्पना होती, की एक ना एक दिवस कुणीतरी उत्साही तरुण अधिकारी इथे येणार आणि मग कैद्यांचा परत पूर्वीसारखाच छळ सुरू होणार!

सगळेच जण ब्रिनालिट्झच्या नवीन कॅम्पमध्ये रुळत होते. ऑस्करचं परत एकदा एमिलीबरोबर खऱ्या अर्थाने वैवाहिक जीवन सुरू झालं होतं... त्याचवेळी ऑस्करला तिसऱ्यांदा अटक झाली.

एका दुपारी गुप्त पोलीस नवीन कॅम्पमध्ये हजर झाले. ऑस्कर तिथे नव्हता, पण ते ठाण मांडून बसले. ह्या वेळी त्यांचा संशय ऑस्कर आणि अमॉनच्या मैत्रीबद्दल होता. अमॉननी आपल्या घरात सापडलेले ऐंशी हजार मार्क्स आपल्याला ऑस्करने दिले असं सरळ सांगून टाकलं होतं. त्यामुळे दोघं मिळून काय काय काळे धंदे करत होते याचा शोध घ्यायला हे तपास पथक आलं होतं.

थोड्या वेळानी ऑस्कर परत आल्यावर त्यांनी रीतसर झडती घ्यायला सुरुवात केली. त्यात अमॉनच्या दोन कपड्यांनी भरलेल्या ट्रंका सोडल्या तर काहीच सापडलं नाही. त्या गुप्त पोलिसांनी मग ऑस्करला अटक करत त्याच्या हातात बेड्या चढवल्या!

एरवी शांत असणारी एमिलीसुद्धा आता भडकली होती. "ऑस्करला असं अटक करायचा तुम्हाला काहीही अधिकार नाही. काय पुरावा आहे तुमच्याकडे?"

ऑस्करनी तिला शांत केलं आणि सांगितलं, "मी जातो यांच्याबरोबर. तू फक्त क्रॅकोवमध्ये क्लोनोवस्काला फोन कर आणि काळजी करू नकोस, मी लगेच परत येतोय!" ऑस्करला खात्री होती की क्लोनोवस्का तिला शक्य तिथं फोन करायला लगेच सुरुवात करेल.

पण तरीसुद्धा पहिल्या दोन वेळांपेक्षा ऑस्कर मनातून जास्त घाबरला होता. गुप्त पोलिसांनी केलेली अटक माणसाला कुठं पोचवू शकते हे त्याला चांगलं माहिती होतं.

रेल्वेतून तो हातकड्या घातलेल्या अवस्थेत क्रॅकोवच्या मुख्य रेल्वे स्टेशनवर उतरला, तेव्हा जणू स्वागतासाठी वाट पाहत असावा तसा हुथ नावाचा गृहस्थ त्याच्याकडे लगबगीने आला आणि बेड्या घातलेल्या अवस्थेतच त्यानं ऑस्करशी जोरजोरात हस्तांदोलन केलं.

बरोबरचे पोलीस किंचित दचकले. त्यातल्या एकानं हुथला विचारलं, "हे असं कैद्यांशी हातमिळवणी करत हिंडता वाटत आपण?" हुथ जणू ह्याच प्रश्नाची अपेक्षा करत होता. लगेच त्यानं लांबलचक भाषण ठोकलं. त्याचा मतितार्थ असा होता की, "क्रॅकोवमध्ये शिंडलर साहेबांना केवढा मान आहे ते तुम्हाला माहिती नाही असं दिसतंय. मी तरी त्यांच्याकडे कधीच कैदी म्हणून बघू शकत नाही!" आता ही हुथची स्टेशनवरची भेट म्हणजे योगायोग होता की क्लोनोवस्कानेच ती व्यवस्था केली होती ते सांगता येणं कठीण आहे. पण बहुदा त्याचमुळे पोलिसांनी ऑस्करला आणखीन मानहानी न करता टॅक्सीत घालून मुख्य ठाण्यात नेलं.

त्याला दिलेली खोली तशी बरी होती, पण ऑस्कर अस्वस्थ होता. ह्या लोकांना अमॉनला किती अडकवायचं आहे याचा त्याला अंदाज येत नव्हता. त्याची अपेक्षा एवढीच होती, की या पोलिसांनी शारीरिक छळ करू नये.

संध्याकाळी तोच हुथ नावाचा इसम ऑस्करसाठी जेवण आणि मद्याची बाटली घेऊन आला. त्यानं बातमीही आणली होती की क्लोनोवस्का तिच्या कामाला लागली आहे.

दुसऱ्या दिवशी त्याची जबानी घेण्यासाठी गुप्त पोलिसांचे बारा अधिकारी आले होते. त्यातला एक एस.एस. न्यायालयातला न्यायाधीश होता.

"मी ज्यूंशी नीट वागण्याची किंमत म्हणून कधीच पैसे दिलेले नाहीत." ऑस्कर त्यांना ठामपणे सांगत होता.

"पण तो तर त्याच्या घरात सापडलेले ऐंशी हजार मार्क्स तू दिलेस असं सांगतोय!" एक अधिकारी म्हणाला.

चौकशी कित्येक तास चालू राहिली. शेवटी एकदा खवळून ऑस्कर म्हणाला,

"मी त्याला कदाचित कर्ज म्हणून पैसे दिले असावेत."

"कर्ज? तू त्याला कशाला कर्ज दिलंस?" न्यायाधीशांनी विचारलं.

"कशाला म्हणजे? अहो अत्यंत महत्त्वाच्या युद्धसाहित्याचा कारखाना आहे माझा." ऑस्करनं आता चढा सूर लावला.

"मला सतत कुशल कामगारांची गरज लागते. त्यात जर अडथळा आला तर माझं तर नुकसान होतंच, पण त्यापेक्षा जास्त नुकसान आपल्या देशाचं होतं! प्लासझोच्या कॅम्पमध्ये जेव्हा जेव्हा असे कैदी मला सापडले, तेव्हा तेव्हा त्यांना इमालियामध्ये घ्यायची परवानगी मी अमॉन गॉथकडे मागितली आणि मला यात

कोणताही लाल फितीचा अडसर नको होता, म्हणून कदाचित मी हे कर्ज अमॉन गॉथला दिलं असेल!''

अमॉन आपल्याकडून जबरदस्तीने खंडणी वसूल करत होता हे ऑस्करनी जरा वेगळ्या पद्धतीने सांगून टाकलं. पण तपास समितीचं समाधान झालं नाही. ऑस्करची रवानगी परत कोठडीत झाली. चौकशी चार दिवस चालू राहिली. त्याला शारीरिक त्रास कोणीच दिला नाही, पण त्याची आणि अमॉनची दोस्ती होती हे सिद्ध करण्यासाठी समितीने जंग जंग पछाडलं.

पण कौतुक ऑस्करचं, की त्यानी आणि अमॉनने मिळून काळा धंदा केलाय असं एकही उदाहरण चौकशी समितीला सापडलं नाही आणि खरोखरच ऑस्करनी अमॉनला अनेक वेळा लाच दिली, पण कॅम्पमध्ये तो करत असलेल्या अन्नधान्य, दागदागिने, बांधकाम साहित्य यांच्या काळ्या बाजाराच्या प्रकारामध्ये ऑस्करचा त्याच्याशी काडीचा संबंध नव्हता.

चौकशी संपुष्टात आल्याची चिन्हं दिसायला लागली तेव्हा ऑस्करनी त्यांनाच विचारलं, ''ते माझे ऐंशी हजार मार्क्स परत मिळतील ना?''

ही चौकशी चालू असताना अनेकांना फोन करून ऑस्करबद्दलची खात्री करून घेतली जात होती.

''ऑस्कर आपल्या युद्धाच्या दृष्टीनी अत्यंत महत्त्वाचा कारखानदार आहे.'' कर्नल एरिक लँगनी सांगितलं.

''ऑस्करच्या कारखान्यात गुप्त अस्त्रं तयार होत आहेत.'' ट्रोपोहून सुस्मथ यांनी सांगितलं.

'गुप्त अस्त्र' ही स्वत: हिटलरनं पसरवलेली अफवा असल्याने तिची खातरजमा करायची कोणाचीच हिंमत नव्हती.

पण अजूनही आपली सुटका होईल याची ऑस्करला अजिबात खात्री वाटत नव्हती. पाचव्या दिवशी सकाळी चौकशी समितीतला एक अधिकारी त्याला भेटायला म्हणून आला आणि त्याच्या तोंडावर थुंकून गेला.

ऑस्कर हादरला होता. पण त्याच वेळी त्याचा जुना मित्र ज्युलियन शर्नर त्याच्या मदतीला धावून आला. त्यानी, क्लोनोवस्का आणि हुथनी नेमकं काय काय केलं ते माहिती नाही, पण आठव्या दिवशी सकाळी ऑस्कर शिंडलर आपल्या कोठडीतून बाहेर पडला. आपली सुटका झाली ह्यावर त्याचा विश्वास बसत नव्हता.

आपल्या झाब्लोसीतल्या जुन्या कारखान्यातून त्यानं ब्रिनालिट्झला फोन करून एमिलीला आपण सुटल्याचं सांगितलं.

इकडे ब्रिनालिट्झला त्याच्या अनुपस्थितीत आठशे कैद्यांचं व्यवस्थापन एमिलीने उत्तमरित्या सांभाळलं होतं. स्टर्न, ॲडम गार्ड आणि इतरांच्या मदतीने तिनं

सगळ्यांचं दैनंदिन जीवन अगदी व्यवस्थित आखून दिलं होतं.

नोव्हेंबरच्या पहिल्या आठवड्यात तिचा नवरा परत आला तेव्हा त्याची दाढी वाढली होती, कित्येक दिवसांत अंघोळ झाली नव्हती. पण परत आल्या आल्या त्यानं पहिला प्रश्न एमिलीला विचारला, ''ऑशविट्झ बर्कनो मधून बायकांची तुकडी अजून येऊन पोचली नाही?''

ऑशविट्झ हे एक वेगळंच जग होत आणि शिंडलरच्या यादीतल्या भविष्यहीन बायका आत्ता तिथेच एकेक दिवस मरणाच्या छायेत घालवत होत्या. ह्या महाप्रचंड यातना छावणीचा प्रमुख होता रुडॉल्फ हॉस. १९२० साली जर्मन चळवळीच्या बातम्या सरकारला दिल्या म्हणून त्यानं एका शिक्षकाचा खून केला होता आणि तेव्हा पासूनच तो हिटलरच्या मर्जीत बसला होता.

मात्र तेव्हापासून आत्तापर्यंत हॉसने एकही माणूस स्वत:च्या हाताने मारला नव्हता. तो स्वत:ला तंत्रज्ञ म्हणवायचा. 'झायक्लॉन-बी' नावाचं अद्‌भुत रसायन त्यानं शोधून काढलं होतं. हे रसायन हवेत उघडं ठेवलं की त्यातून हायड्रोजन सायनाईडच्या वाफा बाहेर पडायला सुरुवात व्हायची आणि आजूबाजूची माणसं काही मिनिटांमध्ये खलास व्हायची. ऑशविट्झ आणि इतर कॅम्पमध्ये विषारी वायूच्या खोल्यात बंद करून जे लक्षावधी जीव घेतले गेले, त्या सगळ्या योजनेचा शिल्पकार म्हणजे रुडॉल्फ हॉस.

जी माहिती मिळते त्याप्रमाणे आपल्या यादीतल्या तीनशे बायकांच्या सुटकेसाठी ह्याच हॉसबरोबर ऑस्करची रस्सीखेच चालली होती. हॉसला त्याचे सतत फोन चालले होते. देण्याघेण्याचे व्यवहार ठरत होते आणि यात फ्रिट्झ हार्टझेनस्टाईन, फ्रांझ हॉसलर हे ऑशविट्झमधले इतर अधिकारी सुद्धा सामील होते. काहीही झालं तरी या बायकांची सुटका सहजासहजी होईल असं वाटत नव्हतं.

पुष्कळ वर्षांनंतर तेल अव्हिव्हमध्ये एका भाषणात बोलताना इश्ताक स्टर्नने नेमकं काय घडलं ते सांगितलं.

''ऑस्करची कैदेतून सुटका झाली. मी त्याच्याकडे जाऊन ह्या बायकांची सुटका करायला पाहिजे असं सांगत असतानाच ऑस्करची एक साहाय्यक मुलगी आत आली.'' इथे नेमकी कोणती मुलगी हे स्टर्न सांगत नाही.

''शिंडलरनं मुलीकडे बघितलं आणि आपल्या हातातली एक मोठी मौल्यवान हिऱ्याची अंगठी तिला दाखवली. त्यानं तिला विचारलं की ही अंगठी कशी वाटते तुला?''

आणि मग स्टर्न ऑस्करच्याच शब्दांत सांगतो...

''ही तीनशे बायकांची यादी. माझ्या घरातून भरपूर खायचं-प्यायचं सामान

बॅगेत भर आणि ऑशविट्झमध्ये जा. तिथला मुख्य अधिकारी जो आहे तो सुंदर मुलींच्या लगेच प्रेमात पडतो. त्यानंतर तुझं डोकं वापरून त्याच्याशी जसं वागायचं तसं वाग... ह्या तीनशे बायकांना जर तू परत आणलंस, तर ही हिऱ्याची अंगठीच काय, इतरही बरंच काही तुला बक्षीस म्हणून मिळेल!''

ती मुलगी ऑशविट्झला गेली. ऑस्करनी दोन दिवस तिची वाट बघितली आणि ती आली नाही तेव्हा शेवटी तडजोडीसाठी स्वतःच ऑशविट्झला गेला.

एमिली शिंडलर थोडीशी वेगळी कथा सांगते. तिच्या म्हणण्याप्रमाणे ही बावीस-तेवीस वर्षांची मुलगी झ्विटाऊमधलीच होती आणि एमिलीच्या चांगल्या ओळखीची होती. ऑस्करचे अथक प्रयत्न बघून ती स्वतःहून त्याच्या मदतीसाठी हे कृत्य करायला तयार झाली होती.

मुलगी कोणतीही असो... ती तिथे गेली आणि अतिशय धैर्याने तिने आपल्या परीने प्रयत्न केले हे निश्चित.

आत्तापर्यंत पैसे आणि इतर गोष्टींची लालूच दाखवून स्वतःची कामं करून घेणाऱ्या ऑस्करनी इथे पहिल्यांदाच अगदी पुराणकालापासून चालत आलेली लाच देऊन आपलं काम पुढे रेटलं होतं...

एवढं होऊन तो जेव्हा ऑशविट्झमध्ये पोचला तेव्हा तिथल्या काही अधिकाऱ्यांनी त्याला विचारलं, ''ह्या बायका एवढ्या खंगल्या आहेत की यांचा मजूर म्हणून तुला काहीच उपयोग नाही. यांनाच न्यायचा तुझा हट्ट का? ह्यांच्याऐवजी दुसऱ्या तीनशे बायका आम्ही देतो, त्या घेऊन जा.''

मग पुन्हा ऑस्करनी पूर्वीचंच रडगाणं सुरू केलं... 'ह्यांना माझ्या कारखान्यातल्या कामाची माहिती आहे.. नवीन बायकांना पुन्हा काम शिकवायचं म्हणजे बहुमूल्य वेळ जाईल इत्यादी इत्यादी...'

आणि ज्या तीनशे जिवांसाठी हे चाललं होतं, त्यांना ह्यातल्या कोणत्याही गोष्टींचा पत्ता नव्हता. त्यातल्या कित्येकजणी आजारी पडल्या होत्या... कित्येकजणी मानसिक धक्क्यांमुळे कायमच्या गप्प झाल्या होत्या... काहींनी या काळात आत्महत्येचे प्रयत्न केले. पण ल्युसीया, मिला पेफरबर्गसारख्या काहीजणींना अजूनही ऑस्करवर पूर्ण भरवसा होता आणि त्याच्याच जिवावर त्या खचलेल्या इतरांना धीर देत होत्या... आधार देत होत्या.

क्लारा स्टर्नबर्गचं उदाहरण बोलकं आहे. निराशेच्या झटक्यात एक दिवस क्लारानं ह्या नरक यातनांमधून कायमची सुटका करून घ्यायचा निर्णय घेतला आणि झपाटल्यासारखी ती विजेच्या तारांच्या कुंपणाच्या दिशेनी निघाली. त्या तारेचा एक स्पर्श आणि सगळं खलास! पण तिला ते कुंपण सापडेना. शेजारून

जाणाऱ्या आपल्याच गटातल्या एकीला तिनं विचारलं, ''विजेच्या तारा कुठं आहेत ग?'' त्या झांबडलेल्या अवस्थेत आपण काय प्रश्न विचारतोय हे तिला कळत नव्हतं, पण समोरची स्त्री अजून तरी शहाणी होती. तिनं क्लाराचा हात धरला आणि शांतपणे म्हणाली, ''क्लारा, अशी कंटाळून आत्महत्या नको करूस. कारण तू जर अशी मेलीस तर ऑस्कर शिंडलरनं आपल्याला कसं सोडवलं ते तुला कळणार नाही!''

क्लाराला आता काहीच समजून घेण्याची फारशी उत्सुकता नव्हती. पण तिनं ऐकलं आणि ती माघारी वळली. तिचा नवरा आणि लहान मुलगा ब्रिनालिट्झमध्ये होते, पण त्यांना भेटायची आशा तिनं आता पूर्णपणे सोडली होती.

ऑस्कर स्वत: ऑशविट्झमध्ये वाटाघाटी करत असताना तिकडे ब्रिनालिट्झमध्ये वेगळंच संकट उभं राहिलं होतं! ग्रॉस रोझेनच्या मुख्य कॅम्पमधून कुणीतरी अधिकारी अचानक ब्रिनालिट्झच्या कारखान्यात येऊन ठाकला होता.

कारखान्यावर नजर ठेवायला तैनात केलेला कॅप्टन लायपोल्ड उत्साहानं त्याच्या स्वागताला पुढे गेला. ऑस्कर तिथे असला की लायपोल्डला कारखान्यात पाऊल ठेवू देत नव्हता. आता ऑस्करच्या अनुपस्थितीत लायपोल्डनं कारखान्याची खरी परिस्थिती काय आहे हे दाखवायची संधी साधायचं ठरवलं!

कारखान्यात मुख्य यंत्रं अजून बसायची होती. त्यामुळे काम तसं यथातथाच चाललं होतं. तेवढ्यात दोन-तीन लहान मुलं जिन्यावरून धाडधाड उतरत शिवाशिवीचा खेळ खेळत पळत होती. तो बाहेरून आलेला अधिकारी बघतच राहिला. हा ज्यू कैद्यांचा कॅम्प आहे का धर्मशाळा? त्याला प्रश्न पडला. त्यातून बर्लिनच्या ऑफिसचा एक आदेश नुकताच सगळ्या कॅम्प अधिकाऱ्यांना पोचला होता. 'मुलांना कोणत्याही कॅम्पमध्ये राहायला परवानगी नाही. सर्व लहान मुले शोधून काढून ऑशविट्झला पाठवण्यात यावीत. तिथे डॉ. जोसेफ मेंगेले मुलांवर निरनिराळ्या रसायनांचे प्रयोग करत आहेत. त्यांना अशा मुलांची गरज आहे. मुलांबरोबर मुलांच्या पालकांनाही ऑशविट्झमध्ये पाठवण्यात यावे, ज्या योगे कॅम्पमधल्या शांततेचा भंग होणार नाही.'

छोटा ओलेक रोझनर आणि त्याचा चुलत भाऊ रिचर्ड हॉरोविट्झ शिवाशिवी खेळताना पहिल्याच फटक्यात सापडले. डॉ. लिऑन ग्रॉसचा मुलगापण तिथे खेळत होता, त्यालाही खेचून नेला. लिऑन ग्रॉसनी खरं तर अमॉन गॉथला खूप मदत केली होती. तो पळत येऊन लिओपोल्ड आणि दुसऱ्या अधिकाऱ्याच्या हाता-पाया पडला पण काही उपयोग झाला नाही. आणखीन एका कोपऱ्यात रोमन जिंटरचा नऊ वर्षांचा मुलगा सापडला. स्पीराचा मुलगा होता अकरा वर्षांचा, पण दिसायला पंधरा वर्षांच्या मुलाएवढा. तो शांतपणे काम करत बसला होता म्हणून सुटला.

हुकमाप्रमाणे ही चार मुलं आणि त्यांचे पालक यांना त्वरित ऑशविट्झला पाठवायचं ठरलं. ब्रिनालिट्झमधले सगळेजण डोळ्यांत प्राण आणून शिंडलरची

वाट पाहत होते. तो या सगळ्यांना अचानक आलेल्या संकटामधून वाचवू शकत होता. पण त्याचा पत्ता नव्हता. एका बंदूकधारी शिपायावर ह्या अटक केलेल्या कंपूला ऑशविट्झला नेऊन सोडण्याची जबाबदारी देण्यात आली. झ्विटाऊपासून सगळं लटांबर निघालं आणि कॅटोवीसपर्यंत रेल्वेनी पोहोचलं. गाडीत एक अचाटच प्रकार घडला. अचानक एक बाई चालत ओलेकजवळ आली आणि शस्त्रधारी शिपायाच्या नजरेला नजर भिडवत तिनं ओलेकला आपल्याजवळचं सफरचंद दिलं. त्याच्या डोक्यावरून हात फिरवला आणि परत गेली.

शिपायानी फारशी प्रतिक्रिया दाखवली नाही. फक्त त्या बाईकडे बघून मान हलवली. मग पुढे स्टेशनवर गाडी थांबली तेव्हा तो एकटाच खाली उतरला आणि फलाटावरून सगळ्या कैद्यांसाठी बिस्किटं आणि कॉफी घेऊन आला, स्वत:च्या पैशानं! मग थोड्या वेळाने रोझनर आणि हॉरोविट्झनी त्याचा अंदाज घेत बोलायला सुरुवात केली. बऱ्याच गप्पा झाल्या आणि बोलता बोलता तो म्हणाला, ''माझ्याकडे दोन कामगिऱ्या आहेत. तुम्हाला ऑशविट्झमध्ये पोचवायचं आणि तिथं काही बायका आहेत त्यांना ब्रिनालिट्झला घेऊन यायच!''

रोझनर आणि हॉरोविट्झ त्या धक्क्याने फक्त कोलमडायचे बाकी राहिले. कसला हा योगायोग? परत एकदा दैव त्यांची आणि त्यांच्या बायकांची ताटातूट करत होतं... तीही अशा पद्धतीने!

अशा रितीने ऑशविट्झमधल्या बायकांच्या सुटकेची बातमी पहिल्यांदा कळली ती रोझनर आणि हॉरोविट्झ यांना. पण त्यांचे धक्के लपवून त्यांनी आपल्या मुलांना ही बातमी सांगितली.

''आम्ही दोघांनी जर पत्रं लिहून दिली तर ती आमच्या बायकांपर्यंत पोचवाल का?'' रोझनरने त्या शिपायाला जरा भीड चेपून विचारलं. त्यानं परवानगी देताच दोघांनी फाटक्या कागदांच्या तुकड्यांवर आपापल्या बायकांना पत्रं लिहिली... कदाचित शेवटचीच!

त्या शिपायाने नीट घडी करून ते कागद आपल्या शर्टाच्या खिशात ठेवले.

हे चालू असतानाच ओलेक आपल्या वडिलांच्या हातावर डोकं ठेवून हमसाहमशी रडायला लागला.

''माझ्यामुळं तुम्हाला इकडं यावं लागलं बाबा... माझ्यामुळं तुम्ही पण विषारी वायूच्या खोलीत मरणार आहात!''

हेन्री त्याला थोपटून शांत करायचा प्रयत्न करत होता, पण ओलेकचा बांध फुटला होता. त्याच्या वयाच्या सगळ्या मुलांना विषारी वायूची खोली हे काय प्रकरण आहे हे व्यवस्थित कळत होतं. त्याच वेळी त्या शिपायानंसुद्धा बंदूक खाली ठेवली आणि नकळत आपले डोळे टिपले.

त्यानं ओलेकच्या डोक्यावर हात ठेवला आणि स्वत:चा हुंदका गिळत म्हणाला, ''मी सांगतो काय होईल ते बाळा! ऑशविट्झला गेल्यावर बहुदा 'कामाला योग्य' असाच शिक्का मिळेल तुम्हाला आणि विषारी वायूच्या खोलीत जायची पाळी येणार नाही तुमच्यावर... कारण आम्ही हे युद्ध हरलोय!''

क्लारा स्टर्नबर्गनं ज्या दिवशी विजेच्या कुंपणावर उडी टाकून जीव द्यायचा प्रयत्न केला होता, त्याच दिवशी संध्याकाळी तिला कुठूनतरी बायकांच्या हसण्याचे, एकमेकींना हाका मारण्याचे आवाज आल्याचा भास झाला. खुरडत खुरडत ती आपल्या झोपडीच्या दाराशी आली. शिंडलरच्या यादीतल्या सगळ्या बायकांना त्यांची नावं पुकारून एका ओळीत उभं केलं होतं. त्या बायकांचे फक्त हाडांचे सापळे शिल्लक राहिले होते. अंगावरच्या कपड्यांच्या अक्षरश: चिंध्या झाल्या होत्या पण तरी सुद्धा सगळ्याजणी लहान मुलींप्रमाणे खिदळत होत्या... एकमेकींना टाळ्या देत होत्या. त्यांचा जणू आनंदोत्सव चालला होता.

''शिंडलर तुकडी... इकडे लक्ष द्या. तुम्ही आता अंघोळीच्या खोलीत जाणार आहात आणि अंघोळी करून सगळ्यांनी त्या पलीकडे उभ्या असलेल्या रेल्वेच्या डब्यांमध्ये जाऊन बसायचंय.''

एक गोरीपान सुंदर जर्मन मुलगी सगळ्यांचं लक्ष वेधून घेत सांगत होती. ह्या सगळ्या बायकांबरोबरच तीसुद्धा ब्रिनालिट्झला जाणार होती.

आजूबाजूच्या इतर झोपड्यांमधल्या बायका आता बाहेर येऊन ह्या गडबड करणाऱ्या तीनशे जणींकडे कुतूहलाने बघत होत्या.

ऑशविट्झच्या दारातून सहीसलामत बाहेर पडणं ही एक अघटित घटना होती. जरी फक्त तीनशेच बायकांना हे शक्य झालं होतं, तरी ऑशविट्झच्या परंपरेला, गणिताला कुठंतरी एक तडा गेला होता.

अर्थात हा तडा इतका क्षुल्लक होता, की रात्रंदिवस धूर ओकणाऱ्या विद्युतदाहिनींच्या धुराड्यात किंवा आसमंतात सतत पसरणाऱ्या राखेच्या कणांमध्ये त्यानं काहीच फरक पडणार नव्हता.

सगळ्या बायकांच्या अंघोळी झाल्या. त्यांच्याही शरीरावरचे सगळे केस उतरवले गेले आणि मग मेलेल्या इतर कैद्यांचे कपडे त्यांना दिले गेले. स्त्रियांचं सौंदर्य त्यांच्या केसांत असतं. हे सगळे हाडांचे सापळे, त्यांची गुळगुळीत तासलेली डोकी, किती अभद्र दिसत होतं सगळं. पण त्या क्षणी त्या बायकांइतकं आनंदी संपूर्ण पृथ्वीतलावर कुणी नसावं!

''ह्या असल्या बायकांना तिकडे नेण्यामागे शिंडलरचा काय विचार आहे?'' एका शिपाईण बाईनं दुसरीला विचारलं.

''काही का करेना. आपल्याला काय करायचंय? कदाचित वृद्धाश्रम काढायचा

असेल त्याला!'' दुसरीनं उत्तर दिलं.

सगळ्या बायका अशा रितीने रेल्वेमध्ये चढल्या. दरवाजे बंद झाले. न्यूसीआ हॉरोविट्झ लहान होती. पलीकडच्या दरवाज्याच्या फळ्यांमधून ती बाहेर बघायचा प्रयत्न करत होती. त्या बाजूला पुरुष कैद्यांच्या कोठड्या होत्या आणि काटेरी तारांचं उंचच उंच कुंपण. त्याच्या पलीकडे काही लहान मुलं खेळत होती. अचानक तिला वाटलं की त्यातला एक मुलगा अगदी आपल्या सहा वर्षांच्या धाकट्या भावासारखा दिसतोय आणि त्याच्या शेजारी उभा आहे तो आपल्या चुलतभावासारखा! पण ते तर दोघे ब्रिनालिट्झला ऑस्कर शिंडलरकडे सुरक्षित आहेत. आणि मग तिला कळलं की ती मुलं रिचर्ड आणि ओलेकसारखी दिसणारी नाहीत, तर ओलेक रोझनर आणि रिचर्ड हॉरोविट्झ, म्हणजे आपले भाऊच आहेत. तिनं आपल्या आईला दाखवलं आणि मग डब्यात एकच गदारोळ झाला. सगळ्या बायकांनी डब्याच्या आतमध्ये थपडा द्यायला सुरुवात केली. डब्याचे दरवाजे परत उघडले गेले. मान्सी रोझनर आणि रेजीना हॉरोविट्झनं खाली उड्या टाकल्या. समोरच एक शिपाई होता.

''मी मान्सी आणि ही रेजीना... ती समोर आहे ती आमची मुलं आहेत. एकदा त्यांना भेटू द्या ना आम्हाला.''

शिपायाचा हात पाठीमागे गेला. रेजीनाची खात्री झाली की आता तो पिस्तूल काढणार आणि आपल्या मुलांच्या देखत...! पण त्याचा हात पुढे झाला तेव्हा त्यात पत्रं होती. त्यानं ती मान्सी आणि रेजीनाला दिली. आतापर्यंत मुलांचंही लक्ष आपल्या आईकडे गेलं... त्या लहानग्यांनी पहिल्यांदा काय केलं असेल, तर आपल्या शर्टाच्या बाह्या वर करून दंडावर गोंदलेली चिन्हं दाखवली. ही चिन्हं म्हणजे आणखीन काही दिवस तरी सुरक्षित राहायची खात्रीच होती. ते बघून डब्यातल्या सगळ्याच बायकांनी जल्लोष केला. आई आणि मुलं एकमेकांना काळजी करू नकोस, आम्ही ठीक आहोत असं सांगत असतानाच गाडी सुरू झाली. मान्सी आणि रेजीनाला आता डब्यात परतणं भाग होतं. डब्यांचे दरवाजे बंद होता होता त्यांनी पाहिलं, की त्यांचे नवरेसुद्धा तारेच्या कुंपणाजवळ येऊन हात हलवत होते... नजरेनीच त्यांना शोधायचा प्रयत्न करत होते.

गाडी सुटली आणि शिंडलरच्या यादीतली ही अखेरची तुकडी ऑशविट्झच्या कुंपणाच्या बाहेर पडली. त्यातल्या बऱ्याचशा बायका खूप आजारी होत्या. आता पुन्हा जर शिंडलरकडे जाण्याऐवजी गाडी दुसरीकडे गेली असती, तर त्यातल्या निम्म्याजणी तरी मानसिक धक्क्यानेच मेल्या असत्या. पण हळूहळू डब्याच्या दरवाज्यांच्या फटींतून त्यांना पाईन वृक्षांचं जंगल दिसायला लागलं आणि कुणीतरी म्हणालं, ''आपण जवळ जवळ ब्रिनालिट्झला पोचलो आहोत.''

ह्या शब्दांनीच त्यांच्या अंगात धुगधुगी आली. गाडी थांबली. दरवाजे उघडले. बाहेर हाडं गोठवणारी थंडी आणि धुकं होतं. त्या खोकत होत्या, धापा टाकत होत्या पण रेल्वेच्या रुळाच्या कडेनी चालत होत्या. त्यांचे पाय थंडीने बधिर झाले होते. एकमेकींना आधार देत चालत असतानाच समोरच्या धुक्यात त्यांच्यासमोर एका अवाढव्य इमारतीची पुसट आकृती दिसायला लागली. हेच का ते ब्रिनालिट्झ? असा प्रश्न स्वत: विचारत त्या प्रवेशद्वारापाशी पोचल्या आणि त्यांना दिसलं, तशा थंडीत ऑस्कर शिंडलर स्वत: दारात शिपायांबरोबर बोलत उभा आहे. डोक्यावर टायरोलीनची हॅट घालून! शिंडलरबरोबरच एस.एस. अधिकारी लायपोल्डसुद्धा तिथे होता. बायकांना बघून ऑस्कर पुढे आला. धुक्यातून पुढे आलेली त्याची ती धिप्पाड आकृती बायका डोळे चोळून बघायचा प्रयत्न करत होत्या. त्यांच्यासाठी हे स्वप्न होतं. कधीही न मोडणारं! त्यांना खूप बोलायचं होतं... शिंडलरचे हात हातात घेऊन आभार मानायचे होते. पण त्यांच्या तोंडून शब्द फुटत नव्हते. त्यांची कृतज्ञता त्यांच्या नजरेतून ऑस्करला कळत होती. खूप वर्षांनंतर त्या गटातली एक स्त्री जर्मन टेलिव्हिजनच्या कॅमेऱ्यासमोर मुलाखत देताना सांगत होती,

"त्या क्षणी तोच आमची आई होता. वडील होता... आमच्या सगळ्या आशा ऑस्कर शिंडलर ह्या नावाभोवती केंद्रित झाल्या होत्या आणि त्यानं शेवटपर्यंत त्या आशांची निराशा कधीच केली नाही."

त्यांना जरी शब्द सुचले नसले तरी ऑस्करने आपल्या नेहमीच्याच आत्मविश्वासाने भरलेल्या सुरात बोलायला सुरुवात केली.

"तुम्ही येताय हे मला माहिती होतं... झ्विटाऊमधून त्यांनी फोन करून सांगितलं मला तसं. तुम्ही गारठला आहात. आतमध्ये जा. तिथं गरम गरम पाव आणि सूप तुमची वाट पाहतंय! आणि आता काळजी करायचं काहीच कारण नाही. तुम्ही आता माझ्याकडे आला आहात!"

त्याच्या शब्दाशब्दात आजूबाजूचं धुकं वितळवायची, कडाक्याच्या थंडीत ऊब निर्माण करायची ताकद होती.

ऑस्करचं हे भाषण लिओपोल्डला अजिबात आवडलं नाही, पण ऐकून घेण्याशिवाय त्याला आत्ता तरी इलाज नव्हता.

स्वप्नात आपण चालतो तसंच हळुवार, आजूबाजूच्या गोष्टींचा आधार घेत बायकांच्या तुकडीनी कॅम्पमध्ये प्रवेश केला. वरच्या मजल्यावरून अत्यंत उत्सुक नजरांनी पुरुष कैदी ह्या येणाऱ्या स्त्रियांना न्याहाळत होते. प्रत्येकजण आपल्या नात्याच्या माणसाला भेटायला अधीर झाला होता. स्टर्नबर्ग आणि त्याचा मुलगा, क्लारा स्टर्नबर्गला शोधत होते. ज्युडा ड्रेसनर, लेव्हारटोव्ह, जिंटर, गार्ड सगळ्या सगळ्यांच्या बायका, आया, बहिणी मागे राहिल्या होत्या.

आत्ता आत येणाऱ्या ह्या घोळक्यामध्ये त्या असतील? भेटल्या! बहुतेकांना आपापल्या नात्यातल्या स्त्रिया भेटल्या. जोसेफ बोसारखं एखादंच उदाहरण, की ज्याची बायको आणि आई दोघीही ह्या तुकडीत नव्हत्या. पोल्डेक पेफरबर्ग वरूनच मिळाला, त्याच्या बायकोला, त्यानं कुठूनतरी पैदा केलेला लोकरीचा गुंडा हलवून दाखवत होता.

बायकांचे केस कापून साफ गोटा केला होता. त्यांच्या अंगावरच्या कपड्यांच्या अक्षरश: चिंध्या झाल्या होत्या. उपासमारीने, आजाराने त्यांचे फक्त हाडांचे सांगाडे शिल्लक राहिले होते. कशाबशा खुरडत खुरडत त्या पावलं ओढत होत्या, पण त्यांच्या मनात जिद्द होती आणि महत्त्वाचं म्हणजे आता इथे त्यांची काळजी घ्यायला ऑस्कर शिंडलर होता. एकमेकांपासून दुरावलेल्या कुटुंबांची अशी पुनर्भेट संपूर्ण युरोपमध्ये कुठं झाली नसेल आणि ऑशविट्झ मधून अशी सुटकाही आत्तापर्यंत कुणाची झाली नव्हती आणि कुणाची होणार नव्हती.

कुटुंबं एकत्र आली तरी बायकांना काही दिवस वेगळं ठेवणं भाग होतं. त्यांच्यासाठी आणि एकूणच आजारी स्त्रियांसाठी ऑस्करनं वेगळी व्यवस्था केली होती. आणि आल्या आल्या खूप जणींना तिथं दाखल करावं लागलंच.

ह्या सगळ्या दवाखान्यावर एमिली शिंडलरचं बारकाईनं लक्ष होतं. दररोज शांतपणे ती ह्या स्त्रियांना धीर देई. काय हवं नको त्याची विचारपूस करे. त्यांना संपूर्ण बरं करायची जबाबदारी जणू तिने पूर्णपणे उचचली होती.

दुसरीकडे ऑस्कर पूर्णपणे व्यग्र होता. एक दिवस मान्सी रोझनरला त्याने तिच्या नवऱ्याचं व्हायोलिन आणून दिलं. त्यानी ते शंभर मार्क्सना विकत घेतलं होतं. त्यानं ते कसं, कुठून मिळवलं देव जाणे, पण व्हायोलिन देताना तो मान्सीला जे म्हणाला ते शब्द तिला देववाणीसारखे वाटले तर नवल काय?

"हे तुझ्या नवऱ्याचं व्हायोलिन. हेन्रीचंच आहे... आत्ता फक्त वाद्य ताब्यात घे. वाजवणाऱ्याला लवकरच आणीन मी!"

ऑस्करच्या अशा कथा अनेक आहेत. त्यातली माणुसकी, भावनाप्रधानता हे आपल्यापर्यंत पटकन पोचतं; आणि ऑस्करचं हे सगळंच वागणं इतकं झगझगीत असतं की त्यामुळे शांत एमिलीची मूर्ती, तिचं काम लपून जातं. त्या दिवसांत प्रत्येक आजाऱ्याशेजारी बसून, अगदी त्यांना अन्न भरवण्यापासून ते धीराचे चार शब्द सांगण्यापर्यंत सगळं एमिलीनं केलं.

अशी माया मिळाल्यावर एका आठवड्यातच बऱ्याचशा रुग्णांच्या प्रकृतीत पुष्कळ सुधार झाला.

ऑस्करच्या ह्या सगळ्या वेड्या प्रयत्नांत खारीचा का होईना, पण महत्त्वपूर्ण वाटा एमिलीने उचलला हे निश्चित!

३३

ब्रिनालिट्झमध्ये आलेल्या कैद्यांमध्ये दोन-तीन लोक उत्तम डॉक्टर होते. आता तेच बाकीच्या कैद्यांवर उपचार करत होते. डॉक्टर हिल्फस्टीन, हँडलर, लेवकोविझ आणि बायबरस्टाईन ह्या सगळ्या डॉक्टरांना एका गोष्टीची खूप भीती वाटत होती. ऑशविट्झच्या तुरुंगामधून जर कोणी टायफस हा रोग बरोबर घेऊन आलं असेल तर त्याची साथ पूर्ण कॅम्पभर पसरायला वेळ लागणार नव्हता. एकदा ही लागण लक्षात एस.एस. अधिकाऱ्यांच्या लक्षात आली, की रवानगी परत एकदा विषारी वायूच्या खोल्यांमध्ये हे ठरलेलं होतं.

म्हणून कॅम्पमध्ये कसोशीने जास्तीत जास्त स्वच्छता ठेवण्याचा प्रयत्न हे डॉक्टर करत होते. पण सगळे उपाय खर्चिक होते. सगळे कपडे रोजच्या रोज धुणं, अंघोळी, यासाठी गरम पाण्याचे बॉयलर, इतर यंत्रसामुग्री यासाठी लागणाऱ्या खर्चाला ऑस्कर शिंडलरनं कधीच हात आखडता घेतला नाही. डॉक्टर जे जे मागत गेले ते ते तो या ना त्या मार्गानं मिळवत गेला.

कारखान्याची दारूगोळा तयार करणारी यंत्रं नुसतीच उभी होती. त्यातलं

एकही यंत्र नीट चालत नव्हतं. काडीचं उत्पादन त्यातनं होत नव्हतं, पण दवाखान्यातली सगळी यंत्रं मात्र उत्तम स्थितीत चालू होती. फक्त कुणी अधिकारी येणार म्हटलं की सगळे कैदी कारखान्यातल्या यंत्रांवर काम करायचं नाटक करायचे.

ऑस्करनी हे सगळं मान्य केलं होतं. त्याचं स्वत:चं खाजगी आयुष्य तितकंच ऐषआरामात चाललं होतं. बायको इतक्या जवळ असतानासुद्धा त्यानं एका जर्मन मुलीबरोबर सूत जमवलं होतं. बाकीच्यांनाच ते बघून अवघडल्यासारखं व्हायचं, पण ऑस्करच्या खिजगणतीतसुद्धा आपण काही चुकीचं करतोय असा विचार येत नसावा!

पंधरा दिवसांच्या कालावधीनंतर आणि अपरिमित काळजीनंतर कोणत्याही रोगाची साथ पसरली नाही, तेव्हा सगळ्या डॉक्टर मंडळींनी सुटकेचा नि:श्वास सोडला. डॉ. बायबरस्टाईननं याच श्रेय ऑस्करनी खास आणलेल्या निर्जंतुकीकरणाच्या यंत्रसामुग्रीला दिलं. बऱ्याचशा कैद्यांचे जुलाब थांबल्यावर त्यानं ब्रिनालिट्झमध्ये जे अत्यंत सकस अन्न पुरवलं जात होते त्याला धन्यवाद दिले. युद्धानं ग्रासलेल्या युरोपमध्ये त्या काळात चांगल्या चांगल्या घरांमध्ये असं अन्न मिळणं मुष्कील झालं होतं. असं अन्नधान्य मिळवण्यासाठी लागणारे सगळे परवाने ऑस्करच्या कुशल कामगारांनी अगदी नकली सही-शिक्क्यांसह चोख बनवले होते. थोडक्यात ऑस्करचे ज्यू त्यांच्याकडून अपेक्षित असलेलं कारखान्याचं काम सोडून बाकी सगळी कामं करत होते आणि ऑस्करचा या सगळ्याला अजिबात विरोध नव्हता.

या सगळ्या धावपळीमुळे ऑस्करची स्वारी हल्ली मधूनमधून बराच काळ गायब असायची. एकदा असाच तो कॅम्पमध्ये नसताना एकोणीस वर्षांच्या यानेक ड्रेसनरवर घातपाताचा ठपका बसला. यानेकला धातूकामाची किंवा स्वयंचलित यंत्रांची काहीच माहिती नव्हती. ऑस्करच्या अनुपस्थितीत एका एस.एस. अधिकाऱ्याने त्याला एका भल्या प्रचंड यंत्रावर काम करायला सांगितलं, जानेक जबरदस्तीने तिथे उभा राहिला. त्यानी यंत्र सुरू करायचा प्रयत्न केला... काहीतरी चुकलं आणि जे व्हायचं तेच झालं. यंत्राच्या कुठल्यातरी भागाचे दोन तुकडे झाले. शुनब्रुन नावाच्या अधिकाऱ्यानं जानेकला पुष्कळ मारलं आणि त्याच्या नावाची तक्रार डी विभागाकडे पाठवली.

ऑस्कर अजून बाहेरच होता. इश्ताक स्टर्ननी तेवढ्यात हुशारी करून बाहेर पाठवल्या जाणाऱ्या सगळ्या तक्रारी आपल्या ताब्यात घेतल्या आणि लपवून ठेवल्या. पण ह्या प्रकारानंतर दोन दिवस उलटले तरी ऑस्करचा पत्ता नव्हता. आता शुनब्रुनला स्टर्नचा दाट संशय यायला लागला होता. "तू पत्रं दडवून ठेवलीस... त्या जानेक ड्रेसनरबरोबर तुला पण फासावर चढवतो."

पण स्टर्नच्या थंडपणामुळं एखादा योगी सुद्धा लाजला असता. "मी ती पत्रं लपवली, कारण मला वाटतं पाठवण्याआधी आपण ती शिंडलर साहेबांना दाखवावीत.

अहो दहा हजार मार्क्स किमतीच्या यंत्राचे तुकडे केले या मूर्खानं! तुमच्या पत्रासोबत त्यांचंपण पत्र जोडलं तर आणखीन जास्त शिक्षा होईल या हरामखोराला!''

शुनब्रुन स्टर्नला चांगलाच ओळखत होता, पण त्याचा वेळकाढूपणाचा युक्तिवाद अजोड होता आणि स्टर्ननी काढलेला वेळ कारणी लागला. तिसऱ्या दिवशी दुपारी ऑस्करची गाडी कॅम्पच्या प्रवेशद्वारातून आत शिरली. स्टर्ननी तिथंच गाठून सगळा प्रकार त्याच्या कानावर घातला. हे होईपर्यंत कॅप्टन लायपोल्ड तिथे पोचला. ''यंत्र बिघडल्याचं पत्र द्या शिंडलर साहेब, आमच्या तक्रारीला जोडायचंय!'' लायपोल्डनं जरा जोरातच सांगितलं.

पण ऑस्करचा मेंदू त्याहून वेगात पळत होता. ''एक मिनिट... बिघडलेलं यंत्र माझ्या मालकीचं आहे. तेव्हा मला ठरवू दे काय करायचं ते!'' त्यानं लायपोल्डला थंडपणे सांगितलं.

''पण हा कैदी डी विभागाच्या अखत्यारीत येतो. तुमच्या नाही!'' लायपोल्ड हट्ट सोडायला तयार नव्हता.

''आणि हे यंत्र औद्योगिक विभागाच्या अखत्यारीत येतं, तुमच्या डी विभागाच्या नाही! इथे गुप्त अस्त्रांचं उत्पादन होतं... हा काही कपड्यांचा किंवा इतर फालतू गोष्टींचा कारखाना नाही. त्यामुळे कोणताही निवाडा अथवा निकाल ह्या कॅम्पमध्ये होऊ शकणार नाही हे पक्कं लक्षात ठेवा!'' ऑस्करनं सज्जड दम दिला.

ऑस्करचे हात कुठपर्यंत पोचले आहेत हे एव्हाना कॅप्टन लायपोल्डला कळलं होतं. तात्पुरता तो गप्प बसला आणि त्याच रात्री सगळ्या प्रकरणाची चौकशी करायचं ठरलं.

दुसऱ्या दिवशी जानेक जेव्हा चौकशीसमोर आला तेव्हा शुनब्रुन, फुक्स, लायपोल्ड असे सगळे अधिकारी तर तिथे होतेच, पण अत्यंत गंभीर चेहऱ्याने बसलेला ऑस्कर शिंडलरसुद्धा होता. जानेकने नीट निरखून पाहिलं. नेहमी दिसणारा जिव्हाळा, प्रेम याचा मागमूससुद्धा आज ऑस्करच्या चेहऱ्यावर दिसत नव्हता. डी विभागाच्या नियमांप्रमाणेच न्यायालय झालं, तर या न्यायालयात आजचा निकाल फक्त एकच असणार होता. 'जानेक ड्रेसनर याला घातपाती कारवायांबद्दल सर्व कैदी आणि त्याच्या नातेवाइकांसमोर कारखान्यात फाशीची शिक्षा देण्यात यावी!' ऑस्करनंच आरोपपत्र वाचायला सुरुवात केली. हे गंभीर आवाजातील वाचन खरं आहे का ऑस्कर नाटक करतो आहे असा संभ्रम जानेकला पडला. आरोपपत्र वाचून संपलं. आता ऑस्करनी प्रश्न विचारायला सुरुवात केली.

जानेक ड्रेसनरकडे बचावासाठी सांगण्यासारखं काहीच नव्हतं. तो परत परत विनवण्या करून एकच गोष्ट सांगत होता, ''मी कशाला घातपात करीन हो साहेब?

मला त्या यंत्राची काहीच माहिती नाही!''

''शिंडलर साहेबांनी तर आम्हाला सांगितलं की तुम्ही सगळे ही यंत्रं चालवण्यात अगदी कुशल आहात म्हणून... आणि म्हणूनच त्यांनी ऑशविट्झच्या रस्त्यावरून तुम्हाला इथे आणलं ना? आणि तू म्हणतोस तुला ह्या यंत्राबद्दल काहीच माहिती नाही?'' शुनब्रुनला मोठाच मुद्दा सापडला होता. प्रश्नाचा रोख जानेकपेक्षा ऑस्करकडेच जास्त होता.

ऑस्कर एकदम जागेवरून उठला. तरातरा तो जानेकपाशी गेला. ''मला सांग एकदा, त्या यंत्राशी तू काय खेळलास ते?'' ऑस्करची मुद्रा आता संतप्त दिसत होती. मग जानेक ड्रेसनरनं परत एकदा कसं आपण यंत्र सुरू केलं, कसा मोठा आवाज झाला, म्हणून घाबरून कसं आपण एक बटण दाबलं, कसे त्या यंत्राच्या एका भागाचे तुकडे झाले हे सांगितलं. येरझाऱ्या घालणारा ऑस्कर एकदम जानेकसमोर थांबला. त्याच्या मुठी वळल्या. ''कुठलं बटण दाबलंस तू?'' त्यानं संतप्त आवाजात विचारलं.

जानेकनं बटनाचं नाव सांगितलं, पण त्याचं वाक्य पूर्ण व्हायच्या आत ऑस्करच्या उजव्या हाताची थप्पड खाडकन त्याच्या कानाखाली बसली. त्या फटक्याने त्याला अक्षरश: तिरमिरी आली. भोवळलेल्या अवस्थेत त्यानं ऑस्करकडे पाहिलं. सगळ्या अधिकाऱ्यांकडे ऑस्करची पाठ होती आणि ऑस्करनी त्याला चक्क डोळा मारला. वळून तो चौकशी समितीकडे आला.

''हे लोक इतके मूर्ख आहेत. काय करावं यांचं तेच समजत नाही. खरोखर घातपात करणारे अतिरेकी असते तर फाशी तरी देता आली असती!''

ऑस्कर स्वत:शीच बोलल्यासारखा बोलत होता.

''ह्या लोकांशी बोलणं म्हणजे सुद्धा निव्वळ वेळ वाया घालवणं आहे. चल नीघ इथून! पुन्हा तोंड दाखवू नको!'' शेवटचं वाक्य जानेकसाठी होतं. पडत्या फळाची आज्ञा घेऊन जानेक तिथून निसटला. ऑस्कर अजून खिन्नपणे मान हलवतच होता. अचानक तो अधिकाऱ्यांकडे वळला आणि म्हणाला,

''कुठे डोक्याला त्रास करून घ्यायचा ह्या लोकांमुळे, चला बरं माझ्या खोलीत, थंडगार मार्टेल आणून ठेवली आहे मी!''

ऑस्करनी हे सगळं चौकशी नाटक केलंय हे न कळण्याइतके शुनब्रुन काय किंवा कॅप्टन लायपोल्ड काय अजिबात मूर्ख नव्हते. पण आणखीन फार ताणूही शकत नव्हते. जानेक ड्रेसनरनी हे सगळं नंतरच्या आयुष्यात स्वत: सांगितलं. एकंदरीत ब्रिनालिट्झचा कॅम्प म्हणजे ढळढळीतपणे ऑस्करने जर्मन सरकारची चालवलेली धूळफेक होती.

फक्त तो ती आणखीन किती दिवस करू शकेल हा प्रश्न होता!

३४

‘‘ब्रिनालिट्झच्या कारखान्यातून बाहेर पडणाऱ्या उत्पादनाबद्दल विचाराल तर ते एक भलं मोठ्ठं शून्य होतं!’’ ब्रिनालिट्झचे त्या काळचे रहिवासी आजही हे एकमुखाने सांगतात.

तिथे तयार होणारा एकही दारूगोळ्याचा प्रकार कधी यशस्वीपणे बाहेर पडला नाही. इमालियामध्ये तीन वर्षांपूर्वी अत्यंत यशस्वी कारखानदार म्हणून जगाला माहिती झालेला ऑस्कर शिंडलर तो हाच का? असा अक्षरश: प्रश्न पडतो. तीन वर्षांपूर्वी इमालियाच्या कारखान्यात एक कोटी साठ लाख मार्क किमतीचं धातूचं सामान तयार होऊन विकलं गेलं होतं. त्याच कारखान्यात दारूगोळा मात्र फक्त पाच लाख मार्क एवढ्याच किमतीचा बनला होता. आणि आता ब्रिनालिट्झमध्ये आल्यापासून एका पैशाचं उत्पादन झालेलं नव्हतं. कसाबसा एक ट्रक भरून माल ऑस्करनं पाठवला. तोही दुसरीकडून तयार करून घेऊन, आपण तयार केला आहे असं दाखवलं होतं. किंमत होती पस्तीस हजार मार्क!

अगदीच काही न पाठवणंही शक्य नव्हतं, कारण सैन्याच्या इतर विभागांना

आता संशय यावा इथपर्यंत ऑस्करनं ताणलं होतं.

त्या काळात जर्मन सरकारने जाणीवपूर्वक एकाच दारूगोळ्याचे निरनिराळे भाग निरनिराळ्या गावाच्या कारखान्यात तयार होतील आणि मग एका ठिकाणी सगळे जोडले जातील अशी योजना केली होती. उद्देश हा, की उद्या जर कुठे विमान हल्ला झाला, तर सगळाच्या सगळा दारूगोळ्याचा कारखाना एकदम उद्ध्वस्त व्हायला नको!

ऑस्करच्या कारखान्यात दारूगोळ्याची बाहेरची काही कवचं, आतले फ्यूज असे भाग बनणं अपेक्षित होतं. पण हे भाग जेव्हा एकत्र जुळणीसाठी पोचायचे, तेव्हा कधीच इतर भागांबरोबर जुळायचे नाहीत आणि सगळाच दारूगोळा निकामी ठरायचा. मग ऑस्करला तक्रारीची पत्रं यायची. 'कारणे दाखवा' अशी तंबी दिली जायची. ती पत्रं वाचून ऑस्कर फक्त जोरजोरात हसायचा, जणू त्याच्या दृष्टीने हे सगळंच खूप विनोदी होतं!

ब्रिनालिट्झच्या सुरुवातीच्या काळात ऑस्करकडे एक अगदी योग्य कारण होतं, "माझी सगळी यंत्रं आत्ताच बसवली आहेत, जरा थोडं थांबा. लौकरच सगळ्या चुका दुरुस्त करून मी चांगला माल देईन आणि मागची बाकी भरून काढीन!" असं तो नेहमी सांगायचा.

एकदा असाच सगळा माल 'रद्दी' ठरल्याची तार आली. त्या दिवशी ऑस्करचा सदतिसावा वाढदिवस होता. त्यामुळे काम बरंच होतं आणि साहेब हातात कोन्यॅकचा ग्लास घेऊन साहेब आराम करत होते.

तार आली तेव्हा स्टर्न आणि पेम्पर त्याच्या ऑफिसातच होते. पेम्पर सांगतो की ती बघून ऑस्कर वेड्यासारखा खूश झाला होता!

"ह्या तारेपेक्षा वाढदिवसाची आणखीन मौल्यवान भेट दुसरी काय असू शकते?" त्यानं ती तार फडकावत दोघांना विचारलं. "माझ्या कारखान्यात तयार झालेल्या दारूगोळ्यामुळं एक माणूसही मरणार नाही!"

एक धंदेवाईक कारखानदार म्हणून ऑस्करचं हे बोलणं गाढवपणाचंच होतं, पण सैन्याच्या या विभागातल्या अधिकाऱ्यांच्या मूर्खपणाचं सुद्धा कौतुकच वाटतं!

व्हिएन्ना जर्मनीच्या हातातून गेलं होतं. मार्शल कॉनीव्हचं सैन्य आणि अमेरिकन सैन्य यांनी हातमिळवणी केली आणि युद्ध आता जर्मन साम्राज्याच्या उंबरठ्यावर उभं होतं. सगळीकडे धुमश्चक्री चालू होती आणि आल्प्स पर्वताच्या कोपऱ्यातल्या खेड्यातल्या कारखान्याने योग्य आकाराचा दारूगोळा द्यावा म्हणून ही पत्रापत्री चालली होती.

या सगळ्यावरून एक प्रश्न सतत पडतो, की अशा परिस्थितीत सात महिने ऑस्कर शिंडलरने कसा तग धरला असेल? काय युक्त्या लढवल्या असतील?

नेहमीच्या पैसे खायला घालायच्या युक्त्या तर होत्याच; पण त्याच्या कारखान्यातल्या हुशार कैद्यांनी आपली सुपीक डोकी चालवली होती. कारखान्यातल्या सगळ्या यंत्रांवर योग्य ते माप आणि इतर गोष्टी अगदी बारकाईने दाखवणारी मीटर्स होती. ह्या कैद्यांनी ती मीटर्स भलत्याच तापमान, दाब वगैरे गोष्टींवर चालत असतील अशी व्यवस्था केली होती. त्यामुळं पाहणी करायला कोणताही अधिकारी आला की त्याला सगळी यंत्रं अगदी नियमाप्रमाणे काटेकोरपणे चालताना दिसायची, पण माल मात्र रद्दी बाहेर पडायचा. हे अधिकारी सुद्धा बुचकळ्यात पडायचे. ही काय भानगड आहे हे त्यांच्या लक्षात न येता ते ऑस्करच्या नशिबाबद्दल हळहळ व्यक्त करायचे. मग जोरदार दारूपार्टी व्हायची. भरपूर खाणं झालं की अनेक भेटवस्तूंसकट ते अधिकारी जेव्हा गाडीत बसायचे, तेव्हा ऑस्कर त्यांना लवकरच दर्जा सुधारेल असं तोंड भरून आश्वासन द्यायचा आणि अधिकारी सुद्धा त्याला शुभेच्छा देऊन चालते व्हायचे.

त्या सात महिन्यांत अशा किती पहाण्या झाल्या याची गणतीच नाही!

ह्या सगळ्या काळात मधूनमधून ऑस्कर एका झेक कारखानदाराकडून काळ्या बाजारात दारूगोळा विकत घ्यायचा आणि आपल्या कारखान्याच्या नावानी पुढे पाठवायचा, असं इश्ताक स्टर्न आणि पेफरबर्ग हे दोघंही सांगतात.

ह्या सगळ्या काळात त्याच्या ब्रिनालिट्झ कारखान्याचा मूळ मालक हॉफमन, कॅप्टन लायपोल्ड आणि गावातले पुढारी गप्प बसणं शक्यच नव्हतं. त्यांनी ब्रिनालिट्झच्या अगदी खालच्या दर्जाच्या पोलीस अधिकाऱ्यापासून ते बर्लिनमधल्या मोठमोठ्या अधिकाऱ्यांपर्यंत ऑस्करच्या तक्रारी करणारी पत्रं पाठवली होती. ऑस्करची नैतिकता, त्याचे अवैध धंदे, त्याचं ज्यू प्रेम ह्या सगळ्यावर त्या तक्रारीच्या पत्रांमधून मनसोक्त चिखलफेक केली होती. हे सगळं प्रकरण जेव्हा खूप वाढलं तेव्हा सुस्मथनं ऑस्करला सावध केल.

ह्यावर उपाय म्हणून मग ऑस्करनं अर्न्स्ट हान ह्याला ब्रिनालिट्झमध्ये बोलावलं. हान हा बर्लिनच्या एस.एस. दलाच्या कार्यालयातला दुसऱ्या क्रमांकाचा अधिकारी होता. हान त्याच्याबरोबर फ्रांझ बॉश नावाच्या आणखी एका उच्चपदस्थ अधिकाऱ्याला घेऊन आला. ऑस्करनी युद्धानंतर सांगितलं की दोघंही एक नंबरचे दारुडे होते. दोघंही प्रचंड गैरव्यवहार करून वरच्या पदावर पोचले होते. पण ऑस्करला ह्या गोष्टींशी काहीच घेणंदेणं नव्हतं. त्यांना बोलावण्यामागचा त्याचा उद्देश वेगळाच होता.

अर्न्स्ट हान जेव्हा ब्रिनालिट्झमध्ये पोचला तेव्हा कडक गणवेषात, छातीवर सगळी पदकं वगैरे लावून मोठ्या थाटात आला होता. ह्या कर्नलच्या दर्जाच्या ज्येष्ठ अधिकाऱ्यासाठी मग थाटाची मेजवानी झाली. तक्रारी करणाऱ्या कॅप्टन लायपोल्डला ऑस्करने तिथे मुद्दाम बोलावून घेतलं होतं. एवढ्या मोठ्या अधिकाऱ्याबरोबर ऑस्करची मैत्री बघून लायपोल्डची छाती दडपून गेली. हान आणि त्याचा मित्र बॉश हे तर ऑस्करवर जाम खूश होते. तसे सगळेच दारुडे ऑस्करवर खूश असायचे कारण हा दिलदार माणूस खूप पाजायचा आणि स्वत:पण प्यायचा!

युद्धानंतर ऑस्करनी सांगितलं, की हानसारखे नुसताच रुबाब मिरवणारे अधिकारी त्या काळात सैन्यात खूप होते. म्हातारे झाल्यामुळे त्यांना प्रत्यक्ष आघाडीवर काही काम नव्हतं आणि सगळे एस.एस. दलाचे जुने सदस्य असल्याने मोठ्या पदावर चिकटून बसले होते. आपल्या अधिकारांचा वापर ते सतत प्रत्यक्ष युद्धापासून लांब राहण्यासाठीच करत होते.

काहीही असो, कॅप्टन लायपोल्डची आता खात्री पटली, की आपण कुठेही आणि कितीही ऑस्करच्या तक्रारीची पत्रं पाठवली, तरी ती अशाच कुठल्यातरी ऑस्करच्या दारुड्या मित्राच्या टेबलावर जाऊन पडणार. त्याच्यावर काहीही कारवाई होणार नाही. उलट कधीतरी आपल्याच अंगाशी यायचं हे प्रकरण! अशा रितीनं काहीही न बोलता ऑस्करनं कॅप्टन लायपोल्डचा काटा काढला. आता उरले गावातले पुढारी!

दुसऱ्या दिवशी सकाळी ऑस्करने ह्या अधिकाऱ्यांबरोबर गाडीतून गावभर फेरफटका मारला. रस्ताभर त्यांचे हास्यविनोद, एकमेकांना टाळ्या देणं चाललं होतं. रस्त्यावर उभे असलेले सैनिक कर्नल साहेबांना कडक सॅल्यूट मारत होते आणि सगळ्या गावाची खात्री पटत होती, की ऑस्करची आणि कर्नलसाहेबांची फारच घट्ट दोस्ती आहे. हान आणि बॉशला ऑस्करने जेव्हा मोठ्या प्रेमाने निरोप दिला, तेव्हा त्याचं बरंचसं काम झालं होतं.

एवढं झाल तरी हॉफमन गप्प बसायला तयार नव्हता. त्यानं एस.एस. दलाच्या मुख्यालयात ऑस्करविरुद्ध तक्रार केलीच. ऑस्कर त्याला भेटायला गेला तेव्हा हॉफमन साहेब फारच गुर्मी होते.

''आता तू सुटत नाही. सगळ्या पुराव्यानिशी तुझ्यावर फिर्याद ठोकली आहे. भोग आता आपल्या कर्माची फळं!'' गेल्या गेल्या हॉफमननं ऑस्करला सज्जड दम भरला.

ऑस्कर जास्त काहीच बोलला नाही. त्यानं हॉफमनकडे झाल्या प्रकाराबद्दल दिलगिरी व्यक्त केली. तिथून बाहेर पडला आणि त्यानं आपला मित्र कर्नल एरिक

लँग याला फोन केला. फोन संपला तेव्हा ही तक्रार कधीच कुठेच पोचणार नाही याची पूर्ण व्यवस्था झाली होती. आता हे सगळं करायला ऑस्करला आठ हजार मार्क खर्च आला. पण त्याला आता कशाचीच पर्वा नव्हती.

ल्यूसीया नावाची कैदी जेव्हा बर्कनोच्या कॅम्पमधून त्याच्याकडे आली तेव्हाच खूप आजारी होती. पुन्हा पुन्हा तिचा ताप उलटत होता. बॉयलरच्या शेजारी थंडी वाजायची नाही म्हणून ऑस्करनं तिची खाट तिथे ठेवली होती. तिच्या आजारपणामुळे ती एक 'निरुपयोगी' कैदी होती, त्यामुळे तिला लपवून ठेवून तिच्यावर उपचार चालले होते. एक दिवस एका अधिकाऱ्याने बॉयलरची पाहणी करायचं अचानक ठरवलं, तेव्हा न डगमगता ऑस्कर त्याला घेऊन थेट ल्यूसीयाला ठेवलं होतं तिथं आला. अधिकाऱ्याला त्यानं सगळं दाखवलं आणि तो ल्यूसीयापाशी आला. ती प्रचंड घाबरली होती.

"घाबरू नकोस, मी आहे." अगदी हलक्या आवाजात ऑस्कर पुटपुटला आणि मग तो अधिकाऱ्यांकडे वळला.

"ही ज्यू मुलगी आहे. मला तिला दवाखान्यात न्यायची नाही म्हणून इथे ठेवली आहे. अगदी शेवटच्या घटका मोजते आहे. जास्तीत जास्त छत्तीस तास!" असं काहीबाही बोलत, विषय बदलत तो त्या अधिकाऱ्यांना घेऊन गेला. ल्यूसीया बिचारी जितका प्रामाणिकपणे मरणोन्मुख मुलीचा अभिनय करता येईल तितका करत राहिली.

बाहेर जाताना हळूच ऑस्कर तिच्याकडे बघून छान हसला. त्याच्या नजरेत कौतुक होतं.

ल्यूसीया त्या बॉयलरच्या खोलीत सहा महिने राहिली आणि युद्धानंतरच्या काळात आपलं पूर्ण आयुष्य जगली!

३५

१९४४ साल संपत आलं होतं. गेली चार वर्षं संपूर्ण युरोप युद्धाच्या खाईत होरपळून निघाला होता. पण हे वर्ष संपताना बहुतेक सर्वांनाच युद्ध आता लवकरच संपणार याचा अंदाज आला होता. युद्धाचा निकाल दोस्तांच्या बाजूने लागणार, याचीही खात्री पटली होती. आता फक्त एखादा दैवी चमत्कारच जर्मनीला वाचवू शकत होता. अजून किती काळ युद्ध चालणार हाच महत्त्वाचा प्रश्न होता. पूर्व आघाडीवर रशियन सैन्य वेगानं मुसंडी मारून जर्मनीच्या दिशेनी सरकत होत आणि ऑस्ट्रिया, पोलंड, हंगेरी, झेकोस्लोव्हाकिया या देशांमधून जर्मन सैन्याची गाशा गुंडाळायची तयारी सुरू झाली होती.

मोठ्या संख्येने उभारलेले कॉन्सन्ट्रेशन कॅम्प खाली करून नष्ट करण्याची धामधूम उडाली होती आणि ह्यात प्रचंड संख्येने भरडले जात होते ते कैदी. त्यांना कुणीच वाली नव्हता. तापमानाने शून्याखाली झेप घेतली होती, अनेक कैद्यांना ह्या कॅम्पमधून त्या कॅम्पमध्ये पाठवलं जात होतं. तशा कडाक्याच्या थंडीत अन्न, पाणी, वस्त्राशिवाय आणि अशा वातावरणात ऑस्कर शिंडलर आणि सुस्मथसारखे लोक

आपल्या परीने जितके जास्त जीव वाचवता येतील तितके वाचवायचा प्रयत्न करत होते. क्वचित त्यांच्या प्रयत्नांना यश येत होतं, पण बहुतेक वेळा त्यांना पराभूत व्हावं लागत होतं. त्या १९४४ च्या वर्षाअखेरीला सुस्मथ आणि ऑस्करने मिळून आणखीन तीन हजार कैद्यांना ऑशविट्झ आणि ग्रॉस रोझेनमधून बाहेर काढायला मदत केली. याकरता पैसे खायला घालायचं काम ऑस्कर करत होता, तर कागदपत्रांची आघाडी सुस्मथ सांभाळत होता. तीनशे-चारशे जणांचे अनेक गट या दोघांमुळे मुख्य यातना छावण्यांमधून मोराव्हियातल्याच चार-पाच छोट्या छोट्या कॅम्पमध्ये पाठवले गेले.

छोट्याशा डोंगररांगांच्या कोपऱ्यातल्या कारखान्यात त्यांच्या जिवंत राहण्याची शक्यता बरीच जास्त होती. ह्यातला कोणताच कारखाना ऑस्करच्या ब्रिनालिट्झ एवढा आरामशीर नव्हता, पण तिथे गेल्यामुळे बऱ्याच जणांचे जीव वाचले हे निश्चित!

त्या नाताळच्या नंतर काहीच दिवसांत ऑशविट्झच्या कॅम्पमधून दहा हजार कैदी हलवायचं ठरलं. त्यांच्या ओळी करून चालत ही फौज ग्रॉस रोझेनच्या दिशेने निघाली. ज्या कोणी त्यांना हलवायचं ठरवलं होतं, त्यांनी कडाक्याची थंडी आणि एवढ्या कैद्यांना खायला लागणारं अन्न याचा काहीच विचार केला नव्हता. खोकत, धापा टाकत, खुरडत चालणाऱ्या कैद्यांना जागीच गोळ्या घालून मारलं जात होतं. उरलेली रांग पुढं चालत होती.

दहा दिवसांत दहा हजारांपैकी फक्त बाराशे कैदी जिवंत राहिले होते. शेवटी एकदाची ही तुकडी ओपेल नावाच्या छोट्याशा कॅम्पमध्ये पोचली. तिथला अधिकारी यांना आत घ्यायलाच तयार नव्हता. शेवटी त्यातले तंदुरुस्त कैदी बाजूला काढले. बाकीच्यांना गोळ्या घातल्या. फक्त तीस कैदी 'तंदुरुस्त' निघाले. त्यांना एका रेल्वे गाडीच्या डब्यात कोंबण्यात आलं. आपण कुठून आलो, कुठे चाललोय याचा कोणालाच पत्ता नव्हता. त्या तीस जणांमध्ये हेगिनमन नावाचा कैदी होता. दहा हजारांपैकी नऊ हजार नऊशे सत्तर जणांचे बळी घेतल्यानंतर या तीस जणांचं दैव पालटलं होतं. कारण तो रेल्वेचा डबा थेट झ्विटाऊला येऊन पोचला आणि तीसजण ऑस्करच्या कारखान्यात ब्रिनालिट्झला! हेगिनमॅनला नंतरच्या आयुष्यात आपण असे कसे वाचलो हे कधीही नीट सांगता आलं नाही.

गोलेसझो कॅम्पमधल्या दगडाच्या खाणकामगारांची गोष्ट अशीच अतर्क्य आहे. दोन डब्यांमध्ये एकशे तीस कैदी कोंबून नेण्याचा हुकूम आपल्याला आजही 'याद व्हाशेम' ह्या इस्राईलमधल्या संग्रहालयात बघायला मिळतो. हे कैदी दहा दिवस अन्नपाण्याशिवाय त्या डब्यांमध्ये कोंडलेले होते. आपण कुठे चाललोय याचा नेहमीप्रमाणे पत्ताच नव्हता. डब्याची दारं बर्फाने गोठून कायमची बंद झाली होती.

डब्यांमध्ये जिवंत लोक दरवाज्याच्या आतल्या बाजूला तयार होणारा बर्फ नखांनी खरवडून किंवा चाटून आपली तहान भागवण्याचा प्रयत्न करीत होते.

हे डबे प्रथम बर्कनोला पाठवले गेले, पण तिथे न उघडताच ते पुन्हा बाहेर काढले होते. कोणताही कॅम्प अधिकारी त्यांना आत घ्यायला तयार नव्हता. कारण आहे त्याच लोकांना अन्नसाठा पुरत नव्हता. त्यातून ही नवीन ब्याद कोण अंगावर घेणार? ते दोन डबे ह्या गाडीपासून त्या गाडीला जोडले जात होते, प्रवास चालू होता. जानेवारीच्या शेवटाला एका पहाटे हे डबे झ्विटाऊच्या रेल्वे यार्डात कसे कोण जाणे येऊन पोचले. ऑस्करचा एक मित्र त्यावेळी तिथे होता. ह्या दोन गोठलेल्या डब्यांमधून कण्हणं, निरनिराळ्या भावांमधल्या विनवण्या, याचना, दरवाजे उघडायची वांझोटी धडपड हे सगळं त्यानं ऐकलं आणि ताबडतोब ऑस्करला फोन केला. ऑस्करनं काहीही करून ते दोन डबे ब्रिनालिट्झला पाठवायला सांगितले. पोल्डेक पेफरबर्ग त्याची धातू कापायची यंत्रसामुग्री घेऊन तिथे तयार होता. त्या दिवशी पहाटे तापमान उणे तीस डिग्री सेल्सिअस होतं. पोल्डेकनं गोठलेले दरवाजे कापायला सुरुवात केली तेव्हा आतून येणारे आवाज वाढले.

दरवाजे पूर्णपणे कापून उघडले तेव्हा आतलं दृश्य बघून कुणीही हादरलं असतं. वर्णन करण्यापलीकडचं दृश्य होतं ते! डब्याच्या मध्यभागी गोठलेल्या प्रेतांचा ढिगारा होता. आजूबाजूला होती शंभर जिवंत प्रेतं! अतिशय घाणेरड्या वासात, त्या हलूही न शकणाऱ्या कैद्यांना कारखान्यात नेण्यात आलं. ऑस्कर आणि एमिली एवढ्या सकाळी लगेच उपचारांच्या तयारीला लागले होते.

कॅप्टन लायपोल्डनी तिथेही विरोध करायचा प्रयत्न केला. "हे मरणासन्न कैदी तुम्ही कशासाठी आत घेताय? हे तर तुम्हाला कामगार म्हणून कधीच उपयोगी पडणार नाहीत!"

"ते बरे झाले की त्याचा विचार करू. तोपर्यंत त्यांचा मजुरीचा दररोजचा प्रत्येकी सहा मार्कचा खर्च मी सरकारकडे भरणार आहे!"

ऑस्करने थंडपणे लायपोल्डला उडवून लावलं.

आतमधले सगळेच कैदी आता मदतीला धावले आणि केवळ ऑस्करची मदत मिळाली म्हणूनच या शंभर कैद्यांपैकी बरेचसे वाचू शकले.

त्या वेळी सर्व कैद्यांना मेल्यावर जाळायचं असा नियम होता. पण ज्यू धर्मामधे मेल्यानंतर दफनविधी करायची पद्धत होती. तिथेही लायपोल्डचा विरोध पत्करून ऑस्करनं सर्व मृतांचं त्यांच्या धर्माप्रमाणे दफन केलं.

रेल्वेच्या डब्यांमधून जी प्रेतं बाहेर काढली गेली होती, ती माणसांची आहेत अस म्हणताच आलं नसतं. त्यांची मरतानाची अवस्था भयानक असणार. जनावरांना

सुद्धा यापेक्षा बरं मरण येत असेल!

कमीतकमी मेल्यानंतर तरी त्यांना माणसासारखं वागवणं शक्य होतं आणि म्हणूनच शक्य तितक्या धार्मिक विधींसह ऑस्करने त्यांचं दफन केलं.

त्याच हिवाळ्यात अमॉन गॉथची तुरुंगातून सुटका झाली आणि तो ऑस्करला भेटायला ब्रिनालिट्झला आला. त्यांच्या ह्या भेटीबद्दल अजूनही खूप प्रवाद आहेत. कुणी म्हणतं तो ऑस्करकडे साठलेले आपले पैसे परत घ्यायला आला होता. कुणी म्हणतं त्याला आता सैन्यातून काढल्यामुळे तो ऑस्करकडे नोकरी मागण्यासाठी आला होता. दोन्हीही खरं असू शकतं!

त्या दिवशी अमॉन ब्रिनालिट्झच्या प्रवेशद्वारातून आत शिरला, तेव्हा सगळ्यांच्याच परिचित नजरा त्याच्यावर खिळल्या होत्या. पण हा अमॉन त्यांना परिचित अमॉनपेक्षा वेगळा होता. कोठडीत बराच काळ राहिल्याने तो खूप खंगला होता. गणवेश होता, पण त्याच्यावरची सगळी पदकं आणि बिल्ले गायब झाले होते. त्याच्या डोळ्याला डोळा भिडवण्याची ज्या थोड्यांची छाती होती, त्यांनी पाहिलं की प्रदीर्घ काविळीमुळे त्याचे डोळे निस्तेज आणि पिवळे पडले आहेत. बंद असलेल्या या यंत्रांमधून आपल्याकडे बघणाऱ्या त्या कैद्यांच्या समोर कसलाही जामानिमा नसणारा अमॉन गॉथ आज फारच केविलवाणा वाटत होता. कैदी त्याच्याकडे बघून आपापसात कुजबुजत होते. काही तर त्याला बघून बाजूला थुंकले. विणकाम करणाऱ्या काही बायकांनी त्याला हातातल्या सुया उगारून दाखवल्या. पण आज अमॉन त्यांना काहीच करू शकत नव्हता. त्याचा रुबाब आणि दरारा दोन्ही इतिहासजमा झालं होतं!

अमॉन जर ऑस्करकडे नोकरी मागायला आला असेल, तर कसं कुणास ठाऊक, पण ऑस्करनं त्याला या विचारापासून परावृत्त केलं. पण कैद्यांनी केलेल्या अपमानामुळे अमॉन खूप बिथरला होता. त्यावर ऑस्करने त्वरित काहीतरी कारवाई केली पाहिजे हे तो जोरजोरात ऑस्करला सांगत होता. कसाबसा ऑस्करने त्याला शांत केला.

अमॉन गॉथच्या इथे येण्याला आणखीन एक कारण होतं. त्याच्या गैरव्यवहारांची चौकशी अजून सुरूच होती. नुकताच एक अधिकारी इथे येऊन पेम्परला भेटून गेला होता. पेम्परनं त्या चौकशी अधिकाऱ्याला काय काय सांगितलं याची माहिती अमॉन गॉथला पाहिजे होती.

संधी मिळताच त्यानं मिटेक पेम्परला एका कोपऱ्यात गाठलं. "काय काय सांगितलं तू त्यांना?" अमॉनन विचारलं. पेम्पर त्याच्याकडे बघत होता. हा अमॉन रोडावलेला, जुन्या कपड्यातला, सगळे अधिकार काढून घेतलेला असला, तरी तो अमॉन गॉथ होता हे पेम्परला विसरता येत नव्हतं!

“मी जो जबाब दिलाय त्याबद्दल कोणाशीही बोलायचं नाही असं त्या अधिकाऱ्यांनी मला सांगितलंय.” अमॉनच्या डोळ्याला डोळा भिडवत शांत सुरात पेम्परनी सांगितलं.

कुठल्या एका बेसावध क्षणी आपण हा पुरावा जिवंत ठेवण्याची चूक केली, असा पश्चात्ताप अमॉनला त्या क्षणी नक्कीच झाला असणार!

अमॉन आता आपल्याला हातही लावू शकत नाही याचा पूर्ण विश्वास सगळ्याच कैद्यांना आला होता.

दुसऱ्याच दिवशी अमॉन परत जायला निघाला. आत्तापर्यंत अमॉन गॉथ आला आणि कुणातरी गरीब बिचाऱ्या कैद्याचं आयुष्य त्यानं उद्ध्वस्त केलं नाही असं घडलंच नव्हतं. आज ते घडलं होतं! त्यांच्यापैकी एकालाही तो हात लावू शकला नव्हता. त्याची सद्दी संपली होती हे समजून सुद्धा सगळ्यांनाच काही सरळ त्याच्याकडे पहायची हिंमत नव्हती.

युद्धानंतर तीस वर्षांनीसुद्धा प्लासझोमधले जे कैदी वाचले होते, त्यांच्या स्वप्नात अमॉन कायम हजेरी लावत होता. ब्यूनोस आयर्सपासून सिडनीपर्यंत, न्यूयॉर्कपासून क्रॅकोवपर्यंत, लॉस एंजलीस पासून जेरुशलेमपर्यंत रोज कुणी ना कुणी अमॉनच्या भीतीनं, घामानं भिजलेल्या अवस्थेत झोपेतून दचकून उठत होता.

त्या अनेकांची भावनाच पोल्डेक पेफरबर्गनं बोलून दाखवली आहे...

“अमॉनकडे बघणं म्हणजे साक्षात स्वतःच्या मृत्यूकडे बघण्यासारखं होतं!”

एका दृष्टीनं हा अमॉन गॉथचा विजयच मानला पाहिजे, नाही का?

३६

ऑस्करचा सदतिसावा वाढदिवस त्यानी आणि सगळ्या कैद्यांनी मिळून साजरा केला. दारूगोळा तयार करायची यंत्रं वापरून कैद्यांनी ऑस्करला देण्यासाठी एक छोटीशी सुबक धातूची पेटी तयार केली होती. त्याच्या शर्टाची बटनं ठेवण्यासाठी! त्या दिवशी ऑस्कर जेव्हा ऑफिसमधून कारखान्यात उतरला, तेव्हा सगळे त्याची वाटच पाहत होते. त्याला पाहताच बारा वर्षांच्या न्युसीआला ती भेटवस्तू घेऊन पुढे ढकललं. तिनंही या प्रसंगासाठी एकाच ओळीचं छोटंसं भाषण घोटून घोटून तयार केलं होतं.

"डायरेक्टर साहेब..." अशक्त न्युसीआचा आवाज ऐकायला ऑस्करला वाकावं लागलं... "आम्हा सगळ्या कैद्यांच्या तुम्हाला वाढदिवसानिमित्त खूप खूप शुभेच्छा!" एवढंच बोलून न्युसीआ मागे सरकली.

आज सब्बाथचा दिवस होता. ज्यूंसाठी पवित्र दिवस. त्या दिवशी सकाळी सकाळीच मारटेल कॉन्यॅकच्या साहाय्याने ऑस्करनी वाढदिवस साजरा करायला सुरुवात केली होती. त्याच दिवशी दारूगोळा विभागाकडून त्याचा सगळा माल रद्दी

असल्याची तार त्याला मिळाली होती.

कैद्यांची मात्र त्या दिवशी चंगळ होती. कुठूनतरी ऑस्करनी ट्रक भरून पांढराशुभ्र ताजा पाव आणला होता. आज सगळ्यांना पोटभर उत्तम भोजन मिळणार होतं.

पण हा दिवससुद्धा निर्भेळ आनंदाचा नाही आणि खूप काही चिंता करण्यासारख्या गोष्टी आजूबाजूला घडत आहेत, याची त्या दिवशी ऑस्कर आणि कॅम्पमधल्या काही मोजक्या मंडळींनाच कल्पना होती.

दोनच दिवसांपूर्वी ग्रॉस रोझेनचे प्रमुख अधिकारी श्री. हॅसब्रोकसाहेब यांनी ब्रिनालिट्झ कॅम्पचे प्रमुख श्री. लिओपोल्ड यांना एक लांबलचक तार पाठवली होती. त्या तारेत त्यांनी आदेश दिला होता–

'रशियन सैन्य लवकरच आपल्या भागात पोचण्याची शक्यता आहे. दुर्दैवाने असे झाल्यास सर्व किरकोळ आणि आजारी कैद्यांस आहेत तिथेच संपवून टाकून तगड्या कैद्यांना चालत माऊथोझेनच्या कॅम्पमध्ये त्वरित पोचवावे.'

ह्या तारेची शब्दश: माहिती फार कमी लोकांना असली, तरी अशा काहीतरी हालचाली चालू आहेत याची कल्पना मात्र बऱ्याच जणांना होती.

ज्या दिवशी तार आली त्या दिवशी कॅप्टन लिओपोल्ड आपल्या ऑफिसात नव्हता. त्यामुळे ती तार त्याचा साहाय्यक म्हणून काम करणाऱ्या मिटेक पेम्परच्या हातात पडली. त्याने वाफेवर धरून लगेच अलगदपणे पाकीट फोडून ती वाचली आणि धावत जाऊन ऑस्करच्या ताब्यात दिली. त्यामुळे अजून ही तार ज्याच्या नावे आली होती त्या लिओपोल्डला बघायलाच मिळाली नव्हती.

ऑस्करने ती तार वाचली आणि त्यानं पेम्परकडे बघितलं.

"असं आहे तर! याचा अर्थ आता लिओपोल्ड साहेबांना इथून निरोप द्यायची वेळ आली आहे."

ऑस्कर आणि पेम्पर ह्या दोघांनाही माहिती होतं, की ब्रिनालिट्झला तैनात असणाऱ्या सैनिकांपैकी फक्त लिओपोल्ड हा एकच अधिकारी आदेशाबरहुकूम वागण्याचा क्रूरपणा करू शकत होता. दुसऱ्या कोणाचीच तेवढी मानसिक तयारी नव्हती.

ह्या गोष्टीच्या काही दिवस अगोदरपासूनच ऑस्करने सगळीकडे लिओपोल्डविरुद्ध तक्रारी करायचा सपाटा लावला होता. 'हा माणूस माझ्या कारखान्यात अत्यंत बेमुर्वतखोरपणे वागून सतत कामगारांना घाबरवत असतो. त्यामुळे कारखान्याच्या कामावर परिणाम होत आहे. तरी आपण कृपा करून कॅप्टन लिओपोल्ड यांची

रवानगी आघाडीवर करावी ही विनंती.' अशा मजकुराची पत्रं बर्नोपासून बर्लिनपर्यंत प्रत्येक अधिकाऱ्याला पाठवली गेली होती. ऑस्करला खात्री होती, की फार चौकशा न करता कॅप्टन लिओपोल्ड लौकरच इथून बाहेर निघणार. ह्या सगळ्याला पुरावा म्हणून ऑस्करनी आणखीन एक नाटक रचलं. सत्तावीस एप्रिलच्या रात्री, ऑस्करच्या वाढदिवसाच्या रात्री, अकरा वाजता कॅप्टन लिओपोल्ड झोकांड्या खात ऑस्करच्या ऑफिसमधून बाहेर पडला. त्या संध्याकाळी ऑस्करनी त्याला जेवायला बोलावून भरपूर दारू पाजली होती.

लिओपोल्ड कसाबसा स्वत:च्या पायावर उभा राहू शकत होता आणि एवढ्या पिण्याचा फारसा परिणाम न झालेला ऑस्कर त्याला आधार देऊन चालवत होता.

एके ठिकाणी लिओपोल्ड अचानक थांबला. त्याचं लक्ष वरच्या लोखंडी तुळयांकडे गेलं आणि त्याचा संयम पूर्णपणे सुटला. त्याची ही अवस्था सगळे कैदी बघत होते त्यांना उद्देशून तो ओरडला,

"अरे भडव्यांनो, ती तुळई दिसते का तुळई?

"तुम्हाला सगळ्यांना मी त्या तुळईला टांगणार आहे... सगळ्या ज्यूंना ठार करायला पाहिजे!"

लिओपोल्ड बडबडत होता आणि ऑस्कर त्याची समजूत घालत त्याला बाहेर नेत होता.

"नक्की ठार करू हं. नक्कीच! पण आज रात्री नको. पुन्हा केव्हातरी बघू...!"

ह्या घटनेच्या दुसऱ्या दिवशी सकाळी ऑस्करनं हॅसब्रोकला फोन करून सगळा प्रकार तिखटमीठ लावून सांगितला.

"हा माणूस कारखान्यात दारू पिऊन दंगा करतो... कैद्यांना धमक्या देतो... कारखान्याच्या कामावर परिणाम झाला तर कोण जबाबदार? हा लिओपोल्ड सारखं म्हणत असतो की मला प्रत्यक्ष लढायचंय... द्या ना त्याला तिकडे पाठवून!"

ऑस्करचं हे सगळं बोलणं चालू असल्याचा लिओपोल्डला पत्ताच नव्हता. तो कालच्या दारूच्या नशेत अजून आपल्या घरीच लोळत पडला होता.

त्या दिवशी सगळ्या कैद्यांना एकत्र बोलावून ऑस्करनं एक छोटंसं भाषण केलं. ऑस्कर जे काही बोलला त्याला भाषण म्हणणं म्हणजे ऑस्करच्या भावनांचा अपमान करण्यासारखं होईल. आपलं मनच ऑस्करनी त्या दिवशी मोकळं केलं. त्या दिवशी भाषण ऐकायला बहुतेक एस.एस. शिपाईसुद्धा हजर होते. त्या दिवशी ऑस्करनी कैदी आणि शिपाई दोघांनाही समजावून सांगायचा प्रयत्न केला.

कैद्यांना त्यानी सांगितलं की युद्ध आता संपत आलंय आणि तुम्ही त्यातून नक्की वाचणार आहात. गेल्या नोव्हेंबरमध्ये ऑशविट्झमधून आलेल्या बायकांच्या

तुकडीला त्यानं ज्या आत्मविश्वासानं सागितलं होतं की, 'आता काळजीचं कारण नाही... मी आहे.' त्याच आत्मविश्वासानं तो आता बोलत होता.

शिपायांना उद्देशून तो म्हणाला, "तुम्ही सुद्धा एक प्रकारच्या कैदेतून मोकळे होणार आहात. एका हुकूमशहाची राजवट आता संपुष्टात येते आहे. तेव्हा आता तरी कैद्यांशी माणसांसारखं वागा!"

पोल्डेक पेफरबर्ग चोरट्या नजरेनी शिपायांकडे बघत होता. त्याला भीती वाटत होती, की एखादा माथेफिरू शिपाई भडकून आत्ताच ऑस्करला गोळी घालू शकतो... तसं झालं तर सगळचं संपेल... कशाला ऑस्कर बिथरवतोय त्यांना?

पण ऑस्कर बोलतच होता. "संपूर्ण युद्ध थांबेपर्यंत मी ब्रिनालिट्झमध्ये रहाणार आहे आणि कदाचित त्यानंतर आणखीन पाच मिनिटं."

एस.एस. शिपायांना खरं काय वाटतं आहे हे समजून घेण्यासाठीच ऑस्करनं असं भाषण केलं होतं.

ह्या भाषणानंतर दोनच दिवसांत कॅप्टन लिओपोल्डच्या बदलीचा हुकूम आला आणि कैद्यांना असलेला शेवटचा धोका टळला. कॅप्टन लिओपोल्ड तसाही इथे कंटाळलाच होता. त्यानं लगेच आपलं सामान बांधलं आणि आघाडीवर हजर झाला.

युद्ध आता अगदी जवळ येऊन ठेपलं होतं. रशियन फौजा हाकेच्या अंतरावर होत्या. ऑस्करला रशियन सैन्याची काळजी वाटत होती. सापडणाऱ्या जर्मन लोकांची ते काहीएक चौकशी न करता कत्तल करता चालले होते. त्याचा संपूर्ण वेळ आता बीबीसीच्या बातम्या ऐकण्यात जात होता. हिटलरनी नुकतीच आत्महत्या केली होती. जर्मनीमध्ये सगळीकडे अंदाधुंदी माजली होती. परिस्थितीवर कोणाचंच नियंत्रण नव्हतं. पश्चिमेकडून अमेरिकन आणि ब्रिटिश सैन्य चालून येत होतं, तर पूर्वेकडून रशियन सैन्य!

कैद्यांमधल्या शहाण्यासुरत्यांनीसुद्धा विचार सुरू केला होता.

इतके दिवस ऑस्कर त्यांना सांभाळत होता. आता युद्धानंतरच्या धरपकडीत केवळ तो जर्मन आहे म्हणून त्याच्यावर कोणताही अन्याय होणार नाही याची खात्री करायची जबाबदारी त्यांच्यावर होती. सगळ्यांची अशी इच्छा होती, की रशियन सैन्यापेक्षा ऑस्करनं अमेरिकन सैन्याच्या ताब्यात जावं. त्या सैन्यात अनेक ज्यू होते. त्यामुळं तिथं जर्मन असूनसुद्धा ऑस्करला योग्य तो मान मिळेल असं सगळ्यांचं मत पडलं.

७ मे १९४५ या दिवशी पहाटे बीबीसीवरून पहिल्यांदा जर्मनीच्या शरणागतीची बातमी सांगितली गेली. ऑस्कर जागाच होता. दुसऱ्या दिवशी म्हणजे आठ मेच्या

मध्यरात्री असेल तिथे युद्धविराम होणार होता. ऑस्करनं एमिलीला उठवलं आणि स्टर्नलापण ही चांगली बातमी सांगायला ऑफिसमध्ये बोलावून घेतलं. ही बातमी सगळ्यांना कळली तरी आठ तारखेच्या सकाळी सगळे कैदी नियमाप्रमाणे कामावर हजर झाले. प्रत्येकजण आज जास्त जास्तच प्रामाणिकपणे काम करत होता. आज शेवटचा दिवस होता ना! दुपारपर्यंत अस्वस्थ शांततेत असंच चालू राहिलं.

शेवटी ऑस्करलाच रहावलं नाही. सगळ्यांनी घेतलेलं सोंग शेवटी त्यानी मोडीत काढलं. आठ तारखेला दुपारी बीबीसीवर इंग्लंडचे पंतप्रधान चर्चिल विजयाचं भाषण करणार होते. ऑस्करनी ते भाषण मोठ्या आवाजात सगळ्या कारखान्यात ऐकू जाईल अशी व्यवस्था केली.

चर्चिल आपल्या ढंगदार इंग्रजीमध्ये बोलत होता. बरेचसे कैदी ती भाषा इतक्या जवळून पहिल्यांदाच ऐकत होते. बरेचजण नंतरच्या जीवनात कायम हीच भाषा बोलणार होते. चर्चिलचा कणखर आवाज बाहेर तैनात असलेल्या एस.एस. दलाच्या सैनिकांच्या कानावर आदळत होता. पण कुठलाच सैनिक काहीच प्रतिक्रिया व्यक्त करण्याच्या मन:स्थितीत नव्हता. आपलं काय होणार आणि 'आपण आता नेमकं काय करायचं?' हाच प्रश्न त्या सगळ्यांसमोर उभा असणार.

आज रशियन सैन्य येण्याआधी ऑस्करला आपल्यामधून जावं लागणार याची सगळ्यांनाच कल्पना आली होती. त्यानं आपल्यावर केलेल्या ऋणांची आठवण म्हणून त्याला जाताना काहीतरी द्यावं अस सगळ्यांनाच वाटत होतं. पण काय द्यावं? त्याला शोभेलसं आपण काय आणि कुठून आणणार? हा सगळ्यांसमोरचा प्रश्न होता. त्या कैद्यांमध्ये लीच नावाचा एक सोनार होता. त्यानं आणि म्हाताऱ्या जेरेथनं तो प्रश्न सोडवला. छोटासा निरोप समारंभ करावा अस स्टर्न, फाईंडर, गार्ड, पेम्पर यांनी ठरवलं. ह्या कैद्यांना त्या दिवशी स्वत:च्या भवितव्याचा पत्ता नव्हता, पण ऑस्करसाठी ते छानसा निरोप समारंभ आयोजित करणार होते.

भेटवस्तू कुठलंतरी धातूकाम करूनच तयार करायला लागणार होती, पण कुठला धातू आणि तो कुठून आणायचा ह्याचं उत्तर जेरेथच्या अक्षरश: तोंडात होतं! त्यानी आपलं तोंड उघडलं आणि दातांना सोन्याच्या तारा लावल्या होत्या त्या सगळ्यांना दाखवल्या.

"ऑस्कर नसता तर आत्तापर्यंत मला मारून नाझींनी हे सगळं पळवलंच असतं. त्यापेक्षा ऑस्करलाच देऊन टाकू." त्यानं हसत हसत सुचवलं.

कैद्यांमध्येच एक दाताचा डॉक्टर होता. त्यानं शक्य तितक्या हलक्या हातानं ह्या तारा काढल्या. त्या काढताना आधार गेल्यामुळे बरेचसे दातही जेरेथला गमवावे लागले. पण त्याला अजिबात दु:ख नव्हतं. उलट आपले दात अशा कारणासाठी गेले याचा त्याला अभिमान वाटत होता. लीच सोनाराने मग हे सोनं वितळवलं.

त्याची अंगठी तयार केली आणि त्याच्या आतल्या बाजूला ज्यूंच्या पुरातन अशा तालमुडीक ग्रंथातलं एक वाक्य कोरलं! तेच वाक्य, जे पाच वर्षांपूर्वी इश्ताक स्टर्ननी ऑस्करला ऐकवलं होतं–

'एक जीव वाचवण्याचं महत्त्व सगळ्या जगाला वाचवण्याइतकं मोठं आहे.'

आठ तारखेच्या त्या दुपारी दोन कैदी ऑस्करसाठी त्याच्या गाडीमध्ये त्याची उरली-सुरली संपत्ती, पैसे लपवायची व्यवस्था करत होते. गाडीचं छप्पर आतून कोरून त्यांनी हे सगळं त्यात लपवलं. संध्याकाळी त्यांचं काम संपलं.

सगळेजण ऑस्कर आता जाताना काय बोलतो हे ऐकण्यासाठी उत्सुक झाले होते. वाढदिवसाच्या दिवसासारखंच ऑस्करनी सगळ्या कैद्यांना आणि शिपायांना कारखान्यात एकत्र यायला सांगितलं. कारखान्यातल्या त्याला मदत करणाऱ्या सगळ्या जर्मन कर्मचाऱ्यांनी आपापले पळून जायचे मार्ग निश्चित केले होते. ऑस्कर भाषण करणार हे कळताक्षणी स्टर्ननी कैद्यांमधल्या दोन बायकांना बोलावलं. विडमन आणि बर्गर नावाच्या त्या स्त्रियांना लघुलिपीमध्ये लिहून घ्यायची सवय होती. त्यांच्यामुळेच आज ऑस्करचं ते शेवटचं भाषण आपल्याला शब्दश: उपलब्ध आहे. वाढदिवशी सुरू केलेलं भाषण जणू त्या दिवशी त्यानी संपवलं. त्याच्या हातात कुठलाही कागद नव्हता... युद्ध संपायला अजून सहा तासांचाच अवकाश होता.

"आणखी सहा तासांनंतर तुम्ही सगळे स्वतंत्र असाल. माझ्यामागे दोस्तांचं सैन्य लागलेलं असेल... " ऑस्कर अत्यंत संयमित आवाजात कैद्यांशी बोलत होता. सगळे एस.एस. शिपाई हॉलच्या कडेने उभे होते.

"जर्मनीनं संपूर्ण शरणागती पत्करल्याचं नुकतंच जाहीर झालं आहे. गेली सहा वर्षं सुरू असलेल्या नरसंहाराबद्दल आज जगभर दुखवटा पाळला जातोय. सहा वर्षांनंतर युरोपमध्ये परत एकदा शांततेचं राज्य सुरू होणार आहे आणि म्हणूनच तुम्हा सगळ्यांवर खूप मोठी जबाबदारी आहे. अतिशय वाईट अशा वर्तमान काळातून सुखरूप बाहेर पडण्यासाठी आपण सगळ्यांनीच खूप खडतर काळ भोगलाय. आता तुम्ही तुमच्या भविष्य काळाला सुरुवात कराल. आपापल्या गावी जाल... आपल्या प्रियजनांचा शोध घ्याल. बहुतेक ठिकाणी तुम्हाला सगळं काही बेचिराख झालेलं सापडेल. म्हणून माझी तुम्हाला विनंती आहे, की सुडाच्या भावनेला कोणत्याही परिस्थितीत मनामध्ये थारा देऊ नका. कारण त्यानं परिस्थिती चिघळेल."

शेवटचं वाक्य तो शिपायांना उद्देशून बोलला होता. परत कैद्यांकडे वळत तो

म्हणाला, "जे पराभूत झालेत त्यांची, जर्मनांची, परीक्षा करताना आणि त्यांना शिक्षा देताना, त्यातलं कोण अपराधी आहे आणि कोण नाही हे नीट पारखून घ्या. हे शिपाई साधे शिपाई आहेत. त्यांच्यावर हुकमाचं पालन करायचं बंधन असतं. झालेल्या सगळ्या गोष्टींना या सर्वसामान्य, तुमच्या-आमच्यासारख्या माणसांना जबाबदार धरू नका."

हीच वाक्यं पुढच्या काळात अनेक जर्मन पुढाऱ्यांच्या तोंडून सगळेजण ऐकणार होते, पण स्वतःच्या निरपराध देशबांधवांचा अशा रितीनं बचाव करायचा अधिकार मात्र ऑस्कर शिंडलरसारख्या फार थोड्या लोकांना होता.

"तुम्ही, तुमचे आई, वडील, बहीण, भाऊ, नवरा, बायको आणि इतर आप्त यांच्यावर जे अनन्वित अत्याचार झाले, त्याचा हजारो जर्मन लोकांनी निषेधच केला आहे. खरं तर लक्षावधी सामान्य जर्मन माणसांना असा काही भीषण नरसंहार आपलेच देशबांधव करत आहेत, याची आत्ता आत्तापर्यंत कल्पनाच नव्हती. जेव्हा त्यांना हे कळलं, तेव्हा त्यांच्याही माना शरमेनं खाली गेल्या आहेत. त्यांच्याशी तुम्ही माणुसकीने वागा. कायदा हातात घेऊ नका. कारण नव्या युरोपमध्ये कोणत्याही भ्रष्टाचाराला थारा न देणारे न्यायाधीश असतील. ते तुमचं म्हणणं निश्चितपणे ऐकतील. न्यायदानाचं काम न्यायदेवतेकडेच असू द्या.

"ह्या सगळ्या दिव्यातून पार पडण्यासाठी मला अनेक गैरमार्गांचा, भ्रष्टाचाराचा उपयोग करायला लागला, पण त्याला माझा नाइलाज होता. तुम्ही सगळ्यांनी ह्या कठीण परिस्थितीत माझी साथ दिलीत याबद्दल मी खरंच आभारी आहे.

"तुमच्यासाठी मी जे काही केलं ती माझी जबाबदारी होती आणि मी आज रात्री बारा वाजून पाच मिनिटांपर्यंत मला जे जे शक्य आहे ते करत राहणार आहे. ह्या शेवटच्या कठीण काळात ब्रिनालिट्झच्या लोकांनीसुद्धा आपल्याला खूप मदत केली आहे. उद्या स्वातंत्र्य मिळाल्यानंतर त्यांच्या घरादारांची लुटालूट करू नका, त्यांना शत्रूसारखं वागवू नका. तुम्ही आज जिवंत आहात म्हणून माझे आभार मानू नका. तुमच्यातलेच काही लोक खूप झटलेत त्याच्यासाठी! स्टर्न आणि पेम्परसारखे लोक दिवसरात्र तुमची, तुमच्या भविष्याची चिंता करत होते. क्रॅकोवमध्ये तुम्ही प्रत्येक क्षणी मृत्यूचा सामना करत होतात, त्यावेळी या लोकांनी स्वतःचा धीर सोडला नाही आणि मलाही बळ दिलं. तुमच्या स्वातंत्र्याचा क्षण जवळ येतो आहे... तुमच्या भावी आयुष्यासाठी माझ्या शुभेच्छा सतत आहेतच. तुमच्या सगळ्यांचे मनापासून आभार."

आता ऑस्कर परत एस.एस. शिपायांकडे वळला... "तुम्हा सगळ्या शिपाईगड्यांचे सुद्धा मला आभार मानलेच पाहिजे. आपण जे करतोय त्यातला फोलपणा तुमच्या केव्हाच लक्षात आला असणार. परंतु इथे बरेच वेळा वरिष्ठांच्या

आज्ञा मोडून तुम्ही या कैद्यांना माणुसकीने वागवलं त्याबद्दल आभार!''

अतिशय पद्धतशीरपणे ऑस्करने शिपायांमधला उरलासुरला जोर काढून घेतला होता.

''आता शेवटी, तुमच्या ज्या असंख्य आप्तांना तुम्ही गमावलंय त्यांच्या आत्म्याला शांती लाभावी म्हणून तीन मिनिटं स्तब्ध उभं राहून श्रद्धांजली अर्पण करायची मी विनंती करतो.''

ऑस्करचं भाषण संपलं. सगळे शांत उभे राहिले. त्या तीन मिनिटांत कित्येकांना गेली पाच वर्षं चित्रासारखी आठवली. वातावरणात अत्यंत गंभीरता पसरली होती. तीन मिनिटं संपली आणि एस.एस. शिपायांनी काढता पाय घेतला. कैद्यांचा आता आपण कैदी नाही या गोष्टीवर विश्वास बसत नव्हता. ह्या एवढ्या कष्टांनी मिळालेल्या स्वातंत्र्याचं करायचं काय, हेच त्यांना कळत नव्हतं.

ऑस्कर आणि एमिली आपल्या खोलीकडे सामानाची बांधाबांध करायला निघाले. सगळ्या कैद्यांचा घोळका त्यांच्याभोवती जमा झाला. लीचनी आपण तयार केली अंगठी ऑस्करच्या हातात दिली. ऑस्कर ती बराच वेळ उलटीसुलटी करून बघत होता. आतल्या कोरलेल्या वाक्याचा अर्थ त्यानं स्टर्नकडून परत समजावून घेतला.

'एक जीव वाचवायचं महत्त्व सगळ्या जगाला वाचवण्याइतकं मोठं आहे.'

मग त्यानं विचारलं, ''ह्या अंगठीसाठी सोनं कुठून आणलंत?''

सगळ्यांची अपेक्षा अशी होती, की उत्तर ऐकून ऑस्कर नेहमीप्रमाणे मोठ्यांदा हसेल.

पण जेरेथनं जेव्हा आपलं बोळकं झालेल तोंड उघडून सोन्याचं उगमस्थान दाखवलं, तेव्हा ऑस्करचे डोळे पाण्याने भरून आले. त्याचा कंठ रुद्ध झाला. काही न बोलता त्यानं ही अंगठी स्वतःच्या बोटात सरकवली. त्या क्रियेचा अर्थ त्या वेळी कोणाच्याच लक्षात आला नसेल, पण त्या क्षणी त्या सगळ्या कैद्यांना जणू त्यांचं मध्येच खंडित झालेल आयुष्य पुन्हा मिळालं होतं आणि आता इथून पुढे ऑस्कर शिंडलरला त्यांच्यावर अवलंबून राहावं लागणार होतं.

३७

ऑस्करनं आपलं भाषण संपवलं आणि थोड्या वेळात एस.एस. शिपायांनी काढता पाय घ्यायला सुरुवात केली. नेमक्या अशाच वेळेसाठी ऑस्करने गुप्तपणे काही शस्त्र खरेदी करून ठेवली होती. कैद्यांपैकी जे धट्टेकट्टे होते, त्यांनी ती घेऊन लगेच कॅम्पच्या बंदोबस्ताची व्यवस्था केली. जाणाऱ्या एस.एस. शिपायांकडून त्यांच्या बंदुका आणि दारूगोळा जप्त करण्यात आला. कुणी विरोध असा केलाच नाही. उलट त्या शिपायांना कधी एकदा इथून बाहेर पडतो असं झालं होतं.

काही माघार घेणाऱ्या जर्मन सैन्याच्या तुकड्या ब्रिनालिट्झ गावातून जात होत्या. ऑस्करनं आपल्या कैद्यांना सांगितलं होतं, की अनावश्यक गोळीबार आणि दंगा करून त्यांचं लक्ष वेधून घेऊ नका!

कॅप्टन लिओपोल्डचा दुय्यम अधिकारी मोटझेक याच्या पाठीला तर पिस्तुलाऐवजी पेफरबर्गने हाताची दोन बोटं टेकवली आणि तो लगेच शरण आला. त्याला थोडा वेळ छळून ज्यू कैद्यांनी सोडून दिलं! टेहळणीच्या मनोऱ्यावरचे शिपाई सुद्धा केव्हाच

पळून गेले होते. त्यांच्या जागा कॅम्पमधल्या कैद्यांनी घेतल्या.

ह्या सगळ्या गदारोळात मध्यरात्र केव्हा झाली ते कोणालाच कळलं नाही. ऑस्करनं फक्त बँकिअरला आपल्या खोलीत बोलावलं आणि आतापर्यंत कुलूप लावून ठेवलेल्या एका खोलीची किल्ली त्याच्याकडे सोपवली. सैन्याचं एक भांडारगृह सिलेशियामध्ये कॅटोवीझ भागात कुठेतरी आहे. रशियन सैन्य जसं त्या बाजूनी आत घुसायला लागलं, तसं नौसेनेच्या लोकांनी ह्या भांडारामधला सगळा माल सुरक्षित ठिकाणी हलवायचं ठरवलं. त्यांच्या दृष्टीनं ब्रिनालिट्झमधला ऑस्करचा कारखाना हे सुरक्षित ठिकाण होतं. आणि अशा रितीने ऑस्करनी होकार दिल्यानंतर अठरा ट्रक भरून आलेला तो सगळा मौल्यवान माल ऑस्करच्या कारखान्यात येऊन पोचला. तो ठेवलेल्या खोलीची ही किल्ली होती.

त्या खोलीत गणवेश, अत्यंत किमती अशी पँट-कोटाची कापडं, रेशीम, उत्तम चामड्याचे बूट असला युद्धकाळात बघायलाही न मिळणारा माल होता.

हा माल असाच आपल्याकडे पडून राहणार आणि युद्ध संपल्यावर बेवारस ठरणार याची ऑस्करला पूर्ण कल्पना होती.

''माझे ज्यू मित्र जेव्हा स्वतंत्र होतील, तेव्हा नवीन आयुष्य सुरू करायला मदत होईल; या विचारानेच मी हा माल ठेवला होता.'' असं ऑस्करनी युद्धानंतर सांगितलं ह्या सगळ्या मालाची किंमत त्या वेळी दीड लाख डॉलर्सपेक्षा जास्त होती, असं कपड्यांच्या व्यापारात तज्ज्ञ असणाऱ्या ज्युडा ड्रेसनर आणि इश्ताक स्टर्न यांनीही सांगितलं आहे.

बँकिअरला ही किल्ली जेव्हा ऑस्करनी दिली, तेव्हा तो आणि एमिली मात्र कैद्यांच्या वेशात जाण्यासाठी तयार झाले होते. हा वेष ऑस्करला अजिबात शोभत नव्हता. श्रीमंत लोक फॅन्सी ड्रेस पार्टीला जसे विचित्र कपडे घालून जातात, तसाच त्याचा आणि एमिलीचा अवतार दिसत होता.

त्यांच्याबरोबर आठ ज्यूंनी जायची तयारी दाखवली होती. रिचर्ड आणि आन्का रेचेन नावाचं तरुण जोडपं त्यात होतं, तसंच हडेक रुबीन्स्की नावाचा अभियंता होता. ऑस्करचा पुढचा प्रवास कसा झाला ते याच लोकांनी सांगितलं.

एमिली, ऑस्कर आणि त्यांचा चालक, हे त्याच्या मर्सिडीज गाडीतून जाणार होते तर बाकीचे मागून एका ट्रकमधून येणार होते. ट्रकमध्ये अन्न-पाणी, सिगारेटी आणि दारू असं सामान खच्चून भरलं होतं. वाटेत निरनिराळ्या देशांच्या सीमा ओलांडताना कशाची कधी गरज लागेल हे सांगता आलं नसतं.

ऑस्करला आता इथून निघून जायची घाई झाली होती. रशियन सैन्य या भागात घुसल्याची बातमी होती आणि कुठल्याही क्षणी ते इथे येऊन धडकतील अशी भीती होती. काहीही झालं तरी ऑस्करला रशियन सैनिकांच्या ताब्यात

सापडायचं नव्हतं.

ऑस्कर आणि एमिली गाडीत बसले होते. अजूनही शांत स्वरात ऑस्कर स्टर्न आणि बँकिअरशी बोलत होता. पण त्याचं लक्ष बाहेर पडण्याकडे लागलंय हे जाणवत होतं. त्याच्या चालकानं, डोलेक ग्रुनहॉटनं गाडीची चावी फिरवली आणि स्टार्टर दाबला. पण गाडी सुरूच होईना. ऑस्करसकट सगळेच दचकले.

धावपळ सुरू झाली. चालकानं पुढचं झाकण उघडलं आणि तपासणी सुरू केली. ऑस्करनी पण खाली उतरून 'काय झालंय?' असं सतत विचारायला सुरुवात केली. चालक बिचारा घामेजला. मग पोल्डेक पेफरबर्ग आपली हत्यारं घेऊन पुढे सरसावला. ऑस्करचा एक डोळा मोटारीच्या इंजिनाकडे आणि एक कॅम्पच्या प्रवेशद्वाराकडे लागला होता. जणू कधीही रशियन सैन्य येऊन त्याला पकडणार होतं.

"सापडलं का कारण?" त्यानं पोल्डेकच्या मानेवरनं डोकावत विचारलं. पोल्डेकचे हात थरथरत होते. चुकून उशीर झाला आणि ऑस्कर रशियनांच्या तावडीत सापडला, तर खापर जणू पोल्डेकवरच येणार होतं. शेवटी दोष सापडला एकदाचा! कुणीतरी ऑस्कर जाणार ह्या भीतीनी इंजिनच्या वायरी कापून टाकल्या होत्या.

घामानं चिंब होत पोल्डेकनी त्या जोडल्या आणि शेवटी एकदाची गाडी सुरू झाली. ऑस्कर लगेच गाडीत चढला आणि चला निघू या म्हणून घाई करायला लागला.

ह्या गाडी बिघडण्याच्या घोळामुळे कुणालाही त्याचा नीट निरोप घेता आला नाही, की कृतज्ञतेचे दोन शब्द बोलता आले नाहीत. स्टर्न, हिल्फस्टाईन आणि सॅलपीटर यांनी सगळ्या कैद्यांच्या वतीने लिहून सह्या केलेलं एक पत्र गाडीच्या खिडकीतून स्टर्ननी ऑस्करच्या हातात दिलं. ऑस्कर आणि एमिली यांनी ज्यूंना केलेल्या मदतीबद्दल त्या पत्रात भरभरून लिहिलं होतं. ज्या कुठल्या दोस्त राष्ट्राच्या सैन्याच्या ताब्यात ते सापडतील, त्यांनी ह्या दोघांना कोणतीही इजा न करता सुरक्षित ठिकाणी पोचवावं, असं आवाहन त्या पत्रात केलं होतं.

दोन्ही गाड्या ब्रिनालिट्झ कॅम्पच्या प्रवेशद्वारातून बाहेर पडल्या. हॅवलीकुव्ह ब्रॉडच्या रस्त्याला डाव्या बाजूला वळल्या आणि दिसेनाशा झाल्या. युरोपमधली ही एकच बाजू त्या क्षणी त्यातल्यात्यात सुरक्षित होती.

स्टर्न आणि बाकीचे कैदी गाडी गेली त्या दिशेला एकटक पाहात प्रवेशद्वारात उभे होते. ऑस्करविना आपण किती पोरके झालो आहोत याची जाणीव त्यांना होत होती. घरातले पालक परागंदा व्हावेत आणि अचानक मुलांवर घराची सगळी जबाबदारी पडावी, तसं हे सगळं झालं होतं.

इथून पुढे त्यांच्या रक्षणासाठी ऑस्कर शिंडलर नव्हता. त्यांची त्यांनाच काळजी घ्यायची होती. ह्या जबाबदारीचं ओझं किती मोठं आहे हे सगळ्यांनाच जाणवत होतं.

पुढचे तीन दिवस असेच अनिश्चिततेत गेले. दिवस आणि रात्रीमध्ये काहीच फरक नव्हता. ते स्वतंत्र होते. पण त्यांचं स्वातंत्र्य घोषित करायला बाहेरचं अजून कोणीच येत नव्हतं आणि कॅम्पमधल्या ज्यूंनी सुरक्षेच्या दृष्टीने बाहेर पडणं अजून धोक्याचं होतं. एस.एस. दलाचे सर्व शिपाई निघून गेले होते. त्या भयानक नाझी यंत्रणेचा एकच हस्तक कॅम्पमधल्या ज्यूंच्या हातात सापडला होता. ग्रॉस रोझेनमधून आलेला हा शिपाई त्याच्या क्रूर कर्तृत्वाने तिथेही प्रसिद्ध होता आणि इथे, ब्रिनालिट्झमध्ये पण त्यानी आपल्या वागण्यामुळे भरपूर शत्रू निर्माण करून ठेवले होते. ऑस्करनी इतकं समजावून सांगितलं होतं तरी काही तरुण ज्यूंचा स्वत:वरचा ताबा सुटला. त्यांनी ह्या शिपायाला मारत खेचत कारखान्यात आणलं आणि ज्या तुळईला त्यांना फाशी द्यायची धमकी कॅप्टन लिओपोल्डनं दिली होती, त्याच तुळईला त्याला वाजत गाजत लटकावून फाशी दिली. स्टर्न आणि इतर काही अनुभवी ज्यूंनी हे करणाऱ्या ज्यूंना समजावून सांगायचा प्रयत्न केला, पण कोणीच ऐकायच्या मन:स्थितीत नव्हतं.

शांतता प्रस्थापित झाल्यानंतरचा तो पहिला बळी होता. ब्रिनालिट्झमधल्या अनेकांना ही फाशी बघताना अंगावर काटा आला. खरं तर अमॉन गॉथनी त्यांच्याच समोर क्राऊटवर्ट किंवा इतरांना दिलेल्या फाश्या त्यांनी बघितल्या होत्या. पण त्या अमॉननी दिल्या होत्या. तो तर जन्मानीच क्रूरकर्मा होता. ही फाशी त्याचं अनुकरण करत त्यांच्या भावंडांनी दिली होती.

त्या शिपायाचं तुळईला लटकून तडफडणं शेवटी थांबलं. खरं तर हा ज्यूंचा सूड होता. काहींच्या मते योग्य होता. पण आता ते दृश्य बघून त्यांनासुद्धा त्या कृत्याबद्दल शंका यायला लागली. शेवटी त्यांच्यातल्या काही शहाण्यासुरत्यांनी ते प्रेत खाली काढलं आणि लगोलग जाळून टाकलं.

दुसऱ्या दिवशी नौसेनेचं भांडार सगळ्या कैद्यांसाठी बँकिअरनं उघडलं आणि आतल्या कापडाचोपडाचं वाटप सुरू झालं. प्रत्येक कैद्याला काही यार्ड उत्तम दर्जाचं कापड, आतले कपडे आणि तयार सुताचे काही गुंडे असं वाटण्यात आलं. काही बायकांनी लगेच तिथेच मापं घेऊन कपडे शिवायला सुरुवात केली. काहींनी ते सगळं तसंच आपल्या पुढच्या प्रवासासाठी राखून ठेवलं. तसंच वाटप सिगारेटी आणि व्होडकाच्या बाटल्यांचं झालं.

दुसऱ्या दिवशी रात्री एक पँझर रणगाड्यांची जर्मन तुकडी माघार घेताना, कॅम्पच्या जवळून गेली. जाताना उगाचच त्यांनी अंदाधुंद गोळीबार केला. काही

गोळे कॅम्पमध्ये फुटले, पण सुदैवाने कोणला काही इजा झाली नाही. ह्या घटनेनं एक केलं. बाहेरचं वातावरण अजूनही किती अनिश्चित आहे याची सगळ्यांना जाणीव करून दिली.

इकडे ऑस्कर कॅम्पमधून निघाला तेव्हा त्यांच्या समोर सैन्याच्या काही गाड्या चालल्या होत्या. ऑस्करची गाडी आणि त्या मागचा ट्रक बराच वेळ मग त्या सैन्याच्या गाड्यांच्या मागे जात राहिले. नशीब चांगलं म्हणून त्या रात्री तरी त्यांना कोणी अडवलं नाही. पण पहाट होता होता त्यांची आणि पुढची गाड्यांची चुकामूक झाली. कुठेतरी दूरवर चाललेल्या चकमकींचे आवाज येत होते. जर्मन सैन्य माघार घेताना रस्ते आणि पूल उडवून देत चाललं होतं. तशातच केव्हातरी पहाटे हॅव्हलीकुव्ह ब्रॉड या गावाजवळच एका सैनिकांच्या पथकानी त्यांना अडवलं. बहुदा ते सैनिक म्हणजे झेक क्रांतिकारक असावेत.

"आम्ही सगळे सभ्य आणि चांगले लोक आहोत. नुकतेच एका कैद्यांच्या कॅम्पमधून निसटून बाहेर पडलो आहोत." ऑस्करने त्यांना सांगायला सुरुवात केली. पण त्या शिपायांचं लक्ष फक्त या पाहुण्यांकडे काही हत्यारं आहेत का त्याच्यावर होतं. रूबिन्स्कीने आपली बंदूक काढून दिली.

"इथे रशियन सैन्याच्या काही तुकड्या येऊन जाऊन असतात, त्यामुळे तुम्ही पुढे जाऊ नका, गावात रेडक्रॉसचं कार्यालय आहे. आजची रात्र तिथे काढा आणि मग सकाळी पुढचा रस्ता पकडा." त्या वाट अडवणाऱ्यांनी सल्ला दिला. ऑस्करनं त्यांच ऐकायचं ठरवलं आणि गाड्या गावातल्या एकुलत्या एका चौकाकडे वळवल्या. पण तिथे पोचल्यावर तिथल्यापेक्षा गावातल्या तुरुंगात रहाणं जास्त सुरक्षित आहे असं कळलं आणि आपापलं सामान घेऊन ऑस्कर, एमिली आणि इतरांनी ती रात्री गावच्या पोलीस ठाण्यात काढली. गाड्या रेडक्रॉसच्या कार्यालयासमोरच लावल्या होत्या.

सकाळी ते जेव्हा आवरून पुढच्या प्रवासासाठी गाड्यांपाशी आले, तेव्हा त्यांना धक्काच बसला. दोन्ही गाड्यांची पार दुर्दशा झाली होती. ऑस्करच्या गाडीच्या छतात लपवलेलं सगळं किमती सामान चोरट्यांनी लुटलं होतं. गाड्यांचे टायर पळवून नेले होते. इतकंच काय, दोन्ही गाड्यांमधलं डिझेलसुद्धा लांबवलं होतं. तक्रार करणार तरी कोणाकडे? कुंपणानंच शेत खाल्लेलं स्पष्ट दिसत होतं! शिवाय बघणारे ऑस्करची समजूत काढत होते...

"काय एवढं वाईट वाटून घेता राव? युद्धानं सगळ्यांचंच नुकसान झालंय... प्रत्येकाला थोडंफार गमवावं लागणारच!" ऑस्कर यावर काय बोलणार?

सुदैवाने रेल्वेस्टेशन जवळच होतं आणि दक्षिणेला कॅपलीस गावाच्या दिशेने

जाणारी गाडी पण चालू होती. पुढचा प्रवास त्यांनी जमेल तसा रेल्वेने, कधी पायी असा सुरू ठेवला. आता जंगल सुरू झालं होतं. मिळालेल्या माहितीप्रमाणे इथंच जवळपास लिंझ गावाच्या उत्तरेला अमेरिकन सैन्याच्या तुकड्या होत्या. त्या तुकडीपर्यंत एकदा जाऊन त्यांच्या ताब्यात स्वत:ला सोपवलं की मग हा खडतर प्रवास संपणार होता. त्या जंगलातून जात असतानाच त्यांना च्युइंगम चघळत बसलेले दोन अमेरिकन सैनिक दिसले.

"इथून कुणाला जाऊ द्यायचं नाही असा आम्हाला हुकूम आहे!" तोंडातल्या तोंडात एक जण बडबडला.

"मग आम्ही असा वळसा घालून पलीकडे गेलो तर, मग काही हरकत नाही?" रूबीन्स्कीनी विचारलं.

"जा! तिकडून कुठेही जा!" अमेरिकन सैनिकाचं बेफिकीर उत्तर.

आणि त्याच रस्त्यावरून जात असताना दोन रांगा करून शिस्तबद्धपणे चाललेली अमेरिकन सैन्याची तुकडी त्यांना भेटली. तुकडीच्या मुख्याने आपली गाडी त्यांच्यासमोरच उभी केली. इथे मात्र ऑस्करनी दुभाष्यामार्फत खरं खरं आपण कोण आहोत हे सांगून टाकलं.

"इथून अजिबात हलायचं नाही!" कडक हुकूम देऊन तो कॅप्टन निघून गेला. बाकीचे सगळेच शिपाई अगदी तरणेबांड होते. कुणीतरी त्यांना सिगारेटी दिल्या. हे अमेरिकन सैनिक, त्यांच्या गाड्या, त्यांची हत्यारं आणि त्यांच्या सिगारेटीसुद्धा एकदम सिनेमातल्यासारख्या चकाचक वाटत होत्या. ऑस्करला आणि इतर कुणालाच असल्या वस्तू बघायची सवय नव्हती. युरोपमध्ये सगळं कसं भव्य, दमदार, टिकाऊ आणि भारदस्त!

आपल्या सगळ्यांना आता अटक होणार, अशी खात्री एमिलीला वाटत होती. ऑस्कर मात्र निवांत समोरच्या गवतावर तंगड्या ताणून बसला होता.

अर्ध्या तासाने तोच कॅप्टन काही ज्यू भाषा समजणाऱ्यांना घेऊन आला. ऑस्करनी त्यांना कैद्यांनी लिहून दिलेलं हिब्रू भाषेतलं पत्र बाहेर काढून त्यांना वाचायला दिलं. पत्र वाचता वाचता वाचणाऱ्याचा चेहरा गंभीर झाला. अनाहूतपणे त्यांच्या डोळ्यांतून आसवं ओघळायला लागली. आपला दाटलेला घसा साफ करून त्यानं पत्रातला मजकूर आपल्या इतर साथीदारांना सांगितला. आणि सगळ्यांनी टाळ्यांना कडकडाट केला. सगळीकडे अचानक त्यांचं कौतुक सुरू झालं. मिठ्या, हस्तांदोलनं यांना ऊत आला. हे अमेरिकन तरुण किती मोकळेढाकळे आणि चटकन आपलंसं करून घेणारे होते! जर्मन सैनिकांच्या अगदी विरुद्ध! ऑस्कर, एमिली आणि इतर विस्मयाने त्यांच्याकडे पाहात राहिले.

मग पुढे दोन दिवस सगळ्यांनी त्या तुकडीचा पाहुणचार घेतला. उत्तम भोजन

आणि कॉफी सगळ्यांनाच किती दिवसांनी मिळत होती.

दोन दिवसांनी त्या कॅप्टननी त्यांना पुढच्या प्रवासासाठी एक जप्त केलेली रुग्णवाहिका दिली. तिच्यात बसून त्यांचा पुढचा प्रवास लिंझच्या दिशेनी सुरू झाला.

ऑस्कर ब्रिनालिट्झहून गेल्याला आता दोन दिवस झाले होते, तरी अजून अधिकृत सुटका करायला येणाऱ्या रशियन सैन्याचा पत्ता नव्हता.

सगळेजण आता आपापल्या गावांना परत जायला उत्सुक झाले होते. पण अजूनही इकडे तिकडे शेवटचे जर्मन सैनिक भेटायची शक्यता होतीच आणि आता उगाच अधीरपणा करून स्वत:चा जीव गमवायची कोणाचीच तयारी नव्हती.

ह्या तुकड्या पळून जाताना वाटेल तसा बेछूट गोळीबार करत जात होत्या. कॅम्पमधल्या सगळ्यांनाच आत्तापर्यंत जर्मन सैनिक नेमके कशाला घाबरतात हे पक्कं ठाऊक झालं होतं. त्यामुळे त्यांनी कॅम्पच्या सगळ्या बाजूंनी 'इथले कैदी टायफसने आजारी आहेत.' अशा पाट्या लटकावून दिल्या होत्या. टायफसला ओलांडून यायची जर्मन सैनिकांची हिंमत नव्हती.

मध्येच तीन झेक क्रांतिकारक कुंपणापाशी आले. "कशाला आत बसलात? युद्ध संपलंय. तुम्ही कुठेही जाऊ शकता." त्यांनी सल्ला दिला.

"रशियन आल्यानंतरच आम्ही बाहेर पडणार आहोत." कैद्यांनी असं उत्तर दिलं त्यात काही चूक नव्हतं. इतक्या वर्षांच्या मरणयातना सोसल्यानंतर बाहेरच्या जगावरचा त्यांचा विश्वास पूर्णपणे उडाला होता. झेक लोकांनी विचित्रपणे त्यांच्याकडे पाहिलं, खांदे उडवले आणि ते निघून गेले.

त्याच दिवशी रात्री पोल्डेक पेफरबर्ग पहाऱ्यावर होता. मध्यरात्रीनंतर अचानक फटफट्यांचे आवाज यायला लागले आणि ते बाजूनी जात नव्हते. थेट कॅम्पकडेच येत होते. सगळ्यांनी आपली आपली शस्त्रं परजली. पाच फटफट्या प्रवेशद्वारापाशी थांबल्या. त्यावर जर्मन सैनिक होते. त्यांचा प्रमुख गाडी बंद करून चालत कुंपणापाशी आला. आतमध्ये तोपर्यंत आता गोळीबार कधी सुरू करायचा याची चर्चा सुरू झाली होती. त्या अधिकाऱ्याच्या हे सगळं लक्षात येत होतं. जास्त न बोलता त्यानं पेट्रोल देण्याची विनंती केली. पेफरबर्गनी बाकीच्यांना पटवलं, की उगाच त्यांच्यावर गोळीबार करून, पळून जात असलेल्या इतर जर्मन सैनिकांचं लक्ष वेधून घेण्यात अर्थ नाही. त्यापेक्षा त्यांना थोडंफार पेट्रोल देऊन कटवावं.

ते जर्मन सैनिकसुद्धा थकलेले होते. कसेबसे जीव वाचवून चालले होते. त्यांनी चटकन मिळालं तेवढं पेट्रोल स्वीकारलं आणि काढता पाय घेतला. ब्रिनालिट्झच्या कैद्यांना भेटलेली जर्मन गणवेश घातलेली ही शेवटची तुकडी. यानंतर त्यांना

हेन्रीच हिमलरच्या यमदूतांपैकी कोणीही, कधीही भेटणार नव्हतं.

वाट बघून बघून शेवटी तिसऱ्या दिवशी ब्रिनालिट्झच्या कॅम्पला अधिकृतपणे स्वातंत्र्य मिळालं. सगळ्या रशियन सैन्याचा प्रतिनिधी म्हणून एक सैनिक घोड्यावर बसून तिथे आला. जसा तो जवळ आला तसं लक्षात यायला लागलं, की तो घोडा म्हणजे एक हडकलेलं शिंगरू होतं! भव्य लष्कर येऊन आपल्याला स्वतंत्र घोषित करणार असं सगळ्या ज्यूंना आत्तापर्यंत वाटत होतं, त्या मानानी हे वास्तव फारच विनोदी होतं. तो रशियन शिपाई शिंगराच्या पाठीवर त्याला गच्च धरून बसला होता. त्याचा गणवेश अत्यंत जीर्ण झाला होता. गळ्यातल्या बंदुकीचा पट्टा जुना होऊन आणि घामाने झिजून तुटला होता. त्याला मध्ये सुतळी बांधली होती. एकंदरीत या 'स्वातंत्र्य देवते'ची अवस्था गुलामांपेक्षा फार वेगळी नव्हती.

दरवाज्यापाशी थोडं पोलिश रशियन भाषेत संभाषण झालं आणि दरवाज्यावरच्या रक्षकांनी त्याला आत घेतलं. सौ. क्रमहोव्झनी लगोलग पुढे जाऊन त्या शिपायाचं चुंबन घेतलं. थोडसं लाजत त्यानं एक खुर्ची आणायला सांगितली. खुर्ची मिळाल्यावर तो त्यावर उभा राहिला आणि त्यानी भाषण सुरू केलं. भाषण म्हणण्यापेक्षा त्याला दवंडी म्हणण जास्त योग्य होतं. ठरलेली चार-पाच वाक्यं,

"शूरवीर रशियन सैन्यानं तुम्हाला मुक्त केलं आहे (?) तुम्ही आता तुम्हाला पाहिजे तिथे जाऊ शकता. स्वर्गासमान असलेल्या या रशियन राज्यात जातीभेद बिलकूल नसेल. त्यामुळे निर्धास्तपणे जगा. कायदा हातात घेऊ नका. ते काम आमच्यावर सोडा आणि स्वत: फक्त स्वातंत्र्य उपभोगा!"

भाषण संपवून खाली उतरता उतरता त्यानं आपलेही काही पूर्वज ज्यू असल्याचं सांगितलं.

हे कळल्याबरोबर संभाषणात जरा मोकळेपणा आला.

"तुम्ही पोलंडला गेला होतात का?" बेजीस्कीनं त्याला विचारलं.

"आत्ता मी पोलंडमधूनच येतोय." शिपाई म्हणाला.

"तिथे कोणी ज्यू उरलेत का?"

"मला कुणीही दिसलं नाही."

इतरही कैदी आता तिथं कोंडाळं करायला लागले होते.

"तुमचं गाव कोणतं?" शिपायानी बेजीस्कीला विचारलं.

"क्रॅकोव."

"दोन आठवड्यांपूर्वी मी क्रॅकोवमध्ये होतो."

"ऑशविट्झ... ऑशविट्झच काय झालं?" कैद्यांना सगळ्यांत उत्सुकता या प्रश्नाच्या उत्तरात होती.

"मी असं ऐकलंय की ऑशविट्झमध्ये अजूनही काही ज्यू जिवंत आहेत."

रशियन शिपायानी सांगितलेल्या बातम्या सुन्न करणाऱ्या होत्या. त्याच्या सांगण्याप्रमाणे पोलंडमध्ये आता काही शिल्लक उरलंच नव्हतं.

"माझ्याकडून अजून काही मदत पाहिजे का?" तो बुटका, खंगलेला शिंगरावरून आलेला शिपाई विचारत होता.

सगळ्यांनाच जास्त गरज वाटत होती ती अन्नाची.

"मी आता निघतो. संध्याकाळपर्यंत एक ट्रकभर पाव आणि घोड्याचं मांस पाठवून देण्याची मी व्यवस्था बाहेर करतो. पण तुम्ही त्यावर अवलंबून राहू नका. बाहेर पडून शेजारपाजारच्या गावात काही मिळतंय का ते बघा."

शिपाई आपल्या घोड्यावरून दाराच्या बाहेर पडला, तेव्हा पेम्पर आणि बेजीस्की त्याच्याबरोबर चालत बाहेर गेले. त्यांना त्याचा सल्ला हवा होता.

पोलंडमध्ये जर ज्यू शिल्लकच नसतील तर जावं कुठे? हा त्यांच्यासमोरचा मोठा प्रश्न होता. घोड्याचा लगाम ओढून शिपाई थांबला.

"मी कस सांगू तुम्हाला कुठे जायचं ते. कुठेही जा... फक्त पूर्वेकडे जाऊ नका, एवढं मात्र सांगू शकतो. आणि हो.... पश्चिमेकडेपण जाऊ नका." लगामाची गाठ आवळून टाच मारता मारता तो म्हणाला. "आपण कुठेही गेले तरी लोक आपला तिरस्कारच करतात!"

रशियन शिपायाच्या सांगण्याप्रमाणे हळूहळू एक एकजण कॅम्पच्या दरवाज्यातून बाहेर पडायला लागला. लहान मुलं आणि तरुण त्यात आघाडीवर होते. डान्का शिंडल रमत-गमत कॅम्पच्या मागच्या टेकडीवर पोचली. लिलीच्या रोपांना कळ्या फुटायला सुरुवात झाली होती. आफ्रिकेतून दरवर्षी उन्हाळ्यात येणाऱ्या पक्ष्यांचा चिवचिवाट सुरू झाला होता. बाकी सगळीकडे शांतता होती. डान्का बराच वेळ आपलं खरखुरं स्वातंत्र्य अनुभवत तिथंच बसली. आणि मग त्या छोट्याशा टेकड्याच्या उतारावरून मऊशार गवतात आपला देह तिने सोडून दिला. लोळत घरंगळत सावकाश ती खालच्या हिरव्यागार गवतात उताणी पडली होती. ताज्या गवताचा वास छातीत भरून घेत... वरच्या निरभ्र निळ्याशार आभाळाकडे एकटक बघत! तिचं वेळ, काळाचं भान हरवलं होतं.

कॅम्पच्या बाहेर पडणारा गोल्डबर्ग पहिला होता. त्यानं क्रॅक्रोवमधून आपली दडवलेली संपत्ती गोळा केली असावी, कारण त्यानं लगेचच ब्राझीलला स्थलांतर केलं.

पण बाकीचे कैदी अजूनही कॅम्पमध्येच होते. रशियन तुकडी येऊन पोचली होती. त्यांनी येताना म्हटल्याप्रमाणे पाव आणि एक घोडा मारून आणला होता.

त्या रात्री अख्ख्या कॅम्पची बऱ्याच दिवसांनंतर मेजवानी झाली.

दुसऱ्या दिवशी ल्युरेक फाईनबॉम, जानेक ड्रेसनर आणि स्टर्नबर्ग हिंमत करून गावात गेले. तिथं युगोस्लाव्ह क्रांतिवीरांचा पहारा होता. गावात जर्मन लोक होते, पण आता ज्यूंना नाही म्हणायची कोणाची हिंमत नव्हती. एका किराणा मालाच्या दुकानदाराने तिघांचं स्वागत करून पाहिजे ते घ्यायला सांगितलं. स्टर्नबर्गनी एक ओंजळभर साखर घेतली आणि अधाश्यासारखा बोकाणा भरला. दुसऱ्या क्षणी तो भोवळ येऊन पडला. इतक्या साखरेची शरीराला सवयच कुठे राहिली होती? ज्यूंसाठी हा एक धडाच होता. स्वातंत्र्य मिळालंय ते अधाश्यासारखं घेऊ नका... दमादमाने घ्या. तरच ते पचेल!

या तिघांना जास्त गरज पावाची होती. पण त्या जर्मन दुकानदारानं पाव संपला असं सांगितलं. फाईनबॉमनं लगेच पिस्तूल काढून दुकानदारावर रोखलं आणि दुकानाची झडती घ्यायला सुरुवात केली. दुकानाच्याच मागच्या बाजूला दुकानदाराचं घर होतं. तिथं दुकानदाराची बायको आणि दोन लहान मुली घाबरून एका कोपऱ्यात एकमेकांना मिठी मारून बसल्या होत्या. फाईनबॉमच्या नजरेसमोर घेटोमधल्या कारवाईच्या रात्री अशीच घाबरून बसलेली आपली बायकोमुलं तरळून गेली. त्याचं पिस्तूल आपलं आपण खाली झालं आणि दुकानदाराच्या बायकोची माफी मागून तिघं मुकाट दुकानाबाहेर पडले.

मिला पेफरबर्गच्या बाबतीतही असंच घडलं. गावाच्या चौकात जेव्हा ती पोचली, तेव्हा गस्त घालणाऱ्या झेक तरुणांनी तिला थांबवलं. त्यांचं लक्ष तिच्या अनवाणी पावलांकडे गेलं होतं. तिथूनच तिच्याच वयाच्या दोन जर्मन मुली जात होत्या. त्या तरुणांनी त्या मुलींना पकडून मिलासमोर आणलं आणि दोघींच्या पायातले बूट काढून घेऊन त्यातले पाहिजे ते निवडून घ्यायला मिलाला सांगितलं. मिलाला प्रचंड अवघडल्यासारखं झालं. घ्यावे तरी पंचाईत, नाही घ्यावे तरी पंचाईत. तिच्या पायाला बांधलेल्या चिंध्या त्या जर्मन मुलींना देऊन त्या तरुणांनी पिटाळलं. रस्त्याच्या कडेला बसलेली मिला ते तरुण जाईपर्यंत तिथंच थांबली. मग मात्र पळत जाऊन तिनं त्या मुलींना गाठलं आणि खूप क्षमा मागून त्यांचे बूट त्यांना परत दिले. तिला विचित्र फक्त एकाच गोष्टीचं वाटलं, की त्या जर्मन मुली आभार मानायचे तर लांब राहिलं.... साधं तिच्याकडे बघून हसल्यासुद्धा नाहीत. आपले बूट हिसकावून घेऊन निघून गेल्या.

रात्री काही उनाड रशियन सैनिक कॅम्पमध्ये घुसले. त्यांना बायका पाहिजे होत्या. एकानं जेव्हा क्रमहोव्झ बाईचा हात धरला तेव्हा शेवटी पोल्डेक पेफरबर्गला त्यांच्यावर पिस्तूल रोखावं लागलं. (नंतर भेटेल तेव्हा ही बाई पेफरबर्गची चेष्टा

करायची. 'एका देखण्या तरुणाबरोबर मला चांगली पळून जायची संधी मिळाली होती. या मूर्खामुळे ती गेली!')

पण ज्यूंपैकी तीन मुली स्वखुशीनं त्यांच्याबरोबर गेल्या आणि तीन दिवसांनी चांगलीच मजा करून परत आल्या.

एका आठवड्यानंतर मात्र बहुतेक ज्यूंनी आपापला गाशा गुंडाळायला सुरुवात केली. ज्यांनी आपलं सगळं गमावलं होतं, त्यांना पोलंडचं तोंडही परत बघायची इच्छा नव्हती. त्यांच्यातले बहुतेक पश्चिमेकडे गेले ते कायमचे. बेजीस्की कुटुंब आपलं कापड आणि व्होडका विकत विकत इटलीपर्यंत गेलं आणि तिथून त्यांनी पॅलेस्टाईन गाठलं. ड्रेसनर कुटुंब अक्षरश: चालत मोराव्हिया-बोहेमियामार्गे जर्मनीत पोचलं. पुढच्या वर्षी जेव्हा बव्हेरीयन विद्यापीठ उघडलं तेव्हा तिथं प्रवेश घेणाऱ्या पहिल्या दहा विद्यार्थ्यांमध्ये जानेक ड्रेसनर हा एक विद्यार्थी होता.

मान्सी रोझनर क्रॅकोवमध्ये आपल्या पॉडगोर्झ रस्त्यावरच्या घरात पोचली. तिच्या नवऱ्याचं, हेन्री रोझनरचं, जगलोवाचलो तर तिथंच भेटायचं ठरलं होतं. हेन्री आपल्या मुलाबरोबर, ओलेकबरोबर काही कैद्यांबरोबर म्युनिकला जाऊन पोचला होता. तिथंच त्याला कळलं की ब्रिनालिट्झचे सगळे कैदी सुखरूपपणे मुक्त झालेत. मान्सी त्यांच्या जुन्या घरात ऑस्करनं परत आणून दिलेलं नवऱ्याचं व्हायोलिन घेऊन त्याची वाट पाहात होती. एक दिवस तिच्या चुलत भावानं तिला हेन्री आणि ओलेक जिवंत असल्याची गोड बातमी दिली.

रेजीना हॉरोविट्झच्या नशिबात काही वेगळंच होतं. आपल्या मुलीला, न्युसीआला घेऊन ती क्रॅकोवमध्ये पोचली. तिथं सैन्याच्या मदतीनं तिनं एक खोली भाड्यानं मिळवली. दोन-तीन आठवड्यांत तिचा नवरा डोलेकसुद्धा तिथे येऊन पोचला. पण त्यांच्या लहान मुलाचा, रिचर्डचा मात्र पत्ता लागत नव्हता. गावागावांत त्यावेळी नाझींनी केलेल्या अत्याचारांच्या फिल्मची रिळं दाखवली जात होती.

एक दिवशी अशी फिल्म पाहात असताना रेजीनाला एक लहान ओळखीचा चेहरा दिसला. विजेच्या तारांच्या कुंपणामागे तो लहानगा मुलगा एकटाच उदासवाणा बसला होता. मूळचाच गोंडस असल्याने छायाचित्रकाराचा कॅमेरा परत परत त्या मुलावर जात होता. तो रिचर्ड होता! रेजीनाचा मुलगा.

रेजीना अक्षरश: आक्रोश करत चित्रपटगृहाच्या बाहेर पडली. "तो माझा मुलगा आहे... कुणीतरी त्याला शोधा हो..." कोणत्याही पाषाण हृदयालासुद्धा पाझर फोडणारा असा तो आक्रोश होता. रशियन अधिकाऱ्यांनी चौकशी केली. रिचर्ड सुखरूप होता. त्याचे आईवडील जिवंत नसावेत असं समजून लीबलिंग नावाच्या दांपत्यानी त्याला दत्तक घेतलं होतं. त्यांचा पत्ता काढून रेजीना आणि डोलेक रिचर्डला आणायला तिथं पोचले, तेव्हा त्याचा खेळ चालला होता. एका थाळीवर

मोठा चमचा आपटून तो एकटाच एखाद्या नाझी अधिकाऱ्याची नक्कल करत होता.

"चला उठा. आज सगळ्यांना जेवणात सूप मिळेल!" रिचर्ड त्याच्या आई-वडिलांना परत मिळाला, पण पुढे केव्हाही बागेतले झोपाळे बघितले की त्याला प्लासझोमध्ये बघितलेल्या फाशीची आठवण यायची आणि तो पिसाळायचा.

ऑस्कर आणि त्याची तुकडी त्या रुग्णवाहिकेमधून लिंझला पोचले. अमेरिकन अधिकाऱ्यांनी त्यांना तिथून न्यूरेनबर्गला नेलं. ऑस्करच्या लक्षात यायला लागलं होतं, की आपल्याकडे ज्यू कैद्यांचं पत्रबित्र असलं तरी सुटका होणं तितकं सोपं नाहीये. त्याच्या बरोबरच्या रिचर्ड रेचेनची एक मावशी जवळच असलेल्या स्वित्झर्लंडमधल्या कॉन्स्टान्झ गावात राहात होती. अमेरिकन अधिकाऱ्यांनी जेव्हा त्यांना आसपास कोणी नातेवाईक आहे का हे विचारलं, तेव्हा रेचेननी सरळ आपल्या ह्या मावशीचं नाव सांगितलं. हेतू हा, की स्विझर्लंड हा एक तटस्थ देश होता. ऑस्कर आणि एमिली एकदा तिथं जाऊन पोचले, की बाहेर कितीही आग लागली, तरी ते सुरक्षित राहतील. अमेरिकन अधिकाऱ्यानं त्यांना कॉन्स्टान्झला जायची परवानगी दिली, पण चालत! सगळेजण पायी प्रवास करत कसेबसे रॅव्हेन्सबर्गला पोचले.

तिथल्या अधिकाऱ्यानं परत त्यांना चांगलं वागवलं आणि आपला पाहुणचार दिला. पुढच्या प्रवासासाठी एक गाडी दिली. आता ऑस्करजवळ शेवटचे एक हजार मार्क किमतीचे हिरे आणि काही पैसे एवढीच शिल्लक होती. मजल दरमजल करत ते सगळे अगदी स्वित्झर्लंडच्या सीमा रेषेपर्यंत येऊन पोचले. एका बाजूला फ्रेंच सैन्यानं ताब्यात घेतलेलं क्रुझलीनजेन हे छोटंसं खेडं आणि सीमा रेषेच्या कुंपणाच्या दुसऱ्या बाजूला कॉन्स्टान्झ! गावाच्या एका अगदी कोपऱ्यातल्या कुंपणाच्या तारा कापून गुपचूप पलीकडे घुसावं असा रॅचेनचा बेत होता. पण त्यांचा तारा कापायचा उद्योग सुरू असतानाच पलीकडच्या एका बाईनं त्यांना पहिलं आणि भरपूर आरडाओरडा करून दोन्ही बाजूच्या सैनिकांना जमा केलं. झालं! सगळेजण अलगद परत फ्रेंच सैन्याच्या हातात येऊन पडले. खरं सांगावं तर ब्रिनालिट्झच्या ज्यूंनी लिहून दिलेलं ओळख पटवणारं पत्र पहिल्या ठाण्यावरच्या अमेरिकन अधिकाऱ्यानी काढून घेतलं होतं, खोटं बोलावं तर ऑस्करची धष्टपुष्ट प्रकृती बघून तो कॅम्पमधून वाचलेला कैद्याच्या वेषातला ज्यू आहे यावर परमेश्वरसुद्धा विश्वास ठेवणं कठीण होतं. आठ दिवस सगळ्यांची कसून तपासणी जबाब घेतले गेले. आणि त्यानंतर हे सगळे लोक एकच आणि खरी हकिकत सांगताहेत अशी फ्रेंच अधिकाऱ्यांची खात्री पटली. ऑस्करच्या तोंडून त्याची कहाणी ऐकताना तर समोरच्या दोन्ही अधिकाऱ्यांनी आपले डोळे पुसले. मग मुख्य अधिकाऱ्यानं सगळ्यांना

भक्कम जेवायला घातलं आणि त्याच दुपारी कॉन्स्टान्झमधल्या तलावाशेजारच्या एका भव्य हॉटेलमध्ये सगळ्यांची रहायची व्यवस्था केली. गेली पाच वर्षं आपलं आयुष्य धोक्यात घालून आपल्याच देशबांधवांच्या काळ्या कृत्यांचा निषेध करणारा ऑस्कर शिंडलर, शेवटी सहीसलामत एका तटस्थ राष्ट्राच्या आश्रयाला आला होता. इथं त्याच्या जिवाला धोका नव्हता.

त्या दिवशी संध्याकाळी कॉन्स्टान्झमध्ये सगळ्यांबरोबर ऑस्कर फ्रेंच सैन्याच्या कृपेने भरपेट जेवत होता आणि इकडे क्रॅकोव आणि ब्रिनालिट्झमधली ऑस्करची सगळी मालमत्ता रशियन सैन्याने जप्त केली. थोड्याच दिवसांत त्याच्या जवळचं उरलंसुरलं द्रव्यसुद्धा संपलं आणि ऑस्कर शिंडलर पूर्णपणे कफल्लक झाला. पण त्याही अवस्थेत त्याचा थाट कायम होता. पुढे मरेपर्यंत तो ह्याच पद्धतीने जगणार होता.

युद्ध संपल्यानंतर...

ऑस्कर शिंडलरची सद्दी आता संपली होती. युद्धपर्वातल्या त्या रोजच्या जीवघेण्या अनुभवांना सामोरं जाताना ऑस्कर सतत उत्तेजित असायचा. आता शांततेच्या काळात ती उत्तेजना, ती रोमांचकता सगळं हरवलं होतं. युद्ध संपलं आणि ऑस्कर, एमिली म्युनिकला आले. हेन्री रोझनर आणि त्याचा भाऊ तिथेच एका हॉटेलात व्हायोलिन वाजवून बरे पैसे मिळवत होते. सुरुवातीला त्यांच्याच आश्रयाने ऑस्कर राहिला. त्याची क्रॅकोव आणि मोराव्हियातली सगळी मालमत्ता रशियन सैन्यानी सरकारजमा करून टाकली होती.

लौकरच फाईनबॉम कुटुंबीयसुद्धा म्युनिकमध्ये राहायला आले. त्यांना ऑस्कर भेटला तो त्याच्या नवीन ज्यू मैत्रिणीबरोबर! फिगेनबॉमसकट त्या काळात जेवढे लोक ऑस्करला भेटले, त्यांना एमिलीबद्दल अतिशय वाईट वाटायचं. पण एमिली एखाद्या स्थितप्रज्ञासारखी ऑस्करचे हे सगळे चाळे सहन करत होती.

युद्धानंतरची जवळ जवळ चार वर्षं, ज्यांना त्यानी वाचवलं त्या रोझनर,

पेफरबर्ग, ड्रेसनर, फिगेनबॉम, स्टर्नबर्ग अशा कुटुंबांनी त्याला आसरा दिला. जणू तो त्यांच्या कुटुंबातलाच एक होता.

१९४६ सालच्या फेब्रुवारीमध्ये बातमी आली, की अमेरिकन सैन्यानी बॅड टोल्झ या गावी गुप्तपणे उपचार करून घेत असलेल्या अमॉन गॉथला पकडलं. आणि नव्यानंच स्थापन झालेल्या पोलंड सरकारच्या हाती न्यायनिवाडा करण्यासाठी सोपवलं. ज्या कैद्यांनी प्रत्यक्ष अमॉनचा त्रास भोगला होता, अशा अनेकांना या खटल्यात साक्षीसाठी बोलावलं होतं.

अमॉन आपल्या बचावासाठी ऑस्कर शिंडलरला आणि हेलन हिर्शला बोलावायच्या विचारात होता. ऑस्कर काही ह्या खटल्यात उपस्थित राहू शकला नाही. पण जे हजर राहिले त्यांना तोच अमॉन पुन्हा बघायला मिळाला. मधुमेहाच्या रोगाने तो बराच रोडावला होता. आपल्यावरचे सगळे आरोप त्यानं अमान्य केले.

"मी केलेल्या प्रत्येक कृत्याच्या आधी मला वरिष्ठांचे तसे लेखी हुकूम आलेले होते. हुकूम पाळणं एवढंच माझं काम होतं. त्यामुळे दोषी जर कोणी असतील तर ते माझे वरिष्ठ आहेत!" अमॉनचा बचाव असा होता.

"आता काही साक्षीदार सांगतात त्याप्रमाणे कधीकधी कॅम्पमधल्या दंगेखोरांवर मला पिस्तूल उगारावं लागलं, पण कॅम्पमध्ये शिस्त कायम ठेवण्यासाठी हे करणं भाग होतं!"

कॅम्पमधल्या बेजबाबदार गोळीबाराच्या आरोपांना अमॉनचं असं उत्तर होतं!

मिटेक पेम्पर आपल्या प्लासझोतल्या एका मित्राबरोबर साक्ष देण्यासाठी न्यायालयात आला होता. आरोपीच्या पिंजऱ्यात पूर्ण बंदोबस्तात उभ्या असलेल्या अमॉनला पाहून सुद्धा त्याला खूप भीती वाटत होती. पण जेव्हा साक्ष देण्याची वेळ आली तेव्हा त्यानं आणि हेलन हिर्शनं घाबरता सगळ्या बारकाव्यांसकट अमॉनच्या अत्याचारांची भयानक कहाणी सांगितली. न्यायालयातल्या सगळ्यांची मती गुंग झाली... अंगावर काटा आला ते वर्णन ऐकून!

ह्या साक्षींच्या आधारेच न्यायालयानं अमॉन गॉथला दोषी ठरवून फाशीची शिक्षा ठोठावली. १३ सप्टेंबर १९४६ रोजी क्रॅकोव ह्या आपल्या काळ्या कर्तृत्वानं गाजवलेल्या भूमीतच त्याला फाशी देण्यात आली. मरतानासुद्धा त्याच्या चेहऱ्यावर पश्चात्तापाची थोडीही भावना दिसली नाही. कुप्रसिद्ध नाझी सलाम करून तो फाशी गेला.

ब्रिनालिट्झमधल्या कॅप्टन लिओपोल्डला ऑस्करनी स्वतःच म्युनिकमध्ये ओळखून पोलिसांच्या ताब्यात दिलं. गयावया करणाऱ्या लिओपोल्डला ऑस्करनं विचारलं, "बऱ्या बोलानं माझ्याबरोबर येतोस, का बाहेर पन्नास ज्यू आहेत त्यांच्या ताब्यात देऊ?"

लिओपोल्डलासुद्धा फाशी झाली, पण त्यानी बडझीनच्या कॅम्पमध्ये केलेल्या कृष्णकृत्यांबद्दल!

ह्या वेळेपर्यंत आपण आता जर्मनी सोडून जायचं हा विचार ऑस्करच्या डोक्यात पक्का होत होता. त्याच्या मनातून दक्षिण अमेरिकेच्या दिशेनी अर्जेंटिनाला जायचा विचार होता. तिथे न्युट्रीया नावाच्या पाण्यात सापडणाऱ्या प्राण्यांची पैदास करायची टूम निघाली होती. ह्या न्यूट्रीयाच्या कातडीला भलतीच किंमत मिळत होती. ऑस्करच्या डोक्यात विचार चालले होते, की १९३९ मध्ये क्रॅकोवमध्ये जसा आपण नवीन धंदा सुरू करून बस्तान बसवलं तसंच आता अर्जेंटिनात सहज करू शकू. पण ह्या धंद्याला भांडवल लागणार होतं आणि ऑस्कर तर पुरता कफल्लक झाला होता. पण ह्या अडचणीच्या वेळी ज्यू लोकांची आर्थिक मदत करणारी संघटना पुढे आली आणि त्यांनी १९४९ साली पंधरा हजार डॉलर ऑस्करला मदत म्हणून दिले. आणि ह्या पैशांबरोबर एक पत्रही दिलं.

पत्रात लिहिलं होतं :

'अमेरिकेच्या साहाय्यक समितीने श्री. ऑस्कर शिंडलर यांचं युद्धकाळातलं वर्तन आणि व्यवसाय यांची काटेकोरपणे चौकशी केली असून, ज्या कोणाकडे श्री. शिंडलर जातील त्यांनी शिंडलर यांना यथाशक्ती मदत करावी अशी विनंती आम्ही या पत्राद्वारे करत आहोत.

पोलंड आणि सुडेटनलँड इथे कारखाना चालवण्याच्या मिषाने श्री. शिंडलर यांनी अनेक ज्यू स्त्रीपुरुषांचे प्राण वाचवले आहेत. शिंडलर यांच्या मदतीशिवाय हे सर्व लोक निश्चितपणे ऑशविट्झ कॅम्पमध्ये जाऊन मरण पावले असते. आम्हाला असंही कळलं आहे, की शिंडलर यांचा एकमेव कारखाना असा होता, की जिथे माणसाला माणसाप्रमाणे वागवलं जात होतं. जनावरासारखं नव्हे!

आता श्री. शिंडलर एका नव्या आयुष्याची सुरुवात करू पाहात आहेत. युद्धाच्या काळात आपल्या भावंडांना त्यांनी जशी मदत केली, तशीच मदत आता आपण त्यांना करूयात.'

ऑस्कर बोटीने अटलांटिक पार करून अर्जेंटिनाला पोचला. बरोबर एमिली आणि आणखी काही ज्यू कुटुंबं होती. सगळ्यांची तिकिटं ऑस्करनंच काढली होती.

पुढची दहा वर्षं ऑस्करनं न्युट्रीयाचा धंदा करायचा प्रयत्न केला. या काळात त्याच्या कॅम्पमधले ज्यू ऑस्करचं चित्र एका शेतकऱ्याच्या वेषात डोळ्यांसमोर आणायचा प्रयत्न करायचे, पण ते कधीच जमायचं नाही. आणि इमालियात

ऑस्करचा धंदा जोरात चालला त्याचं कारण त्याला स्टर्न आणि बँकिअर यांसारख्या हुषार डोक्यांची साथ होती. इथं अर्जेंटिनात त्याला मदत करायला एमिलीशिवाय दुसरं कुणीच नव्हतं. शेवटी व्हायचं तेच झालं. १९५७ साली ऑस्करनं दिवाळखोरी जाहीर केली.

मग काही काळ इथं तिथं नोकऱ्या झाल्या. पण ऑस्करचं मन रमेना. तो परत जर्मनीला निघून आला. एमिली मात्र तिथेच अर्जेंटिनात राहिली.

फ्रँकफर्टला आल्यावर ऑस्कर एका छोट्या खोलीत राहात होता. आपल्या रशियन लोकांनी जप्त केलेल्या संपत्तीतला थोडफार तरी भाग आपल्याला परत मिळावा म्हणून त्यांनी सरकार दरबारी खूप प्रयत्न केले. पण त्याला यश आलं नाही. मग पुन्हा एकदा तीच अमेरिकन समिती मदतीला धावली आणि शिंडलरने एक सिमेंटचा कारखाना काढला. त्याच्या बऱ्याचशा ज्यू मित्रांनी त्याला कर्जसुद्धा दिलं. पण दुर्दैव त्याच्या पाठीशी लागलं होतं. सलग दोन-तीन वर्षं इतका कडक हिवाळा पडला, की सिमेंटची निर्मितीच शक्य होईना. शेवटी १९६१ साली हाही कारखाना बंद पडला. त्याला मदत करणाऱ्या बऱ्याच ज्यूंचं म्हणणं मात्र असं होतं, की ऑस्कर मनापासून हा धंदा करतच नव्हता. कारण काहीही असो, ऑस्करवर पुन्हा हलाखीची परिस्थिती आली होती.

इस्त्राईलमध्ये ऑस्करनी वाचवलेल्यापैकी जे ज्यू स्थायिक झाले होते, त्यांनी त्याला आता इस्त्राईलला बोलावलं. त्याचा संपूर्ण खर्च करून. इस्त्राईल आणि पोलंडमधल्या सगळ्या ज्यू वर्तमानपत्रांत ऑस्कर इस्त्राईलला येत असल्याची बातमी झळकली.

तेल अव्हीव्हमध्ये ऑस्करचं राजेशाही थाटात स्वागत झालं. त्याच्या ज्यूंपैकी अनेकांची मुलं आता मोठी झाली होती. त्यांनाही आपल्या आईवडिलांचे प्राण वाचवणारा हा माणूस प्रत्यक्षात पाहायचा होता. ऑस्कर आता चांगलाच जाडजूड झाला होता. पण पार्टी सुरू झाली की जुन्या लोकांना जाणवायचं, 'हा तो क्रॅकोवमधला ऑस्कर आहे... तोच आत्मविश्वास, तसंच अचाट पिणं! दोनदा दिवाळखोरी जाहीर करून सुद्धा या माणसावर काहीही परिणाम नाही!'

त्याच वर्षी बरेच वर्षं बेपत्ता असलेला एक क्रूर नाझी अधिकारी ॲडॉल्फ आईशमन पोलिसांच्या जाळ्यात सापडला होता आणि त्याचा खटला चालू होता. त्यामुळे वृत्तपत्रांमध्ये ऑस्करच्या इस्त्राईलला येण्याचा थोडाफार गवगवा झालाच. लंडनच्या 'डेली मेल' ह्या दोन्ही जर्मन माणसांची तुलना केली होती आणि शेवटी शिंडलरच्या ज्यूंनी त्याच्या मदतीसाठी छापलेल्या जाहिरातीचा भाग त्यात छापला होता.

'इजिप्तचं दुःख आम्हाला विसरता येत नाही... आम्ही हमानला विसरू शकत नाही... आम्ही हिटलरला विसरू शकत नाही... आणि जर अशा वाईट गोष्टी आणि नराधमांना आपल्याला विसरता येत नसेल, तर चांगल्या गोष्टी आपल्याला कशा विसरता येतील? म्हणूनच ऑस्कर शिंडलरची आठवण ठेवा!'

जेरुशलेममध्ये ऑस्कर पोचला तेव्हा त्याच्या कथेवर बहुतेकांचा विश्वास बसत नव्हता. एका पत्रकार परिषदेत एका तरुण पत्रकारानं त्याला उत्साहानं विचारलं,

"मला एक सांगा... सगळेच जर्मन अधिकारी नेमके तुमच्या बरोबर कसं काय जमवून घ्यायचे?"

"त्या वेळी मला ज्यूंच्या भवितव्याबद्दल त्यांच्याशीच बोलायला लागायचं. कारण त्या वेळी इथल्या जेरुशलेमच्या लोकांशी माझी ओळख नव्हती ना!" असं त्या प्रश्नाला ऑस्करचं हसत हसत उत्तर होतं.

याच सुमारास ऑस्करचा त्याच्या कार्यासाठी काही अधिकृत सन्मान करता येईल का, याचा विचार व्हायला लागला होता. आणि यात पुढाकार होता तो इश्ताक स्टर्न, जॅकोब स्टर्नबर्ग आणि मोशे बेजीस्कीचा. आईशमन ह्या नाझी अधिकाऱ्याला फाशी फर्मावणारा न्यायाधीश लँडो हा ऑस्करच्या सत्कार समितीचा अध्यक्ष होता. ह्या समितीने शिंडलर ज्यूंचे लेखी अहवाल मागितले.

आणि मग तेल अव्हीव्हच्या नगर परिषदेने ऑस्करचा पहिला सत्कार केला. त्याच्या त्रेपन्नाव्या वाढदिवशी तेल अव्हीव्हमधल्या एका बगीचात त्याच्याच हस्ते एक कोनशिलेचं अनावरण करण्यात आलं. त्यानं बाराशे ज्यूंचे प्राण वाचवले असं त्यावर कोरण्यात आलं होतं. आकडा थोडा कमी असला तरी त्या कृतीमागे खूप प्रेम होतं हे निश्चित!

आणखी दहा दिवसांनी जेरुशलेममध्ये इस्त्राईल सरकारनी विशेष सन्मान जाहीर केला. *'राईटीअस पर्सन'* म्हणजे *'अतिशय उच्च नीतिमूल्य पाळणारा माणूस'* अशा नावाचा तो सन्मान होता.

इस्त्राईलमध्ये एक गोष्ट पुरातन काळापासून मानली जाते. सामान्य माणसांच्या जगात देव मुद्दाम अशी काही राइटीअस माणसं निर्माण करतो, की ज्यायोगे सामान्यांचं जगणं सुखकर व्हावं. यावरून ह्या पुरस्काराची निर्मिती झाली आहे.

जेरुशलेममध्ये अशा असामान्य व्यक्तींना अर्पण केलेला एक रस्ताच आहे. ॲव्हेन्यू ऑफ राईटीअस! ह्या रस्त्याच्या एका टोकाला ज्यूंचं सर्वांत मोठं सांस्कृतिक संग्रहालय आहे.

ह्या रस्त्याच्या कडेला एक कॅरोब नावाचं रोपटं लावण्यासाठी ऑस्करला बोलावलं गेलं. आज ते रोपटं बहरलंय. त्याच्या तळाशी एक छोटा संगमरवरी

दगड आहे. त्यावर ऑस्करचं नाव कोरलेलं आहे. असंच एक रोपटं ज्युलिअस माडस्ट्रीशच्या नावाचं आहे. एक रेमंड टिशचं आहे. ह्या सगळ्या लोकांनी आपले जीव धोक्यात घालून जे पटत नव्हतं त्याला विरोध केला.

इस्त्राईलने केलेल्या ह्या सत्काराच्या बातम्या जर्मन वर्तमानपत्रांतून झळकल्या. त्यांचा सूर ऑस्करच्या कौतुकाचा होता. पण ऑस्कर फ्रँकफर्टला परत आल्यानंतर त्याला या प्रसिद्धीचा चांगलाच त्रास झाला. जर्मनीत अजूनही काही टोळकी ज्यूंचा द्वेष करत होती. अशा टोळक्यांचा ऑस्करला ताप व्हायचा. रस्त्यावरून जाताना त्याच्याकडे बघून हे लोक शिव्याशाप द्यायचे. ह्यालाही त्या ज्यूंबरोबर जाळून टाकलं असतं तर बरं झालं असतं, अशी शेरेबाजी करायचे. कधीकधी तर त्याला दगड मारण्यापर्यंत त्यांची मजल जायची. ह्या सगळ्या अपमानास्पद घटनांमधून आपलं मन मोकळं करायला ऑस्करला जवळचं असं कोणीच नव्हतं. तो आपलं दुःख सांगायचा ते फक्त आपल्या ज्यूंना, तेच आता त्याचा भावनिक आणि आर्थिक आधार बनले होते. मग दरवर्षी काही महिने तो जेरुशलेममध्ये त्यांच्याजवळ रहायचा. इथे त्याला मान होता. सगळा खर्च त्याचे ज्यू करत होते. प्रेमाने ते फक्त त्याला दारू पिणं कमी करायला सांगायचे.

आणि मग तो त्याच्या दुसऱ्या जीवनाकडे वळायचा. फ्रँकफर्टची ती कुबट अडचणीची खोली, गरिबी आणि अतिशय तीव्र तिरस्कार; अशी त्याची सोबत असायची. पोल्डेक पेफरबर्गनी लॉस एंजिलीसहून आपल्या सगळ्या बांधवांना विनंती केली, की प्रत्येकानं दरवर्षी आपला एक दिवसाचा पगार ऑस्करला द्यावा. कारण आपल्या सगळ्यांना वाचवणारा तो मात्र आज एकाकी, दरिद्री आणि अत्यंत निराश असं आयुष्य जगतोय.

इश्तार्क स्टर्न, स्टर्नबर्ग आणि बेजीस्की यांनी पश्चिम जर्मनीच्या सरकारला अनेक विनंत्या केल्या, खूप पत्रापत्री केली, तेव्हा शेवटी १९६६ साली जर्मन सरकारतर्फे ऑस्करला एक सन्मानचिन्ह देण्यात आलं. आणि शेवटी १९६८ सालच्या जुलै महिन्यात जर्मनीच्या मंत्रालयानं मेहेरबान होऊन ऑस्करला दरमहा दोनशे मार्क्सचं निवृत्ती वेतन सुरू केलं.

अशा अवस्थेतसुद्धा दडून बसलेल्या नाझी अधिकाऱ्यांना शोधून काढण्यात आणि त्यांचे अपराध सिद्ध करण्यामध्ये तो सतत पुढाकार घेत होता. दोषी अधिकाऱ्याचं पाप सिद्ध करत होता आणि त्यांची योग्य शिक्षा त्यांच्या पदरात घालत होता.

ऑस्करने आता साठीत प्रवेश केला होता. जर्मन आणि इस्त्राईलच्या एकत्र सहभागाने करता येतील अशा काही योजना त्याने तयार केल्या. एकीकडे त्याची प्रकृती ढासळत होती, पण दारू पिणं कमी होत नव्हतं. आता तो ॲना मारी

नावाच्या जर्मन बाईच्या प्रेमात पडला होता. ही मात्र शेवटपर्यंत त्याच्याबरोबर राहिली. त्याची बायको एमिली शेवटपर्यंत हजारो मैल दूरच राहिली. ब्यूनोस आयर्सशेजारच्या एका छोट्याशा गावात. हे पुस्तक लिहिलं गेलं तेव्हाही ती तिथेच शांतपणे एकटी आयुष्य ढकलत होती. १९७३ साली जर्मन टेलिव्हिजनला तिनं एक मुलाखत दिली. त्यात ती प्रथमच खूप मोकळेपणी बोलली. त्यात कुठेही आपल्याला असं सोडून दिलं, आपल्याशी अनेकवेळा प्रतारणा केली म्हणून ऑस्करवर राग नाही. ती ऑस्करबद्दल, ब्रिनालिट्झच्या दिवसांबद्दल खूप बोलली आहे.

"ऑस्करनी युद्धाच्या आधी आणि नंतर उल्लेखनीय असं काहीही केलं नाही. तो अत्यंत बुद्धिमान आणि संवेदनशील होता आणि त्याचं सुदैव, की १९३९ ते १९४५ ह्या काळात तो अशा परिस्थितीत सापडला आणि त्याला योग्य असे लोक भेटले. म्हणूनच त्याचे हे गुण जगासमोर येऊ शकले."

१९७२ साली ऑस्कर न्यूयॉर्कला गेला. तिथे त्याच्या ज्यूंपैकी तिघांनी खूप मोठी इमारत बांधण्याचा व्यवसाय उभारला होता. त्या पैशांतून एक लाख वीस हजार डॉलर देऊन हिब्रू विद्यापीठात ट्रूमन संशोधन केंद्रामध्ये ऑस्कर शिंडलरच्या नावाने त्यांनी एक पूर्ण मजला समर्पित केला. ह्या तिघा भागीदारांपैकी मरे पँटीरर आणि आयझॅक लेव्हेनस्टीन हे दोघेही ब्रिनालिट्झमध्ये आले तेव्हा सोळा वर्षांचे होते. अशा रितीने एका अर्थानी ऑस्करची मुलंच आता त्याची पालक झाली होती. त्याच्या वृद्धावस्थेतल्या जगण्याला अर्थ आणि सन्मान दोन्ही देत होती.

ह्यानंतर ऑस्कर खूपच आजारी पडला. ब्रिनालिट्झमधला डॉ. बायबरस्टाईन त्याला भेटला तेव्हा त्याला कळलं की ऑस्कर आता काही दिवसांचाच सोबती आहे. "हा माणूस खरं तर अजून जिवंत कसा याचंच आश्चर्य वाटलं." बायबरस्टाईननी जवळच्या मित्रांना सांगितलं.

१९७४ सालच्या ऑक्टोबर महिन्यात तो अंथरुणाला खिळला आणि शेवटी ९ ऑक्टोबर, १९७४ या दिवशी त्यानं शेवटचा श्वास घेतला. त्याच्या मृत्युपत्रात एकच इच्छा व्यक्त केली होती. "माझ्या देहाचं दफन जेरुशलेममध्ये करण्यात यावं."

त्याची ही इच्छा त्याच्या बहुतेक ज्यूंना माहिती होती. तशी व्यवस्था झाली आणि जेरुशलेमच्या लॅटीन दफनभूमीत त्याच दफन झालं. त्याच्या अंत्ययात्रेची छायाचित्रं आजही बघायला मिळतात. त्यात असलेले इश्ताक स्टर्न, मोशे बेजीस्की, हेलन हिर्श, जॅकोब स्टर्नबर्ग, ज्युडा ड्रेसनर आणि अनेकजण ओळखू येतात.

ऑस्कर शिंडलर गेला. जगातल्या प्रत्येक खंडात त्याच्या ज्यूंनी त्याला श्रद्धांजली वाहिली.

❖